കാടോർമ്മകൾ

എ.ഒ. സണ്ണി

ഗ്രീൻബുക്സ്

green books private limited
gb building, civil lane road, ayyanthole,
thrissur- 680 003, kerala, ph: +91 487-2381066, 2381039
website: www.greenbooksindia.com
e-mail: info@greenbooksindia.com

branches:
thrissur 0487-2422515
thiruvananthapuram 0471-2335301
calicut 0495 4854662

malayalam
kadormakal
memoirs
by
a o sunny

published march 2023

cover photo: shibu thovala
cover design : vinaylal

printed in india
vattoly nirmala hiprint pvt ltd, thrissur

isbn : 978-93-95878-40-1

GBPL/1285/2023

മുഖക്കുറി

കാട്ടിലേക്കുള്ള യാത്രകൾ എല്ലാവർക്കും എല്ലാക്കാലത്തും ഒരു മാസ്മരിക അനുഭവമാണ്. ഒരിക്കൽ മാത്രം കാട്ടിലേക്ക് ഒരു വിനോദയാത്ര നടത്തുന്ന നമ്മളെപ്പോലെയുള്ള സാധാരണക്കാരെ ആ ചെറിയ സമയത്തിനുള്ളിൽതന്നെ വിസ്മയിപ്പിക്കാനും കാടെന്ന ലഹരിക്കടിമപ്പെടുത്താനും കഴിയുമെങ്കിൽ കാട്ടിനുള്ളിൽതന്നെ അതിനെ ഹൃദയത്തോട് ചേർത്തുപിടിച്ചു ജീവിക്കേണ്ട അസുലഭാവസരം ലഭിക്കുന്ന ഒരാളുടെ അനുഭവങ്ങൾ എത്ര വിപുലമായിരിക്കുമെന്ന് പറയേണ്ടതില്ലല്ലോ. മുപ്പതോളം വർഷം ഒരു വനപാലകനായി കാടിന്റെ സ്പന്ദനങ്ങൾ അടുത്തറിഞ്ഞു ജീവിച്ച, ഒരു പ്രകൃതി സ്നേഹിയുടെ കാഴ്ചപ്പാടിലൂടെ, വനത്തെയും അതിലെ സകലജീവജാലങ്ങളെയും അടുത്തറിയാനുള്ള ഒരവസരമാണ് ഈ പുസ്തകത്തിലൂടെ വായനക്കാർക്ക് ലഭിക്കുന്നത്. സഹജീവനക്കാരൊത്തുള്ള വനപരിപാലനയാത്രകളിലെ രസകരമായ അനുഭവങ്ങളും ആദിവാസികളുമായ നിരന്തര സമ്പർക്കങ്ങളിലൂടെ ലഭിച്ച അവരുടെ ജീവിതവും കാഴ്ചപ്പാടുകളും വനരൂപീകരണവും നശീകരണവും പക്ഷിമൃഗാദികളുടെ ജീവിതരീതികളും നേരിട്ടുള്ള അനുഭവങ്ങളും നിറഞ്ഞ ഈ പുസ്തകം മലയാളികളായ വായനക്കാർക്കായി അവതരിപ്പിക്കാൻ കഴിഞ്ഞതിൽ ഗ്രീൻ ബുക്സിന് അത്യധികം ചാരിതാർത്ഥ്യമുണ്ട്.

എഡിറ്റർ

ഉള്ളടക്കം

നാന്ദി

എൺപതുകളുടെ അവസാനത്തിൽ, അഭ്യസ്തവിദ്യനും തൊഴിൽ രഹിതനുമായ ഏതൊരു മലയാളി ചെറുപ്പക്കാരനെയുംപോലെ പാരലൽ കോളേജ് അധ്യാപനവും പ്രാദേശിക, രാഷ്ട്രീയ, സാമൂഹിക, സാംസ്കാരിക പ്രവർത്തനങ്ങളുമായി ഞാനും സജീവമായിരുന്നു. അങ്ങനെ ഇരിക്കുന്ന കാലത്താണ് വനംവകുപ്പിൽ ഫോറസ്റ്റർ ആയി എനിക്ക് നിയമനം ലഭിക്കുന്നത്. വീട്ടിലെ സാമ്പത്തിക സ്ഥിതി ഒട്ടും ഭദ്രമല്ലാത്തതിനാൽ എത്രയും വേഗം ഒരു ജോലി നേടി വീടിനുതാങ്ങാവുക എന്ന അത്യധികമായ മോഹത്തിലേക്കാണ് ഒരു നിലാവുപോലെ നിയമന ഉത്തരവ് ലഭിച്ചത്.

മലയാറ്റൂർ ഫോറസ്റ്റ് ഡിവിഷനിൽ ഡിഎഫ്ഒ മുമ്പാകെ റിപ്പോർട്ട് ചെയ്യുക എന്നതായിരുന്നു ഉത്തരവ്. കാട്ടിൽ പലതവണ പോയിട്ടുണ്ടെങ്കിലും വനംവകുപ്പിനെക്കുറിച്ച് ഒന്നുംതന്നെ അറിയില്ലായിരുന്നു. തൃശ്ശൂർ ചെമ്പൂക്കാവിലുള്ള ഫോറസ്റ്റ് ഓഫീസിൽ പോയി മലയാറ്റൂർ ഡിവിഷൻ ഓഫീസിലേക്ക് എങ്ങനെ എത്തിപ്പെടാം എന്ന് ചോദിച്ചറിഞ്ഞു. ഒരു എയർബാഗ് വാങ്ങി. 1990 ജൂൺ മാസം 28-ാം തീയതി അത്യാവശ്യം തുണികളും കുറച്ചു പുസ്തകങ്ങളും ബാഗിൽ കുത്തിനിറച്ച് പെരുമ്പാവൂർക്ക് വണ്ടി കയറി. ''വല്ലം 'എന്ന സ്ഥലത്തിറങ്ങി പിന്നെ മറ്റൊരു ബസ്സിൽ കോടനാടുള്ള ഡിവിഷൻ ഓഫീസിലേക്ക്.

ഡിവിഷൻ ഓഫീസിന്റെ ഗേറ്റ് കടന്ന് മുന്നോട്ടുപോകുന്ന നടവഴി എത്തിനിൽക്കുന്നത് മരക്കൂട്ടങ്ങളാൽ പാതിമറഞ്ഞ് ഭാർഗ്ഗവീനിലയംപോലെ നിൽക്കുന്ന ഓഫീസ് കെട്ടിടത്തിന്റെ വരാന്തയിൽ ആയിരുന്നു. ബാഗും തൂക്കിപ്പിടിച്ച് ഗേറ്റ് കടന്ന്, അങ്കണവാടി കുട്ടിയുടെ ആദ്യദിന അങ്കലാപ്പോടെ നടവഴിയിലൂടെ ഓഫീസ് ലക്ഷ്യമാക്കി മെല്ലെ നടന്നു.

വരാന്തയിൽ എന്റെ മാർഗം തടഞ്ഞ് അതാ, ഒരു ആജാനുബാഹു. ആറടിയിലേറെ പൊക്കവും അതിനൊത്ത വണ്ണവും അല്പം ഇരുണ്ട

നിറവും ഉള്ള ഒരു കൊമ്പൻമീശക്കാരൻ ഭീകരൻ. ഫുൾ യൂണിഫോമിൽ നിന്നിരുന്ന അദ്ദേഹത്തിന്റെ മുഖത്തെ രൗദ്രഭാവം ഭാവനയിൽ കണ്ടിട്ടുള്ള ഒരു ടിപ്പിക്കൽ ഫോറസ്റ്റുകാരനെ ഓർമ്മപ്പെടുത്തി. എന്റെ വഴി തടഞ്ഞുകൊണ്ട് പരുക്കൻ ശബ്ദത്തിൽ അദ്ദേഹം എന്നോട് ചോദിച്ചു.

''താനാണോ എ.ഒ. സണ്ണി?''

അല്പമൊരമ്പരപ്പോടെ അതിലേറെ വിനയത്തോടെ ഞാൻ പറഞ്ഞു.

''അതെ.''

''ജോയിൻ ചെയ്യാൻ വന്നതാണോ?''

''അതെ.''

എവിടുന്നാണ് കുറ്റിയും പറിച്ചോണ്ട് വന്നിരിക്കുന്നത് എന്ന ഭാവത്തിൽ അദ്ദേഹം എന്നെ അടിമുടിയൊന്നു നോക്കി.

''വീടെവിടെയാ?''

''തൃശ്ശൂർ.''

''എന്താ ചെയ്തിരുന്നത്?''

''പാരലൽ കോളേജിൽ പഠിപ്പിക്കുകയായിരുന്നു.''

''ഉം. എത്രവരെ പഠിച്ചു?''

ഞാൻ തെല്ലൊരു അഭിമാനത്തോടെ പറഞ്ഞു.

''എം.എസ്.സി.''

പെട്ടെന്ന് അദ്ദേഹം പരിഹാസത്തോടെ പൊട്ടിച്ചിരിച്ചു.

''എടോ, തന്നെപോലെ പഠിപ്പും വിവരോം ഉള്ളോർക്കു പറഞ്ഞിട്ടുള്ള പണിയല്ല ഇത്.''

ഞാൻ ദയനീയമായി അദ്ദേഹത്തെ നോക്കി.

''താൻ കാട്ടിൽ പോയിട്ടുണ്ടോ?'' അദ്ദേഹത്തിന്റെ ഓരോ വാക്കുകളിലും സർവ്വപുച്ഛം നിഴലിച്ചിരുന്നു.

''ഉവ്വ്, ഞാൻ പലതവണ കാട് കാണാൻ പോയിട്ടുണ്ട്. കാട് എനിക്ക് വലിയ ഇഷ്ടമാണ്.''

തെല്ലൊരു ആത്മവിശ്വാസത്തോടെയാണ് ഞാനതു പറഞ്ഞത്.

''അതേയ്, ടൂറിസ്റ്റ് ആയിട്ട് പോയ കാര്യമല്ല ചോദിച്ചത്. ഫോറസ്റ്റുകാരന്റെ പണി എന്താണെന്ന് അറിയോ?''

''ഇല്ല.''

“കാട്ടില് ആനയും കാട്ടുപോത്തും കരടിയും പുലിയുമൊക്കെ ഉണ്ട്.”

“വന്യമൃഗങ്ങളെയും എനിക്ക് ഇഷ്ടമാണ്.”

“ഹഹഹ, ഇതേയ്, സൂവിലെ മൃഗങ്ങളല്ല. ജീവൻ പണയംവെച്ചിട്ട് വേണം ജോലി ചെയ്യാൻ. മാഷന്മാർക്ക് പറ്റിയ പണിയല്ല ഇത്.”

വലതുകാലിലെ കാക്കി പാന്റിന്റെ അടിഭാഗം മുകളിലേക്ക് തെറുത്തു കയറ്റി അദ്ദേഹം കാല് എനിക്ക് നേരെ നീട്ടി. കാലു നിറയെ ചുട്ടി കുത്തിയപോലെ കറുത്ത പാടുകളായിരുന്നു.

“ഇത് കണ്ടോ, അട്ട കടിച്ചതാ. ലിറ്ററുകണക്കിന് ചോരയാണ് അട്ട കുടിക്കുക.”

കൂടുതൽ ദൈന്യതയോടെ ഞാൻ അദ്ദേഹത്തെ നോക്കി. എന്റെ ദീനഭാവം കണ്ടിട്ടാകണം അദ്ദേഹം അല്പമൊരു മെരുക്കത്തിൽ പറഞ്ഞു.

“തനിക്കു പറ്റിയ പണിയല്ല ഇത്. ഇത്രയും പഠിച്ചിട്ടുള്ള തനിക്ക് മറ്റേതെങ്കിലും നല്ല ജോലി കിട്ടും.”

“വേറെ ജോലി കിട്ടുമ്പോൾ പൊയ്ക്കോളാം. ഇപ്പോൾ ഈ ജോലിയിൽ ജോയിൻ ചെയ്യണം.”

അദ്ദേഹം വീണ്ടും കത്തിവേഷത്തിലേക്ക് പകർന്നാടി.

അദ്ദേഹം വരാന്തയിലും ഞാൻ മുറ്റത്തുനിന്നും ആണ് ഈ പൊറാട്ടുനാടകം അരങ്ങേറിയിരുന്നത്. സ്വതേ ഉയരംകൂടിയ ആജാനുബാഹുവായ ആ കരുത്തന്റെ മുന്നിൽ വെറും 27കാരനായ, മെലിഞ്ഞ, കിളിന്ത് പയ്യനായ ഞാൻ ഗോലിയാത്തിന്റെ മുൻപിലെ ദാവീദിനെ പോലെ വിരണ്ടുനിന്നു.

“വീട്ടുകാരെ ഒന്നും സമയത്തിന് കാണാൻ പറ്റിയെന്നുവരില്ല. ചിലപ്പോൾ ഭക്ഷണം കിട്ടാതെ പട്ടിണി കിടക്കേണ്ടി വരും. കറന്റും വെളിച്ചവും ഒന്നുമില്ല.”

അദ്ദേഹം തുടർന്നുകൊണ്ടേയിരുന്നു. എന്തിനാണ് അദ്ദേഹം എന്നെ ഇങ്ങനെ തടയുന്നത് എന്ന് മനസ്സിലായില്ല. അദ്ദേഹത്തിന്റെ നിരുത്സാഹവാക്കുകൾ കേട്ട് മടങ്ങിപ്പോകണോ എന്ന് ഒരുവേള ഞാൻ പതറി. പക്ഷേ പ്രതീക്ഷാനിർഭരമായി എന്നെ ഉറ്റുനോക്കുന്ന, പാരവശ്യം തളംകെട്ടിയ ഒട്ടേറെ നിറകണ്ണുകൾ മനസ്സിൽ തെളിഞ്ഞു. അതെന്നെ കൂടുതൽ കരുത്തനാക്കി. ഭയാനകവും ഭീതിദവുമായ വിവരണങ്ങളും ഭീഷണിസ്വരങ്ങളും ശാപവാക്കുകളുമായി അദ്ദേഹം എന്നെ ഭയപ്പെടുത്തി പിന്തിരിപ്പിക്കാൻ ശ്രമിച്ചു. പൂതപ്പാട്ടിലെ നങ്ങേലി

അമ്മയെപ്പോലെ ഞാൻ ഉറച്ചുനിന്നു. ക്ഷമയുടെ നെല്ലിപ്പലക കണ്ട പ്പോൾ അല്പം ശബ്ദമുയർത്തി ഞാൻ പറഞ്ഞു.

''സാർ, എന്റെ വീട്ടിലെ സാഹചര്യം വളരെ മോശമാണ്. എന്തു വന്നാലും ഞാൻ ഈ ജോലിക്ക് ജോയിൻ ചെയ്യും.''

അദ്ദേഹം എന്നെ തറപ്പിച്ചു നോക്കി. വലിയ ഭീഷണി സ്വരത്തിൽ ഉറക്കെ പറഞ്ഞു.

''തന്നെ ജോയിൻ ചെയ്യാൻ ഞാൻ സമ്മതിക്കില്ല.''

ഞങ്ങളുടെ ഒച്ച ഉയർന്നുകേട്ടതുകൊണ്ടോ എന്തോ ഓഫീസിന് അകത്തുനിന്നും വെളുത്ത് സുമുഖനായ ഒരു ചെറുപ്പക്കാരൻ പുറത്തേക്കിറങ്ങി വന്നു. സൗമ്യമായി എന്നോട് ചോദിച്ചു.

''നിങ്ങൾ എ.ഒ. സണ്ണി എന്നയാൾ ആണോ?''

''അതെ.''

''വരൂ.''

അദ്ദേഹം എന്നെ ഓഫീസിനകത്തേക്ക് വിളിച്ചു. വലിയ സമാധാനത്തോടെ അപ്പോഴും ലാവയുതിർത്തു നിൽക്കുന്ന ആജാനുബാഹുവിനെ അവഗണിച്ച് ആ മാലാഖ മനുഷ്യനെ പിന്തുടർന്ന് ഓഫീസിനകത്തേക്ക് കയറി.

എന്നെ വിളിച്ചു കൊണ്ടുപോയ ചെറുപ്പക്കാരൻ പരിചയപ്പെടുത്തി. ഡിവിഷൻ ഓഫീസിലെ ക്ലാർക്കാണ്. എന്റെ സർട്ടിഫിക്കറ്റുകൾ സൂക്ഷ്മമായി പരിശോധിച്ചു. നടപടിക്രമങ്ങളെല്ലാം കഴിഞ്ഞ് കുട്ടമ്പുഴ റേഞ്ചിലേക്ക് എന്നെ പോസ്റ്റ് ചെയ്തുകൊണ്ടുള്ള ഉത്തരവ് കൈയിൽ തന്നു. അവിടെനിന്നും ഇറങ്ങുമ്പോൾ ഞാൻ ആ ക്ലാർക്കിനോട് ചോദിച്ചു.

''എന്നെ തടഞ്ഞ അദ്ദേഹം ആരാണ്? എന്തുകൊണ്ടാണ് എന്നോട് ഇങ്ങനെ പെരുമാറിയത്?''

ഒരു ചിരിയോടെ ക്ലാർക്ക് പറഞ്ഞു.

''അദ്ദേഹം ഇപ്പോൾ പ്രമോഷൻ നേടി ഫോറസ്റ്റർ ആയ ആളാണ്. നേരിട്ട് പി എസ് സി പോസ്റ്റിങ്ങ്കാർ വന്നാൽ അയാൾ റിവേർഷൻ ആയി വീണ്ടും ഫോറസ്റ്റ് ഗാർഡ് ആകും. അത് കാര്യമാക്കേണ്ട.''

പി എസ് സി യുടെ ഡയറക്റ്റ് പോസ്റ്റിലേക്ക് പ്രമോഷൻ നൽകിയായിരുന്നു അദ്ദേഹത്തെ നിയമിച്ചിരുന്നത്. അപ്രകാരം നിയമിക്കുമ്പോൾ ആ നിയമന ഉത്തരവിൽതന്നെ, ഡയറക്ട് അപ്പോയ്ന്റ്മെന്റ് വന്നാൽ റിവേർഷൻ ആകുമെന്ന് വ്യക്തമാക്കിയിരിക്കും. ഞാൻ ജോയിൻ ചെയ്താൽ അദ്ദേഹം റിവേർഷൻ ആയി വീണ്ടും ഫോറസ്റ്റ്

ഗാർഡ് ആകും. അതുകൊണ്ടാണ് അദ്ദേഹം എന്നെ തടയാൻ ശ്രമിച്ചത്.

മലയാറ്റൂർ ഡിവിഷൻ ഓഫീസിൽനിന്നും പോസ്റ്റിംഗ് ഓർഡർ കൈയിൽ കിട്ടുന്നതുവരെ കുട്ടമ്പുഴ എന്ന സ്ഥലത്തെക്കുറിച്ച് എനിക്ക് യാതൊരു അറിവും ഉണ്ടായിരുന്നില്ല. നേരം ഏറെ വൈകിയതിനാൽ അന്ന് കോതമംഗലത്ത് തന്നെ തങ്ങി. പിറ്റേന്ന് നേരത്തെ തന്നെ കുട്ടമ്പുഴയിലേക്ക് പുറപ്പെട്ടു. അതൊരു വല്ലാത്ത യാത്രയായിരുന്നു. തട്ടേക്കാട് ബസ്സിറങ്ങി തോണിയിൽ കയറി പെരിയാർ മുറിച്ചുകടന്ന് കുട്ടമ്പുഴ റേഞ്ച് ഓഫീസിൽ എത്തുമ്പോൾ സമയം ഉച്ചയോടടുത്തിരുന്നു. കുട്ടമ്പുഴ റേഞ്ചിൽ വരുന്ന 'പൂയംകുട്ടി സെക്ഷൻ ' ഫോറസ്റ്റർ ആയാണ് എന്നെ നിയമിച്ചത്. പൂയംകുട്ടി ജലവൈദ്യുത പദ്ധതിയെ സംബന്ധിച്ച വിവാദങ്ങൾ വാർത്തകളിൽ ഇടം പിടിച്ചിരുന്ന കാലമായിരുന്നതിനാൽ ആ പേര് എനിക്ക് പരിചിതമായിരുന്നു. പക്ഷേ എവിടെയെന്നോ എങ്ങനെയെന്നോ ഒരു രൂപവും ഉണ്ടായിരുന്നില്ല. നല്ലവനായ റേഞ്ച് ഓഫീസർ ജീപ്പ് വിട്ടു തന്നു. പൂയംകുട്ടി സെക്ഷനിൽ തന്നെ ജോലി ചെയ്തിരുന്ന ഒരു ഫോറസ്റ്റ് ഗാർഡും റേഞ്ച് ഓഫീസിൽ അന്നേരം ഉണ്ടായിരുന്നു. അദ്ദേഹത്തോടൊപ്പം, ജീവിതത്തിൽ ആദ്യമായി വനംവകുപ്പിന്റെ വാഹനത്തിൽ കയറി പൂയംകുട്ടി സെക്ഷൻ ഓഫീസിലേക്ക്.

സെക്ഷൻ ഫോറസ്റ്ററുടെ ജോലിയെ സംബന്ധിച്ചും ഡിപ്പാർട്ട്മെന്റിന്റെ പൊതുഘടനയെക്കുറിച്ചും കൂടെ വന്ന ഫോറസ്റ്റ് ഗാർഡ് സദാശിവൻ എനിക്ക് വിവരിച്ചു തന്നു. റെയ്ഞ്ച് ഓഫീസിൽ നിന്നുമുള്ള യാത്ര ഏറെ രസകരമായിരുന്നു. പണ്ടെങ്ങോ ഇട്ട മെറ്റലെല്ലാം അടർന്ന് ഇളകിപ്പോയി കുണ്ടും കുഴിയും നീർച്ചാലുകളും നിറഞ്ഞ പരുക്കൻ റോഡിലൂടെ ആകെ ആടിയുലഞ്ഞ് ആ പഴഞ്ചൻ ഫോറസ്റ്റ് ജീപ്പ് ഒരു വയസ്സൻ കോവർകഴുതയെപ്പോലെ മുടന്തി നീങ്ങി. ഏകദേശം ഒരു മണിക്കൂർ നീണ്ട കഠിന യാത്രയ്ക്കൊടുവിൽ കൂവപ്പാറ എന്ന സ്ഥലത്തെ 'സെക്ഷൻ ഓഫീസി'ൽ എത്തിച്ചേർന്നു. ആദ്യകാഴ്ചയിൽ തന്നെ ഒരു 'ഓഫീസ് കെട്ടിടം' എന്ന എല്ലാ മുൻധാരണകളെയും തിരുത്തിക്കുറിച്ച ഒന്ന്. ഒരു വലിയ ഷെഡ്ഡ്. കാട്ടുമരത്തടികളും ഈറ്റയുംകൊണ്ട് നിർമ്മിച്ചത്. മുന്നിൽ നിറഞ്ഞൊഴുകുന്ന മനോഹരമായ പൂയംകുട്ടി പുഴ. ഷെഡ്ഡിൽ ഒരു അടുക്കളയും ഒരു ഹാളും. ഹാളിൽ നാടക സ്റ്റേജ് ഉണ്ടാക്കിയതുപോലെ മരപ്പലകകൾകൊണ്ട് അല്പം ഉയർത്തി അടിച്ച തട്ട്. അതിലാണ് എല്ലാവരും കിടന്നുറങ്ങുന്നത്. ഷെഡ്ഡ് തന്നെ ഓഫീസും താമസിക്കുന്ന ഇടവും. കറണ്ടില്ല. വെള്ളം മലമുകളിലെ വറ്റാത്ത ഒരു ഉറവയിൽ നിന്നും മൂന്നു കിലോമീറ്ററോളം നീളുന്ന ഹോസിലൂടെ വരുന്നത്.

അടിസ്ഥാന സൗകര്യങ്ങൾ എല്ലാം ഉള്ള നല്ല ഒരു ഓഫീസ് കെട്ടിടം എന്ന മുൻധാരണയിൽനിന്നും വനം ഉദ്യോഗസ്ഥരുടെ ഓഫീസുകൾ ഇങ്ങനെയൊക്കെയാണ് എന്ന യാഥാർത്ഥ്യത്തിലേക്ക് ഞാൻ വളരെ വേഗംതന്നെ തിരിച്ചിറങ്ങിയിരുന്നു.

പക്ഷേ, യഥാർത്ഥത്തിൽ എനിക്ക് ആ അന്തരീക്ഷം ഏറെ ഇഷ്ട പ്പെട്ടു. ഓഫീസിന്റെ മുൻവശം പുഴ. പുഴയ്ക്കക്കരെ തുടുത്ത് തെഴുത്ത പച്ചക്കാട്. ഇടതടവില്ലാതെ മുഴങ്ങുന്ന പക്ഷിച്ചിലമ്പലുകൾ. പുഴ യിറമ്പിൽ നിൽക്കുന്ന കൂറ്റൻ ചീനിമരത്തിന്റെ താഴ്ന്ന കൊമ്പിൽ ഇരുന്ന് പുതിയ ഫോറസ്റ്ററെ വരവേൽക്കാനെന്നവണ്ണം സാകൂതം നോക്കുന്ന മലയണ്ണാൻ, അക്കരെ തമ്പക മരത്തലപ്പിൽനിന്നും ഇളം കാറ്റിലൂടെ നിശ്ശബ്ദമായി ഊർന്നൊഴുകുന്ന മലമുഴക്കി വേഴാമ്പൽ, പുഴക്കരയിലെ മരുതു മരത്തടിയിൽ താളാത്മകമായി ആഞ്ഞു കൊത്തി, മറഞ്ഞിരിക്കുന്ന ഇരയെ തേടുന്ന മരം കൊത്തി, പുഴയി ലേക്ക് ചാഞ്ഞിറങ്ങി കിടക്കുന്ന ആറ്റുവഞ്ചി ചില്ലത്തുമ്പിൽ മീൻ കുഞ്ഞുങ്ങളെ ധ്യാനിച്ച് തപം ചെയ്യുന്ന നീലപ്പൊന്മാൻ, നേർത്ത തണുത്ത കാറ്റ്, ബാഹ്യലോകത്തിന്റെ അനാവശ്യവേഗം ഇല്ലാത്ത പ്രശാന്തസുന്ദരമായ ഒരിടം. ഏതൊരു പ്രകൃതിസ്നേഹിയേയും ഭ്രാന്ത് പിടിപ്പിക്കുന്ന അനിർവചനീയമായ ഒരു മാസ്മരിക ലോകം.

അങ്ങനെ അനന്തമായി നീണ്ടു കിടക്കുന്ന പൂയംകുട്ടി കാടു കളെയും ശാന്തസുന്ദരമായി പരന്നൊഴുകുന്ന പൂയംകുട്ടി പുഴയെയും മലയണ്ണാൻ, വേഴാമ്പൽ, മരംകൊത്തി, നീലപ്പൊന്മാൻ എന്നീ സഹ ചാരികളെയും സാക്ഷിയാക്കി മൂന്നു പതിറ്റാണ്ടോളം നീണ്ടുനിന്ന വനപർവ്വത്തിന് ഒരുപാട് പ്രതീക്ഷകളോടെ, സ്വപ്നങ്ങളോടെ, നിശ്ശ ബ്ദമായി ഞാൻ നാന്ദി കുറിച്ചു.

■

പരിസ്ഥിതിയുടെ
കാവലാളുകൾ

12,500 ഹെക്ടറോളം വ്യാപിച്ചു കിടന്നിരുന്ന പൂയംകുട്ടി സെക്ഷൻ അതിമനോഹരമായ വനപ്രദേശം ആയിരുന്നു. രണ്ട് ബീറ്റുകളിൽ ആയി ആകെ നാല് ഫോറസ്റ്റ് ഗാർഡുമാരും തുടക്കക്കാരനായ സെക്ഷൻ ഫോറസ്റ്റർ ഞാനും ചേർന്ന് ആകെ അഞ്ചു പേർ മാത്ര മാണ് ഈ കൊടുംകാട് സംരക്ഷിക്കാനായി ഉണ്ടായിരുന്ന ഉദ്യോഗ സ്ഥന്മാർ. ചാർജിലുള്ള വനഭൂമി ആകെ ഒന്ന് കറങ്ങി വരാൻതന്നെ മാസങ്ങളെടുക്കും. മാത്രവുമല്ല, അക്കാലത്ത് കുട്ടമ്പുഴ റേഞ്ച് എല്ലാ തരം വനകുറ്റകൃത്യങ്ങൾക്കും കുപ്രസിദ്ധിയാർജ്ജിച്ചതുമായിരുന്നു. ജോയിൻ ചെയ്തതിന്റെ പിറ്റേന്നുതന്നെ പരിചയസമ്പന്നരായ ഫോറസ്റ്റ് ഗാർഡുമാരുമൊത്തു കാട്ടിലേക്ക് ഇറങ്ങി. അത്ഭുതലോക ത്തെത്തിയ ആലീസിനെപ്പോലെയാണ് ഞാൻ കാട്ടിലൂടെ നടന്നത്. സസ്യശാസ്ത്രം പഠിച്ചിട്ടുള്ളതിനാൽ ചെടികളെയും മരങ്ങളെയും കാട്ടുപൂക്കളെയും ഏറെ കൗതുകത്തോടെ വീക്ഷിച്ച് നടക്കുന്നതി നിടയിലാണ് കാലിൽനിന്നും ചോര വാർന്നൊഴുകുന്നത് ശ്രദ്ധയിൽ പെട്ടത്. മഴയിൽ മണ്ണ് നനഞ്ഞു കിടന്നിരുന്നതിനാൽ അട്ടകൾ തിമിർക്കുന്നുണ്ടായിരുന്നു. കാലിൽ ഒരുപാട് അട്ടകളിരുന്ന് ചോര കുടിക്കുന്നു. ആദ്യം ഒന്ന് പകച്ചു പോയെങ്കിലും കൂടെയുള്ള വാച്ചർ മൊയ്തീൻകുട്ടി കൈയിൽ കരുതിയ ഉപ്പു കിഴിയാൽ അട്ടകളെ ഓരോന്നായി തട്ടി മാറ്റിയപ്പോൾ ആശ്വാസമായി.

"സാറേ, ഇതൊരു സാമ്പിൾ വെടിക്കെട്ട് ആണ്, അട്ടകടി ഇനി എത്ര അനുഭവിക്കാൻ ഇരിക്കുന്നു." ഫോറസ്റ്റ് ഗാർഡ് സദാശിവന്റെ വാക്കുകളിൽ പരിചയസമ്പന്നതയുടെ അനുഭവപാഠങ്ങൾ നിറഞ്ഞു നിന്നു.

മിക്കവാറും എല്ലാ ദിവസങ്ങളിലും ഫീൽഡിൽ പോകുമായി രുന്നു. എന്നും ഓരോ പുതിയ വനഭാഗങ്ങൾ.ആനകളും കാട്ടുപോത്തും മ്ലാവും പുള്ളിമാനും കാട്ടുപന്നികളും കരിങ്കുരങ്ങുകളും സ്ഥിരം

കാഴ്ചക്കാരായി. അനുഭവസമ്പന്നരായ ഫോറസ്റ്റ് ഗാർഡുമാരിലൂടെ, വാച്ചർമാരിലൂടെ, ഇതരസഹപ്രവർത്തകരിലൂടെ പതുക്കെപ്പതുക്കെ ഒരു വനം ഉദ്യോഗസ്ഥനായി ഞാൻ രൂപാന്തരം പ്രാപിക്കുകയായിരുന്നു.

രണ്ടു മൂന്നു മാസങ്ങൾ പ്രത്യേകിച്ചൊന്നും സംഭവിക്കാതെ കടന്നുപോയി. കാടിനോടും കാട്ടുജോലിയോടും ഒട്ടുമിക്കവാറും പൊരുത്തപ്പെട്ട് കഴിഞ്ഞിരുന്നു

നിർദ്ദിഷ്ട പൂയംകുട്ടി ജലവൈദ്യുതപദ്ധതി വലിയ വിവാദവിഷയം ആയിരുന്ന കാലമായിരുന്നു അത്. കോതമംഗലത്ത് നിന്നും പൂയംകുട്ടിയിൽ എത്തിപ്പെടുക എന്നത് അക്കാലത്ത് വളരെ ദുഷ്കരമായിരുന്നു. ചേലാട് വരെ റോഡ് ഒരുവിധം ഭേദപ്പെട്ടതായിരുന്നു. അവിടെ നിന്നുള്ള യാത്ര ദുരിതമയമാണ്. തട്ടേക്കാട് വരെയേ പോകാൻ പറ്റൂ. പെരിയാറിനു കുറുകെ തട്ടേക്കാട് ഭാഗത്ത് അന്ന് പാലമില്ല. ജങ്കാർ സർവീസ് പോലും തുടങ്ങിയിട്ടില്ല. വഞ്ചിയിൽ ആളുകളെ കുത്തിനിറച്ച് അക്കരെ കടത്തും. ശ്വാസം പിടിച്ചിരുന്നു വേണം മറുകര താണ്ടാൻ. വർഷകാലത്ത് താഴെയുള്ള ഭൂതത്താൻ കെട്ട് ഡാം തുറക്കും. അതിഭീകരമായ ഒഴുക്കാണ് അപ്പോൾ ഉണ്ടാകുക. ഈ ഒഴുക്കിനെ മുറിച്ചുകടന്ന് വഞ്ചിയിൽ അക്കരെ കടക്കുന്നത് എപ്പോഴും വല്ലാത്തൊരു ഞാണിന്മേൽകളിയായിരുന്നു. വീതിയേറിയ പുഴയ്ക്കു നടുവിൽ എത്തുമ്പോൾ വഞ്ചി ഒഴുക്കിൽ പെടും. കടത്തുകാരൻ പിന്നെ ഒഴുക്കിനനുസരിച്ച് വഞ്ചി തിരിയാതെ നോക്കുക മാത്രമാണ് ചെയ്യുക. ഒഴുക്കിൽപെട്ട് വഞ്ചി കുറേദൂരം താഴേക്ക് ഒഴുകിപ്പോകും. പിന്നെ പതുക്കെപ്പതുക്കെ തുഴഞ്ഞ് അക്കരെ പിടിക്കും. ഉദ്ദേശിച്ച സ്ഥലത്ത് ആകണമെന്നില്ല ചെന്നിറങ്ങുന്നത്.

അക്കരെ രണ്ടു ബസ്സുകൾ ഓടിയിരുന്നു. അത് അതിന് തോന്നിയ സമയത്ത് വരും. തട്ടേക്കാട് ബസ്സും കാത്ത് മണിക്കൂറോളം ഇരിക്കുക എന്നത് അക്കാലത്തെ ഒരു ശീലമായി മാറിയിരുന്നു. അവിടെ നിന്നും റോഡോ തോടോ അതോ കുഴിയോ എന്നൊന്നും തിരിച്ചറിയാൻ പറ്റാത്ത ഒരു ഭൂപ്രദേശത്തുകൂടെ വൈക്കോൽ നിറച്ച കാളവണ്ടി പോലെ ഞരങ്ങിയും മൂളിയും നിറഞ്ഞാടിയുള്ള യാത്ര. കോതമംഗലത്തു നിന്നും വെറും 27 കിലോമീറ്റർ മാത്രം ഉള്ള പൂയംകുട്ടിയിൽ എത്തിച്ചേരാൻ മൂന്നോനാലോ മണിക്കൂറുകൾ വേണമായിരുന്നു. (ഇന്ന് വെറും മുക്കാൽ മണിക്കൂർ മതി) അതുകൊണ്ടു തന്നെ പൂയംകുട്ടിയെക്കുറിച്ചുള്ള എല്ലാ പരിസ്ഥിതി വിലാപങ്ങളും കോതമംഗലത്തെ ഏതെങ്കിലും സമ്മേളനഹാളുകളിൽ പെയ്ത് അവസാനിക്കാറാണ് പതിവ്.

കുട്ടമ്പുഴ-പൂയംകുട്ടി നിവാസികളിൽ മിക്കവരും പൂയംകുട്ടി പദ്ധതിക്ക് അനുകൂലമായിരുന്നു. ഒട്ടും വികസിക്കാതെ കിടക്കുന്ന ആ കുഗ്രാമങ്ങളിൽ നിർദ്ദിഷ്ട പദ്ധതി മൂലം ഉണ്ടാകാൻ പോകുന്ന വികസനം ആയിരുന്നു അവരുടെ സ്വപ്നം. മുഖ്യധാരാ രാഷ്ട്രീയ കക്ഷികൾ എല്ലാം 'തോട്ടിൻകരയിൽ വിമാനമിറങ്ങാൻ' എന്ന രീതിയിൽ ഇക്കാര്യം ആളിക്കത്തിക്കുകയും ചെയ്തു. പദ്ധതി വന്നാൽ തട്ടേക്കാട് പാലം വരും, റോഡുകൾ നന്നാക്കും, ആശുപത്രി വരും, സ്കൂൾ, കോളേജ്... ഇതൊക്കെയായിരുന്നു ശരാശരി പൂയംകുട്ടി നിവാസികളുടെ ദിവാസ്വപ്നങ്ങൾ. നാടിന്റെ വികസനം തീർച്ചയായും നടക്കേണ്ടതാണ് എന്നും അത് തെരഞ്ഞെടുക്കപ്പെട്ട സർക്കാരിന്റെ ഉത്തരവാദിത്വമാണെന്നും അത് പൂയംകുട്ടി പദ്ധതിയുമായി ബന്ധപ്പെടുത്തി കാണേണ്ട കാര്യമല്ലെന്നും ഒരു യോഗത്തിൽ വച്ച് ഞാൻ പറഞ്ഞതിന് നേതാക്കന്മാർ എന്നെ തിന്നില്ലെന്നുമാത്രം.

അങ്ങനെയിരിക്കെ കോതമംഗലത്ത് വെച്ച് നടന്ന ഒരു പരിസ്ഥിതി സംരക്ഷണ സെമിനാറിൽ സംബന്ധിച്ച ഒരു പൂയംകുട്ടി നിവാസി അവരെ വെല്ലുവിളിച്ചു.

''നിങ്ങളിൽ എത്ര പേർ നിർദ്ദിഷ്ട പദ്ധതിപ്രദേശം നേരിൽ കണ്ടിട്ടുണ്ട്?''

അതൊരു ഒന്നൊന്നര വെല്ലുവിളിയായിരുന്നു. ഒന്നോ രണ്ടോ പേരൊഴികെ ആരും തന്നെ പൂയംകുട്ടി പദ്ധതിപ്രദേശം കണ്ടിട്ടില്ലായിരുന്നു. ഉടൻ ഒരു കടുത്ത തീരുമാനമെടുത്തു. എന്തു വില കൊടുത്തും പൂയംകുട്ടി പദ്ധതിപ്രദേശം സന്ദർശിക്കുകതന്നെ. സമ്മേളനത്തിൽ പങ്കെടുത്തവർ മുഴുവൻ തയ്യാറായെങ്കിലും ഒരു ദൗത്യസേന എന്ന നിലയിൽ ഇരുപത്തിയഞ്ചംഗ സംഘത്തെ തെരഞ്ഞെടുത്തു.

അങ്ങനെ ഒരു ശനിയാഴ്ച ദിവസം സംഘം പൂയംകുട്ടിക്ക് പുറപ്പെട്ടു. 25 പേരെ തെരഞ്ഞെടുത്തിരുന്നു എങ്കിലും 15 പേർ മാത്രമാണ് തയ്യാറായി വന്നത്. അതിരാവിലെ കോതമംഗലത്ത് നിന്നും പുറപ്പെട്ട പരിസ്ഥിതി സംരക്ഷണസംഘം പൂയംകുട്ടിയിൽ ബസ്സിറങ്ങുമ്പോൾ സമയം ഏകദേശം രാവിലെ പതിനൊന്ന് മണിയോട് അടുത്തിരുന്നു. ഇറങ്ങിയപാടേ യാത്രയുടെ കാഠിന്യത്തെക്കുറിച്ചും സമയനഷ്ടത്തെപ്പറ്റിയുമാണ് ഏറെ പറയുവാനുണ്ടായിരുന്നത്. തെളിനീരുമായി നിറഞ്ഞൊഴുകുന്ന പൂയംകുട്ടിപുഴയെ നോക്കി wow, beautiful, what a sight... എന്നിങ്ങനെ പലരും ആശ്ചര്യം പ്രകടിപ്പിച്ചു. സംഘാംഗങ്ങൾക്ക് വൈവിധ്യം ഉണ്ടായിരുന്നുവെങ്കിലും വേഷപ്പകർച്ചകൾ ഏതാണ്ട് ഒരേപോലെയായിരുന്നു. നീണ്ട മുടിയും

താടിയും ജീൻസും ജുബ്ബയും തുണിസഞ്ചിയും ഏതാണ്ട് എല്ലാവർക്കും ഉണ്ടായിരുന്നു. വനിതാപ്രാതിനിധ്യം നാലുപേരിൽ ഒതുങ്ങി. അക്കൂട്ടത്തിൽ അല്പം ഉയരം കുറഞ്ഞ് തടിച്ച് നല്ലവണ്ണം വെളുത്ത്, ജീൻസും പരുക്കൻ ഖാദിയിൽ തീർത്ത നീണ്ട ടോപ്പും ധരിച്ച വനിതാരത്നത്തെ കുറച്ചൊരു ബഹുമാനത്തോടെയാണ് എല്ലാവരും നോക്കിക്കണ്ടത്. അവരുടെ മുഖത്തെ സ്ഥായിയായ ഗൗരവവും ഇംഗ്ലീഷിലുള്ള സംസാരവും കഴുത്തിൽ തൂങ്ങിക്കിടന്ന ക്യാമറയും ജിപ്സി തൊപ്പിയും ആകെക്കൂടി അവർക്ക് വല്ലാത്തൊരു മേധാശക്തി നൽകുന്നതായി അനുഭവപ്പെട്ടു. ആരാണിവർ എന്ന എന്റെ അന്വേഷണത്തിന് ഒരു സംഘാംഗം വളരെ സ്വകാര്യമായി അവരുടെ പേര് പറഞ്ഞെങ്കിലും വ്യക്തമായില്ല. പക്ഷേ ജെ.എൻ.യു. പ്രോഡക്റ്റ് ആണ് എന്നത് അദ്ദേഹം ആവശ്യത്തിൽ കൂടുതൽ ഊന്നൽ നൽകി പറഞ്ഞതിനാൽ വ്യക്തമായി കേട്ടു. അവരുടെ ഭാവഹാദികൾക്ക് പിന്നിലെ അധീശത്വഭാവത്തിന്റെ മൂലകാരണങ്ങൾ എന്താണെന്ന് പിന്നെ അധികം അന്വേഷിക്കേണ്ടി വന്നില്ല. എന്നെ അത്ഭുതപ്പെടുത്തി കൊണ്ട് പച്ചമലയാളത്തിൽ അവർ എന്നോട് ചോദിച്ചു.

''എത്ര ദൂരം നടക്കാനുണ്ട്?''

കാക്കിധാരികളായ ഞങ്ങൾ ഇംഗ്ലീഷ് അറിഞ്ഞുകൂടാത്ത വെറും 'കൺട്രി ഫെല്ലോസ്' ആയിരിക്കാമെന്ന അവരുടെ മുൻവിധിയിൽ അധിഷ്ഠിതമായ ഭാവം എനിക്ക് പക്ഷേ നന്നായി രസിച്ചു. ആവശ്യത്തിൽ കൂടുതൽ ഭവ്യത നടിച്ച് ഞാൻ പറഞ്ഞു.

''മാഡം, എട്ട് പത്ത് കിലോമീറ്റർ ദൂരം വരും.''

അതു കേട്ടപ്പോൾ സംഘാംഗങ്ങളിൽ പലരുടെയും മുഖത്ത് അത്രയേ ഉള്ളൂ എന്നൊരു നിസ്സാരഭാവം തെളിഞ്ഞു. ആരും പറയാതെ തന്നെ ജെ.എൻ.യു. പ്രോഡക്ട് സംഘത്തിന്റെ നേതൃത്വം ഏറ്റെടുത്തു. ''Those who are not able to walk through the forest can stay back.'' മാഡത്തിന്റെ കമാൻഡ് മുഴങ്ങി. ഇതൊക്കെ എത്ര കണ്ടവരാണ് ഞങ്ങൾ എന്ന ഒരു പുച്ഛഭാവം മിക്കവാറും എല്ലാവരുടെ മുഖത്തും തെളിഞ്ഞു. കൊടുംകാട്ടിലൂടെ ഇത്രയും ദൂരം നടക്കേണ്ടി വരും എന്ന വേവലാതി ചിലരുടെയെങ്കിലും മനസ്സിൽ നുരഞ്ഞെങ്കിലും പരിസ്ഥിതി സംരക്ഷക/കൻ എന്ന പേരിലുള്ള തന്റെ നിലനിൽപ്പ്തന്നെ അവതാളത്തിലാകും എന്ന തിരിച്ചറിവിനാൽ ആരും തന്നെ പിന്തിരിയാൻ കൂട്ടാക്കിയില്ല. പലരും സ്വകാര്യമായി എന്നോട് ചോദിച്ചു.

''വലിയ കയറ്റങ്ങൾ ഉണ്ടോ, മലയാണോ, ആന ഉണ്ടോ, എപ്പോൾ തിരിച്ചെത്തും...''

ചോദ്യങ്ങൾക്കെല്ലാം വളരെ പ്രോത്സാഹജനകമായ മറുപടിയാണ് ഞാൻ നൽകിയത്.

പൂയംകുട്ടിയിലെ ഏറ്റവും വലിയ സാംസ്കാരികകേന്ദ്രമായ സജീവന്റെ ചായക്കടയിൽ ഇരുന്ന് ഏതാനും തദ്ദേശീയർ ഇതെല്ലാം സാകൂതം വീക്ഷിക്കുന്നുണ്ടായിരുന്നു. അവരിൽ കുറേപ്പേർ ഞങ്ങൾക്കു നേരെ വന്നു.

‘‘നിങ്ങൾ പരിസ്ഥിതിക്കാരാണോ? നിങ്ങൾ ആരും ഇവിടെ വേണ്ട.’’

കൂട്ടത്തിലെ ഒരു ചെറുപ്പക്കാരൻ അൽപം ശബ്ദമുയർത്തി രോഷം കൊണ്ടു. എതിരിടാൻ ഒരാളെ കിട്ടിയ സംതൃപ്തിയിൽ സംഘാംഗങ്ങൾ ചാടിവീണു. ആ പാവങ്ങളോട് പൂയംകുട്ടിപദ്ധതിയുടെ ദോഷവശങ്ങൾ വിസ്തരിക്കാൻ ആരംഭിച്ചു.

‘‘നിങ്ങളുടെ പ്രസംഗം ഒന്നും ഇവിടെ വേണ്ട, അതൊക്കെ ഞങ്ങൾ കുറെ കേട്ടതാ. വേഗം തിരിച്ചുപോകണം.’’ നാട്ടുകാർ അന്ത്യശാസനം നൽകി.

ഒരു വനം ഉദ്യോഗസ്ഥൻ എന്ന നിലയിലുള്ള പരിചയവും അടുപ്പവുംകൊണ്ട് ഒരുകണക്കിന് രംഗം ശാന്തമാക്കി വേഗംതന്നെ അവിടെനിന്ന് ഞങ്ങൾ യാത്രയായി. വല്ലാത്ത ഒരു ട്വിസ്റ്റോടുകൂടിയ പരിസമാപ്തിയിലേക്കുള്ള യാത്രയായിരുന്നു അതെന്ന് അപ്പോൾ ഞങ്ങളാരും സ്വപ്നത്തിൽ പോലും കരുതിയിരുന്നില്ല.

നാട്ടുകാരുമായുണ്ടായ ചെറുസംഘർഷത്തിനുശേഷം യാത്രാസംഘം നടത്തം ആരംഭിച്ചു. ജനവാസമേഖലയിൽനിന്ന് വനഭാഗത്തേക്ക് കയറിയപ്പോൾ അത്തരം യാത്രകളിലെ ഒരു അനുഷ്ഠാനം എന്നപോലെ ‘‘കാടെവിടെ മക്കളേ മേടെവിടെ മക്കളേ’’ എന്ന അയ്യപ്പപ്പണിക്കരുടെ കവിത ആരോ ഉറക്കെച്ചൊല്ലി. സംഘാംഗങ്ങൾ ഏറ്റുചൊല്ലി. (നിബിഡമായ പൂയംകുട്ടിവനത്തിലൂടെ നടക്കുമ്പോൾ ‘കാടെവിടെ മക്കളെ’ എന്ന കവിത സന്ദർഭോചിതമാണോ എന്നോർത്ത് ഞാൻ ഉള്ളിൽ വെറുതെ ചിരിച്ചു).

ഞങ്ങളുടെ നടത്തം അല്പം വീതിയുള്ള പഴയ ആലുവ-മൂന്നാർ കൂപ്പ് റോഡിലൂടെയായിരുന്നു. റോഡിനിരുവശവും നിബിഡമായ ഈറ്റക്കാടുകളാണ്. ഇടതുഭാഗം കുറച്ചുമാറി പൂയംകുട്ടി പുഴയൊഴുകുന്നു. റോഡിനും പുഴയ്ക്കും ഇടയിൽ ഇടതുഭാഗത്ത് നെടുനീളത്തിൽ ഒരു സ്ട്രിപ്പ് പോലെയാണ് കാട് ഉള്ളത്. പുഴയ്ക്കക്കരെ പിന്നെയും വനതുടർച്ചകൾ. നിർദ്ദിഷ്ട പദ്ധതിപ്രദേശമായ പിണ്ടിമേടുവരെ റോഡിലൂടെ ജീപ്പിൽ പോകാവുന്നതാണ്. ഈ ആശയം

ഞാൻ നേരത്തെ പറഞ്ഞപ്പോൾ വനത്തിലൂടെ വാഹനത്തിൽ പോകരുത്, അത് വനത്തിന്റെ വിശുദ്ധി മലിനമാക്കും, നടന്നുതന്നെ പോകണം എന്ന കർശനമായ തീരുമാനമെടുത്തത് അവർ ഐകണ്ഠ്യേമായി ആയിരുന്നു. പരിസ്ഥിതി സംരക്ഷണത്തിനായി സ്വയം അർപ്പിച്ച ഞങ്ങളോട് ഇങ്ങനെ ബാലിശമായ ഒരു ചോദ്യം ചോദിക്കാൻ നിങ്ങൾക്കെങ്ങനെ ധൈര്യം വന്നുയെന്ന പുച്ഛം കലർന്ന ഒരു ചോദ്യഭാവം പലരുടെയും മുഖത്ത് തെളിഞ്ഞു എങ്കിലും, പോട്ടെ, വെറുമൊരു ഫോറസ്റ്റുകാരൻ അല്ലേ, എന്ന തിരിച്ചറിവിൽ ആകാം അവർ ആരും എന്നോട് അപ്രകാരം ചോദിച്ചില്ല.

കവിതയും സ്റ്റോക്ക്ഹോം കൺവെൻഷനും രാഷ്ട്രീയക്കാരുടെ വിവരമില്ലായ്മയും ഇതര പരിസ്ഥിതിഗ്രൂപ്പുകാരുടെ നിലപാടുകളിലെ വൈരുദ്ധ്യവും ചർച്ചചെയ്ത്, What a beautiful place, This is really a paradise മുതലായ കമന്റുകൾ പുട്ടിനു പീരപോലെ ചേർത്ത് കാൽനടജാഥ പതുക്കെ മുന്നോട്ടു നീങ്ങി. അര കിലോമീറ്റർ നടന്നു കാണും. മാഡം ആകെ വിയർത്തു കുളിച്ചു. പരുക്കൻ ഖാദി തുണിയിൽ തീർത്ത സഞ്ചിയിൽനിന്നും അവർ ഒരു ശീതളപാനീയം പുറത്തെടുത്തു. അത് കണ്ടപ്പോൾ ഞാൻ ഞെട്ടിത്തരിച്ചു പോയി. കൊക്കക്കോള. മാഡം യാതൊരു സങ്കോചവുമില്ലാതെ അതിൽ നിന്നും രണ്ട് കവിൾ കുടിച്ചു. (ഇന്നായിരുന്നുവെങ്കിൽ ഏതെങ്കിലും മരത്തിന് മറഞ്ഞുനിന്ന് ആത്മരോഷം തീർക്കാൻ രണ്ട് മുദ്രാവാക്യമെങ്കിലും വിളിക്കാമായിരുന്നു. അന്ന് പക്ഷേ 'അറബിക്കഥ' ഇറങ്ങിയിട്ടില്ലായിരുന്നുവല്ലോ)

വലിയൊരു വളവിൽ എത്തിയപ്പോൾ വാച്ചർ തമ്പാൻ പറഞ്ഞു.

"ഇനി റോഡ് വളഞ്ഞാണ് പോകുന്നത്. ഈ കാട്ടിലൂടെ ഒരു കുറുക്കു ചാടിയാൽ രണ്ട് കിലോമീറ്ററോളം ലാഭിക്കാം." ഈറ്റക്കാട്ടിലൂടെയുള്ള ഒറ്റയടിപാത. ഇരുഭാഗത്തുനിന്നും വളർന്ന് തലപ്പുകൾ തമ്മിൽ കെട്ടിപ്പുണർന്ന ഈറ്റകൾ ഒരു ഗുഹയിലൂടെ കടന്നു പോകുന്ന പ്രതീതി ജനിപ്പിക്കും. ആ കാഴ്ച എല്ലാവരെയും ആഹ്ലാദത്തിമിർപ്പിൽ ആറാടിച്ചു. അതുപോലെയുള്ള ഗുഹാവഴിയിലൂടെ പോകാൻ ആരും വല്ലാതെ കൊതിച്ചുപോകും. ഇരുട്ടു വീണുകിടക്കുന്ന ആ ഒറ്റയടിപ്പാതയിൽ പ്രവേശിച്ചപ്പോൾതന്നെ പലരും അനിർവചനീയമായ അനുഭൂതിയിൽ വിലയം പ്രാപിച്ചു. Wow... Wonderful. What a splendid experience... എന്ന ആശ്ചര്യവാക്കുകളോടെ മാഡം ഒരു മായികലോകത്ത് എത്തിപ്പെട്ടപോലെ ആനന്ദാതിരേകത്താൽ വീർപ്പുമുട്ടി. കളിപ്പാട്ടക്കടയിൽ എത്തിപ്പെട്ട കൊച്ചുകുട്ടികളുടെ ഹർഷോന്മാദംപോലെ ഏവരും പുളകിതരായി. ഏറ്റവും മുമ്പിലായിരുന്ന

ഞാനും തമ്പാനും ഈ ബാലചാപല്യങ്ങൾ കണ്ട് ഉള്ളിൽ ഊറി ച്ചിരിച്ചു.

അതിരറ്റ ആഹ്ലാദത്തിൽ അഭിരമിച്ചു സംഘം അങ്ങനെ മുന്നേ റവേയാണ് പിന്നിൽനിന്നും വികൃതമായ ഒരു വമ്പൻ ആക്രന്ദനം കേട്ടത്. ഞെട്ടിത്തിരിഞ്ഞു നോക്കുമ്പോൾ മാഡം വലിയ വായിൽ അലറിക്കരയുന്നു. കാര്യമെന്തെന്ന് അറിയാതെ ഞങ്ങൾ ഓടിച്ചെന്നു. മാഡത്തിന്റെ വെളുത്തു തുടുത്ത വലങ്കാലിന്റെ കാല്പാദത്തിനു മുകളിൽനിന്നും ചോരയൊലിക്കുന്നു. ഒരു കുഞ്ഞൻഅട്ട തന്റെ ആയുസ്സിൽ സ്വപ്നം കാണാൻപോലും കഴിയാത്ത അമൃത് പാനം ചെയ്യുംപോലെ ആസ്വദിച്ചിരുന്നു ചോര കുടിക്കുന്നു. ഒരു ചെറു മന്ദഹാസത്തോടെ തമ്പാൻ തന്റെ കൈയിലിരുന്ന വാക്കത്തിയുടെ തുമ്പുകൊണ്ട് അട്ടയെ തോണ്ടിക്കളയാൻ ശ്രമിച്ചു. മാഡം കലി തുള്ളിക്കൊണ്ട് പൊട്ടിത്തെറിച്ചു. ‘‘താൻ എന്ത് ....’’ പച്ചമല യാളത്തിൽ കേട്ടാലറക്കുന്ന വാക്കുകൾ. (അത് എപ്പോഴും അങ്ങനെ യാണ്. മർമ്മത്തിൽ തൊടുമ്പോൾ സ്വത്വം ശരിക്കും പുറത്തു വരികതന്നെ ചെയ്യും).

ചോര കണ്ടപ്പോൾ മാഡത്തിന്റെ സമനിലയാകെ തെറ്റിപ്പോയി. കലിതുള്ളി എന്തൊക്കെയോ പുലമ്പി. നൃത്ത,നാട്യകലകളിൽ എനിക്ക് വലിയ ഗ്രാഹ്യം അന്നും ഇന്നും ഇല്ലാത്തതിനാൽ അവർ ഭരതനാട്യമോ കുച്ചുപ്പുടിയോ തുള്ളലോ അതോ കൂത്തോ എന്താണ് പകർന്നാടിയത് എന്ന് ഇന്നും എനിക്ക് വിശദീകരിക്കാനാവില്ല. മാഡ ത്തിനെ ഇത്തരമൊരു മഹാവിപത്തിൽ കൊണ്ടുചെന്നെത്തിച്ചതിന് സംഘാംഗങ്ങൾ എന്റെ നേർക്ക് കയർത്തു. തമ്പാൻ കൈയിൽ കരുതിയ മൂക്കിപ്പൊടി എടുത്ത് അട്ടയെ വിടുവിക്കാൻ ശ്രമം നടത്തി. ആയമ്മ അത് തടഞ്ഞുകൊണ്ട് ‘‘What is this dirty powder?’’ എന്ന് ഉറക്കെ ചോദിച്ചു.

Tobacco ആണെന്നറിയിച്ചപ്പോൾ ‘‘No no tobacco’’ എന്ന അലർച്ച യായിരുന്നു മറുപടി. എന്റെ കൈയിലുണ്ടായിരുന്ന ഉപ്പ് എടുത്ത് നീട്ടിയപ്പോൾ മാഡത്തിന് സമ്മതമായി. (ചുരുങ്ങിയപക്ഷം ഉപ്പിന് ഒരു ഗാന്ധിയൻ ടച്ച് ഉണ്ടല്ലോ!) ഉപ്പിട്ടപ്പോൾ പിടിവിട്ടു പോയ അട്ട ഉരുണ്ട് താഴെ വീണു. ‘‘What a bloody leech is this’’ എന്ന് പിറു പിറുത്ത് മാഡം അറച്ചു മാറി നിന്നു. അട്ടയല്ല മാഡം, അട്ട കടിച്ചാൽ നമ്മളാണ് ‘bloody’ ആകുക എന്നുപറയാൻ എന്റെ നാവ് തരിച്ചെ ങ്കിലും പരിസ്ഥിതിസംരക്ഷണം എന്ന മഹത്തായ ലക്ഷ്യം ഓർത്ത് മൗനം പാലിച്ചു. ആരോ ഒരാൾ മാഡത്തിനോടുള്ള ഐക്യദാർഢ്യം പ്രഖ്യാപിച്ച് അട്ടയെ ചവുട്ടിയരച്ചു.

ഈ കാട്ടിൽ അട്ട ഉണ്ടെന്ന കാര്യം എന്തുകൊണ്ട് നിങ്ങൾ നേരത്തെ പറഞ്ഞില്ല എന്ന ഗുരുതരമായ കുറ്റമാരോപിച്ച് സംഘാംഗങ്ങൾ എന്നെ ചോദ്യം ചെയ്തു. മാഡത്തിനോടുള്ള ഐക്യദാർഢ്യ പ്രഖ്യാപനത്തിൽ അവർ ഓരോരുത്തരും തമ്മിൽ മത്സരിച്ചു. ഇനിയും ഇതുപോലെ അട്ട ഉണ്ടാകുമോ എന്ന മാഡത്തിന്റെ ചോദ്യം കേട്ട് എനിക്ക് ശരിക്കും ചിരിവന്നു. നടത്തം ഒരു കിലോമീറ്റർ പോലും പിന്നിട്ടിരുന്നില്ല. ഉള്ളിലേക്ക് പോകുന്തോറും ഇതിനേക്കാൾ കൂടുതൽ അട്ട ഉണ്ടാകുമെന്ന എന്റെ മറുപടി സംഘാംഗങ്ങളെ ശരിക്കും നിരാശപ്പെടുത്തി. ഇനി ഇങ്ങനെ മുന്നോട്ടു പോകാനാകില്ല എന്നും അട്ട ഇല്ലാത്ത സമയത്ത് വീണ്ടും വരാമെന്നും തീരുമാനിച്ച് ദൗത്യസേന വിജയകരമായി പിന്മാറി. (മൂന്ന് പതിറ്റാണ്ടോളം നീണ്ട എന്റെ സർവീസ് കാലഘട്ടത്തിൽ നൂറുകണക്കിന് അട്ടകൾ എന്നെ കടിച്ചിട്ടുണ്ടെങ്കിലും അന്ന് ആ പൂയംകുട്ടി വനത്തിൽ വെച്ച് ജെ.എൻ.യു. പ്രോഡക്റ്റിനെ കടിച്ച അട്ടയോട് തോന്നിയ അത്രയ്ക്ക് ബഹുമാനം മറ്റൊരു അട്ടയോടും എനിക്കുണ്ടായിട്ടില്ല.)

***

പരിസ്ഥിതി സംരക്ഷണത്തിനായി സ്വജീവിതം പോലും ഉഴിഞ്ഞുവെച്ച ഋഷിതുല്യരായ ഒട്ടനവധി മഹത് വ്യക്തിത്വങ്ങളെ എനിക്കറിയാം. അവരോടെല്ലാം അളവറ്റ ബഹുമാനവും ആദരവും എനിക്കുണ്ട്. പക്ഷേ, നിർഭാഗ്യവശാൽ ആ രംഗത്ത് ഒട്ടേറെ കള്ളനാണയങ്ങൾ ഉണ്ട്. ഉപരിപ്ലവമായ വാചാടോപങ്ങളിൽ മാത്രം അഭിരമിച്ച് ദൃശ്യ, അച്ചടിമാധ്യമങ്ങളുടെ വെള്ളിവെളിച്ചത്തിൽ നിറയുന്നവർ. അങ്ങനെ ഒരു അനുഭവം പങ്കുവച്ചു എന്നുമാത്രം.

■

തലനാരിഴ

1990കളുടെ തുടക്കത്തിൽ കേരളത്തിലെ നിബിഡവനങ്ങളിൽ പലയിടത്തും വലിയ തോതിൽ കഞ്ചാവ് കൃഷി ഉണ്ടായിരുന്നു. കുട്ടമ്പുഴ റേഞ്ചും ഇക്കാര്യത്തിൽ കുപ്രസിദ്ധമായിരുന്നു. എട്ടോളം ആദിവാസി കുടികൾ ഉണ്ടായിരുന്ന കുട്ടമ്പുഴ റെയ്ഞ്ചിലെ വനത്തിനകത്തെ കഞ്ചാവ് കൃഷിയെക്കുറിച്ച് ആദിവാസികൾ മിക്കവാറും കൃത്യമായിത്തന്നെ വനംവകുപ്പ് ഉദ്യോഗസ്ഥന്മാർക്ക് വിവരങ്ങൾ കൈമാറാറുണ്ട്. അങ്ങനെയിരിക്കെ 1990ലെ നവംബർ മാസക്കാലത്ത് ഒരു ദിവസം ഉൾക്കാട്ടിലെ കഞ്ചാവ് കൃഷിയെക്കുറിച്ച് ആദിവാസികളിൽനിന്നും ഞങ്ങൾക്ക് രഹസ്യവിവരം ലഭിച്ചു. സാധാരണ ഇത്തരം വിവരം ലഭിച്ചാൽ ആദ്യമത് പരിശോധിച്ച് ഉറപ്പുവരുത്തും. അതിനു ശേഷമാണ് വലിയ സന്നാഹങ്ങളുമായി ചെന്ന് റെയ്ഡ് നടത്തുക.

അങ്ങനെ രഹസ്യവിവരത്തിന്റെ നിജസ്ഥിതി തേടി അതിരാവിലെ തന്നെ ഒരു കൂട്ടുഗാർഡും വാച്ചറുമൊത്ത് പുറപ്പെട്ടു. ഞാൻ സർവീസിൽ പ്രവേശിച്ചിട്ട് അഞ്ചു മാസം ആകുന്നതേ ഉണ്ടായിരുന്നുള്ളൂ. കുട്ടമ്പുഴയ്ക്കും പൂയംകുട്ടിക്കും ഇടയിൽ വരുന്ന മ്ലാവനയിൽ നിന്നും വഞ്ചിയിൽ പൂയംകുട്ടി പുഴകടന്ന് പിന്നെ കാട്ടിലൂടെ നീണ്ട നടത്തമാണ്. ഇരുപുറവും വളർന്നുനിൽക്കുന്ന വന്മരങ്ങൾക്കും ഈറ്റക്കൂട്ടങ്ങൾക്കും ഇടയിലൂടെയുള്ള ഒറ്റയടിപ്പാത. വലിയ കയറ്റങ്ങളും നിരപ്പുകളും ചെങ്കുത്തായ ഇറക്കങ്ങളും ഉള്ള, ഉരുളൻകല്ലുകൾ ചിതറിക്കിടക്കുന്ന ഒരു ടിപ്പിക്കൽ കാട്ടുവഴി. മഴ അപ്പോഴും പൂർണ്ണമായി വിട്ടുമാറിയിരുന്നില്ല. ഈർപ്പം കിനിയുന്ന മണ്ണിൽ അട്ടകൾ ചോരകുടിക്കാൻ ദാരികനെ പോലെ ഉറഞ്ഞുതുള്ളി. മ്ലാവനയിൽ നിന്നും ഉദ്ദേശം എട്ടു പത്തു കിലോമീറ്റർ കാട്ടിലൂടെ നടന്നാൽ 'കല്ലേലിമേടെ'ന്ന കുടിയേറ്റമേഖലയിൽ എത്തും.

വർഷങ്ങൾക്ക് മുൻപുതന്നെ കുടിയേറ്റ കർഷകർ ഉൾക്കാടുകയ്യേറി കൈവശംവെച്ച് കൃഷി ചെയ്തുവന്നിരുന്ന സ്ഥലമാണ്

കല്ലേലിമേട്. (നേരത്തെ ആ സ്ഥലം ആദിവാസിക്കുടിയായിരുന്നു എന്നും പാട്ടക്കൃഷിക്കായി കാടുകയറിയ കുടിയേറ്റ കർഷകർ കാല ക്രമേണ ആദിവാസിഭൂമി കൈവശപ്പെടുത്തി അവരെ 'തലവെച്ച പാറ' എന്ന കുറേകൂടി ഉൾവനത്തിലെ ഒരിടത്തേക്ക് പറഞ്ഞയച്ചു എന്നും എഴുതപ്പെടാത്ത ചരിത്രം പറയുന്നു.) കല്ലേലിമേട് 1990-കളിൽ തന്നെ നല്ല ജനവാസമേഖലയായി മാറിക്കഴിഞ്ഞിരുന്നു. ഒട്ടനവധി വീടുകൾ, ചായക്കടകൾ, പലചരക്കുകടകൾ, സ്റ്റേഷനറി എന്നു വേണ്ട ഒട്ടുമിക്ക അവശ്യസാധനങ്ങളും അവിടെ ലഭ്യമായിരുന്നു. അതെല്ലാം മ്ലാവനയിൽനിന്നും തലച്ചുമടായാണ് കൊണ്ടുവന്നിരുന്നത്. അതിനായി സ്ഥിരം ചുമട്ടുകാരും ഉണ്ടായിരുന്നു. തൂക്കത്തിനനുസരിച്ചായിരുന്നു ചുമട്ടുകൂലി. അത് ഒരു കിലോ ഉപ്പ് ആയാലും അരി ആയാലും ശരി എന്ത് സാധനം ആയിരുന്നാലും കൂലി ഒരേ പോലെ ആയിരുന്നു. ഈ ചുമട്ടുകൂലിയുംകൂടി ഉൾപ്പെടുത്തിയായിരുന്നു കല്ലേലിമേടിൽ സാധനങ്ങളുടെ വില. (ഇന്നിപ്പോൾ ഇവിടങ്ങിലേക്ക് വാഹന സൗകര്യം ഉണ്ട്!)

രണ്ടര മണിക്കൂർ നേരത്തെ വിശ്രമമില്ലാത്ത നടത്തംകൊണ്ട് ഞങ്ങൾ കല്ലേലിമേട് എത്തി. ഒരല്പം വിശ്രമം. കാലിലും ദേഹത്തിന്റെ ഇതരഭാഗത്തും കടിച്ചിരുന്ന്, തങ്ങൾ ഏതോ നിഷ്കാമ കർമ്മം അനുഷ്ഠിക്കുകയാണ് എന്ന ധ്യാനഭാവത്തിൽ ലയിച്ചിരുന്ന് രക്തമൂറ്റുന്ന അട്ടകളെ പറിച്ചുകളയുക എന്നതാണ് ആദ്യത്തെ ജോലി. സോക്സിനുള്ളിലൂടെ ഊർന്നിറങ്ങി ഷൂസിനകത്തെ അതിസുരക്ഷിതത്വത്തിൽ ഇരുന്ന് ചോര കുടിച്ചു വീർത്ത്, പഴത്തോട്ടത്തിനകത്തേക്ക് ഞെങ്ങി ഞെരുങ്ങി കയറിക്കൂടി തിന്ന് ചീർത്ത് പുറത്തുകടക്കാനാകാതെ കുടുങ്ങിപ്പോയ കുറുക്കനെപോലെ അകപ്പെട്ടുപോയ അട്ടകൾ ഷൂസ്സഴിക്കുമ്പോൾ കുലയിൽ നിന്നും അടർന്നു വീണ മുന്തിരിപോലെ ഉരുണ്ടുവീഴുന്നത് കാണാം. ചോര കിനിയുന്ന അട്ടകടിപ്പാടുകളിൽ കടലാസ് ഒട്ടിക്കുക എന്ന കലാപരിപാടിയാണ് അടുത്തത്. ആ ചുട്ടികുത്തലിനുശേഷം ഒരു ചായയും കുടിച്ചു വീണ്ടും നടത്തം.

ഇനി 'തലവച്ചപാറ' എന്ന ആദിവാസിക്കുടിയിലേക്ക്. കല്ലേലിമേടിൽനിന്നും തലവച്ചപാറയിലേക്കുള്ള വഴി കുറെക്കൂടി ദുർഘടം പിടിച്ചതാണ്. നീണ്ടുനിൽക്കുന്ന കയറ്റങ്ങളും ഇടതൂർന്ന ഈറ്റക്കാടുകളും നടത്തം കുറേക്കൂടി ദുഷ്കരമാക്കുന്നു. ഒന്നരമണിക്കൂർ നടത്തത്തിനുള്ളിൽ തലവച്ചപാറ എത്താം. കുടിയിൽനിന്നും മധുരമില്ലാത്ത ഒരു കട്ടൻചായ കുടിച്ച്, കുടിനിവാസികളുമായി അല്പ നേരത്തെ സൗഹൃദസംഭാഷണത്തിനുശേഷം വീണ്ടും നടത്തം

ആരംഭിച്ചു. അടുത്ത ലക്ഷ്യം 'ഉറിയംപെട്ടി' ആദിവാസിക്കുടിയാണ്. ഉറിയംപെട്ടി മൂപ്പനാണ് രഹസ്യവിവരം നൽകിയിട്ടുള്ളത്. തലവച്ച പാറയിൽനിന്നും ഉറിയംപെട്ടിയിലേക്കുള്ള യാത്ര ഒരു ഒന്നൊന്നര നടത്തമാണ്. ചെങ്കുത്തായ കയറ്റം. ഒറ്റയടിപ്പാതയുടെ ഇരുപുറവും ഇടതൂർന്ന ഈറ്റക്കാടുകൾ. പലയിടത്തും താഴ്ന്നു കിടക്കുന്ന ഈറ്റ ത്തലപ്പുകൾ കൂട്ടിമുട്ടി ഒരു ഗുഹപോലെ ആയിത്തീരുന്നു. ഭവ്യത യോടെ തലകുനിച്ചു, മുട്ടുമടക്കി വേണം അവിടം കടന്നുപോകാൻ.

ഇതിനിടയിൽ ഈറ്റയിലത്തുമ്പുകളിൽനിന്നും അവസരം പാർത്തു ദേഹത്തേക്ക് ചാടിവീഴുന്ന അട്ടകളെ അവഗണിക്കുകയല്ലാതെ തര മില്ല. മറ്റൊരു പ്രശ്നം ഇത്തരം ഒറ്റയടിപാതകൾ പലയിടത്തും അതീവ മിനുസമേറിയതാണ് എന്നതാണ്. ഈറ്റവെട്ടുകാർ ഈറ്റ ക്കെട്ടുകൾ വലിച്ചിറക്കി കൊണ്ടുവരുന്നത് മൂലമാണത്. ഷൂസിനടി യിലെ റബ്ബർകട്ടകൾക്കുള്ളിൽ ചളിനിറഞ്ഞു 'ഗ്രിപ്പ്' നഷ്ടപ്പെട്ടു സാഷ്ടാംഗം വീഴുക എന്നത് ഈ വഴികളിലെ ഒരു സാധാരണ കർമ്മമാണ്. വീഴാതിരിക്കാൻ മുറുക്കിപ്പിടിക്കേണ്ടി വരുന്ന ഈറ്റ ത്തലപ്പുകൾ പലപ്പോഴും കൈവെള്ളയിൽ മുറിവുകൾ ഉണ്ടാക്കും. ബ്ലേഡ് കൊണ്ട് കോറിയപോലെ. ഈ വക സഹനങ്ങൾക്കിടയിൽ, ഇടതൂർന്ന ഈറ്റക്കൂട്ടങ്ങൾക്കപ്പുറമുള്ള നിബിഡവനത്തിന്റെ മാസ്മ രിക കാഴ്ചകൾ ആസ്വദിക്കാൻ മിക്കവാറും കഴിയാതെ പോകും. തൊട്ടപ്പുറം നിശ്ചലമായി, ഞങ്ങളെ വീക്ഷിച്ചു ചെവി വട്ടംപിടിച്ച് മറഞ്ഞുനിൽക്കുന്ന ആനകളെ കാണാതെ, പലപ്പോഴും ഈ വഴി കളിലൂടെ ഞങ്ങൾ കടന്നുപോയിട്ടുണ്ട്.

കഠിനമായ കയറ്റം കയറി ശ്വാസംമുട്ടി പിടഞ്ഞ് ഉറിയംപെട്ടി യിൽ എത്തുമ്പോൾ സമയം ഉച്ചകഴിഞ്ഞിരുന്നു. മൂപ്പനും സഹായിയും ഞങ്ങളെ കാത്ത് നിൽപ്പുണ്ടായിരുന്നു. ചൂടുമാറാത്ത കോറ കഞ്ഞി പ്ലേറ്റോടെ മോന്തിക്കുടിച്ചു. അല്പം വിശ്രമിച്ച് മൂപ്പനും സഹായിയും കൂടി ഞങ്ങൾ അഞ്ചുപേർ കഞ്ചാവുതോട്ടം തേടിപോകാൻ തയ്യാ റായി. അപ്പോഴാണ് തികച്ചും നാടകീയമായി മൂപ്പൻ ഒരു നാടൻ തോക്ക് ഈറ്റ ഷെഡ്ഡിന്റെ ഇറമ്പിൽനിന്നും പുറത്തെടുത്തത്. അങ്ങനെ ഒരു സാധനം അവിടെ ഉണ്ടായിരുന്നുവെന്ന് അപ്പോൾ മാത്രമാണ് ഞങ്ങൾ അറിയുന്നതുതന്നെ. വീട്ടിത്തടിയിൽ തീർത്ത, പിത്തള വലയങ്ങളോടുകൂടിയ നല്ല നീളമുള്ള ഒരു നാടൻ തോക്ക്. (അന്നു കാലത്ത് ഞങ്ങൾക്ക് ആയുധങ്ങൾ ഒന്നുംതന്നെ തന്നിരുന്നില്ല.)

'ഇത് എന്തിന്' എന്ന ചോദ്യത്തിന് മൂപ്പൻ മറുപടി പറഞ്ഞു.

''ഇരിക്കട്ടെ ചാറെ, ആനേം പുലിം ഉള്ള കാടല്ലേ.''

എത്രയൊക്കെ പറഞ്ഞാലും മിക്കവാറും ആദിവാസിക്കുടികളിൽ അക്കാലത്ത് നാടൻതോക്കുകൾ ഉണ്ടായിരുന്നു. കൃഷി നശിപ്പിക്കാൻ

വരുന്ന വന്യമൃഗങ്ങളെ വിരട്ടിയോടിക്കാൻ ആണ് എന്നാണ് പറയുക. എങ്കിലും മാൻ, പന്നി, കൂരൻ, മുള്ളൻ മുതലായവയെ അവർ ഇടയ്ക്കൊക്കെ വേട്ടയാടി ഭക്ഷിക്കാറുണ്ട്. മുതുവാന്മാർ പക്ഷേ കാട്ടുപോത്തിനെ വേട്ടയാടുകയോ തിന്നുകയോ ചെയ്യാറില്ല.

തോക്ക് 'നിറ'യുള്ളതായിരുന്നു. നിറയുള്ള നാടൻതോക്കും വഹിച്ചുള്ള യാത്ര തികച്ചും അപകടം നിറഞ്ഞതാണ്. കുത്തിനിറച്ചു വെച്ച കരിമരുന്നറയ്ക്കും 'കൊക്കി'ക്കുമിടയിലെ 'സേഫ്റ്റി ക്യാച്ച്' കട്ടിയിൽ മടക്കി വെച്ച ഒരു കടലാസ് കഷ്ണം മാത്രമാണ്. നടത്തത്തിനിടയിൽ ആ കടലാസ് എങ്ങാനും അബദ്ധത്തിൽ വീണുപോയാൽ ഉടൻ വെടിയുതിരും. ഒരു റെയ്ഡ് ഉദ്ദേശിച്ചല്ല പുറപ്പെട്ടിട്ടുള്ളത് എന്നതിനാലും നിയമാനുസൃതമല്ലാത്ത ഒരു നാടൻതോക്കുമായി പോകുന്നത് ശരിയല്ല എന്നതിനാലും ആ തോക്ക് വേണ്ട എന്ന് ആവർത്തിച്ചു പറഞ്ഞിട്ടും മൂപ്പൻ അതൊഴിവാക്കിയില്ല. തോക്കേന്തി മൂപ്പൻ മുന്നിലും പിന്നിൽ ഞങ്ങൾ നാലുപേരുമായി പുറപ്പെട്ടു. കഞ്ചാവ് തോട്ടം നേരത്തെതന്നെ മൂപ്പൻ കണ്ടിട്ടുണ്ടായിരുന്നതിനാൽ വഴിയെക്കുറിച്ച് കൃത്യമായ ധാരണയുണ്ടായിരുന്നു.

നിബിഡമായ നിത്യഹരിതവനം. ചോരക്കാലിയും ചന്ദനവേമ്പും പുന്നപ്പയും വെള്ളകിലുമായി പടുകൂറ്റൻ മരങ്ങൾ, വള്ളിപ്പടർപ്പുകൾ, സമൃദ്ധമായൊഴുകുന്ന കൊച്ചു കൊച്ചു നീർച്ചാലുകൾ, ഈറ്റപ്പടർപ്പുകൾ, കടുംനിറം പൂണ്ട കാട്ടുപൂക്കൾ. കാട് അതിന്റെ മായികവലയത്തിലേക്കു ഞങ്ങളെ മെല്ലെ മെല്ലെ ആവാഹിക്കുകയായിരുന്നു.

ഒന്നര മണിക്കൂർ നടത്തത്തിനുശേഷം ഞങ്ങൾ ഒരു തോടിനരികിൽ എത്തി. തോടിനപ്പുറം ഇടതൂർന്ന ഈറ്റക്കാടാണ്. അതിനുമപ്പുറം ഒരു മലഞ്ചെരിവ്. തോട്ടിൻകരയിൽനിന്ന് ആ മലഞ്ചെരിവിലേക്ക് ഈറ്റപ്പടർപ്പിനിടയിലൂടെ നോക്കാൻ മൂപ്പൻ ആവശ്യപ്പെട്ടു. അങ്ങ് ദൂരെ ഇലപ്പച്ചകൾക്കിടയിൽ ഒരു നീല പൊട്ട്. അതാണ് കഞ്ചാവ് തോട്ടം. തോട്ടത്തിലെ ഷെഡ്ഡിന്റെ നീല പ്ലാസ്റ്റിക് ഷീറ്റാണ് കണ്ടത്. ഞങ്ങൾ കൂടുതൽ ജാഗരൂകരായി. അതീവശ്രദ്ധയോടെ തോട്ടം ലക്ഷ്യമാക്കി നടന്നു. ഒറ്റയടിപ്പാത ചെന്നവസാനിക്കുന്നത് കഞ്ചാവുതോട്ടത്തിൽ ആയിരുന്നു. തോട്ടത്തിന് ചുറ്റും ഇടതൂർന്ന ഈറ്റക്കാടുകൾ ഒരു മതിലുപോലെ നിന്നിരുന്നു. ചവിട്ടുവഴി അവസാനിക്കുന്നത് കഞ്ചാവുതോട്ടത്തിന് അടിഭാഗത്താണ്. അതിന്റെ മറുഭാഗത്ത് മുകളറ്റത്താണ് ഷെഡ്.

ഉദ്ദേശം അരയേക്കർ മാത്രം വരുന്ന ചെറിയ തോട്ടം. ഷെഡ്ഡ് ലക്ഷ്യംവെച്ച് ഞങ്ങൾ ചവിട്ടുവഴിയിലൂടെ അരിച്ചരിച്ചു നീങ്ങി.

അതാ, ഷെഡ്ഡിൽ ആളനക്കം. ഈറ്റമതിൽ വിടവിലൂടെ സൂക്ഷിച്ചു നോക്കി. മൂന്നുപേർ ഉണ്ട്. ഷെഡ്ഡ് ഉയരത്തിൽ ആയിരുന്നതിനാൽ ഈറ്റമറയിൽനിന്നും ഞങ്ങൾ തോട്ടത്തിൽ പ്രവേശിക്കുന്ന ആ നിമിഷംതന്നെ അവർക്ക് ഞങ്ങളെ കാണാനാകും. എന്തായാലും ഒരാളെയെങ്കിലും പിടിക്കണമെന്ന വാശിയിൽ ഞങ്ങൾ ഷെഡ്ഡിൽ നിന്നും കണ്ണെടുക്കാതെ ഈറ്റമറപറ്റി തോട്ടത്തിന് കുറെക്കൂടെ അടുത്തേക്ക് എത്താൻ ഇഴഞ്ഞുനീങ്ങി. അപ്പോഴാണ് തികച്ചും അപ്രതീക്ഷിതമായി അതിഗുരുതരമായ ഒരു അപകടം ഞങ്ങൾ അഭിമുഖീകരിച്ചത്. മുന്നിൽ നടന്നിരുന്ന ഞാൻ എന്തിലോ കാൽ കുടുങ്ങി മറിഞ്ഞുവീണു. വീഴ്ചയിലെ ഒരു സാധാരണ റിഫ്ളക്സ് ആക്ഷൻ എന്നപോലെ തല്ലി അലച്ചു വീഴാതിരിക്കാൻ മുന്നിലേക്ക് ഒന്ന് ചാടി വീണുരുണ്ടു. (കുറേക്കാലം ഫുട്ബോൾ കളിച്ചിരുന്നു എന്നതിന്റെ ശീലക്കേട്). അതോടൊപ്പംതന്നെ ഞങ്ങളുടെ എല്ലാ വരുടെയും ചെവിയടഞ്ഞു പോകുംവിധം പടേ പടേയെന്ന ഉഗ്ര ശബ്ദത്തിൽ വെടിക്കെട്ട് മുഴങ്ങി. പുകയും മണ്ണും ചിതറിപ്പരന്നു.

എന്താണ് സംഭവിച്ചത് എന്ന് കുറച്ചുനേരത്തേക്ക് മനസ്സിലാ യില്ല. തെല്ലു നേരത്തെ അങ്കലാപ്പിനുശേഷമാണ് എന്താണ് കാര്യം എന്ന് പിടികിട്ടിയത്. തറനിരപ്പിൽനിന്നും ഉദ്ദേശം ഒരടിയോളം ഉയരത്തിൽ ബലമേറിയ ഒരു കമ്പി കുറ്റിയടിച്ചു വലിച്ചു കെട്ടിയി രുന്നു. ഈ കമ്പിയിൽ ഓരോ എട്ടു പത്ത് മീറ്റർ അകലത്തിലും ഓരോ പരന്ന കല്ല് കെട്ടിത്തൂക്കി ഇട്ടിരുന്നു. ഓരോ കല്ലിനടിയിലും ഒരു പന്നിപ്പടക്കവും ചേർത്തുവെച്ചാണ് കെട്ടിയിരുന്നത്. നേരെ അടിയിൽ തറയിൽ മറ്റൊരു പരന്ന കല്ലും ഉണ്ട്. കെട്ടിത്തൂക്കി ഇട്ടിരി ക്കുന്ന കല്ല് യഥാർത്ഥത്തിൽ ചെറുതായൊന്ന് കുരുക്കി നിർത്തി യിട്ടേ ഉള്ളൂ. ആനയോ മറ്റേതെങ്കിലും വന്യജീവികളോ തോട്ടം നശിപ്പിക്കാനായി വന്നാൽ ഈ കമ്പിയിൽ തട്ടുകയും പാറക്കല്ല് പന്നിപ്പടക്കത്തോടുകൂടി താഴെയുള്ള കല്ലിൽ വീണു പൊട്ടിത്തെറി ക്കുകയും ചെയ്യും. ആ ഘോരശബ്ദം കേട്ട് വന്യമൃഗങ്ങൾ ഓടി പ്പോകും. കഞ്ചാവുതോട്ടത്തിന്റെ സംരക്ഷണത്തിനായി അവർ ചെയ്തുവെച്ചിരിക്കുന്നതാണ്! ഷെഡ്ഡു മാത്രം ലക്ഷ്യം വെച്ചു നടന്നിരു ന്നതിനാൽ ആ കമ്പി ഞങ്ങൾ കണ്ടില്ല. ഒരു അഞ്ചാറ് പന്നിപ്പടക്ക മെങ്കിലും നിരനിരയായി പൊട്ടിത്തെറിച്ചിരുന്നു. വെറും ഭാഗ്യംകൊണ്ട് മാത്രമാണ് ഞങ്ങൾ രക്ഷപ്പെട്ടത്!.

അങ്കലാപ്പൊന്നഴഞ്ഞപ്പോൾ ഞങ്ങൾ വീണ്ടും ഷെഡ്ഡിലേക്ക് നോക്കി. അവർ മൂന്നുപേരും ഷെഡ്ഡിൽനിന്നും പുറത്തിറങ്ങി ഞങ്ങൾ നിന്നിരുന്ന ഭാഗത്തേക്ക് നോക്കിനിൽക്കുകയാണ്. ഏത് മൃഗമാണ് അവിടെ വന്നിരിക്കുന്നത് എന്നറിയാനുള്ള ആകാംക്ഷാഭരിതമായ

നോട്ടമായിരുന്നു അവരുടേത്. അവർ അവിടെത്തന്നെ നിൽക്കുകയാണെങ്കിൽ തോട്ടത്തിൽ കാലെടുത്തു വെക്കുന്ന നിമിഷംതന്നെ ഞങ്ങളെ കാണുകയും ഓടി രക്ഷപ്പെടുകയും ചെയ്യും. അവരെ കുറെക്കൂടി താഴേക്ക് ഇറക്കണം. അതിനെന്താണ് വഴി?

മൂപ്പനേയും സഹായിയേയും അരികിൽ വിളിച്ച് പരമാവധി ശബ്ദം താഴ്ത്തി ഒരു പ്ലാൻ അവതരിപ്പിച്ചു. മൂപ്പനും സഹായിയും മാത്രം തോട്ടത്തിൽ പ്രവേശിക്കുക. ആദിവാസികളെ കണ്ടാൽ അവർ ഓടിപ്പോകില്ല. മൂപ്പൻ അവരെ താഴേക്ക് വിളിക്കുക. അവരോട് എന്തെങ്കിലുമൊക്കെ സംസാരിച്ചു നിൽക്കുക. ആ ഇടവേളയിൽ ഈറ്റമറയിൽനിന്നും പുറത്തുചാടി ഞങ്ങൾ ആരെയെങ്കിലും പിടികൂടുക. അതായിരുന്നു പ്ലാൻ. ഒരിക്കൽകൂടി പ്ലാൻ വ്യക്തമാക്കി. മൂപ്പൻ മനസ്സിലായെന്നു തലകുലുക്കി. സാവധാനം മൂപ്പനും സഹായിയും കഞ്ചാവുതോട്ടത്തിലേക്ക് നടന്നു കയറി. അവരെ കണ്ടപ്പോൾ ഒട്ടൊരു അത്ഭുതഭാവത്തോടെ കഞ്ചാവ് കൃഷിക്കാരിൽ ഒരാൾ ചോദിച്ചു.

''മൂപ്പന്മാർ എന്താ ഈ വഴിക്ക്?''

''തെള്ളി എടുക്കാൻ വന്നതാ.''

മൂപ്പൻ മറുപടി പറഞ്ഞതിനോടൊപ്പം അവിടെത്തന്നെ നിന്ന് അവരെ കൈമാടി താഴേക്ക് വിളിച്ചു. പറഞ്ഞുറപ്പിച്ചതുപോലെ കൃത്യമായ അകലത്തിൽ തന്നെയാണ് മൂപ്പനും സഹായിയും നിന്നത്. എല്ലാം പ്ലാൻ ചെയ്തതുപോലെ കിറുകൃത്യം. പക്ഷേ അപ്പോഴാണ് ഞങ്ങളുടെ കണക്കുകൂട്ടലുകളെല്ലാം തെറ്റിച്ചുകൊണ്ട് അവരിൽ രണ്ടുപേർ മാത്രം താഴേക്കിറങ്ങി വന്നത്. ഒരാൾ മുകളിൽതന്നെ നിന്നു. അയാൾക്ക് ഞങ്ങളെ തുടക്കത്തിൽതന്നെ കാണാനാകും. എന്തായാലും ഞങ്ങൾ കാത്തിരുന്നു. അവർ രണ്ടു പേരും മൂപ്പനടുത്തെത്തി. നാട്യങ്ങൾ ഒന്നും അറിയാത്ത മൂപ്പൻ ഇനി എന്ത് സംസാരിക്കണം എന്ന് അറിയാതെ പരുങ്ങി. മാത്രമല്ല 'അച്ഛൻ പത്തായത്തിലില്ല' എന്നുപറഞ്ഞ കുഞ്ഞിന്റെ നിഷ്കളങ്കഭാവത്തോടെ ഞങ്ങൾ മറഞ്ഞിരുന്ന ഭാഗത്തേക്ക് ഇടയ്ക്കിടെ തിരിഞ്ഞുനോക്കുകയും ചെയ്തു. അവർക്ക് എന്തോ പന്തികേട് മണത്തു.

ഇനിയും മറഞ്ഞിരിക്കുന്നതിൽ അർത്ഥമില്ല എന്ന തിരിച്ചറിവോടെ ഞങ്ങൾ അതിവേഗം കഞ്ചാവുകൃഷിക്കാർക്ക് നേരെ പാഞ്ഞടുത്തു. ഞങ്ങളുടെ വരവ് കണ്ട് മുകളിൽ നിന്നിരുന്ന ആൾ വലിയ ഒച്ചയിൽ ''ഓടിക്കോ'' എന്ന് അലമുറയിട്ടു. ഞൊടിയിടയിൽ അവർ മൂവരും ഓടി. പിരിമുറുക്കം മുറ്റിനിന്ന ആ ആവേശനിമിഷത്തിന്റെ തള്ളിച്ചയിൽ 'വെക്കടാ വെടി' എന്നാക്രോശിച്ചതും മൂപ്പൻ വെടി

വെച്ചതും ഒരുമിച്ചായിരുന്നു. വെടിയൊച്ച അലയലയായി കാട്ടിൽ മുഴങ്ങി. അതിഭീകരമായ ശബ്ദഘോഷത്തിൽ ഞങ്ങൾ ശരിക്കും നടുങ്ങിപ്പോയി. വികൃതമായ ഒരു മൃഗക്കരച്ചിലോടെ അവർ മൂവരും കാട്ടിലേക്ക് മിന്നൽപോലെ ഓടിമറഞ്ഞു. കുറച്ചുദൂരം പിന്തുടർന്ന് ഓടിയെങ്കിലും ഞങ്ങൾക്ക് ആരെയും പിടികൂടാനായില്ല. ആ വെടി ആർക്കെങ്കിലും കൊണ്ടിരുന്നെങ്കിൽ അയാൾ ശരിക്കും നുറുങ്ങി പ്പോകുമായിരുന്നു.

ചെറിയ തോട്ടം ആയിരുന്നതിനാൽ വളരെ വേഗം ഞങ്ങൾ അത് നശിപ്പിച്ചു. ഷെഡ്ഡിൽ എല്ലാം കൂട്ടിയിട്ട് കത്തിച്ചു. ഷെഡ്ഡിൽനിന്നും ലഭിച്ച കടലാസുതുണ്ടിൽനിന്നും യാദൃച്ഛികമായി ഒരു മേൽവിലാസം കിട്ടി. തോട്ടം നശിപ്പിച്ചു തിരിച്ചു വന്ന അന്ന് ഏറെ വൈകി ഞങ്ങൾ കല്ലേലിമേട് എത്തി, രാത്രി കഴിച്ചുകൂട്ടി. പിറ്റേന്ന് തിരികെ ഓഫീ സിൽ എത്തി, അന്നുതന്നെ അന്വേഷണം ആരംഭിച്ചു.

ഒരാഴ്ചയ്ക്കുള്ളിൽ പ്രതികളെ അറസ്റ്റ് ചെയ്തു. ചോദ്യംചെയ്യ ലിൽ പ്രതികളിലെ ഏറ്റവും ചെറുപ്പക്കാരനായ ഉടുമ്പൻചോല നിവാസി പറഞ്ഞു. ''സാറേ, ആ വെടിയുണ്ട എന്റെ ചെവി തൊട്ടു തൊട്ടില്ല എന്ന പോലെയാണ് പാഞ്ഞുപോയത്. അതിന്റെ മൂളൽ ഇപ്പോഴും എന്റെ ചെവിയിൽ ഉണ്ട്. എങ്ങനെയോ രക്ഷപ്പെട്ടു.''

അതുകേട്ട് ഞങ്ങൾ ആകെ തരിച്ചിരുന്നു. സത്യത്തിൽ രക്ഷ പ്പെട്ടത് അയാൾ മാത്രമല്ല, ഞങ്ങളും കൂടിയാണ്. നിയമാനുസൃത മല്ലാത്ത തോക്കിനാലുള്ള വെടിയേറ്റിരുന്നുവെങ്കിൽ ആ മനുഷ്യന്റെ ജീവിതം മാത്രമല്ല പട്ടാളത്തിലെ 'കോർട്ട് മാർഷൽ' പോലെ ഞങ്ങ ളുടെ ജീവിതവും താറുമാറാകുമായിരുന്നു.

***

പിന്നീടുള്ള സർവീസിൽ വളരെ വലിയ രണ്ടു പാഠങ്ങൾ ഈ അനുഭവം സമ്മാനിച്ചു. ഒന്ന് - നിയമാനുസൃതമല്ലാത്ത ഒരായുധവു മായും കാട്ടിൽ പോകരുത്. രണ്ട് - കഞ്ചാവുതോട്ടത്തിൽ പ്രവേശി ക്കുന്നതിനു മുൻപ് അതിസൂക്ഷ്മമായി പരിസരനിരീക്ഷണം നടത്തണം. പിൽക്കാല സർവീസിൽ ഇക്കാര്യം ഞാൻ കർശനമായി പാലിച്ചിരുന്നു.

■

മോഷ്ടാവിന്റെ പരിസ്ഥിതിവീക്ഷണം

1990കളിൽ കുട്ടമ്പുഴ ഫോറസ്റ്റ് റെയ്ഞ്ച് വനം കുറ്റകൃത്യങ്ങൾക്ക് കുപ്രസിദ്ധിയാർജ്ജിച്ച ഒരു ഇടം ആയിരുന്നു. അനധികൃത മരം മുറി, നായാട്ട്, വനം കയ്യേറ്റം, കഞ്ചാവുകൃഷി എന്നിവ സർവ്വസാധാരണമായിരുന്ന കാലം. തേക്കുതോട്ടങ്ങളോ അക്കേഷ്യ-യൂക്കാലിപ്റ്റസ് തോട്ടങ്ങളോ ഒന്നുമില്ലാത്ത നിബിഡവും മനോഹരവുമായ സ്വാഭാവിക വനമായിരുന്നു പൂയംകുട്ടി മേഖല. വനത്തിനുള്ളിൽ പ്രകൃത്യാതന്നെ മുളച്ചുവന്ന് കൂറ്റൻ മരങ്ങളായി മാറിയ ഒട്ടനവധി തേക്കുകൾ ഉണ്ടായിരുന്നു. ഗുണമേന്മയേറിയ 'എണ്ണ'തേക്കു വിഭാഗത്തിൽപെട്ടവ ആയിരുന്നതിനാൽ അനധികൃത മരംമുറിക്കാരുടെ ദൃഷ്ടിദോഷം പതിഞ്ഞവയായിരുന്നു ഈ തേക്കുമരങ്ങൾ. സംഘടിതമായി കാട്ടിൽ കയറി തേക്കുമരങ്ങൾ മുറിച്ചു വീഴ്ത്തി കഷണങ്ങളാക്കി സ്ഥലത്തുവച്ചുതന്നെ അറുത്ത് പലകകൾ ആക്കാൻ ഇക്കൂട്ടർക്ക് അസാമാന്യമായ പാടവം ഉണ്ടായിരുന്നു. കാട്ടിൽതന്നെ പ്രത്യേകതരം ഈർച്ച തറ കെട്ടിയാണ് തടികൾ അറക്കുന്നത്. 'കാമരം' എന്നാണ് ഈ തറകളെ വിളിക്കാറുള്ളത്.

രണ്ടും മൂന്നും ദിവസം നീണ്ടുനിൽക്കുന്ന ഏർപ്പാട് ആയിരിക്കും ഇത്. അതിനുള്ളിൽ കണ്ടെത്തിയില്ലെങ്കിൽ പിന്നെ മുറിച്ചെടുത്ത മരത്തിന്റെ കുറ്റിയും ഉപയോഗശൂന്യമായ തലപ്പും മാത്രമേ കാണുകയുള്ളൂ.

അങ്ങനെയിരിക്കെ, എന്റെ അധികാരപരിധിയിലുള്ള പൂയംകുട്ടി ഭാഗത്തുനിന്നും എണ്ണം പറഞ്ഞ ഒരു എണ്ണതേക്കു മുറിഞ്ഞുപോയി. കാമരം കെട്ടി അറുത്തു ഉരുപ്പിടികൾ ആക്കിയാണ് നീക്കം ചെയ്തിരിക്കുന്നത്. കുറ്റകൃത്യം കണ്ടെത്താൻ ഞങ്ങൾ ഒരാഴ്ച വൈകിപ്പോയിരുന്നു. നിയമനടപടികൾ എടുത്ത് അന്വേഷണം തുടങ്ങി. എല്ലാ സ്ഥലങ്ങളിലും മിക്കവാറും കുറേ സ്ഥിരം കുറ്റവാളികൾ

(Habitual Offenders) ഉണ്ടായിരിക്കും. ഓരോരുത്തരുടെയും കുറ്റ കൃത്യം ചെയ്യുന്ന രീതികൾ സവിശേഷമായിരിക്കും (Modus Operandi). കുറ്റകൃത്യം ചെയ്തിരിക്കുന്ന രീതി സൂക്ഷ്മമായി പരി ശോധിച്ചാൽ ഏത് ടീമാണത് ചെയ്തിരിക്കുന്നതെന്ന് ചില സൂചന കൾ ലഭിച്ചേക്കും. ഈ കേസിലും ഞങ്ങൾക്ക് ചില സൂചനകൾ ലഭിച്ചിരുന്നു. കൂലങ്കഷമായ അന്വേഷണത്തിനൊടുവിൽ രണ്ടാഴ്ച യ്ക്കുശേഷം ഞങ്ങൾ മോഷ്ടാക്കളെ പിടിച്ചു. നഷ്ടപ്പെട്ട തൊണ്ടി ത്തടിയിൽ കുറെ ഭാഗം കണ്ടെടുക്കുകയും ചെയ്തു.

നാലംഗ കുറ്റവാളി സംഘത്തിന്റെ ലീഡർ ഒരു ടോമി ആയി രുന്നു. ടോമി ഒരു കൊലക്കേസ്സിൽപെട്ട് ആറുമാസത്തോളം ജയി ലിൽ കിടന്നു ജാമ്യം കിട്ടി പുറത്തു വന്നിട്ട് അധികം നാളായിട്ടില്ല. കേസ് നടത്താൻ വക്കീൽ ഫീസ് കൊടുക്കാൻ പണമുണ്ടാക്കാനായി ആണ് തേക്ക് മുറിച്ചത്. കൊലക്കേസ് പ്രതിയായിരിക്കെ പൊലീ സിന്റെ കൈയിൽനിന്നും ഒന്നും രണ്ടും മൂന്നും 'മുറകൾ' യഥേഷ്ടം ഏറ്റുവാങ്ങി കരുവാളിച്ച ദേഹവും അതിലേറെ കല്ലിച്ച മനസ്സും ഉള്ള ഒരു ചെറുപ്പക്കാരൻ. ഇനിയും കണ്ടെത്താനുള്ള തൊണ്ടിത്തടി കളെക്കുറിച്ചുള്ള ചോദ്യങ്ങൾക്കൊന്നും വ്യക്തമായ ഉത്തരം ലഭി ച്ചില്ല. എന്റെ സഹപ്രവർത്തകർ എന്നെക്കാൾ പരിചയ സമ്പന്നരും ഇത്തരം കുറ്റവാളികളെ 'കൈകാര്യം' ചെയ്യുന്നതിൽ അനുഭവസമ്പ ത്തുള്ള വരുമായിരുന്നു. പക്ഷേ അത്തരം സഹനപർവ്വങ്ങൾ ഏറെ താണ്ടിയ ടോമിക്ക് യാതൊരു കുലുക്കവും ഉണ്ടായില്ല.

ഞാൻ ആകട്ടെ, ഒരു തുടക്കക്കാരൻ. എന്റെ കോളേജ് വിദ്യാ ഭ്യാസം കഴിഞ്ഞ് അധികകാലമായിരുന്നില്ല. ഇടതുപക്ഷ രാഷ്ട്രീയം, ശാസ്ത്രസാഹിത്യപരിഷത്ത്, സൈലന്റ്വാലി സമരം, പരിസ്ഥിതി സ്നേഹം ഇത്യാദി അസ്കിതകളുടെ ഹാങ്ങോവർ തുളുമ്പി നിൽ ക്കുന്ന കാലം. (അതിപ്പോഴും ഉണ്ട്, ട്ടോ). സഹപ്രവർത്തകരുടെ പരമ്പരാഗത ചോദ്യംചെയ്യലിൽ കാര്യമായി ഒന്നും ലഭിച്ചില്ല. ടോമി യുടെ കൂട്ടുപ്രതികൾ മരം മുറിച്ച് പുറത്തെത്തിക്കുന്നതിൽ മാത്ര മാണ് പങ്കു വഹിച്ചത്. അത് പിന്നെ എങ്ങോട്ടു കൊണ്ട് പോയി എന്നത് സംബന്ധിച്ച് അവർക്ക് കാര്യമായ അറിവില്ലായിരുന്നു.

പരിചയസമ്പന്നരായ സഹപ്രവർത്തകരെല്ലാം വഴിമുട്ടി നിന്ന ഘട്ടത്തിലാണ് അതുവരെ ആരും സഞ്ചരിക്കാത്ത വഴികളിലൂടെ സഞ്ചരിക്കാൻ ഞാൻ തീരുമാനിച്ചത്. ഒരു സൈക്കോളജിക്കൽ മൂവ്. ടോമിയെ ഞാൻ അരികിൽ വിളിച്ചു. കസേരയിൽ ഇരിക്കാൻ പറഞ്ഞു. ആദ്യം മടിച്ചെങ്കിലും ടോമി ഇരുന്നു. തികച്ചും നാടകീയമായി പുറ ത്തേക്ക് ചൂണ്ടിക്കാട്ടി ഞാൻ ചോദിച്ചു.

"അതെന്താണ്?"

ഇനി ഇതേതാ പുതിയ കുരിശെന്ന ഭാവേന ടോമി കടുത്ത ഭാഷയിൽ പറഞ്ഞു.

"പൂയംകുട്ടി പുഴ."

ഞാൻ തുടർന്നു. "മഴ പെയ്തിട്ട് എത്ര നാളായി?"

ഇയാൾക്ക് എന്തോ വട്ടാണോ എന്ന സംശയം സ്ഫുരിക്കുന്ന നോട്ടത്തോടെ ടോമി പറഞ്ഞു.

"ഒരു രണ്ടുമാസമായിക്കാണും."

എന്റെ സഹപ്രവർത്തകർ പുതുക്കക്കാരനായ എന്റെ ചെയ്തികൾ കണ്ട് ഊറിച്ചിരിച്ചു.

"അതെ രണ്ടുമാസം, പക്ഷേ ഇപ്പോഴും ഈ പുഴയിൽ വെള്ളം ഒഴുകുന്നു. അത് എന്തുകൊണ്ടാണെന്ന് അറിയാമോ?"

എനിക്ക് വട്ടുതന്നെയാണെന്ന് ടോമി ഏതാണ്ട് ഉറപ്പിച്ച മട്ടായി. തെരുവിലെ സുവിശേഷ പ്രാസംഗികന്റെ ആവേശംപോലെ ഞാൻ പറയാൻ ആരംഭിച്ചു.

"ഈ പുഴയിലെ വെള്ളത്തിനു കാരണം ഈ കാടാണ്. മരങ്ങളുടെ ഇലകളും ശാഖകളും പൂക്കളും എല്ലാം വീണടിഞ്ഞ്, ചീഞ്ഞളിഞ്ഞ് മണ്ണുമായി കലർന്ന് ഒരു സ്പോഞ്ച് പോലെയാണ് കാടിന്റെ പ്രതലം. മഴപെയ്യുമ്പോൾ വെള്ളം വൃക്ഷത്തലപ്പുകളിൽ തട്ടിത്തടഞ്ഞ് വേഗം കുറഞ്ഞ് കാടിന്റെ അടിത്തട്ടിൽ എത്തുമ്പോൾ സ്പോഞ്ച് പോലുള്ള ഭാഗം വലിച്ചെടുത്ത് സൂക്ഷിച്ചുവെക്കുന്നു. ഇത് കുറേശ്ശെയായി ഒഴുകി കൊച്ചരുവികളായി മാറി പുഴയിൽ വന്നുചേരുന്നു. അങ്ങനെയാണ് പുഴയിൽ വെള്ളം ഉണ്ടാകുന്നത്. ഈ വെള്ളമാണ് നമ്മുടെ കുടിവെള്ളം. അതുതന്നെയാണ് നമ്മുടെ കൃഷിക്ക് നിദാനം. കൂടാതെ പച്ചനിറമുള്ള വൃക്ഷങ്ങൾ ശുദ്ധമായ ധാരാളം പ്രാണവായു നമുക്ക് തരുന്നുണ്ട്. അങ്ങനെ കുടിവെള്ളവും നമ്മുടെ അന്നവും പ്രാണവായുവും തരുന്നത് ഈ കാടുകളാണ്."

ടോമിയുടെ മാത്രമല്ല എന്റെ സഹപ്രവർത്തകരുടെയും പ്രതികരണം അറിയാൻ ഞാൻ തെല്ലൊന്നു നിർത്തി. ഇത്ര ചെറുപ്പത്തിൽ സാറിന് ഈ ഗതി വന്നല്ലോ എന്ന സഹതാപംകൊണ്ടാണോ എന്നറിയില്ല ടോമി വളരെ ശ്രദ്ധാലുവായിരുന്നു. ഞാനെന്തു ഭാവിച്ചാണ് എന്ന ചോദ്യഭാവത്തിൽ സഹപ്രവർത്തകർ സംശയത്തോടെ എന്നെ വീക്ഷിച്ചു.

ടോമിയുടെ 'താൽപര്യം' കണ്ടു ഞാൻ വർദ്ധിതവീര്യനായി തുടർന്നു. "ഈ കാണുന്ന കാട് നമ്മൾ സംരക്ഷിച്ചില്ലെങ്കിൽ

കുടിവെള്ളം മുട്ടും, കൃഷി നശിക്കും, അങ്ങനെ അന്നം മുട്ടും. ശുദ്ധ വായു ലഭിക്കാതെ നമ്മൾ രോഗികൾ ആകും. മനുഷ്യന് നിലനിൽക്കാനാകില്ല.'' ലളിത കോമള പദാവലികളാൽ പാരിസ്ഥിതികാവബോധത്തിന്റെ ബാലപാഠം ഞാൻ ഓതിക്കൊടുത്തു. കേൾവിക്കാരുടെ ശ്രദ്ധയാണല്ലോ ക്ലാസ്സിന്റെ ഊർജ്ജം. ഞാൻ തുടർന്നു.

''ഈ കാടു നോക്കൂ. അത് ഞങ്ങൾ വനപാലകരുടെ സ്വന്തമല്ല. അത് നമ്മുടെ നാടിന്റെ പൊതുമുതൽ ആണ്. അത് എന്റെ സ്വന്തമല്ല. മറിച്ച് അത് എനിക്കും ടോമിക്കും ഇവിടെയുള്ള എല്ലാവർക്കും അവകാശപ്പെട്ടതാണ്. അതിനാൽ എന്തു വിലകൊടുത്തും നമ്മൾ ഈ കാട് സംരക്ഷിക്കണം.''

യുദ്ധം ജയിച്ച പടനായകന്റെ ചാരിതാർത്ഥ്യത്തോടെ ഞാൻ നിർത്തി. സഹപ്രവർത്തകർ തെല്ലു മാറി ''തുടക്കത്തിന്റെയാ, കുറച്ചു കഴിഞ്ഞാൽ ശരിയായിക്കോളും'' എന്ന അടക്കംപറച്ചിലുമായി ചിരിച്ചു. തെല്ലു നേരത്തെ ആലോചനയ്ക്കുശേഷം ടോമി ചോദിച്ചു.

''അപ്പോൾ സാറേ, ഞാൻ ഒരു സംശയം ചോദിച്ചോട്ടെ?''

എന്റെ മനസ്സിൽ ഒരായിരം ലഡ്ഡു പൊട്ടി. ഇതാ ഒരു കൊടും കുറ്റവാളിയെ ഞാൻ മാനസാന്തരപ്പെടുത്തിയിരിക്കുന്നു. നിറഞ്ഞ ആഹ്ലാദത്തോടെ എന്റെ സഹപ്രവർത്തകരുടെ നേർക്ക് ഒരു അഭിമാനചിരി തൊടുത്ത് ഞാൻ പറഞ്ഞു.

''ടോമിക്ക് എന്ത് സംശയം ഉണ്ടെങ്കിലും ചോദിച്ചോളൂ.''

ഒട്ടും കൂസാതെ ടോമി ചോദിച്ചു.

''സാർ, ഈ കാട് എന്റെയും കൂടെയല്ലേ. അപ്പോൾ എന്റെ വിഹിതത്തിൽനിന്നും കുറച്ച് ഞാൻ എടുത്തു എന്ന് വിചാരിച്ചാൽ പോരെ? കേസ്സെടുക്കേണ്ട കാര്യമുണ്ടോ?''

സഹപ്രവർത്തകരുടെ പൊട്ടിച്ചിരിയിൽ വിറങ്ങലിച്ചിരുന്ന് ഞാൻ വിയർത്തു.

■

കൊളവി

വേനലിലെ ഒരു മദ്ധ്യാഹ്നം. ഫീൽഡിൽ പോയി വന്നു ഭക്ഷണം കഴിഞ്ഞ് പൂയംകുട്ടി പുഴയോരത്തെ ഈറ്റ ഷെഡ്ഡിൽ സുഖകരമായി ഒന്നു വിശ്രമിക്കാൻ ഇരുന്നപ്പോഴാണ് ഒരു രഹസ്യവിവരം ലഭിക്കുന്നത്. ''പൂയംകുട്ടി ഭാഗത്ത് കാട്ടിൽ മരംമുറി നടക്കുന്നു.'' ഇൻഫർമേഷന്റെ ഉറവിടം അത്ര വിശ്വാസയോഗ്യമായി തോന്നിയില്ല. എങ്കിലും അന്വേഷിച്ച് ഉറപ്പുവരുത്തേണ്ടത് ഞങ്ങളുടെ ഉത്തരവാദിത്വം ആണല്ലോ. ഉടൻതന്നെ രണ്ട് ഫോറസ്റ്റ് ഗാർഡുമാരും ഒരു വാച്ചറുമൊത്ത് 'സംഭവ'സ്ഥലത്തേക്ക് പുറപ്പെട്ടു.

പൂയംകുട്ടിയിലെത്തി പുഴ മുറിച്ചുകടന്ന് കാട്ടിൽ കയറി. പുഴയിറമ്പിൽനിന്നും ചെങ്കുത്തായ കയറ്റം ആയിരുന്നു. ഉരുളൻകല്ലുകൾ ഇളകി കിടക്കുന്ന കാട്ടുവഴിയിലൂടെയുള്ള നടത്തം ആയാസകരവും അപകടം നിറഞ്ഞതും ആയിരുന്നു. ഏതുസമയത്തും കാലിടറി വീഴാം. കൂടാതെ നല്ല ചൂടും. വേനലിന്റെ ആശ്ലേഷത്താൽ ഇല പൊഴിച്ച് ഒട്ടൊക്കെ അനാവൃതമായ മേലാപ്പുമായി മരങ്ങൾ ഉറങ്ങി നിന്നു. കൽക്കൂട്ടങ്ങൾ നിറഞ്ഞ തീരഭാഗത്ത് വൃക്ഷസാന്നിധ്യം തുലോം കുറവായിരുന്നു.

വിരിഞ്ഞ പാറക്കൂട്ടത്തിനിടയിലെ മണ്ണ് നിറഞ്ഞ വിടവിൽനിന്നും ഒരു കരിമരുത് ഒറ്റക്കാലിൽ തപസ്സു ചെയ്യുന്ന മുനിയെപ്പോലെ ആകാശം നോക്കി കൈകൂപ്പി നിന്നു. മധ്യവയസ്സു പിന്നിട്ട കൃശഗാത്രനായ കൊല്ലത്തുകാരൻ രാഘവനും ചെറുപ്പക്കാരനും ആറടിയിലേറെ പൊക്കവുമുള്ള അരോഗദൃഢഗാത്രനായ ആലപ്പുഴക്കാരൻ സദാശിവനും ആയിരുന്നു ഫോറസ്റ്റ് ഗാർഡുമാർ. പൂയംകുട്ടി കാടുകൾ ഉള്ളംകൈയിൽ എന്നപോലെ കൃത്യമായി അറിയുന്ന, അല്പം വെളുത്ത് മെലിഞ്ഞ് ഉയരംകുറഞ്ഞ സദാ ചിരിക്കുന്ന മുഖമുള്ള ഉത്സാഹിയായ മൊയ്തീൻകുട്ടി ആയിരുന്നു ഫോറസ്റ്റ് വാച്ചർ.

പെട്ടെന്നുള്ള പുറപ്പെടൽ ആയിരുന്നതിനാൽ കൈയിൽ ഞങ്ങൾ ഒന്നും കരുതിയിരുന്നില്ല. പൂയംകുട്ടി കാടുകളിലേക്കുള്ള യാത്രകളിൽ സാധാരണ വെള്ളം ഞങ്ങൾ കരുതാറില്ല. കാട്ടിൽ മിക്കയിടങ്ങളിലും ചെറുതും വലുതുമായ എണ്ണമറ്റ നീർച്ചാലുകൾ ഉണ്ടായിരിക്കും. പക്ഷേ ഞങ്ങൾ നടന്നിരുന്ന ആ ഭാഗം അല്പം വരണ്ടതും അത്തരം നീർച്ചാലുകൾ ഒന്നുംതന്നെ ഇല്ലാത്തതും ആയിരുന്നു. ചൂടും കയറ്റവും മൂലം ഞങ്ങളെല്ലാവരും വല്ലാതെ തളർന്നു. തളർന്ന് അവശനായ രാഘവൻ നടക്കുന്നതിനിടയിൽ നിർഭാഗ്യവശാൽ കാലു തെറ്റി മലർന്നടിച്ചു വീണു. ശാരീരികക്ഷമത തീരെ കുറവായിരുന്നതിനാലും ശരീരത്തിന് ഒട്ടും വഴക്കം ഇല്ലാതിരുന്നതിനാലും സാഹചര്യങ്ങളോട് പെട്ടെന്ന് പ്രതികരിക്കാൻ പ്രാപ്തമാക്കുന്ന ശരീരത്തിന്റെ റിഫ്ളക്സ് ആക്ഷൻ സംവിധാനം ചാർജ് ഇറങ്ങിയ ബാറ്ററി ഉള്ള ടി.വി റിമോട്ട് പോലെ പ്രവർത്തനക്ഷമമല്ലാതിരുന്നതിനാലും വീഴ്ച അല്പം കടുത്തുപോയി.

വീഴ്ചയിൽ രാഘവന്റെ ബോധം പാതി മറഞ്ഞു. ചുണ്ടുകൾ എല്ലാം വരണ്ടു. ഡീ-ഹൈഡ്രേഷൻ ലക്ഷണങ്ങൾ വളരെ വ്യക്തമായിരുന്നു. തുള്ളി വെള്ളം കൈയിലില്ല. പുഴയിലേക്കാണെങ്കിൽ ഒട്ടു ദൂരം നടക്കണം. മാത്രവുമല്ല വെള്ളം എടുത്തു കൊണ്ടു വരാൻ ഞങ്ങൾ വശം ഏതെങ്കിലും കുപ്പിയോ പാത്രമോ ഒന്നും ഉണ്ടായിരുന്നില്ല. അപ്പോഴാണ് മൊയ്തീൻകുട്ടി വാക്കത്തി എടുത്ത് ഞൊടിയിടയിൽ ഒരു 'പുല്ലാനിവള്ളി' വെട്ടിയെടുത്തത്. കൈത്തണ്ട വണ്ണമുള്ള ഏകദേശം ഒരു മീറ്ററോളം നീളമുള്ള ഒരു കഷണം. രാഘവന്റെ വായ്ക്ക് മുകളിലായി അത് കുത്തനെ പിടിച്ചുനിന്നു. അല്പസമയത്തിനുള്ളിൽ നേർത്ത ധാരയായി പുല്ലാനി വള്ളിയിൽ നിന്നും വെള്ളം വരാൻ തുടങ്ങി. രാഘവൻ വെള്ളം കുടിച്ചു. ചുണ്ടുകൾ നനച്ചു. വെള്ളം വന്നുകൊണ്ടേയിരുന്നു. ഞങ്ങളും ആവശ്യത്തിന് വെള്ളം കുടിച്ചു.

കാട്ടിൽ മാത്രമല്ല നാട്ടിൻപുറങ്ങളിലും കണ്ടുവരുന്ന ഒരു Woody Climber ആണ് പുല്ലാനി. (ശാസ്ത്രനാമം: Calycopteris floribunda, Family: Combretaceae).

ഇതരസസ്യങ്ങളിൽ പടർന്നുകയറി വളരുന്ന പുല്ലാനിവള്ളികൾ പലപ്പോഴും ആതിഥേയസസ്യങ്ങളെ ധൃതരാഷ്ട്രാലിംഗനം പോലെ ഞെരിച്ചമർത്താറുണ്ട്. പുല്ലാനിയുടെ ആന്തരികകോശങ്ങളിൽ ധാരാളം വെള്ളം സംഭരിച്ചുവയ്ക്കാനാകും. പക്ഷേ പരമാവധി ഒറ്റവെട്ടിന് മുറിച്ചെടുക്കാൻ ആകണം. അല്ലെങ്കിൽ അപകടം മനസ്സിലാക്കുന്ന

ചെടി ആ ഭാഗത്തുനിന്നും വെള്ളം മുഴുവൻ പെട്ടെന്ന് വലിച്ചു മാറ്റും. സർവീസ് കാലത്തിനിടയിൽ പിന്നീട് അനിവാര്യ സന്ദർഭങ്ങളിൽ ദാഹമകറ്റാൻ പുല്ലാനിവള്ളിയെ ഒരുപാട് തവണ ആശ്രയിക്കേണ്ടി വന്നിട്ടുണ്ട്.

വെള്ളം കുടിച്ച് കുറച്ച് വിശ്രമിച്ചപ്പോൾ രാഘവൻ ഉഷാറായി. ഞങ്ങൾ വീണ്ടും നടന്നു. കാടിന്റെ ശുഷ്കസ്വഭാവത്തിൽനിന്നും കുറേക്കൂടി തെഴുത്ത പച്ചയിലേക്ക് പ്രവേശിച്ചു. പൊരിവെയിലത്തു നിന്നും എ.സി. റൂമിലേക്ക് പ്രവേശിച്ച പ്രതീതി. ഞങ്ങളുടെ ലക്ഷ്യം ഇനിയും ദൂരെയാണ്. വേനൽ ആയതിനാൽ അട്ട തീരെ ഇല്ലായിരുന്നു എന്നു പറയാം. മരുതും വേങ്ങയും ഈട്ടിയും വെന്തേക്കും നിറയെ വിത്തുകൾ പേറി പ്രതീക്ഷാനിർഭരമിഴികളോടെ വംശാവലിയുടെ തുടർച്ച സ്വപ്നം കണ്ട്, മഴക്കാലത്തിനായി തപം ചെയ്തു നിന്നു.

ചെറിയൊരു കുന്നുകയറി നിരപ്പിൽ എത്തിയപ്പോൾ ഞങ്ങൾ കുറേക്കൂടി ജാഗരൂകരായി. ഞങ്ങൾക്കു ലഭിച്ച രഹസ്യവിവരം അനുസരിച്ചാണെങ്കിൽ ഏകദേശം ലൊക്കേഷനിൽ ഞങ്ങൾ എത്തിക്കഴിഞ്ഞിരുന്നു. ജാഗ്രതയോടെ പരിസരം സൂക്ഷ്മമായി നിരീക്ഷിച്ചു വളരെ സാവധാനം ഞങ്ങൾ നടന്നു. പെട്ടെന്നാണ് ഞങ്ങളുടെ പ്രതീക്ഷകളെ തൊട്ടുണർത്തിക്കൊണ്ട് കുറച്ചു മുന്നിൽ ഇടതു ഭാഗത്തെ താഴ്‌വാരത്തുനിന്നും മരക്കൊമ്പ് ഒടിയുന്ന ശബ്ദം കേട്ടത്. അത്യധികമായ ഉത്കണ്ഠയോടെയും കരുതലോടെയും ശബ്ദം ലക്ഷ്യമാക്കി ഞങ്ങൾ വേഗം നീങ്ങി. ഇടതുഭാഗത്തെ കുന്നിൻചെരുവിലൂടെ അതിവേഗം ഇറങ്ങി താഴ്‌വാരത്തിലേക്ക് എത്തിയപ്പോൾ അതാ ഞങ്ങളെ നിരാശപ്പെടുത്തിക്കൊണ്ട് അഞ്ച് ആനകൾ. അവർ ശാന്തരായി നിന്ന് മരത്തലപ്പുകൾ ഒടിച്ചു തിന്നുന്ന ശബ്ദമാണ് ഞങ്ങൾ കേട്ടത്. കുറച്ചുനേരം അവരെ നോക്കി നിന്നു. തുടർന്ന് ആ പരിസരം മുഴുവൻ അരിച്ചുപെറുക്കി പരിശോധിച്ചു. ഞങ്ങൾക്ക് ലഭിച്ച രഹസ്യവിവരം ഒരു തെറ്റായ ഇൻഫോർമേഷൻ ആയിരുന്നു എന്ന് ബോധ്യമായി. ചിലപ്പോൾ അങ്ങനെയാണ്. വെറുതെ ഞങ്ങളെ ഒന്ന് കളിപ്പിക്കാൻ വേണ്ടിയും ഇത്തരം വ്യാജസന്ദേശങ്ങൾ ലഭിക്കാറുണ്ട്. ആ പരിസരത്തൊന്നും യാതൊരുവിധ കുറ്റകൃത്യങ്ങളും നടന്നതായി കണ്ടെത്താൻ കഴിഞ്ഞില്ല. അങ്ങനെ ലാഘവത്തോടെ, ഒട്ടും തിടുക്കപ്പെടാതെ ഞങ്ങൾ തിരിച്ചുനടക്കാൻ തുടങ്ങി. അശ്രദ്ധമായ ആ അലസഗമനം പക്ഷേ അല്പസമയത്തിനുള്ളിൽ ഞങ്ങളെ കാത്തിരിക്കുന്ന ഭീകരമായ ഒരു അപകടത്തിലേക്കായിരുന്നു വഴി നടത്തിയത്.

താഴ്‌വാരത്തിൽ നിന്നും കുന്നിൻനിരപ്പിലെ വഴിയിലേക്കെത്താനായി ഞങ്ങൾ നടക്കുകയായിരുന്നു. മുന്നിൽ ഒരു കൂറ്റൻ ചീനിമരം നിൽപ്പുണ്ട്. ചീനിമരങ്ങൾ ഭീമാകാരങ്ങളായി വളരുന്നതിനാൽ കാറ്റിൽ കടപുഴകി വീഴാതിരിക്കാൻ അടിഭാഗം വിസ്തൃതമായി പടർന്നാണ് നിൽക്കുക. മരത്തിന്റെ അടിഭാഗം വേരിനോട് ചേർന്ന് സ്റ്റേ വയറുകൾപോലെ നാലു ഭാഗത്തേക്കും ആയി വിരിഞ്ഞ് പടർന്നു കിടക്കും. വീതികൂടിയ കടഭാഗത്തെ ഇത്തരം ഘടനകളെ 'വില്ലി' (Buttresses) എന്നാണ് വിളിക്കുന്നത്. വില്ലികൾ മരത്തിന് അത്യധികമായ നിൽപ്പുബലം നൽകും. പടുകൂറ്റൻ ചീനിമരങ്ങളുടെ രണ്ടു വില്ലികൾക്കിടയിൽ ഞങ്ങൾ പലപ്പോഴും താൽക്കാലിക ഷെഡ്ഡുകൾപോലും വെച്ചിട്ടുണ്ട്. ഞങ്ങൾക്കു മുന്നിൽ കണ്ട ചീനിമരത്തിന്റെ കടഭാഗത്തുനിന്നും നീണ്ടുവളർന്ന് മണ്ണിന് മുകൾഭാഗത്തായി അല്പം ഉയർന്നു കണ്ട വേരിനു മുകളിലൂടെ ഞാൻ കാൽ കവച്ചുവെച്ചു. എന്റെ ഷൂവിന്റെ അടിഭാഗം അശ്രദ്ധമായി വേരിന് മുകളിൽ തട്ടി. പെട്ടെന്നാണ് അത് സംഭവിച്ചത്. കൊടുങ്കാറ്റുപോലെ ചീറി വന്ന അസ്ത്രങ്ങൾ ദേഹത്തു തറച്ചു. അസഹ്യമായ പൊള്ളുന്ന വേദന. എന്താണ് സംഭവിക്കുന്നത് എന്ന് പെട്ടെന്ന് മനസ്സിലായില്ല.

''കൊളവി, കൊളവി... ഓടിക്കോ'' എന്ന് മൊയ്തീൻകുട്ടി അലറി പറയുന്നുണ്ടായിരുന്നു. ഞങ്ങൾ എല്ലാവരും പരിഭ്രാന്തരായി ഓടി. എന്റെ മുഖത്തും കഴുത്തിലും പുറത്തും വയറിലും കൈത്തണ്ടയിലും കാലിലും തലയിലും ഒക്കെ കൊളവികൾ (കാട്ടുകടന്നൽ) ആഞ്ഞുകുത്തി. മറ്റുള്ളവരെ പക്ഷേ, കാര്യമായി ആക്രമിച്ചില്ല. സാമാന്യം കട്ടിയുള്ള കാക്കി യൂണിഫോം തുളച്ചും കൊളവികൾ കുത്തി തറഞ്ഞു. ശരീരം മുഴുവൻ പൊള്ളുന്ന വേദന. എങ്ങോട്ടെന്നില്ലാതെ ഭ്രാന്തമായി ഞങ്ങൾ ഓടി. മേഞ്ഞുനിന്നിരുന്ന ആനക്കൂട്ടത്തിന് നേർക്കാണ് ഞങ്ങൾ ഓടുന്നതെന്ന് ഓർത്തെടുക്കാൻ ഉള്ള സാമാന്യയുക്തിപോലും നഷ്ടമായ പൊള്ളിയാർത്ത നിമിഷങ്ങൾ.

ഞങ്ങളുടെ ആക്രോശങ്ങളും ലക്കുകെട്ട പാച്ചിലും കണ്ട് ഭയചകിതരായി ആനകൾ വിരണ്ടോടി. ഏറെ വേഗത്തിൽ ഏറ്റവും മുന്നിൽ ആണ് ഞാൻ ഓടിയത്. കടന്നലുകൾ എന്നെ പൊതിഞ്ഞ് എന്നോടൊപ്പം പറന്നു. താഴെ തോട്ടിലെ വെള്ളം കെട്ടി കിടക്കുന്ന കയത്തിലേക്ക് ഞാൻ എടുത്തുചാടി. ചാടുക അല്ല ശരിക്കും വീഴുകയാണ് ഉണ്ടായത്. ദേഹം മുഴുവൻ ആസിഡ് വീണാൽ എന്ന പോലെ നീറി. വെള്ളത്തിൽ മുങ്ങിയപ്പോൾ ദേഹത്ത് പറ്റിപ്പിടിച്ചിരുന്ന കടന്നലുകൾ പിടിവിട്ട് പറന്നുയർന്നു. ഞാൻ തലയുയർത്തി പൊങ്ങി

വന്നു. പക്ഷേ കടന്നലുകൾ തലയ്ക്ക് ചുറ്റും വട്ടമിട്ട് പറക്കുന്നുണ്ടായിരുന്നു. വീണ്ടും കുത്തി. വീണ്ടും മുങ്ങി. തലയുയർത്തിയും മുങ്ങിയും വീണ്ടുമുയർന്നും മുങ്ങിയും കുറച്ചുനേരം തുടർന്നു. എന്റെ സഹപ്രവർത്തകർ ഓടിവരുന്നുണ്ടായിരുന്നു.

ഓർമ്മ വരുമ്പോൾ ഞാൻ തോടിന്റെ കരയിലെ മണൽത്തിട്ടയിൽ കിടക്കുകയായിരുന്നു. ഏതോ മുങ്ങലിൽ എന്റെ ബോധം നഷ്ടപ്പെട്ടിരുന്നു. അവരാണ് എന്നെ വലിച്ചു കയറ്റിയത്. കുറച്ച് വെള്ളം കുടിച്ചിരുന്നു. കാട്ടുകടന്നലുകൾ അപ്പോഴേക്കും പോയിക്കഴിഞ്ഞിരുന്നു.

അപ്പോഴും എന്താണ് സംഭവിച്ചത് എന്ന് വ്യക്തമായി ഓർത്തെടുക്കാൻ എനിക്ക് കഴിഞ്ഞില്ല. മൊയ്തീൻകുട്ടി ആണ് പറഞ്ഞത്. ‘‘ചീനിവേരിനു മുകളിൽ കൊളവിക്കൂട് ഉണ്ടായിരുന്നു. സാറിന്റെ ഷൂ അതിലാണ് തട്ടിയത്.’’ നടന്ന സംഭവങ്ങൾ ഓർത്തെടുക്കുവാൻ ഞാൻ ശ്രമിച്ചു. ചീനിവേരിനു മുകളിലൂടെ കാലെടുത്തു വെക്കുന്നതും ഷൂവിന്റെ അടിഭാഗം വേരിൽ തട്ടുന്നതും ഓർമ്മവന്നു. കാട്ടുകടന്നൽകൂടിനും ചീനിവേരിനും വെള്ള കലർന്ന ചാരനിറമാണ്. വേരിൽ കാട്ടുകടന്നൽകൂട് ഉണ്ടായിരുന്നു എന്ന് ഒറ്റനോട്ടത്തിൽ തിരിച്ചറിയാൻ കഴിയുമായിരുന്നില്ല. അതാണ് സംഭവിച്ചത്.

‘‘ഞങ്ങൾ എത്തുമ്പോഴേക്കും സാറിന്റെ ബോധം പോയിരുന്നു. കുറച്ചുകൂടി താമസിച്ചിരുന്നു എങ്കിൽ...’’ മുഴുമിപ്പിക്കാതെ സദാശിവൻ നിർത്തി.

ശരീരത്തിന്റെ ഓരോ രോമകൂപങ്ങളിൽനിന്നും കഠിനമായ വേദനയുടെ ലാവ പൊട്ടിയൊഴുകി. ജനവാസകേന്ദ്രത്തിലേക്ക് എത്താൻ ഞങ്ങൾക്ക് അഞ്ച്-ആറ് കിലോമീറ്റർ നടക്കണമായിരുന്നു. അപ്പോഴേക്കും എന്റെ ദേഹം നീരുവന്നു വീർക്കാൻ തുടങ്ങിയിരുന്നു. കുത്തേറ്റ പലയിടങ്ങളിലും നീലനിറമാർന്ന കരുവാളിപ്പുകൾ പടർന്നു. സഹിക്കാനാകാത്ത വേദന. അവർ താങ്ങിപ്പിടിച്ചും നടന്നും ഇടറിയും ബോധാബോധങ്ങളുടെ ഇടയ്ക്കുള്ള നൂൽപ്പാലത്തിലൂടെ ഇഴഞ്ഞും ഒരുപാട് സമയം എടുത്താണ് ഞങ്ങൾ കാടിനു പുറത്തെത്തിയത്. കൺതടങ്ങളിൽ കുത്തേറ്റ് നീരുവന്നു വീർത്തതിനാൽ എന്റെ കാഴ്ച ഒട്ടുമുക്കാലും തടസ്സപ്പെട്ടിരുന്നു. വേദനയുടെ സഹനസീമകൾ ലംഘിക്കുന്ന വേളയിൽ പലപ്പോഴും ബോധം മറഞ്ഞു. ഏതൊക്കെയോ വണ്ടിയിൽ കയറ്റി ഏറെനേരം യാത്ര ചെയ്ത് ആശുപത്രിയിൽ എത്തുമ്പോഴേക്കും അർദ്ധബോധാവസ്ഥയിലായിരുന്നു. ഒരുപാട് മണിക്കൂറുകൾ നീണ്ട ശ്രമകരമായ ദൗത്യത്തിലൂടെ ഡോക്ടർമാർ എന്റെ ദേഹത്തുനിന്നും കടന്നൽമുള്ളുകൾ പറിച്ചെടുത്തു.

‘‘കടന്നൽക്കുത്ത് മാരകമായിരുന്നെന്നും ഇത്തരം കുത്തേറ്റാൽ ചിലപ്പോൾ ഹൃദയസ്തംഭനം സംഭവിച്ചേക്കാമെന്നും’’ ഡോക്ടർമാർ അറിയിച്ചിരുന്നു. എന്തോ അത്തരം ദുരന്തം വഴിമാറി നിന്നു. ഒരാഴ്ചയ്ക്ക് ശേഷമാണ് ഞാൻ ഒട്ടൊരു നോർമൽ അവസ്ഥയിലേക്ക് തിരിച്ചെത്തിയത്.

***

ദേഹമാസകലം നീരുവന്നു വീർത്ത് കൊടിയ വേദനയിൽ പുളഞ്ഞു കിടക്കുമ്പോൾ, ഇക്കാലമത്രയും വായിച്ച നോവലുകളിൽ ഹൃദയത്തോട് ഏറ്റവും ചേർത്തുപിടിക്കുന്ന എഥൽ ലിലിയൻ വോയ്നിച്ചിന്റെ ‘കാട്ടുകടന്നൽ’ (Gadf ly) ഓർമ്മയിലേക്ക് ഇരച്ചു വന്നു. ഒളിവിടങ്ങളിൽനിന്നും കൊടുങ്കാറ്റുപോലെ ഇരമ്പി വന്ന് അധികാരി വർഗ്ഗത്തിന്റെ തുടുതുടുത്ത മൃദുമേനികളിൽ ആഞ്ഞ് കുത്തി പറന്ന കലുന്ന ആർതർ എന്ന കാട്ടുകടന്നൽ ഏൽപ്പിച്ച പ്രഹരം എത്രയായിരിക്കുമെന്ന് വെറുതെ സങ്കൽപ്പിച്ചു കിടന്നു.

■

പിറപ്പ്

കാർട്ടേഴ്സിന്റെ വാതിലിൽ അതിശക്തിയായി മുട്ടുന്ന ശബ്ദം കേട്ടാണ് ഉറക്കത്തിലേക്ക് ആഴ്ന്നിറങ്ങുകയായിരുന്ന ഞാൻ ഞെട്ടിയുണർന്നത്. സമയം രാത്രി പതിനൊന്ന് മണിയോടടുത്തിരുന്നു. ഓടിയോടി വലഞ്ഞ് വശംകെട്ട ഒരു ദിവസത്തിന്റെ അറുതിയിൽ തളർന്ന് ഉറങ്ങാൻ കിടന്നതേയുള്ളൂ. അംബേദ്കർ ജയന്തിയുടെ നൂറാംവാർഷികത്തിന്റെ ഭാഗമായി ജില്ലാ കളക്ടറുടേയും പരിവാരങ്ങളുടേയും 'കരിമ്പാറക്കുത്ത്' ആദിവാസിക്കോളനി സന്ദർശനത്തിന്റെ ഭാഗമായുള്ള നെട്ടോട്ടമായിരുന്നു. ആദിവാസി വികസന വകുപ്പ് ഉണ്ടെങ്കിലും ഇത്തരം കാര്യങ്ങൾ വനംവകുപ്പുകാരായ ഞങ്ങളെയാണ് ചുമതലപ്പെടുത്താറുള്ളത്. ഉന്നത ഉദ്യോഗസ്ഥരുടേയും ജനപ്രതിനിധികളുടേയും ആദിവാസിക്കോളനി സന്ദർശനം പലപ്പോഴും വാഹനം എത്തിപ്പെടുന്ന കോളനികളിലേക്കു മാത്രമായി പരിമിതപ്പെടാറുണ്ട്. അത്തരം കോളനികളിൽ മാത്രമാണ് വികസനത്തിന്റെ വെള്ളിവെളിച്ചവും കടന്നു ചെല്ലാറുള്ളത്. 'കരിമ്പാറക്കുത്ത്' കോളനി അങ്ങനെ ഭാഗ്യം കിട്ടിയ ഒന്നായിരുന്നു. ഉൾവനത്തിൽ ഉണ്ടായിരുന്ന ഇതരകോളനികളിലെ അവസ്ഥ പക്ഷേ, തികച്ചും പരിതാപകരം തന്നെയായിരുന്നു. കുറച്ച് റേഷൻകാർഡുകൾ, കുറച്ച് സൗജന്യങ്ങൾ, നല്ല ഭക്ഷണം, കുറെ വാഗ്ദാനങ്ങൾ - പതിവ് പരിപാടികളോടെ എല്ലാം ഗംഭീരമായി തന്നെ നടന്നു.

എല്ലാം കഴിഞ്ഞ് വന്ന് കട്ടിലിലേക്ക് ശരിക്കും വീഴുകതന്നെയായിരുന്നു. അപ്പോഴാണ്...

ആരാണ് ഈ അസമയത്ത്? ഉള്ളിൽ നുരപൊന്തിയ ദേഷ്യം പണിപ്പെട്ടമർത്തി വാതിൽ തുറന്നു. 'മലയംപ്പെട്ടി' കോളനിയിലെ മൂപ്പൻ കാഞ്ചിയപ്പനും അനന്തരവൻ ചിന്നനും. നീരസം അത്ഭുതത്തിനും ആശങ്കയ്ക്കും വഴിമാറി. തക്കതായ കാരണമില്ലാതെ അവർ ഈ സമയത്ത് ഇവിടെവരില്ല.

''എന്ത് പറ്റി മൂപ്പാ?''

''ചാറെ ചിന്നന്റെ പൊണ്ണിന് പേറ്റു നോവ്, ഡാക്കിട്ടറെ കൊണ്ടോണം.''

ഞാൻ ഞെട്ടിപ്പോയി. എന്ത് അസംബന്ധമാണിവർ പറയുന്നത്. മലയംപ്പെട്ടി കോളനി പത്തു കിലോമീറ്ററോളം ദൂരെ കൊടും കാട്ടിനകത്താണ്. റോഡില്ല, നടക്കുകയല്ലാതെ എത്തിപ്പെടാൻ മറ്റ് മാർഗങ്ങൾ ഇല്ല. ഈ സമയത്ത് ഡോക്ടറെ അവിടേക്ക് കൊണ്ടുപോകുക എന്നത് ചിന്തിക്കാൻ പോലുമാകില്ല. തെല്ലൊരു അവിശ്വസനീയതയോടെ ചിന്നനോട് തിരക്കി.

''ചിന്നാ, ഇപ്പോൾ എന്താ പ്രശ്നം?''

''സാറേ, ചോര വരുന്നുണ്ട്. ഉടൻ ഡോട്ടറെ കൊണ്ടുപോണം.''

കരച്ചിലിന്റെ വക്കോളമെത്തിയ ചിന്നന്റെ വാക്കുകളിൽ ദൈന്യം തുളുമ്പി നിന്നു.

ചിന്നൻ മലയംപ്പെട്ടികോളനിയിലെ ഉശിരനായ ചെറുപ്പക്കാരനാണ്. പുതുതലമുറയെ മദ്യത്തിന്റെയും കഞ്ചാവിന്റെയും പിടിയിൽ നിന്നും മോചിപ്പിക്കുവാൻ ഞങ്ങളുടെ കൂടെ നിന്ന് പ്രവർത്തിക്കുന്നവൻ. അടിച്ചിലിതൊട്ടിയിലെ സുന്ദരിപ്പെണ്ണ് മല്ലിയെയാണ് ചിന്നൻ വേട്ടത്. കന്നിപ്രസവമാണ്.

ഓഫീസിനടുത്ത് തന്നെയുള്ള പ്രാഥമികാരോഗ്യകേന്ദ്രത്തിലെ ഡോക്ടർ സുരേഷും ഞാനും പ്രീഡിഗ്രി വരെ ഒരുമിച്ച് പഠിച്ചവരും അടുത്ത സുഹൃത്തുക്കളുമാണ്. സുരേഷിന്റെ നേതൃത്വത്തിൽ ഒരു മാസം മുമ്പ് മലയംപ്പെട്ടി കോളനിയിൽ ഒരു മെഡിക്കൽ ക്യാമ്പ് നടത്തിയിരുന്നു. ക്യാമ്പ് ഗംഭീര വിജയമായിരുന്നു. ഞാനും ഡോ. സുരേഷും തമ്മിലുള്ള അടുപ്പം അവർക്കറിയാം. അതാണ് അസമയത്തുള്ള ഈ വരവിന്റെയും അപേക്ഷയുടേയും പിന്നിലുള്ള ചേതോവികാരം.

ഞാൻ ആകെ ആശയക്കുഴപ്പത്തിലായി. ഈ സമയത്ത് ഡോക്ടറെയുംകൊണ്ട് മലയംപ്പെട്ടി കോളനിയിലേക്ക് എങ്ങനെ പോകാൻ? ആനയും കടുവയും പുലിയും കാട്ടുപോത്തും കരടിയും പാമ്പുകളും എല്ലാമുള്ള നിബിഡവനം. ഈ നട്ടപ്പാതിരായ്ക്ക് അതിലൂടെ മൂന്ന് മണിക്കൂറോളം സമയം നടന്ന്....

ഡോ. സുരേഷിന് കാടെന്നാൽ ജീവനാണ്. പോസ്റ്റ് ചെയ്താൽ പോലും സാധാരണ ആരും വരാത്ത ഈ കാട്ടുമുക്കിലേക്ക് സുരേഷ് പ്രത്യേകം ചോദിച്ച് വാങ്ങി വന്നതാണ്. ഇതിനോടകംതന്നെ എന്റെ

കൂടെ ഒരുപാട് ഇടങ്ങളിൽ വന്നിട്ടുണ്ട്. പക്ഷേ ഈ സമയത്ത്, അതൊരു കടന്നകയ്യാണ്.

''മൂപ്പാ, നേരം വെളുത്തിട്ട് പോയാൽ പോരെ?''

''ചോര കൊറെ പോയി സാറേ.''

ചിന്നനാണ് മറുപടി പറഞ്ഞത്. കടുത്ത വേദനയും പ്രതീക്ഷയും യാചനയും മുറ്റി നിന്ന ചിന്നന്റെ വാക്കുകൾ മനസ്സിൽ തീ കോരി യിട്ടു. ഈ കൊടുങ്കാട്ടിലൂടെ കുറ്റാകൂരിരുട്ടത്ത് ഇത്ര ദൂരം താണ്ടി ഇവർ ഇവിടെ എത്തിയിരിക്കുന്നത് ഒരുപാട് പ്രതീക്ഷകളോടെയാണ്. ചിന്നന്റെ കണ്ണുകളിലെ തീ തിളക്കം കണ്ടില്ലെന്ന് നടിക്കാനാകില്ല. പിന്നെ ഒന്നും ആലോചിച്ചില്ല. പെട്ടെന്നുതന്നെ ഞാൻ തയ്യാറായി. മൂപ്പനോടും ചിന്നനോടുമൊത്ത് സുരേഷിന്റെ ക്വാർട്ടേഴ്സിൽ പോയി. ഹെൽത്ത് സെന്ററും ക്വാർട്ടേഴ്സും തൊട്ടു തന്നെയായിരുന്നു. വിളിച്ചുണർത്തി കാര്യം പറഞ്ഞപ്പോൾ സുരേഷ് ആദ്യം അന്തംവിട്ട് പോയി. ഉടൻതന്നെ തന്റെ സ്വതസിദ്ധമായ ഊർജ്ജസ്വലതയോടെ ചിരിച്ചുകൊണ്ട് പറഞ്ഞു.

''ഓക്കെ നമുക്ക് പോകാം. കുറെ നാളായി രാത്രി കാട്ടിലൂടെ നടക്കണം എന്ന് വിചാരിച്ചിട്ട്.''

പിന്നെയെല്ലാം വളരെ പെട്ടെന്നായിരുന്നു. അത്യാവശ്യമുള്ള മരുന്നുകളും പഞ്ഞിയും സിറിഞ്ചുമെല്ലാം സുരേഷ് ഒരു ബാഗി ലാക്കിയെടുത്തു. നേരെ പുഴക്കടവിലേക്ക്. പുഴയ്ക്കക്കരെയാണ് കാട്. കടവിൽ തോണിക്കാരൻ കൃഷ്ണേട്ടൻ ഞങ്ങളെ കാത്തുനി ന്നിരുന്നു. ചുണ്ടിൽ എരിഞ്ഞുകൊണ്ടിരുന്ന മുറിബീഡി വലിച്ചെറിഞ്ഞ്, ഭവ്യതയോടെ തലേക്കെട്ടഴിച്ച് നരച്ച താടിയൊന്ന് തുടച്ച് ചെറു ചിരിയോടെ കൃഷ്ണേട്ടൻ പറഞ്ഞു.

''മൂപ്പൻ വന്ന് വിളിച്ചാൽ സാറന്മാര് വരുമെന്ന് അറിയാമായി രുന്നു.''

പുഴക്കടവിലല്ലാതെ കൃഷ്ണേട്ടനെ മറ്റൊരിടത്തും ഇതുവരെ കണ്ടിട്ടില്ല. ഏത് പാതിരായ്ക്കും അയാൾ അവിടെ ഉണ്ടാകും. പെണ്ണും കുട്ടികളും ഇല്ലാത്ത കൃഷ്ണേട്ടന്റെ ലോകം പുഴതന്നെയായിരുന്നു. ഏകാന്തമായ രാത്രികളിൽ പലപ്പോഴും പുഴക്കടവിൽ ഇരുന്ന് മീനുകളോട് സംസാരിക്കുന്നത് കാണാം. മലമുഴക്കികളോടും മരം കൊത്തികളോടും കുയിലിനോടും ഉപ്പനോടും ശലഭങ്ങളോടും ഒക്കെ സംസാരിക്കാൻ പ്രത്യേകം പ്രത്യേകം ഭാഷയും ശൈലിയും കൃഷ്ണേട്ടനുണ്ടായിരുന്നു. പലരും അയാളെ കിറുക്കനെന്നു വിളിച്ചു. കൃഷ്ണേട്ടൻ ആരോടും കടത്തുകൂലി ചോദിച്ചിരുന്നില്ല. ആളുകൾ

ചില്ലറത്തുട്ടുകൾ വഞ്ചിത്തലയ്ക്കൽ വെച്ച് പോകും. എല്ലാവരെയും നോക്കി നിഷ്കളങ്കമായി ചിരിക്കുന്ന ആ മനുഷ്യൻ കിളികളോടും മീനുകളോടും കാട്ടുപൂക്കളോടും കാറ്റിനോടും കഥ പറഞ്ഞ് കഥ പറഞ്ഞ് മറ്റൊരു പുഴയായി ഒഴുകി.

അക്കരെ എത്തിയപ്പോൾ കൃഷ്ണേട്ടൻ ചിരിച്ചുകൊണ്ട് പറഞ്ഞു. ''ഞാൻ കടവിൽ തന്നെ ഉണ്ടാകും. എപ്പോൾ വന്നാലും ഒന്ന് കൂക്കിയാൽ മതി.''

കൃഷ്ണേട്ടനോട് യാത്ര പറഞ്ഞ് കാട്ടിലേക്കിറങ്ങി. കൂരിരുട്ട്. എന്റെ മൂന്ന് സെല്ലിന്റെ ടോർച്ചിനും ഇരുട്ടിനെ പൂർണ്ണമായി കീറി മുറിക്കാനായില്ല. പുഴവക്കിലെ ചീനി മരച്ചുവട്ടിൽ ചാരി വച്ചിരുന്ന പാതി കത്തിയ ചൂട്ടെടുത്ത് മൂപ്പൻ തീ കൊളുത്തി. നാല് ചൂട്ടുകൾ ഉണ്ടായിരുന്നു. എല്ലാ തയ്യാറെടുപ്പുകളുമായാണ് അവർ വന്നിരുന്നത്. ചൂട്ടും പിടിച്ച് കാഞ്ചിയപ്പൻ മുന്നിൽ നടന്നു. ചിന്നനും സുരേഷും ഏറ്റവും പിന്നിലായി ഞാനും. വശങ്ങളിലേക്കും ഇടയ്ക്കൊക്കെ പിന്നിലേക്കും ഞാൻ ടോർച്ച് തെളിച്ചു. വെട്ടം വീഴുന്നതിനപ്പുറം കാട് നിഗൂഢമായി ഇരുണ്ട് നിന്നു.

ഇരുട്ട് വീണ കാട് മറ്റൊരു ലോകമാണ്. പകൽ കാഴ്ചകളിലെ പരിചിത ഇടങ്ങൾപോലും രാത്രിയിൽ ഭീതിദമായ മൃഗരൂപങ്ങളായി പരിണമിക്കും. പലകുറി കണ്ട കരിമ്പാറ, മറഞ്ഞിരിക്കുന്ന ആനയാകും. കാറ്റിലിളകുന്ന ഈറ്റത്തലപ്പുകൾ തുമ്പിക്കൈ ആകും. മിന്നാമിനുങ്ങുകൾ പുലിക്കണ്ണാകും, മുളംകൂട്ടം ചുറ്റി വരുന്ന കാറ്റ് മൂർഖന്റെ ചീറ്റലാകും. ഏത് രാപക്ഷിപ്പാട്ടും നെടുലാന്റെ ശാപവചനങ്ങളാകും.

പുഴയിറമ്പിൽ നിന്നുമുള്ള ചെറിയ കയറ്റം കയറി ഞങ്ങൾ മുന്നോട്ട് നടന്നു. നനഞ്ഞു കിടന്ന മണ്ണിൽ അട്ടകൾ പുളയ്ക്കുന്നുണ്ടാകും. ഈ രാത്രിയിൽ അത് അവഗണിക്കുകയല്ലാതെ തരമില്ല. ചിരപരിചിതമായ വഴികളാണെങ്കിലും ഓരോ തിരിവിലും അപരിചിതമായ ഏതോ ഒരപകടം പതിയിരിക്കുന്നതായി അനുഭവപ്പെട്ടു. ഏതു പ്രതിസന്ധിയിലും തരിമ്പും കുലുങ്ങാത്ത വികാരരഹിതമായ ഒരു നിസ്സംഗഭാവം കാഞ്ചിയപ്പന്റെ മുഖമുദ്രയായിരുന്നു. കാഞ്ചിയപ്പൻ ഒരു ടിപ്പിക്കൽ മുതുവാൻ മൂപ്പനാണ്. പിരിച്ചെടുത്ത ചുവന്ന നീളൻ മുണ്ട് കൊണ്ടുള്ള തലേക്കെട്ട്, ദേഹത്തോട് ഒട്ടിക്കിടക്കുന്ന ഫുൾക്കൈ ഷർട്ട്, വലിയകള്ളികളുള്ള എപ്പോഴും മടക്കിക്കുത്തിയ മുണ്ട്, വലതു തോളിൽനിന്നും ശരീരത്തിന് കുറുകെ ഇടതു ഭാഗത്തേക്ക് ക്രോസ് ബെൽറ്റ് പോലെയിട്ട തുണിസഞ്ചി, കടുക്കനിട്ട കാതുകൾ, സദാസമയം മുറുക്കി ചുവപ്പിച്ച വായ്, നരച്ച താടി, സാമാന്യം

നീളമുള്ള കടുപ്പമേറിയ ഊന്നുവടി, ആരോഗ്യം തുളുമ്പുന്ന ശരീരം, തിളക്കമേറിയ കണ്ണുകൾ, ചീർത്തിരിക്കുന്ന മടിശ്ശീലയിൽ തിരുകി വെച്ച പുകയില തുണ്ടുകൾ... മുതുവാൻ പാരമ്പര്യത്തിന്റെ എല്ലാ ആസ്ഥാന രൂപവിശേഷങ്ങളും കാഞ്ചിയപ്പനിൽ തുളുമ്പി നിന്നു.

ഇരുൾക്കാട് താണ്ടി പുന്നനിരപ്പിൽ എത്തിയപ്പോൾ ഭയന്നിരുന്നതുപോലെതന്നെ അതാ കൺമുൻപിൽ വഴി തടഞ്ഞ് ആനകൾ.! പുന്നനിരപ്പിൽ പകൽ സമയത്തുപോലും ആനകൾ പതിവായിരുന്നതിനാൽ ഞങ്ങൾ അത് പ്രതീക്ഷിച്ചിരുന്നതാണെങ്കിലും ചൂട്ടിന്റെ വെളിച്ചത്തിൽ പാതിമറഞ്ഞ നിഴൽരൂപങ്ങളായി കണ്ട കരിവീരന്മാർ മനസ്സിൽ വല്ലാത്ത ഭീതിയുണർത്തി. മറഞ്ഞ കാഴ്ചകൾ തെളിവാർന്ന കാഴ്ചകളേക്കാൾ ഭീകരമാണെന്ന് അനുഭവിച്ചറിയുകയായിരുന്നു. സുരേഷിന്റെ മുഖത്തേക്ക് ഞാൻ പാളി നോക്കി. ഭീതിയും കൗതുകവും കലർന്ന ഉത്കണ്ഠ നിറഞ്ഞ ഒരു ഭാവം അവിടെ തളം കെട്ടി.

ഭാവഭേദമേതുമില്ലാതെ കണ്ണെടുക്കാതെനിന്ന് ചിന്നൻ ആനകളുടെ ചലനത്തിൽ ശ്രദ്ധയൂന്നി. ഒരു പത്തുപന്ത്രണ്ടെണ്ണം കാണണം. ഇരുളിൻമറവിൽ കാഴ്ച പൂർണ്ണമായിരുന്നില്ല. വഴിമാറാതെ നിന്ന ആനക്കൂട്ടത്തിന്റെ സംഘനേതാവ് മുഴുത്ത പിടി അല്പം മുന്നിലേക്ക് വന്ന് അതിവേഗം തലകുലുക്കി ചെവിയാട്ടിക്കൊണ്ട് അത്യുച്ചത്തിൽ ചീറി തുമ്പിക്കൈ ചുരുട്ടി അതിശക്തിയായി നിലത്തടിച്ച് ഭീകരാന്തരീക്ഷം ഉണ്ടാക്കി. അചഞ്ചലനായി നിന്ന കാഞ്ചിയപ്പൻ ഊന്നുവടി ചിന്നന് കൈമാറി. കത്തുന്ന ചൂട്ട് ഇടംകൈയിലേക്ക് മാറ്റി ഉയർത്തി പിടിച്ചു. തുണിസഞ്ചിയിൽനിന്നും തെള്ളിപ്പൊടിയെടുത്ത് കത്തുന്ന ചൂട്ടിന്റെ തലപ്പിലേക്ക് വാരിയെറിഞ്ഞു. ആളിക്കത്തിയ ചൂട്ടുവെളിച്ചത്തിൽ തലേക്കെട്ടും നരച്ച താടിയിലേക്ക് ഒലിച്ചിറങ്ങിയ കടുംചുവപ്പാർന്ന മുറുക്കാൻ ചാറും കത്തുന്ന കണ്ണുകളുമെല്ലാം ചേർന്ന് ആകെ ചുവന്നു നിന്ന കാഞ്ചിയപ്പൻ ബാധയൊഴിപ്പിക്കുന്ന ഏതോ മന്ത്രവാദിയെപ്പോലെ രൗദ്രം പൂണ്ടുനിന്നു. മൂപ്പന്റെ കണ്ഠനാളത്തിന്റെ ആഗാധമായ ആഴങ്ങളിൽനിന്നും മേഘഗർജ്ജനംപോലൊരു വല്ലാത്ത ശബ്ദം അവിടെ മുഴങ്ങി. പരിചിതമായ ശബ്ദത്തിലെ സൗഹൃദ ഭാവം തിരിച്ചറിഞ്ഞതുപോലെ ആനക്കൂട്ടം മെല്ലെ നിരപ്പ് വിട്ട് ഇടത്തോട്ടിറങ്ങി കാടിന്റെ ഇരുളിൽ മറഞ്ഞു. ആശ്വാസത്തിന്റെ നെടുവീർപ്പുതിർത്ത് ഞങ്ങൾ നടത്തം തുടർന്നു.

ആനപ്പേടി മാറി മനസ്സ് ശാന്തമായിരുന്നു. സമയം ഒരുമണിയോടടുത്തിരുന്നു. കടുത്ത ഇരുട്ട് മാറി നിലാവ് പരക്കാൻ തുടങ്ങിയിരുന്നു. മേഘപടലങ്ങൾ ഒഴുകിമാറി തെളിഞ്ഞ ആകാശത്ത് നക്ഷത്രക്കുഞ്ഞുങ്ങൾ ചിരിച്ചു നിന്നു. ഇലച്ചാർത്തുകൾക്കിടയിലൂടെ

താഴേക്ക് പതിച്ച നിലാക്കീറുകൾ മണ്ണിലും ആകാശക്കാഴ്ചയൊരുക്കി. മങ്ങിയ നിലാവെളിച്ചത്തിൽ നിശ്ചലരായി നിന്ന വന്മരങ്ങൾ കൈകൂപ്പി ആകാശത്തോട് പ്രാർത്ഥിച്ചു യോഗനിദ്ര പൂണ്ടു. തങ്ങളിൽ നിക്ഷിപ്തമായ കടമ നിർവ്വഹിക്കുംപോലെ കൃത്യമായ ഇടവേളകളിൽ രാച്ചുക്കുകൾ നീട്ടി മൂളി. അകലെ മലയംപ്പെട്ടി കുന്നിനു താഴെ ശാന്തമായൊഴുകുന്ന മുതിരപ്പുഴയുടെ അടക്കം പറച്ചിലുകൾ ഒരു താരാട്ടുപോലെ കാതിൽ വന്ന് തലോടി. അനിർവചനീയവും മാസ്മരികവുമായ ഈ മായക്കാഴ്ചകൾ ഒരുതരം ഉന്മാദാവസ്ഥയിലൂടെ ഞങ്ങളെ മെല്ലെ മെല്ലെ ഒഴുക്കികൊണ്ടുപോയി.

ഈട്ടിക്കുന്നിറങ്ങി കൊടുംവളവ് തിരിഞ്ഞപ്പോൾ അകലെ മലമുകളിൽ മലയംപ്പെട്ടി കോളനിയിലെ വെളിച്ചപ്പൊട്ട് കണ്ടു. അധികം താമസിയാതെ ഞങ്ങൾ കുടിയിലേക്കുള്ള അവസാന കയറ്റവും കയറി. കോളനിയുടെ അതിരിലൂടെ ഒഴുകുന്ന കൈത്തോടും കടന്ന് കുടിയിൽ എത്തി. സമൃദ്ധമായി ലഭിക്കുന്ന ഈറ്റകൾകൊണ്ടാണ് മുതുവാക്കുടിലുകൾ കെട്ടിയുണ്ടാക്കുന്നത്. നീളമേറിയ ഈറ്റയിലകൾ നിരനിരയായി കോർത്തുവെച്ച് ഉണ്ടാക്കുന്ന കുടിലുകൾ ഒരു മനോഹര കലാസൃഷ്ടിതന്നെയാണ്.

ചിന്നന്റെ കുടിലിനുചുറ്റും കോളനിയിലെ മിക്കവാറും എല്ലാവരും തന്നെയുണ്ടായിരുന്നു. കുടിലിനകത്തുനിന്നും മല്ലിയുടെ ദീനതയാർന്ന തേങ്ങലുകൾ ഉയർന്നു കേൾക്കാമായിരുന്നു. ഡോക്ടറും ചിന്നനുംകൂടി കുടിലിനകത്തേക്ക് കയറാൻ തയ്യാറെടുത്തു. പെട്ടെന്ന് അവിടെ കൂടിനിന്നിരുന്ന മുതുവാസ്ത്രീകൾ കുടിലിന്റെ മറവിലേക്ക് ഓടി മാറി. രണ്ട് മൂന്ന് പാട്ടികൾ (പ്രായം ചെന്ന മുതുവാസ്ത്രീകൾ) ഡോക്ടറെ തടഞ്ഞു. അവർക്കു മാത്രം അറിയാവുന്ന പ്രത്യേക ഭാഷയിൽ രോഷം കൊണ്ടു. കുടിലിനകത്തുനിന്നും വ്യക്തമായി മനസ്സിലാക്കാൻ കഴിയാത്ത പ്രതിഷേധസ്വരങ്ങളും ഉയർന്നുപൊങ്ങി. എന്താണ് സംഭവിക്കുന്നത് എന്ന് അമ്പരപ്പോടെ ഡോക്ടർ, ചിന്നനേയും എന്നെയും മാറി മാറി നോക്കി. ഡോക്ടറെ അകത്ത് കടത്താൻ അവർ തയ്യാറല്ല. അന്യപുരുഷന്മാർക്കു മുന്നിൽ മുതുവാസ്ത്രീകൾ സാധാരണയായി നേർക്കുനേർപോലും വരാറില്ല. മല്ലിയാണ് ശക്തമായ എതിർസ്വരമുയർത്തിയെന്നത് ഞങ്ങളിൽ ഒരേ സമയം നിരാശയും ദേഷ്യവും ഉണർത്തി. അലംഘനീയമായ ഗോത്രസംസ്കൃതിയുടെ കാവലാളാണ് താനെന്ന തിരിച്ചറിവോടെ നിസ്സംഗനായി മൂപ്പൻ നിശ്ശബ്ദത പാലിച്ചു.

“ഇത് നേരത്തെ അറിയാമായിരുന്നെങ്കിൽ എന്തിനാ ഞങ്ങളെ

ഇത്ര കഷ്ടപ്പെട്ട് വിളിച്ചുകൊണ്ടുവന്നത്?'' ഞാൻ ചിന്നനോട് കയർത്തു.

''സാറേ, മല്ലിയോട് എല്ലാം പറഞ്ഞ് സമ്മതിപ്പിച്ചിരുന്നതാ, ആ പാട്ടിമാര് പറഞ്ഞ് മാറ്റീതാ.''

അടർക്കളത്തിൽ ആയുധം നഷ്ടപ്പെട്ട് ചകിതനായി നിൽക്കുന്ന പടയാളിയെപോലെ ചിന്നൻ നിസ്സഹായനായി ഞങ്ങളെ നോക്കി. ഡോക്ടർ അകത്ത് കടന്നാൽ കോളനി മുഴുവൻ അവരെ ഒറ്റപ്പെടുത്തി പുറത്താക്കും. അപ്രതീക്ഷിതമായ ഈ തിരിച്ചടിയിൽ എന്തു ചെയ്യണമെന്നറിയാതെ ഞാനും സുരേഷും സ്തംഭിച്ചു പോയി. ഇനി എന്ത് ചെയ്യാനാകും എന്നാലോചനയ്ക്കായി ഞങ്ങൾ രണ്ടുപേരും കുടിലിന്റെ വശത്തേക്ക് മാറി നിന്നു. മങ്ങിയ നിലാവെട്ടത്തിൽ ചിന്നന്റെ ഈറ്റക്കുടിൽ ഒരു പ്രേതഭവനംപോലെ തോന്നിച്ചു. അപ്പോഴാണ് ഇരുണ്ട നിറത്തോടെ ഒരു പാമ്പ് സുരേഷിന്റെ കാൽച്ചുവട്ടിലേക്ക് സാവധാനം ഇഴഞ്ഞ് എത്തിയത്. പെട്ടെന്ന് ചാടിമാറി. ടോർച്ചിന്റെ വെട്ടത്തിൽ തെളിഞ്ഞ കാഴ്ച കണ്ട് ഞെട്ടിത്തെറിച്ചുപോയി. അത് പാമ്പായിരുന്നില്ല. കുടിലിനകത്തുനിന്നും പുറത്തേക്ക് ഒഴുകിവന്ന ചോരയായിരുന്നു!

''വലിയ ബ്ലീഡിംഗ് ഉണ്ട്. അത് ഉടനെ നിർത്തിയില്ലെങ്കിൽ അപകടമാണ്.''

സുരേഷിന്റെ ആകുലമായ വാക്കുകൾക്ക് പക്ഷേ ആർക്കും ഉത്തരമുണ്ടായില്ല. സമയം അരിച്ചരിച്ച് നീങ്ങി. ബ്ലീഡിംഗ് നിർത്തുന്നതിനായി എന്ത് ചെയ്യണമെന്ന് സുരേഷ് കുടിലിന് പുറത്തുനിന്ന് ഉറക്കെ വിളിച്ച് പറഞ്ഞു. പഞ്ഞിയും വേദനസംഹാരികളും ചിന്നൻ വശം കുടിലിനകത്തേക്ക് കൈമാറി. കുടിലിനകത്തുനിന്നും പാട്ടിമാരുടെ അവ്യക്തസ്വരങ്ങൾ ഉയർന്നുകേട്ടു. അനിശ്ചിതത്വത്തിന്റെ മുൾമുനയിലൂടെ നിമിഷങ്ങൾ ഓരോന്നായി കൊഴിഞ്ഞുവീണു. നിശ്ശബ്ദമായ ഒരിടവേളയെ കീറിമുറിച്ച് ഒരു പിഞ്ച് കുഞ്ഞിന്റെ ഉറക്കെയുള്ള കരച്ചിൽ കുടിലിനകത്തുനിന്നും ഉയർന്നു. ചുറ്റും നിന്നിരുന്നവരുടെ എല്ലാം മുഖത്ത് ഒരു നിലാപുഞ്ചിരി തെളിഞ്ഞു. സുരേഷ് പക്ഷേ ആശങ്കാകുലനായിരുന്നു. അതേ പ്രതീക്ഷിച്ചതുപോലെ സംഭവിച്ചിരിക്കുന്നു. മല്ലിപോയി.

''കുഞ്ഞിനെ രക്ഷിക്കണം. അതിന് എന്ത് വില കൊടുത്തും കുഞ്ഞിനെ ആശുപത്രിയിലേക്ക് മാറ്റണം.''

സുരേഷിന്റെ സ്വരം അല്പം കടുത്തതായിരുന്നു. ഞങ്ങൾ ഒരുപാട് നിർബന്ധിച്ചു. പക്ഷേ മൂപ്പനും ചിന്നനും അതിനോട് യോജിച്ചില്ല. ആശുപത്രിയിൽ പോകാൻ അവർക്കാർക്കും സമ്മതമല്ലായിരുന്നു.

കുഞ്ഞുങ്ങളുള്ള മുതുവാസ്ത്രീകൾ കുടിയിൽ ഉണ്ടായിരുന്നു. കുഞ്ഞിന്റെ സംരക്ഷണം അവർ ഏറ്റെടുക്കാം എന്ന് ഉറപ്പ് നൽകി. പുലരാൻ അധികം സമയം ഉണ്ടായിരുന്നില്ല. മൂപ്പന്റെ കുടിലിൽ തെല്ലൊന്ന് മയങ്ങി. വെളിച്ചം പരക്കാൻ തുടങ്ങിയപ്പോൾ ഞങ്ങൾ തിരിച്ചുപോകാൻ തയ്യാറായി. ചിന്നൻ കുടിലിനു പുറത്തേക്ക് എടുത്തു കൊണ്ടുവന്ന വാടിയ കാട്ടുകദളിപ്പൂ പോലെയുള്ള കുഞ്ഞിനെ സുരേഷ് പരിശോധിച്ചു. കുഞ്ഞിനെ എങ്ങനെ നോക്കണം എന്ന തിന്റെ ഒരു ചെറിയ ക്ലാസ്സ് കൊടുത്തു. അതീവസങ്കടത്തോടെ മൂപ്പ നോടും ചിന്നനോടും യാത്ര പറഞ്ഞ് ഞങ്ങൾ തിരിച്ചിറങ്ങാൻ തുടങ്ങി. ഞങ്ങൾക്ക് കൂട്ട് വന്ന മല്ലനും പൊന്നനും തിരിച്ചു പോകു മ്പോൾ കുറെ പാൽപ്പൊടിയും മറ്റ് പോഷകാഹാരങ്ങളും മരുന്നു കളും വാങ്ങി കൊടുത്ത് വിട്ടു. കുഞ്ഞിന്റെ വിശേഷങ്ങൾ രണ്ട് ദിവസം കഴിഞ്ഞ് വന്ന് പറയാൻ മൂപ്പനെ ചുമതലപ്പെടുത്തിയിരുന്നു.

നാലാംനാൾ ആണ് മൂപ്പൻ നാട്ടിലേക്കിറങ്ങി വന്നത്. കുഞ്ഞ് സുഖമായിരിക്കുന്നു എന്നറിയിച്ചു. വലിയ സന്തോഷം തോന്നി. ആശുപത്രിയിൽ പോയി സുരേഷിനെ കണ്ടു. കുറെ പോഷകാഹാര ങ്ങളും മരുന്നുകളും കൂടി വാങ്ങി നൽകി. മാരന്റെ പെണ്ണ് നീലിയാണ് കുഞ്ഞിനെ പ്രധാനമായും നോക്കുന്നത് എന്ന് പറഞ്ഞിരുന്നു. രണ്ടാഴ്ച കഴിഞ്ഞ് ഓഫീസിൽ വന്ന ചിന്നൻ സന്തോഷവാനായി രുന്നു.

''കുഞ്ഞിനെ ആശുപത്രിയിൽ കൊണ്ടുവരൂ. നമുക്ക് വിശദമായി പരിശോധിക്കാം.''

സുരേഷിന്റെ വാക്കുകൾക്ക് പക്ഷേ ഒരു ചെറുചിരിയിൽ ചിന്നൻ മറുപടി ഒതുക്കി. ദിവസങ്ങളും ആഴ്ചകളും രണ്ട് മൂന്ന് മാസങ്ങളും കടന്ന് പോയി. ആഴ്ചകളുടെ ഇടവേളകളിൽ നാട്ടിലേക്കിറങ്ങി വന്ന കോളനി നിവാസികളിലൂടെ കുഞ്ഞിന്റെ വിശേഷങ്ങൾ അറിഞ്ഞു കൊണ്ടിരുന്നു. പയ്യെ പയ്യെ കുഞ്ഞിന്റെ വിശേഷങ്ങൾ വാർത്ത യല്ലാതെയായി.

മൂന്ന് മാസത്തിനൊടുവിലൊരു ദിവസം ക്വാർട്ടേഴ്സിൽ വന്ന മൂപ്പൻ പറഞ്ഞു.

''കുട്ടി നല്ല ഉസാറാണ് ചാറെ, ഇപ്പം ചിരിക്കണൊണ്ട്.''

മനസ്സിലൊരു കുളിർമഴ പെയ്തു. പിന്നെയും ഒരു മാസത്തിനു ശേഷമാണ് മലയംപെട്ടി കോളനിയിലേക്ക് പോയത്. സെൻസസു മായി ബന്ധപ്പെട്ട ഡാറ്റാ ശേഖരണമായിരുന്നു ലക്ഷ്യം. നാലുനാൾ നിർത്താതെ പെയ്ത മഴക്കൊടുവിലൊരു ദിവസമായിരുന്നു അന്ന്. ആകെ നനഞ്ഞൊലിച്ച് തീരെ അവശരായാണ് ഞങ്ങൾ മലയംപെട്ടി

കോളനിയിലേക്കുള്ള കയറ്റം കയറി ചെന്നത്. ഞങ്ങളെ ആശ്ചര്യപ്പെടുത്തിക്കൊണ്ട് കോളനി അതിരിലെ കൈത്തോടിനരികിലെ നിരപ്പിൽ കുടിയിലെ ഒട്ടുമിക്ക ആളുകളും തടിച്ചുകൂടി നിൽപ്പുണ്ടായിരുന്നു. ദൂരക്കാഴ്ചയിൽ കാഞ്ചിയപ്പൻ ഏതോ ചെടി നടുന്നതായി കണ്ടു. ആൾക്കൂട്ടത്തിലേക്ക് നടന്നടുത്ത് ഒരു ചെറുചിരിയോടെ തിരക്കി,

''എന്താ മൂപ്പാ, വല്ല സേവനവാരമോ മറ്റോ ആണോ?''

ഒരു കൊച്ചു മൺകൂനയുടെ നടുവിലായി അപ്പോൾ നട്ട ഒരു കുഞ്ഞു വാഴത്തൈയുടെ മൂട്ടിലേക്ക് വെട്ടിയിട്ട പച്ചമണ്ണ് മൺവെട്ടിയുടെ മാട്കൊണ്ട് അമർത്തി ഉറപ്പിക്കവേ തന്റെ സ്വതസിദ്ധമായ നിസ്സംഗഭാവത്തോടെ കാഞ്ചിയപ്പൻ പറഞ്ഞു.

''അത് ചത്തു ചാറെ, തൂറ്റലു പിടിച്ചു.''

കുറച്ച് മാറി ഒരു കരിമരുതിൽ ചാരി ചിന്നൻ പെയ്തുനിന്നിരുന്നു.

അങ്ങകലെ താഴ്വാരത്തിൽ ഒരു മലമുഴക്കിയുടെ ദീനവിലാപം മുഴങ്ങി.

■

വൈതരണി

വനങ്ങൾക്ക് ഭംഗിയേറ്റുന്നത് പലപ്പോഴും പുഴകളാണ്. സിരാപടലംപോലെ വിന്യസിക്കപ്പെട്ട എണ്ണമറ്റ കൊച്ചുകൊച്ചു നീർച്ചാലുകൾ. ഇവ ഏതെങ്കിലും മലയിടുക്കിൽ സംഗമിച്ച് കൊച്ചരുവിയായി താഴേക്കൊഴുകി, താഴ്‌വാരത്തിലെ പുഴയിലേക്ക്, തറവാട്ടിലേക്ക് തിരിച്ചെത്തുന്ന യാത്രികരെപോലെ വന്നുചേർന്നു ഒഴുകിപ്പരക്കുന്നു. പിണ്ടിമേട് വെള്ളച്ചാട്ടത്തിനു ഒരുപാട് മുകൾഭാഗത്തെ വനഗർഭത്തിൽനിന്നുമാണ് പൂയംകുട്ടി പുഴ ഉത്ഭവിക്കുന്നത്.

തമിഴ്നാട് അതിർത്തിയോടു ചേർന്ന് കൊടുങ്കാട്ടിൽ എവിടെയോനിന്ന് കിനിഞ്ഞുണർന്ന് നേരെ കിഴക്കോട്ടൊഴുകുന്നതാണ് മുതിരപ്പുഴ. പൂയംകുട്ടിയിൽ വച്ച് ഈ പുഴകൾ രണ്ടും കൂടിച്ചേർന്ന് പൂയംകുട്ടി പുഴയായി വീണ്ടും പടിഞ്ഞാറോട്ടൊഴുകുന്നു. കുട്ടമ്പുഴയിൽ എത്തുന്നതിനു മുൻപ് 'ആനക്കയം' എന്ന സ്ഥലത്ത് വെച്ച് ഇത് ഇടമലയാർപുഴയുമായി ചേർന്ന് തട്ടേക്കാട് ലക്ഷ്യമാക്കി ഒഴുകുന്നു. തട്ടേക്കാടിനു താഴെ ഇത് പെരിയാറുമായി സംഗമിച്ച് പിന്നെ ഭൂതത്താൻകെട്ടിലേക്ക്. അവിടെ നിന്നും കോടനാട് വഴി 'മലയാറ്റൂർ പള്ളിയിൽ പെരുന്നാളുകൂടി ആലുവ ശിവരാത്രി കണ്ട്' അറബിക്കടലിലേക്ക്.

ഇടമലയാർ ഡാമിൽനിന്നും വൈദ്യുതി ഉൽപാദനം കഴിഞ്ഞ് പുറത്തുവരുന്ന വെള്ളമാണ് ഇടമലയാർ പുഴയ്ക്ക് നിദാനം. വടക്കുനിന്നും അല്പം തെക്കുകിഴക്കോട്ടൊഴുകി വരുന്ന ഇടമലയാർ പുഴയും കിഴക്കുനിന്നും പടിഞ്ഞാറോട്ട് ഒഴുകി വരുന്ന പൂയംകുട്ടി പുഴയും കൂടി ചേരുന്ന 'ആനക്കയം' പേരുപോലെതന്നെ വലിയൊരു കയം ആയിരുന്നു. ഈ കയത്തിന്റെ വടക്കുകിഴക്ക് ഭാഗം ഇടതൂർന്ന കൊടുങ്കാടാണ്. 'അമന്തൂളി' എന്നാണ് ഈ ഭാഗത്തിനെ വിളിക്കുന്നത്. ഈറ്റക്കൂട്ടങ്ങളാൽ നിബിഡമായ അമന്തൂളിക്കാടുകൾ ആനക്കൂട്ടത്തിന്റെ നിത്യസാന്നിധ്യത്താൽ ശ്രദ്ധേയമായിരുന്നു.

അന്ന് ഞങ്ങൾ തീരുമാനിച്ചത് അമന്തൂളി ഭാഗത്ത് പട്രോളിംഗിനു പോകാനായിരുന്നു. ഞങ്ങൾ എന്നു പറഞ്ഞാൽ ഞാനും ഫോറസ്റ്റ് ഗാർഡുമാരായിരുന്ന സോമനും മണിയേട്ടനും. (മണിയേട്ടൻ - റാങ്കിൽ താഴെ ആയിരുന്നെങ്കിലും വിരമിക്കാൻ ഒരു വർഷം മാത്രം ബാക്കിയുണ്ടായിരുന്ന അദ്ദേഹത്തെ ബഹുമാനപൂർവ്വം ഞങ്ങളെല്ലാവരും മണിയേട്ടൻ എന്നാണ് വിളിച്ചിരുന്നത്). ആനക്കയത്തുനിന്നും കാട്ടിൽ കയറി ഒന്നു കറങ്ങി രണ്ടു മണിയോടുകൂടി ആനക്കയത്തുതന്നെ തിരിച്ചെത്തുക. അതായിരുന്നു ഞങ്ങളുടെ പട്രോളിംഗ് പ്ലാൻ.

മണിയേട്ടൻ വളരെ രസികനും ആത്മാർത്ഥതയുമുള്ള സ്റ്റാഫ് ആയിരുന്നു. ഏത് പ്രതിസന്ധിഘട്ടത്തിലും തന്റെ നിസ്സംഗമായ നർമ്മഭാഷണത്താൽ അന്തരീക്ഷം തണുപ്പിക്കാൻ മണിയേട്ടന് ഒരു പ്രത്യേക കഴിവുതന്നെ ഉണ്ടായിരുന്നു. അല്പം ഉയരം കുറഞ്ഞ്, തടിച്ച്, നര കയറിയ തലയും കുട്ടിക്കുസൃതി ഒളിപ്പിച്ച കണ്ണുകളുമുള്ള മണിയേട്ടനെ പ്രമേഹവും രക്തസമ്മർദ്ദവും കലശലായി അലട്ടിയിരുന്നു.

ഫീൽഡിൽ പോകുമ്പോൾ പ്രായത്തെ മാനിച്ച് വരേണ്ട എന്ന് ഞങ്ങൾ പറയാറുണ്ടെങ്കിലും ആ ആനുകൂല്യം നിരസിച്ച് അദ്ദേഹം മിക്കവാറും ഞങ്ങളുടെ കൂടെ വരാറുണ്ടായിരുന്നു. അന്നത്തെ 'അമന്തൂളി' യാത്രയിൽ ഞങ്ങൾ മൂന്നുപേർ മാത്രമാണ് ഉണ്ടായിരുന്നത്. ആ ബീറ്റിൽ കുറച്ചു വർഷങ്ങളുടെ പഴക്കമുള്ള സോമന് വഴി നല്ല നിശ്ചയമുണ്ടായിരുന്നു. രാവിലെ നേരത്തെതന്നെ ആനക്കയം വരെ വാഹനത്തിൽ വന്ന്, വഞ്ചിയിൽ പുഴകടന്ന് കാട്ടിൽ കയറി ഞങ്ങൾ നടത്തം ആരംഭിച്ചു.

അതിമനോഹരമായ ഈറ്റക്കാട്. ഇടമലയാർ പുഴയിലേക്ക് ചെന്നു ചേരുന്ന ഒട്ടേറെ നീർച്ചാലുകൾ മുറിച്ചുകടന്ന് ഞങ്ങൾ മുന്നോട്ടു നീങ്ങി. ഇളംകാറ്റിൽ തുള്ളയുണർന്ന വൃക്ഷത്തലപ്പുകൾ ലാസ്യഭാവത്തിൽ ഇളകിയാടി ഞങ്ങളെ വരവേറ്റു. വഴിയോരത്തെ കുറ്റിച്ചെടികളിൽ വലകെട്ടി ഇരയെ കാത്തിരിക്കുന്ന ചിലന്തികളെ കടന്ന്, കരിങ്കുരങ്ങിന്റെ പേടിപ്പെടുത്തുന്ന മുന്നറിയിപ്പ് ശബ്ദത്തിനു കാതോർത്ത്, മലയണ്ണാന്റെ പ്രതിഷേധ ചിലമ്പലിനു നിശ്ശബ്ദമായി ക്ഷമ ചോദിച്ച്, കദളിപ്പൂക്കളിൽനിന്നും പറന്നുയർന്ന ശലഭക്കൂട്ടങ്ങളെ കണ്ണുനിറയെ കണ്ട്, പതിവ് അട്ടകടിയിൽ പരിഭവമേതുമില്ലാതെ ഞങ്ങൾ സാവധാനം നടന്നു.

വഴിനീളെ ചിതറി കിടക്കുന്ന ആനപ്പിണ്ടങ്ങൾ ഫീൽഡ് യാത്രകളിലെ സാധാരണ കാഴ്ചകൾ ആയിരുന്നതിനാൽ ഞങ്ങൾ ആരും ഗൗനിച്ചില്ല. അപ്പോഴാണ് അപ്രതീക്ഷിതമായി മഴ പെയ്തത്.

പെരുമഴ. ഫീൽഡ് യാത്രകളിൽ കുടയോ റെയിൻകോട്ടോ ഞങ്ങൾ കരുതാറില്ല. അതെല്ലാം വളരെ വലിയ അസൗകര്യങ്ങൾ ആകും. മഴപെയ്താൽ ആന എന്തു ചെയ്യുമെന്ന് പഴകിപ്പതിഞ്ഞ നാട്ടുചോദ്യത്തിന്റെ ഉത്തരംപോലെ ഞങ്ങളും ആസ്വദിച്ച് മഴ കൊണ്ടു. ഒരു കൂറ്റൻ പൂവമരത്തിനു ചുവട്ടിൽ പരമാവധി മഴനനയാതെ നിൽക്കാൻ ഞങ്ങൾ ശ്രമിച്ചു. ശക്തിയായ കാറ്റ് പക്ഷേ ഞങ്ങളെ തികച്ചും ഭയപ്പെടുത്തിക്കളഞ്ഞു. പെരുംകാറ്റിൽ ഭ്രാന്തമായി ആടിയുലയുന്ന മരത്തലപ്പുകൾ അതുവരെ കണ്ടാസ്വദിച്ച ലാസ്യഭാവത്തിൽനിന്നും ഭീതിദമായ രൗദ്രത്തിലേക്ക് കൂപ്പുകുത്തി. മുക്കാൽ മണിക്കൂർ നേരത്തെ ആടിത്തിമിർക്കലിനു ശേഷം മഴ നിന്നു. മരം പക്ഷേ പെയ്തുകൊണ്ടേയിരുന്നു. ആകെ നനഞ്ഞ ഞങ്ങൾ തിരിച്ചുപോകാൻ തീരുമാനിച്ചു. സമയം ഉച്ചയ്ക്ക് ഒരു മണിയോട് അടുത്തിരുന്നു.

മടക്കയാത്ര പക്ഷേ ഏറെ ദുഷ്കരമായിരുന്നു. ശക്തമായ കാറ്റിൽ ഈറ്റക്കൂട്ടങ്ങൾ മിക്കതും കടപുഴകി വീണ് നടപ്പുവഴികൾ അടഞ്ഞുപോയി. പരിചിതമായ വഴിയിലൂടെ തന്നെയാണ് ഞങ്ങൾ മടങ്ങിയത്. പക്ഷേ വഴിയെല്ലാം അടഞ്ഞുകിടന്നു. സമീപത്തുകൂടെ പോകുന്ന മറ്റൊരു വഴി തേടിപ്പിടിച്ച് അതിലൂടെ യാത്ര തുടർന്നു. കുറച്ചു ദൂരം പിന്നിട്ടപ്പോൾ ആ വഴിയും അടഞ്ഞുപോയിരിക്കുന്നു. വീണ്ടും മറ്റൊരു വഴിയിലൂടെ നടത്തം തുടർന്നു. പിന്നെയും വഴി മുട്ടി. വഴിതേടി തലങ്ങും വിലങ്ങും ഞങ്ങൾ പരതി നടന്നു. പതുക്കെപ്പതുക്കെ സോമന്റെ മുഖത്ത് പരിഭ്രമം നിഴൽവീശാൻ തുടങ്ങി. പലതവണ വഴി മാറിമാറി നടന്ന് ഞങ്ങൾ എത്തിച്ചേർന്നത് പഴയ പൂവമരച്ചുവട്ടിൽ തന്നെ. ഞങ്ങളുടെ പരിഭ്രമം അതിന്റെ ഉച്ചസ്ഥായിയിൽ ആയി. പുറത്തേക്കല്ല കൂടുതൽ കൂടുതൽ ഉൾക്കാട്ടിലേക്കാണ് ഞങ്ങൾ കയറിപ്പോകുന്നത്. ഇനിയും ഇങ്ങനെ വഴിതേടി അലഞ്ഞിട്ട് കാര്യമില്ല.

ഇടമലയാർ പുഴയോരത്തേക്ക് നടക്കുക. അവിടുന്ന് പുഴയോരം പിടിച്ച് നേരെ തെക്കോട്ട് നടന്ന് ആനക്കയത്ത് എത്തിച്ചേരുക. ആ സമയത്ത് സ്വീകരിക്കാവുന്ന ഏറ്റവും ശരിയായ തീരുമാനം എന്ന നിലയ്ക്ക് ഞാൻ പറഞ്ഞ അഭിപ്രായം അവർ ഇരുവരും ശരിവെച്ചു.

ഇടമലയാർ പുഴയോരം ലക്ഷ്യമാക്കി ഞങ്ങൾ നടന്നു. വളരെ ശ്രമകരമായ മുക്കാൽ മണിക്കൂർ നടത്തത്തിനൊടുവിൽ ഞങ്ങൾ പുഴയോരത്തെത്തി. പുഴയോരം ചേർന്ന് നേരെ തെക്കോട്ട് നടന്നു. പക്ഷേ അതത്ര എളുപ്പമായിരുന്നില്ല. പുഴയിലേക്ക് ചാഞ്ഞു നിന്നിരുന്ന മരച്ചില്ലകളും എളുപ്പം തെന്നിപ്പോകുന്ന ഉരുളൻകല്ലുകളും ചേർന്ന് പുഴയോരനടത്തം തീർത്തും അസാധ്യമാക്കി തീർത്തു.

പുഴയോട് ചേർന്ന് അല്പം ഉള്ളിലേക്ക് കയറിയിട്ടു വേണം കാട്ടിലൂടെ നടക്കാൻ. പക്ഷേ വഴിയെല്ലാം അടഞ്ഞുകിടക്കുകയാണ്. വീണ്ടും വഴിമാറി വഴിമാറി ഒരു ഉദ്ദേശം വച്ച് ഞങ്ങൾ നടത്തം തുടർന്നു. പുഴയിലേക്ക് എത്തിച്ചേരുന്ന ആഴമേറിയ ഗർത്തംപോലെയുള്ള ഒരു തോട്ടുവക്കിലാണ് ഞങ്ങൾ എത്തിച്ചേർന്നത്. വാ പിളർന്നു കിടക്കുന്ന പെരുമ്പാമ്പ്പോലെ തോന്നിച്ച ആഴമേറിയ ആ തോട് മുറിച്ച് അപ്പുറം കടക്കുന്നത് തീർത്തും അസാധ്യമായിരുന്നു. സമയം നാലുമണിയോടടുത്തു. കരുതിയിരുന്ന ലഘുഭക്ഷണമെല്ലാം തീർന്നിട്ട് ഏറെ നേരമായി. അലഞ്ഞുനടന്നും ഇനിയും വഴി തെളിയാത്തതിനാൽ പരിഭ്രമിച്ചും ഞങ്ങൾ വല്ലാതെ തളർന്നുപോയിരുന്നു.

ആനക്കൂട്ടത്തിന്റെ 'ഒച്ചയും വിളിയും' കുറെ നേരമായി കേൾക്കുന്നുണ്ടായിരുന്നുവെങ്കിലും ഞങ്ങളത് തീരെ കാര്യമാക്കിയിരുന്നില്ല. മണിച്ചേട്ടനെക്കുറിച്ച് ആയിരുന്നു ഞങ്ങളുടെ വേവലാതി മുഴുവൻ. സമയം സന്ധ്യയോട് അടുക്കുകയാണ്. കൊടുങ്കാട്ടിലൂടെ അസമയത്ത് ആ അവസ്ഥയിൽ ആനക്കയത്തേക്ക് നടന്നു പോവുക എന്നത് ആലോചിക്കാൻപോലും കഴിയുമായിരുന്നില്ല. ഇനി മറ്റൊന്നും ആലോചിക്കാനില്ല. വീണ്ടും പുഴയോരത്തേക്ക് നടന്നു. പുഴയ്ക്കക്കരെ വടാട്ടുപാറ എന്ന സ്ഥലമാണ്. അവിടെ തേക്ക് തോട്ടത്തിലൂടെ കൂപ്പുറോഡ് ഉണ്ട്. അതിലൂടെ നടന്നാൽ ആനക്കയത്ത് എത്തിച്ചേരാം. ആ വഴി ഞങ്ങൾക്കറിയാമായിരുന്നു.

മുന്നിൽ നിറഞ്ഞൊഴുകുന്ന ഇടമലയാർ പുഴ. എങ്ങനെയെങ്കിലും ഈ പുഴ നീന്തി അക്കരെ കടക്കുക. അതല്ലാതെ മറ്റു വഴികൾ ഞങ്ങൾക്ക് മുന്നിൽ ഇല്ലായിരുന്നു. സോമന്റെ ഈ നിർദ്ദേശത്തോട് ഞാൻ യോജിച്ചു. നിർന്നിമേഷനായി പുഴയെ നോക്കി മണിച്ചേട്ടൻ വളരെ നിസ്സംഗമായി പറഞ്ഞു.

''എനിക്ക് നീന്തൽ അറിയില്ല.'' ആനക്കൂട്ടത്തിന്റെ നിലവിളികൾ അടുത്തടുത്ത് വരവേ ഇരുട്ടുവീഴാൻ തുടങ്ങിയ ആ കൊടുങ്കാട്ടിൽ ഇനി എന്ത് ചെയ്യണമെന്നറിയാതെ സ്തബ്ധരായി ഞങ്ങൾ വിയർത്തു നിന്നു.

തികഞ്ഞ അരക്ഷിതാവസ്ഥയിൽ മൂന്ന് മനുഷ്യജീവികൾ ആ കൊടുങ്കാട്ടിൽ ഇടമലയാർ പുഴയോരത്ത് സ്തംഭിച്ചുനിന്നു. ശൂന്യമായ മിഴികളോടെ ഇടമലയാർ പുഴയെന്ന വൈതരണിയെ നോക്കി ഞങ്ങൾ നെടുവീർപ്പുതിർത്തു. ആനക്കൂട്ടത്തിന്റെ ശബ്ദകോലാഹലങ്ങൾ അടുത്ത് വന്നുകൊണ്ടേയിരുന്നു. അക്കരെ കടക്കാനുള്ള ഉപായങ്ങൾ ഓരോന്നോരോന്നായി ഞങ്ങൾ ചർച്ച ചെയ്തു. സമൃദ്ധമായി ലഭ്യമായ ഈറ്റകൾകൊണ്ട് ഒരു ചങ്ങാടം ഉണ്ടാക്കുക എന്നതു

മാത്രമേ രക്ഷയുള്ളൂ. പക്ഷേ ചങ്ങാടം എങ്ങനെ ഉണ്ടാക്കും? ഞങ്ങൾ ആരുടെ കൈയിലും ഒരു ആയുധവും ഇല്ല.

(അത് ഞങ്ങളുടെ അക്ഷന്തവ്യമായ തെറ്റായിരുന്നു. കാട്ടിൽ പോകുമ്പോൾ വാക്കത്തിയോ കത്തിയോ പോലുള്ള ആയുധങ്ങൾ നിർബന്ധമായും കരുതേണ്ടത് ആയിരുന്നു)

മാത്രവുമല്ല ചങ്ങാടം ഉണ്ടാക്കുക എന്നത് പറയുന്നത്ര എളുപ്പമല്ല എന്ന് ഞങ്ങൾക്കറിയാമായിരുന്നു. അപ്പോഴാണ് തികച്ചും യാദൃച്ഛികമായി പുഴയ്ക്കക്കരെ ഒരു മനുഷ്യൻ പ്രത്യക്ഷപ്പെട്ടത്. അദ്ദേഹം കുളിക്കാൻ വന്നതായിരുന്നു. ദൂരക്കാഴ്ചയിൽ ഈറ്റവെട്ടുകാരൻ ആണെന്ന് ഞങ്ങൾ അനുമാനിച്ചു. വിസിലൂതിയും കൈക്കൊട്ടിയും പരമാവധി ഉച്ചത്തിൽ ഞങ്ങൾ അദ്ദേഹത്തെ വിളിച്ചു. ഞങ്ങളുടെ ഗോഷ്ടികൾ കണ്ടു പരിഹസിച്ച് ആർത്തലച്ച് ചിരിച്ച് ഞങ്ങൾക്കിടയിൽ പുഴയൊഴുകി. പുഴച്ചിരിയിൽ അദ്ദേഹം ഞങ്ങളുടെ ശബ്ദം കേട്ടില്ല. ഞങ്ങൾ സർവ്വ ഒച്ചയും എടുത്ത് ഉറക്കെ കൂകി. അസ്വാഭാവികമായ എന്തോ ശബ്ദം കേട്ടിട്ടോ അതോ ഞങ്ങളുടെ കഥകളി കണ്ടിട്ടോ അദ്ദേഹത്തിന്റെ നോട്ടം ഞങ്ങളിൽ പതിഞ്ഞു. പക്ഷേ എന്താണ് ഞങ്ങൾ ഉദ്ദേശിക്കുന്നതെന്ന് അദ്ദേഹത്തിന് മനസ്സിലായില്ല. ജീവിതത്തിൽ ഇന്നേവരെ ആരും ചെയ്തിട്ടില്ലാത്ത ഏറ്റവും ഹൃദയാവർജകമായ മനോധർമ്മം ചൊല്ലിയാട്ടത്തിലൂടെ ഞങ്ങൾ അദ്ദേഹത്തെ ധരിപ്പിക്കാൻ ശ്രമിച്ചു. വാക്കത്തിയുമായി ഇങ്ങോട്ട് നീന്തി വരിക എന്ന കാര്യമാണ് അദ്ദേഹത്തെ ധരിപ്പിക്കാൻ ഞങ്ങൾ ശ്രമിച്ചത്. കാക്കി യൂണിഫോമിന്റെ അധികാര സ്വരമല്ല, മറിച്ച് യാചനയുടെ വിലാപമാണ് അതെന്ന് ഒരുവേള അദ്ദേഹം തിരിച്ചറിഞ്ഞു കാണണം. മൃതസഞ്ജീവനിയുമായി പറന്നു വന്ന ഹനുമാനെപോലെ അദ്ദേഹം ഞങ്ങൾക്ക് നേരെ നീന്തി വന്നു.

ഉയരംകുറഞ്ഞ്, മെലിഞ്ഞ് കഷണ്ടി കയറി തുടങ്ങിയ തലയും നരവീണ കുറ്റിത്താടിയും സദാ ചിരിക്കുന്ന മുഖവുമുള്ള മധ്യവയസ്കനായ ഒരു പാവം ഈറ്റ വെട്ടു തൊഴിലാളി - എൽദോ ചേട്ടൻ. ഞങ്ങളുടെ ദയനീയാവസ്ഥ അദ്ദേഹത്തെ ബോധ്യപ്പെടുത്തി. അക്കരെ കടക്കാൻ ഒരു ചങ്ങാടം ഉണ്ടാക്കണമെന്ന ഞങ്ങളുടെ ആവശ്യത്തിൽ ആദ്യം എൽദോ ചേട്ടൻ ഒന്ന് അമ്പരന്നെങ്കിലും മറ്റു വഴികൾ ഒന്നുമില്ലെന്ന് അദ്ദേഹത്തിനും ഉടനെ ബോധ്യമായി. പുഴയിറമ്പിൽ സമൃദ്ധമായി ഈറ്റകൾ ഉണ്ടായിരുന്നു. ചങ്ങാടം ഉണ്ടാക്കുന്നതിനായി എൽദോ ചേട്ടൻ പറ്റിയ ഈറ്റ തിരയുന്നതിനിടയിലാണ് ഞങ്ങളെ ആകെ ഭയവിഹ്വലരാക്കിക്കൊണ്ട് ആനക്കൂട്ടത്തിന്റെ

ശബ്ദകോലാഹലങ്ങൾ വളരെ അടുത്തെത്തിയത്. ഞങ്ങൾ നിൽക്കുന്ന ഭാഗം മാത്രമാണ് പുഴയിറമ്പിൽ അല്പം തുറസ്സായ ഇടം. സന്ധ്യയായാൽ ആനകൾ സ്ഥിരം വന്ന് തമ്പടിക്കുന്ന സ്ഥലമാണതെന്ന് എൽദോ ചേട്ടൻ പറഞ്ഞു. അദ്ദേഹം എട്ട് പത്ത് ഈറ്റകൾ ഞൊടിയിടയിൽ വെട്ടിയെടുത്തു. ചങ്ങാടം കെട്ടാൻ ഞങ്ങൾക്കു സമയമില്ലായിരുന്നു. വളരെ വേഗം ഞങ്ങൾ എല്ലാവരും ചേർന്ന് അത് ചൂല് കെട്ടുന്നതുപോലെ ഒരു ബണ്ടിൽ ആക്കി. മണിയേട്ടൻ തീരെ അവശനായിരുന്നു. സോമനെക്കുറിച്ച് ഒരു ആശങ്കയും ഉണ്ടായില്ല. ആലപ്പുഴയിലെ അമ്പലപ്പുഴ ജനിച്ചു വളർന്ന സോമൻ ഇതല്ല ഇതിലപ്പുറവും നീന്തിക്കയറിയവനാണ്. ചെറുപ്പം മുതൽ നല്ലവണ്ണം നീന്തൽ പഠിച്ചിരുന്ന എനിക്കും അതൊരു വിഷയമേ ആയിരുന്നില്ല.

ഞങ്ങൾക്ക് ഒട്ടും സമയമില്ലായിരുന്നു. ആനക്കൂട്ടത്തിന്റെ അനക്കങ്ങൾ ദൃഷ്ടിഗോചരമായി തുടങ്ങിയിരുന്നു. ഏതു നിമിഷവും ആനകൾ ഞങ്ങൾക്ക് അരികിലെത്തും. ഞാനും എൽദോ ചേട്ടനും ഈറ്റക്കെട്ട് ഓരോ അറ്റവും പിടിച്ചു നീന്തുക. മണിച്ചേട്ടൻ ഈറ്റക്കെട്ടിന്റെ മദ്ധ്യഭാഗത്തു കെട്ടിപ്പിടിച്ചു തൂങ്ങിക്കിടക്കുക. സോമൻ ഞങ്ങൾക്ക് സമീപത്തായി നീന്തുക. അതായിരുന്നു ഞങ്ങളുടെ പ്ലാൻ. മണിച്ചേട്ടന്റെ പ്രതികരണം അറിയാൻ ഞാൻ ഒട്ടൊരു ആശങ്കയോടെ അദ്ദേഹത്തിന്റെ മുഖത്തേക്ക് നോക്കി. തീരെ അവശനായിരുന്നെങ്കിലും തന്റെ സ്വതസിദ്ധമായ നിസ്സംഗതയോടെ മണിച്ചേട്ടൻ ശരിയെന്ന് തലയാട്ടി. ആ സമയത്ത് അതല്ലാതെ ഞങ്ങൾക്ക് മറ്റൊരു മാർഗവും ഇല്ലായിരുന്നു.

പെട്ടെന്ന് ഞങ്ങൾക്കു തൊട്ടുപിന്നിലെ ഈറ്റക്കൂട്ടം ഞെരിഞ്ഞമരുന്ന ശബ്ദം മുഴങ്ങി. രണ്ടുംകൽപ്പിച്ച് ഞങ്ങൾ പുഴയിലേക്കിറങ്ങി. ചെരിപ്പുകളും ഷൂസും അഴിച്ചെടുത്ത് ഈറ്റക്കെട്ടിൽ കെട്ടിവെച്ചു. വെള്ളത്തിലൂടെ വലിയ ഉരുളൻകല്ലുകൾ നിറഞ്ഞ പുഴയിലൂടെ ഞങ്ങൾ വേഗം നടന്നു. വെള്ളം മുട്ടിനൊപ്പം... അരയ്ക്കൊപ്പം... നെഞ്ചിനൊപ്പം... ചെറുതായ ഒഴുക്കിൽ കാലൊന്ന് തെന്നി മണിയേട്ടൻ എന്റെ വശത്തേക്ക് ഒന്നാഞ്ഞു വന്നു. അദ്ദേഹത്തെ ഞാൻ പതുക്കെ താങ്ങിനിർത്തി. രണ്ടു കാര്യങ്ങൾ നിർബന്ധമായും ചെയ്യണമെന്ന് മണിച്ചേട്ടനോട് ആവർത്തിച്ച് ആവർത്തിച്ച് പറഞ്ഞു. ഒന്ന്, ഒരു കാരണവശാലും ഈറ്റക്കെട്ടിൽനിന്നും പിടിവിടരുത്. രണ്ട്, കണ്ണുകൾ രണ്ടും ഇറുക്കി അടയ്ക്കുക. ഒരു സാഹചര്യത്തിലും കണ്ണു തുറക്കരുത്. നെഞ്ചിടിപ്പുകൾ ഞങ്ങൾക്കുതന്നെ കേൾക്കാമായിരുന്നു.

മണിച്ചേട്ടൻ ഈറ്റക്കെട്ടിന്റെ മധ്യഭാഗത്ത് വട്ടംചുറ്റിപ്പിടിച്ചു. കണ്ണുകൾ ഇറുക്കിയടച്ചു ഒരൊറ്റത്ത് എൽദോചേട്ടൻ പിടിച്ചു. മുന്നറ്റത്തു

ഞാനും. സോമൻ ഞങ്ങൾക്ക് പിന്നിലും. ഞങ്ങൾ പതുക്കെ നീന്താൻ തുടങ്ങി. പഞ്ചതന്ത്രംകഥയിലെ ആമയെ അരയന്നങ്ങൾ കൊണ്ടു പോയതുപോലെ ഞങ്ങൾ പതുക്കെ നീന്തി മുന്നേറി. മണിച്ചേട്ടൻ കണ്ണുകൾ ഇറുക്കിയടച്ച് ഈറ്റക്കെട്ടിൽ കിടന്നുതൂങ്ങിയാടി.

''മണിച്ചേട്ടാ, ഒരു കുഴപ്പവുമില്ല.'' നമ്മൾ ഉടനെ അക്കരെയെത്തും. ധൈര്യമായി ഇരുന്നോളൂ.'' ഞാൻ അദ്ദേഹത്തിന് ധൈര്യം കൊടുത്തു.

ഞങ്ങൾ പുഴമധ്യത്തോടടുത്തു. പെട്ടെന്നാണ് ഞങ്ങളുടെ എല്ലാ കണക്കുകൂട്ടലുകളെയും തെറ്റിച്ചുകൊണ്ട് അത് സംഭവിച്ചത്. മധ്യ ത്തിൽ അതിശക്തമായ ഒഴുക്കായിരുന്നു. ഇടമലയാർ പവർഹൗസിൽ നിന്നും പുറംതള്ളുന്ന വെള്ളം പുഴയുടെ മധ്യഭാഗം കേന്ദ്രീകരി ച്ചാണ് ഒഴുകിവരുന്നത്. ഒഴുക്കിന്റെ ശക്തി ഞങ്ങളുടെ പ്രതീക്ഷ കൾക്കും അപ്പുറം ആയിരുന്നു. ഒഴുക്കിൽപ്പെട്ട് ഞങ്ങളുടെ തുലനാ വസ്ഥ തകിടംമറിഞ്ഞു. ഈറ്റക്കെട്ട് ശക്തിയായി വട്ടംകറങ്ങി. എന്റെയും എൽദോ ചേട്ടന്റെയും പിടി വിട്ടുപോയി. സോമൻ ഒഴു ക്കിൽപെട്ട് താഴോട്ട് കുറേ ഒഴുകിപ്പോയി. പിടിവിട്ട ഈറ്റക്കെട്ട് മണി ച്ചേട്ടനുമായി മലവെള്ളപ്പാച്ചിലിലെ അനാഥമായ മരത്തടിപോലെ താഴേക്കൊഴുകി. മണിച്ചേട്ടൻ എന്ന ആ സാധു മനുഷ്യൻ ഈറ്റ ക്കെട്ടിൽനിന്നും പിടിവിട്ടില്ല! ഈറ്റക്കെട്ടുമായി അദ്ദേഹം വെള്ള ത്തിൽ ഒന്ന് ഉരുണ്ടു മറിഞ്ഞു. എന്നിട്ടും അദ്ദേഹം പിടിവിട്ടില്ല. ജീവിതത്തിനും മരണത്തിനും ഇടയിലെ ട്രപ്പീസുകളിപോലെ നിശ്ചലമായ നിമിഷങ്ങൾ... കണ്ണുകൾ ഇറുക്കിയടച്ച്, കുതറിപ്പോകാൻ വെമ്പുന്ന പ്രാണനെ പൂണ്ടടക്കം പിടിക്കുമ്പോലെ ഈറ്റക്കെട്ടിനെ മാറോടണച്ച്, ഇരമ്പുന്ന വെള്ളത്തിന്റെ ദ്രുതവേഗത്തിനൊപ്പം കാറ്റി ലുലഞ്ഞാടുന്ന തെങ്ങോലത്തുമ്പിലെ തൂക്കണാംകുരുവിക്കൂട് പോലെ ഇളകിയാടി മണിച്ചേട്ടൻ എന്ന പാവം മനുഷ്യൻ...

സർവ്വശക്തിയുമെടുത്ത് ഞാൻ ഈറ്റക്കെട്ടിനു നേർക്ക് നീന്തി. പരിഭ്രാന്തനായ എൽദോ ചേട്ടനും ഈറ്റക്കെട്ട് ലക്ഷ്യമാക്കി നീന്തി വന്നു. ഒരുവിധം ഞാൻ ഈറ്റക്കെട്ട് എത്തിപ്പിടിച്ചു. എൽദോ ചേട്ടനും കൂട്ടിനെത്തി.

കരച്ചിലോളം എത്തിയ ഇടറിയ സ്വരത്തിൽ ഞാൻ അലറി പറഞ്ഞു.

'' മണിച്ചേട്ടാ ഒന്നുമില്ല. ഒന്നുമില്ല. ഒരു കുഴപ്പവുമില്ല ഞങ്ങളുണ്ട് കൂടെ.''

കണ്ണുകൾ ഇറുക്കിയടച്ച് ഈറ്റക്കെട്ടിനെ വരിഞ്ഞു മുറുക്കി ആ പാവം മനുഷ്യൻ ചെറുതായൊന്നു ഞരങ്ങി. അവശേഷിച്ച അവ സാന ഊർജ്ജവും കൈകാലുകളിലെ പേശികളിലേക്ക് ആവാഹിച്ച് ഒഴുക്ക് മുറിച്ചുകടന്ന് കരയെ ലക്ഷ്യമാക്കി ഞങ്ങൾ നീന്തി. ശ്വാസം

എടുക്കുന്ന ഇടവേളകളിൽ ഞാൻ മണിച്ചേട്ടനെ വിളിച്ചുകൊണ്ടേയിരുന്നു.

ഞങ്ങൾ ആകെ തളർന്നുപോയിരുന്നു. കരയിലേക്ക് ഇനിയും ദൂരമുണ്ട്. ശ്വാസനാളങ്ങൾ പരിധിക്കപ്പുറം വായു നിറഞ്ഞ് ചീർത്ത്, ശ്വാസംമുട്ടി പിടഞ്ഞ് കരലക്ഷ്യമാക്കി ഞങ്ങൾ നീന്തി... നീന്തി... നീന്തി...

തൂങ്ങിക്കിടന്നിളകിയാടുന്ന മണിച്ചേട്ടന്റെ കാൽ ഏതോ കല്ലിൽ തൊട്ടു. വിദ്യുത്തരംഗം ഏറ്റപോലെ ഞെട്ടി അദ്ദേഹം കണ്ണുതുറന്നു. കൈയെത്തും ദൂരത്ത് അതാ കര. പുഴത്തട്ടിൽ കാലൂന്നി ഇനിയും പിടി വിടാത്ത ഈറ്റക്കെട്ടിൽനിന്നും തല മെല്ലെ ഉയർത്തി മണിച്ചേട്ടൻ ഒന്ന് ചിരിച്ചു. നാളിതുവരെയുള്ള ഏതൊരു കവി ഭാവനയുടെയും പരിധിക്കപ്പുറമുള്ള അനിർവചനീയമായ ഒരു ചിരി. താഴേക്ക് ഒഴുകിപ്പോയ സോമൻ ഇതിനോടകം ഒഴുക്ക് മുറിച്ചുകടന്ന് ഞങ്ങൾക്ക് കുറേ താഴെ കര പറ്റിയിരുന്നു.

വെള്ളത്തിൽനിന്നും ഞങ്ങൾ പതുക്കെ കരയ്ക്കു കയറി. ആകെ നനഞ്ഞു കുതിർന്നിരുന്നു. ഞങ്ങൾ മുറിച്ചുകടന്ന പുഴയെ നോക്കി നിസ്സംഗമായി മണിച്ചേട്ടൻ പറഞ്ഞു.

‘‘നടുക്ക് എത്തിയപ്പോൾ ആണെന്ന് തോന്നുന്നു വെള്ളത്തിന് നല്ല സുഖമുള്ള ചൂട് തോന്നി.’’

അപ്പോഴും വിറയൽ വിട്ടുമാറാത്ത കൈകളാൽ പരിസരം മറന്ന് ഞാൻ ആ മനുഷ്യനെ കെട്ടിപ്പുണർന്നു.

സാധാരണനില കൈവരിക്കാൻ കുറച്ചേറെ സമയമെടുത്തു. എൽദോ ചേട്ടനോട് ഒരുപാട് ഒരുപാട് നന്ദി പറഞ്ഞ് ഇരുട്ടുവീണ തേക്കുതോട്ടത്തിലെ കൂപ്പുറോഡിലൂടെ ആനക്കയം ലക്ഷ്യമാക്കി ഞങ്ങൾ സാവധാനം നടന്നു. പുഴയ്ക്കക്കരെനിന്നും അപ്പോഴും ആനക്കൂട്ടത്തിന്റെ തിമർക്കലുകൾ മുഴങ്ങിക്കേൾക്കാമായിരുന്നു.

***

(സോമൻ ഡെപ്യൂട്ടി റേഞ്ച് ഓഫീസർ തസ്തികയിൽനിന്നും റിട്ടയർ ചെയ്ത് അമ്പലപ്പുഴയിൽ കുടുംബമായി കഴിയുന്നു. മണിച്ചേട്ടൻ ജീവിതത്തിൽനിന്നും റിട്ടയർ ചെയ്തു. സ്നേഹനിധിയായ ആ മനുഷ്യന്റെ ജ്വലിക്കുന്ന ഓർമ്മകൾക്ക് മുൻപിൽ ഒരുപിടി കണ്ണീർ പൂക്കൾ.)

■

തീവ്രവാദി

പൂയംകുട്ടി സെക്ഷനിൽ അങ്ങനെ തുടരവെയാണ് ഒരു വർഷം നീളുന്ന ഫോറസ്റ്റർ ട്രെയിനിങ്ങിനായി എന്നെ തെരഞ്ഞെടുത്തത്. വാളയാറിലുള്ള കേരള ഫോറസ്റ്റ് സ്കൂൾ ആയിരുന്നു പരിശീലന കേന്ദ്രം. ഫിസിക്കൽ ട്രെയിനിങ്, പരേഡ്, ഗെയിംസ്, വനശാസ്ത്ര ക്ലാസുകൾ, പഠനയാത്രകൾ, സായുധ പരിശീലനം എന്നിവയാൽ തീവ്രവും സമ്പന്നവുമായ ട്രെയിനിങ് വിജയകരമായി പൂർത്തിയാക്കി മടങ്ങിവന്ന എനിക്ക് തൃശ്ശൂർ ഫോറസ്റ്റ് വർക്കിങ്പ്ലാൻ ഡിവിഷനിലാണ് നിയമനം ലഭിച്ചത്. ഒരു ഫോറസ്റ്റ് ഡിവിഷൻ, വരുന്ന 10 വർഷത്തേക്ക് എങ്ങനെ പരിപാലിക്കണം, എന്തെല്ലാം ജോലികളാണ് അവിടെ ചെയ്യേണ്ടത് എന്നെല്ലാം വിശദമായി പ്രതിപാദിക്കുന്ന എഴുതപ്പെട്ട ഒരു രേഖയാണ് 'വർക്കിംഗ് പ്ലാൻ'. ഒരു ഫോറസ്റ്റ് ഡിവിഷനെ സംബന്ധിച്ച സമഗ്രവിവരങ്ങളും അതിലുണ്ടാകും. വർക്കിങ് പ്ലാൻ ജോലികൾ ചെയ്തിരുന്നത് ചാലക്കുടി ഫോറസ്റ്റ് ഡിവിഷനിലെ പരിയാരം റേഞ്ചിലെ 'രണ്ടുകൈ' ഭാഗത്തുള്ള 'മുള്ളപ്പന സീരിസ്' തേക്കുതോട്ടങ്ങളിൽ ആയിരുന്നു. തേക്കുതോട്ടങ്ങളിലെ നിലവിലെ തടിയുടെ അളവ് (Stock), അതിന്റെ ഗുണമേന്മ (Quality class) എന്നിവ തിട്ടപ്പെടുത്തുക എന്നതായിരുന്നു എന്റെ ജോലി.

വിവാഹം കഴിഞ്ഞിട്ട് അധിക കാലമായിരുന്നില്ല. മണ്ണുത്തിയിൽ കൃഷിവകുപ്പിന് കീഴിലെ സ്റ്റേറ്റ് സീഡ് ഫാമിലെ ക്വാർട്ടേഴ്സിൽ ആയിരുന്നു ഞങ്ങൾ രണ്ടുപേർ താമസം. അതിരാവിലെ എണീറ്റ് തയ്യാറായി ഉച്ചഭക്ഷണം പൊതിഞ്ഞെടുത്ത് ഒരു കിലോമീറ്ററോളം നടന്ന് രാവിലെ ഏഴരമണിക്ക് മണ്ണുത്തി ബൈപാസ് ജംഗ്ഷനിൽ എത്തും. അന്ന് മണ്ണുത്തിയിൽ ഫ്ളൈഓവർ ഇല്ല. ബൈപ്പാസ് നാലുവരി ആയിട്ടുമില്ല. ബൈപ്പാസ് ജംഗ്ഷനിൽനിന്നും ഏതെങ്കിലും ലോറികളിൽ കയറി കൊടകരയിൽ ഇറങ്ങി അവിടെ നിന്ന്

ബസ്സിൽ വെള്ളിക്കുളങ്ങരയിലേക്ക്. വെള്ളിക്കുളങ്ങരയിൽനിന്നും വീണ്ടും ബസ്സിൽ രണ്ടുകൈയിലേക്ക്. അവിടെ എന്നെ കാത്തുനിൽക്കുന്ന നാല് ജോലിക്കാർ ഉണ്ടായിരിക്കും. പിന്നീട് അവരുമൊത്തു കാട്ടിലേക്ക്. ഇതായിരുന്നു പതിവ്. രാവിലെ എട്ടരയോടുകൂടി രണ്ടുകൈയിൽ ഞാനെന്നും എത്തുമായിരുന്നു. പക്ഷേ ചില ദിവസങ്ങളിൽ മണ്ണുത്തി ബൈപാസ് ജംഗ്ഷനിൽനിന്നും ലോറികൾ യഥാസമയം ലഭിക്കില്ല. അഞ്ചോ പത്തോ മിനിട്ടുകൾ വൈകിയാൽ ഈ യാത്രയുടെ കണക്കുകൂട്ടലുകളെല്ലാം തെറ്റും.

അങ്ങനെ ഒരു ദിവസം ഞാൻ മണ്ണുത്തി ബൈപാസ് ജംഗ്ഷനിൽ ലോറികൾക്ക് കൈ കാണിച്ചുകൊണ്ട് അക്ഷമനായി നിൽക്കുകയായിരുന്നു. ഏറെ നേരമായി, ലോറികൾ ഒന്നും നിർത്തുന്നില്ല. സമയം അങ്ങനെ ഓടിയോടി പോകുകയാണ്. ചില ദിവസങ്ങൾ അങ്ങനെയാണ്. അപ്പോഴാണ് പ്രതീക്ഷ നൽകി ഒരു ടാങ്കർ ലോറി വരുന്നത് കണ്ടത്. ഇത്തരം യാത്രകളിൽ മിക്കപ്പോഴും ടാങ്കർ ലോറികളാണ് ഏറ്റവും സഹായമാകാറുള്ളത്. ബസ് ചാർജോ ചിലപ്പോൾ ഒരല്പം കൂടുതലോ കൊടുത്താൽ മതി. പത്തു പതിനഞ്ചു മിനുട്ടുകൊണ്ട് കൊടകര എത്താം. പ്രതീക്ഷകളോടെ ഞാൻ നീട്ടി കൈ കാണിച്ചു. പക്ഷേ ഒരു ദയവുമില്ലാതെ അവർ കുതിച്ചു പാഞ്ഞു. പെട്ടെന്നാണ് ഒരു സ്കൂട്ടർ ഒരല്പം മുന്നിലായി വലിയ ഒച്ചയോടെ ബ്രേക്കിട്ട് നിർത്തിയത്. അദ്ദേഹം എന്നോട് ഉറക്കെ ചോദിച്ചു

‘‘എങ്ങോട്ടാ?’’

‘‘കൊടകര.’’

‘‘വേഗം കേറ്.’’

ഞാൻ വേഗം തന്നെ ഓടിച്ചെന്ന് സ്കൂട്ടറിന്റെ പിന്നിൽ കയറി. സാമാന്യം നല്ല ഒരു ചേതക്ക്. വലിയ സന്തോഷവും സമാധാനവുമായി. നേരം വൈകിപ്പോകുമല്ലോ എന്ന് കരുതിയിരിക്കുകയായിരുന്നു. ജീവിതം അങ്ങനെയാണ്. എല്ലാ പ്രതീക്ഷകളുമറ്റ് സ്തംഭിച്ചു നിൽക്കുമ്പോൾ ആയിരിക്കും അപ്രതീക്ഷിതമായി ഇത്തരം ചില അപരിചിത സഹായഹസ്തങ്ങൾ നമുക്ക് നേരെ നീണ്ടുവരുന്നത്.

കയറി കഴിഞ്ഞ് ഇരിപ്പൊന്നു ശരിയാക്കാൻ ഞാൻ തുനിയുമ്പോഴേക്കും സ്കൂട്ടർ കുതിച്ചു പാഞ്ഞു.

‘‘ചേട്ടന്റെ പേരെന്താ? എങ്ങോട്ടാണ്, വീടെവിടെയാ?’’ മുതലായ പതിവ് ചോദ്യങ്ങൾ ഞാൻ ചോദിച്ചു. ഒരു മറുപടിയും ഇല്ലാതെ അതെല്ലാം വായുവിൽ വിലയം പ്രാപിച്ചു. അദ്ദേഹം കുതിച്ചു പായുകയാണ്. പതുക്കെ പതുക്കെ ഭയം എന്നെ ഗ്രസിക്കാൻ തുടങ്ങി.

നടത്തറ ജംഗ്ഷൻ എല്ലാം കൊടുങ്കാറ്റുപോലെ പറന്നുപോയി. മുന്നിലതാ, എന്നെ കളിയാക്കി പാഞ്ഞു പോയ ടാങ്കർ. അതിവേഗം ടാങ്കറിനെ അദ്ദേഹം ഓവർടേക്ക് ചെയ്യാൻ നോക്കി. എതിർവശത്തു നിന്നും അപ്രതീക്ഷിതമായി ഒരു ട്രക്ക് ചീറിപ്പാഞ്ഞു വരുന്നു. ഞാൻ അറിയാതെ തന്നെ ഒരു നിലവിളി തൊണ്ടയിൽ കുരുങ്ങി. ഇരു വാഹനങ്ങൾക്കും ഇടയിലൂടെ വെടിയുണ്ട കണക്കെ ഞങ്ങളുടെ സ്കൂട്ടർ പുനർജനി നൂഴ്ന്നു. വാഹനങ്ങൾക്കിടയിലൂടെ ഊളിയിടുമ്പോൾ സ്കൂട്ടർ ഒന്ന് വിറച്ചു. ഞാൻ കണ്ണുകൾ ഇറുക്കി അടച്ചു.

‘‘ഇത്ര സ്പീഡ് വേണോ?’’

‘‘ഭയങ്കര ട്രാഫിക്കാ.’’

‘‘ഈ ലോറിക്കാർക്ക് ഒരു കണ്ണും മൂക്കും ഇല്ല.’’

ഇല്ല, എന്റെ വാക്കുകൾക്കൊന്നും മറുപടിയില്ല. ഏകാഗ്രചിത്തനായി ഒരു കുലുക്കവുമില്ലാതെ അദ്ദേഹം പറ പറക്കുകയാണ്.

ഭയം വലിയ ആശങ്കകളായി. ആരാണിദ്ദേഹം? സ്കൂട്ടറിൽ കയറുമ്പോൾ ഒരു പാതി മുഖമാണ് കണ്ടത്. തലയിൽ ഫാക്ടറി തൊഴിലാളികൾ വെക്കുന്ന ഒരു മഞ്ഞ ഹെൽമെറ്റ് ഉണ്ട്. അൽപ്പം കറുത്ത മുഖത്ത് പ്രേംനസീർ മോഡൽ തേൾ കരമീശയുണ്ട്. പെട്ടെന്ന് ഭീതിദമായ ഒരു ചിന്ത മനസ്സിൽ കൊള്ളിയാൻപോലെ മിന്നി. ഇദ്ദേഹം വല്ല LTTE ക്കാരൻ ആകുമോ? ശ്രീലങ്കൻ-തമിഴ് പ്രശ്നം കൊടുമ്പിരി കൊണ്ടിരിക്കുന്ന കാലം. മുറുക്കെ പിടിക്കാനെന്ന വ്യാജേന ഞാൻ അദ്ദേഹത്തിന്റെ അരയിൽ പതുക്കെ സ്പർശിച്ചു. ഇല്ല, തോക്കൊന്നും ഒളിപ്പിച്ചിട്ടില്ല എന്ന് തോന്നുന്നു. അല്ലെങ്കിൽ എന്നെപ്പോലെ ഒരു പാവം സർക്കാർ ജീവനക്കാരനെ തട്ടിക്കൊണ്ടു പോയിട്ട് അവർക്കെന്തു കിട്ടാൻ എന്ന് ആശ്വാസം കൊണ്ടു. എങ്കിലും ഒരക്ഷരം ഉരിയാടാതെ, ഓവർ സ്പീഡിൽ എന്തിനാണിങ്ങിനെ...

ചിലപ്പോൾ വീട്ടിൽ ഭാര്യയുമായി പിണങ്ങി ആത്മഹത്യയ്ക്കൊരുങ്ങി വന്നതാകുമോ? എങ്കിൽ എന്നെ എന്തിനു കൂട്ടി? ചില ‘സൈക്കോ’കൾ അങ്ങനെയാണ് എന്ന് വായിച്ചിട്ടുണ്ട്. പേടി എന്നെ മുഴുവനായും കാർന്നുതിന്നാൻ തുടങ്ങി. ആമ്പല്ലൂർ പാടത്തെത്തിയപ്പോൾ പിന്നിൽനിന്നും ചാടിയാലോ എന്നോർത്തു. പക്ഷേ ആ വേഗതയിൽ ചാടിയാൽ ഞങ്ങൾ രണ്ടുപേരും ടാർ റോഡിൽ വീഴുകയല്ലാതെ പാടത്തെത്തുകയില്ലെന്ന് ഉറപ്പായിരുന്നതിനാൽ ആ ഉദ്യമത്തിൽനിന്നും ഞാൻ പിന്മാറി.

ഒരു കാര്യം ഉറപ്പാണ്. ഇദ്ദേഹം വെറുമൊരാളല്ല. എന്തോ ‘ഹിഡൻ അജണ്ട’ ഇദ്ദേഹത്തിനുണ്ട്. ഞാൻ അതിന് ഇരയായെന്നു മാത്രം.

രക്ഷപ്പെടാനുള്ള ഓരോ മാർഗങ്ങൾ ഞാൻ ആലോചിച്ചു. എനിക്ക് ഇവിടെ ഇറങ്ങണം എന്ന് പറഞ്ഞാലോ? കൊടകരയ്ക്കാണെന്ന് ഞാൻ നേരത്തെ പറഞ്ഞു പോയതിനാൽ അത് അദ്ദേഹം കേൾക്കണമെന്നില്ല. അദ്ദേഹം ഒന്നും കേൾക്കുന്നില്ലായിരുന്നു. അല്ലെങ്കിൽതന്നെ എല്ലാം തീരുമാനിച്ചുറപ്പിച്ചു വന്നവന് മറ്റുള്ളവരുടെ വാക്കുകൾക്കെന്തു പ്രസക്തി. ഇനി എന്തെങ്കിലും വരട്ടെ. കൊടകര എത്തുന്നതുവരെ കരുതിയിരിക്കുകതന്നെ.

ഞങ്ങൾ മിന്നൽപിണർപോലെ പാഞ്ഞു. അങ്ങനെ അതാ, കൊടകര എത്താറായി. അവിടെ നിർത്തിയില്ലെങ്കിൽ രണ്ടും കല്പിച്ചു ചാടുക തന്നെ. ഞാൻ മനസ്സിലുറപ്പിച്ചു. അതാ അകലെ കൊടകര ജംഗ്ഷൻ കാണാറായി. ഞാൻ തയ്യാറെടുത്തു. തോൾ ബാഗ് മുന്നിലേക്കെടുത്തു. കാലുകൾ സ്റ്റെഡിയാക്കി. അതാ ജംഗ്ഷൻ.

''ഇവിടെ ഇറങ്ങണം.'' ഞാൻ ആവശ്യത്തിൽകൂടുതൽ ഉച്ചത്തിൽ തന്നെയാണത് പറഞ്ഞത്. അതിനു മുൻപുതന്നെ അദ്ദേഹം വേഗം കുറച്ചിരുന്നു. എങ്കിലും സഡൻ ബ്രേക്കിട്ട് നിർത്തി. ഞാൻ വേഗം ചാടിയിറങ്ങി. വലിയൊരു നിശ്വാസം എന്റെ നെഞ്ചിൽനിന്നും ഉതിർന്നു. വലിയ ആശ്വാസത്തോടെ ഞാൻ പറഞ്ഞു

''താങ്ക്സ് ചേട്ടാ.''

വെളുക്കെ ചിരിച്ച് അദ്ദേഹം പറഞ്ഞു. ''അയ്യോ, ഞാൻ അങ്ങോട്ടാണ് താങ്ക്സ് പറയേണ്ടത്. ഞാൻ 'അപ്പോളോ ടയേഴ്സി'ലെ ജീവനക്കാരനാ. എട്ടു മണിക്കുള്ള ഷിഫ്റ്റിൽ കയറണം. ഇന്ന് അല്പം വൈകി. വണ്ടി പറപ്പിച്ചുവിട്ടാലേ എത്തുമായിരുന്നുള്ളൂ. സ്പീഡ് കൂടിയാൽ സ്കൂട്ടറ് പാളും. അതിനു ബാക്കിൽ ഒരു വെയിറ്റ് വേണമായിരുന്നു. അപ്പോൾ ശരി. പിന്നെ കാണാം.''

എന്റെ മുഖത്തേക്ക് പരിഹാസത്തോടെ കറുത്ത പുക തുപ്പി പാഞ്ഞുപോയ ആ സ്കൂട്ടർ നോക്കി, സൈക്കിളിൽനിന്നും വീണ ഭാവത്തിൽ തിരക്കേറിയ ആ ദേശീയ പാതയോരത്ത് ഇളിഭ്യനായി ഞാൻ നിന്നു.

■

മയിലെട്ടാംപാറ

'രണ്ടുകൈ'യിൽനിന്നും ഉദ്ദേശ്യം ഏഴെട്ട് കിലോമീറ്ററോളം ദൂരെ ഉൾക്കാട്ടിൽ 'മയിലെട്ടാംപാറ' എന്ന ഒരു സ്ഥലമുണ്ട്. കൊടുങ്കാടിനു നടുവിലുള്ള വിസ്തൃതമായ ഒരു പാറ പ്രദേശം. വർക്കിങ് പ്ലാൻ ഫീൽഡ് വർക്കുകൾ ചെയ്യേണ്ടിയിരുന്നത് അതിന് സമീപമുള്ള തേക്കുതോട്ടങ്ങളിൽ ആയിരുന്നു. ദിവസേന ഇത്രയും ദൂരം നടന്നു ചെന്ന് ഫീൽഡ് ജോലികൾ ചെയ്യുക എന്നത് പ്രായോഗികമല്ല എന്നതിനാൽ മയിലെട്ടാംപാറയിൽ ഒരു താൽക്കാലിക ഷെഡ്ഡ് വെച്ച് തങ്ങാൻ ഞങ്ങൾ തീരുമാനിച്ചു.

ഞങ്ങൾ എന്നുപറഞ്ഞാൽ ഞാനും ഫീൽഡ് ജോലികൾ ചെയ്യുവാനായി എന്റെ കൂടെയുള്ള നാല് ജോലിക്കാരും. അപ്പോഴാണ് തികച്ചും അപ്രതീക്ഷിതമായി എന്റെ സഹപ്രവർത്തകൻ വാസുദേവൻ ഫോറസ്റ്റർ താനും കൂടി വരുന്നുണ്ടെന്ന് അറിയിച്ചത്. അദ്ദേഹം വിരമിക്കാൻ ഒരു വർഷത്തിൽതാഴെ മാത്രമേ ഉണ്ടായിരുന്നുള്ളൂ. കഠിനമായ ഫീൽഡ് ജോലികൾക്കായി പോകുമ്പോൾ അദ്ദേഹത്തെ കൂടെ കൊണ്ടു പോകാറില്ല. പ്രായത്തെ മാനിച്ച് അദ്ദേഹത്തിന് വിശ്രമം അനുവദിക്കാറാണ് പതിവ്. താൻ വിരമിക്കുന്നതിന് മുൻപ് കാട്ടിൽ കുറച്ചുദിവസം കിടക്കണമെന്ന അദ്ദേഹത്തിന്റെ അദമ്യമായ ആഗ്രഹംകൊണ്ടാണ് ഞങ്ങളുടെ കൂടെ വരാൻ തീരുമാനിച്ചത്.

രണ്ടാഴ്ച തങ്ങാൻ ആവശ്യമായ സാധനസാമഗ്രികൾ നിറച്ച 'മുടിക്കെട്ടു'കളുമായി മയിലെട്ടാംപാറ തീർത്ഥാടനത്തിനായി ഞങ്ങൾ ആറുപേരും കൂടി പുറപ്പെട്ടു. 'മയിലെട്ടാംപാറ' അതിമനോഹരമായ പാറക്കെട്ട് ആയിരുന്നു. ഒരു കൂറ്റൻ കുന്നിൻചെരുവിൽ അഴിച്ചിട്ട ജടപോലെ ഒഴുകി വീണുകിടക്കുന്ന കറുത്തിരുണ്ട പാറക്കെട്ട്. ഏകദേശം മധ്യഭാഗത്ത് വെട്ടിയൊരുക്കിയപോലെ നിരപ്പായ ഒരിടമുണ്ട്. അവിടെയാണ് ഞങ്ങൾ ഷെഡ്ഡ് വെച്ചത്. ചെങ്കുത്തായ കിടപ്പു കാരണം താഴെ നിന്നും മുകളിലേക്കും മുകളിൽനിന്നും താഴേയ്ക്കും

ആനകൾ എത്തിപ്പെടാറില്ല. എന്നാൽ വശങ്ങളിൽനിന്നും വേണ മെങ്കിൽ ആനകൾക്ക് ഷെഡ്ഡിൽ എത്താം. രാത്രി തീകൂട്ടി കിടന്നാൽ ആനകൾ സാധാരണയായി വരാറില്ല. (ഇതൊരു പരസ്പര വിശ്വാസ മാണ്. പക്ഷേ അവിശ്വാസികളായ ആനകളും കാട്ടിലുണ്ട്)

ഒന്നാം ദിനം ഷെഡ്ഡ് കെട്ടലും മറ്റുമായി കടന്നുപോയി. ഏക ദേശം ഒരു മാസത്തോളം അവിടെ തങ്ങേണ്ടി വരുമെന്നതിനാൽ സാമാന്യം ഭേദപ്പെട്ട ഒരു ഷെഡ്ഡ് ആണ് ഞങ്ങൾ ഉണ്ടാക്കിയത്. പാറക്കെട്ടിനു ചുറ്റും നല്ല കാടാണ്. അടിഭാഗത്തെ പച്ചക്കാടിനിട യിലൂടെ ഒരു തോട് ഒഴുകുന്നുണ്ട്. ഞങ്ങളുടെ വെള്ളത്തിന്റെ സ്രോതസ്സ് ഈ തോടാണ്. കാട്ടിൽ ക്യാമ്പ് ചെയ്യുമ്പോൾ ഏറ്റവും പ്രധാനമാണ് ജലസ്രോതസ്സുകൾ. ജലസാമീപ്യത്തിൽ മാത്രമേ സാധാരണയായി ക്യാമ്പ് ചെയ്യാറുള്ളൂ.

രണ്ടാംദിവസം നേരത്തെതന്നെ ഫീൽഡ് ജോലികൾക്കായി പുറപ്പെട്ടു. മയിലെട്ടാംപാറയിൽനിന്നും കുറച്ച് ദൂരെ മാറിയുള്ള തേക്കിൻതോട്ടം ആണ് തെരഞ്ഞെടുത്തത്. ഉച്ചഭക്ഷണം ഫീൽഡിൽ വച്ച് തന്നെ തയ്യാറാക്കാനായിരുന്നു പരിപാടി. വെള്ളം എവിടെ യെങ്കിലുമൊക്കെ ഉണ്ടാകും എന്ന കണക്കുകൂട്ടലിൽ ഭക്ഷണം തയ്യാറാക്കാനുള്ള സാധനങ്ങളുമായാണ് ഞങ്ങൾ പോയത്. പക്ഷേ ഞങ്ങളുടെ പ്രതീക്ഷകൾക്ക് വിപരീതമായി ഫീൽഡ് വർക്ക് ചെയ്തി രുന്നതിനടുത്ത് വെള്ളം ഉണ്ടായിരുന്നില്ല.

വെള്ളം തേടി അലയുന്നതിനിടയിലാണ് മനോഹരമായ ആ കാഴ്ച ഞങ്ങൾ കണ്ടത്. മെലിഞ്ഞുണങ്ങിയ ഒരു ചെറിയ കൈ ത്തോട്ടിൽ ആറ്-ഏഴ് ആനകൾ നിൽക്കുന്നു. കൂട്ടത്തിലെ മുന്തിയ പിടിയാന - കുടുംബനാഥ - തോട്ടിൽ അടിഞ്ഞുകൂടിയ മണൽ ത്തിട്ടയിൽ കാലുകൊണ്ട് ഒരു കുഴി ഉണ്ടാക്കുകയാണ്. കുഴിയിൽ അതാ വെള്ളം കിനിഞ്ഞു വരുന്നു. കുഴിയുടെ ആഴം കൂട്ടി പിടിയാന കുറച്ചു നേരം കാത്തുനിന്നു. കുഴി മുഴുവനായി വെള്ളം കിനിഞ്ഞു നിറഞ്ഞു. കലങ്ങിയ വെള്ളം തെളിയാനായി അവർ കുറച്ചുകൂടെ നേരം കാത്തു. തുടർന്ന് ഓരോരുത്തരായി വന്നു വെള്ളം കുടിച്ചു. കുറയുന്നതിനനുസരിച്ച് വെള്ളം ഊറി വന്നുകൊണ്ടേയിരുന്നു. മനം കുളിർപ്പിച്ച കാഴ്ചയായിരുന്നു അത്. ആവശ്യത്തിന് വെള്ളം കുടിച്ച് ശാന്തരായി അവർ തിരിച്ചുപോയി. അൽപനേരം കാത്തുനിന്ന് ഞങ്ങളും ആ കുഴിയിൽ നിന്ന് ആവശ്യത്തിന് തെളി വെള്ളം കോരി യെടുത്തു.

ഒരു പുഴയിൽ ശരിക്കും രണ്ടു പുഴകൾ ഉണ്ട്. ഒന്ന്, നാം കാണുന്ന

ഒഴുകുന്ന പുഴ. രണ്ടാമത്, മണൽത്തരികളും മണ്ണും ശേഖരിച്ചു വയ്ക്കുന്ന നാം കാണാത്ത പുഴ.

കാണുന്ന പുഴയേക്കാൾ കൂടുതൽ വെള്ളം ശേഖരിച്ചു വയ്ക്കുന്നത് കാണാത്ത പുഴയാണ്. അതുകൊണ്ടാണ് പുഴകളിൽനിന്നും അനിയന്ത്രിതമായി മണൽ വാരരുതെന്ന് പറയുന്നത്. മണൽ യഥാർത്ഥത്തിൽ വെള്ളം ശേഖരിച്ചുവെക്കുന്ന സ്പോഞ്ചുകൾ ആണ്. അത്യധികമായ മണൽവാരൽമൂലം വെള്ളം ശേഖരിച്ചുവയ്ക്കപ്പെടാതെ ഒഴുകിപ്പോകാൻ ഇടയാവുകയും പുഴ മരിക്കുകയും വേനലിൽ കടുത്ത വരൾച്ചയ്ക്ക് കാരണമാകുകയും ചെയ്യും. ആനകൾക്കറിയാമായിരുന്നു, ആ മണൽതിട്ടയിൽ വെള്ളമുണ്ടെന്ന്.

അടുത്ത ദിവസം പ്രത്യേകിച്ചൊന്നും സംഭവിക്കാതെ കടന്നുപോയി. നാലാംദിനം ജോലിക്കാർ ഉച്ചയ്ക്ക് പണി നിർത്തി. രണ്ടുകൈയിലെ ഉത്സവമാണ്. ഉച്ചതിരിഞ്ഞ് പോയി പിറ്റേന്ന് രാവിലെ തന്നെ എത്തിക്കൊള്ളാം എന്ന് അവർ അറിയിച്ചു. തുടങ്ങിവെച്ച പണികൾ ഒന്നുമാകാത്തതിനാൽ ഞാൻ അവിടെ തങ്ങാൻ തന്നെ തീരുമാനിച്ചു. ഞങ്ങൾ രണ്ടുപേർ മാത്രം. ഞാനും വാസുദേവൻ ഫോറസ്റ്ററും. അദ്ദേഹം പക്ഷേ വല്ലാതെ ഭയന്നുപോയി.

''അവർ നാളെ തന്നെ വരുമല്ലോ, ഒരു രാത്രി നമുക്ക് ഇവിടെ കഴിയാം.'' ഞാൻ അദ്ദേഹത്തിന് ധൈര്യം കൊടുത്തു. മനമില്ലാമനസ്സോടെ അദ്ദേഹം സമ്മതം മൂളി. അവരെല്ലാവരും ഉച്ചഭക്ഷണം കഴിച്ച ഉടൻതന്നെ പോയി. ഞങ്ങൾ രണ്ടുപേർ മാത്രം ഷെഡ്ഡിൽ അവശേഷിച്ചു.

വാസുദേവൻ ഫോറസ്റ്റർ ഉറങ്ങാൻ കിടന്നു. ഫീൽഡ് നോട്ടുകൾ പകർത്തിയെഴുതി ആവശ്യമായ രേഖപ്പെടുത്തലും കണക്കുകൂട്ടലുകളും ആയി ഞാൻ ജോലിയിൽ മുഴുകി. കുറച്ചുനേരം കഴിഞ്ഞുകാണും. പെട്ടെന്ന് അദ്ദേഹം ഉറക്കത്തിൽ നിന്നും ഞെട്ടിയുണർന്നു. വയറു പൊത്തിപ്പിടിച്ചു പറഞ്ഞു.

''തീരെ സുഖമില്ല. ഒന്ന് വെളിക്കിരിക്കണം.''

സമയം വൈകീട്ട് നാലുമണി ആകുന്നതേയുള്ളൂ. പക്ഷേ തോട്ടിറമ്പിലെ കാട്ടിലേക്ക് ഒറ്റയ്ക്ക് പോകാൻ അദ്ദേഹം വല്ലാതെ ഭയപ്പെട്ടു. എന്തുചെയ്യാം. പ്രായമായ മനുഷ്യനല്ലേ. W. H. Hudsonന്റെ 'Green Mansions' എന്ന നോവൽ കൈയിലെടുത്ത് ഞാനും അദ്ദേഹത്തിന്റെ കൂടെ പോയി. തോട്ടിറമ്പിൽ സുരക്ഷിതമായ ഒരിടം അദ്ദേഹത്തിന് ചൂണ്ടിക്കാണിച്ചു കൊടുത്തു. സ്വകാര്യതയും ഏകാന്തതയും ആവശ്യമായ 'ജൈവപ്രക്രിയ' ആയതിനാൽ കുറച്ചു ദൂരെ വീണുകിടന്നിരുന്ന

ഒരു കൂറ്റൻ മരുത് മരത്തിന്റെ മറവിലേക്ക് മാറി ഇരുന്നു ഞാൻ വായന തുടങ്ങി.

അനിവാര്യമായ 'ജൈവപ്രക്രിയ'യുടെ സ്ഫോടനാത്മകമായ നിമിഷങ്ങളിലൂടെ വാസുദേവൻ ഫോറസ്റ്റർ കടന്നുപോയി. സമയം അരിച്ചരിച്ചു നീങ്ങിക്കൊണ്ടിരുന്നു. വായനയിൽ ലയിച്ച് 'റിമ'യോടൊപ്പം കാട്ടുമരങ്ങളിൽ ഊയലാടി ഞാൻ ഒഴുകി പരക്കെ തികച്ചും അപ്രതീക്ഷിതമായാണ് ഒട്ടുറക്കെ സംസാരിക്കുന്ന ഒരു മനുഷ്യശബ്ദം കേട്ടത്. അവിടെ ആ വനവിജനതയിൽ ഞങ്ങൾ രണ്ടുപേരും അല്ലാതെ മറ്റാരും ഇല്ലാത്തതിനാൽ ഞാൻ ഒന്നമ്പരന്നു. ആരാണത് എന്നറിയാൻ മരമറവിൽനിന്നും ഞാൻ എത്തി നോക്കി. ജാള്യതയോടെ തല കുമ്പിട്ടിരുന്നു 'ജൈവപ്രക്രിയ'യിൽ ആമഗ്നനായിരിക്കുന്ന വാസുദേവൻ ഫോറസ്റ്ററിനരികെ അതാ ഒരു മനുഷ്യൻ. തലയിൽ ഒരു ചാക്കും കൈയിൽ ഒരു വലിയ കന്നാസും ഉണ്ട്. അദ്ദേഹം അൽപം കുനിഞ്ഞ്, തല കുമ്പിട്ടിരിക്കുന്ന ഫോറസ്റ്ററുടെ മുഖത്തേക്ക് സൂക്ഷിച്ചു നോക്കി ഉറക്കെ ചോദിച്ചു.

''ആരാ, എന്താ, ഇവിടെ, മുൻപ് ഒന്നും കണ്ടിട്ടില്ലല്ലോ?''

ആഗതൻ തലകുനിക്കുന്നതിനോടൊപ്പം അതിലേറെ തലകുമ്പിട്ട്, പതഞ്ഞു പൊങ്ങിയ ജാള്യതയും രോഷവും കൂട്ടിക്കലർത്തി, മീൻ നന്നാക്കുന്ന വീട്ടമ്മ പൂച്ചയെ ആട്ടിയകറ്റുംപോലെ വാസുദേവൻ ഫോറസ്റ്റർ അയാളെ ആട്ടിയകറ്റി.

''താൻ പോ, താൻ പോ.''

''എന്നോട് പോകാൻ പറയാൻ താൻ ആരാ? ഇതെന്റെ കാടാ.''

ആഗതൻ ഉറഞ്ഞുതുള്ളി. രംഗം തീരെ പന്തിയല്ലെന്ന് കണ്ട് ഞാൻ ഇടപെട്ടു. ആഗതനെ എന്റെ അടുത്തേക്ക് ശബ്ദമുയർത്തി വിളിച്ചു. അപ്പോഴാണ് അദ്ദേഹം എന്നെ കാണുന്നത്. തെല്ലൊരു ആശങ്കയോടെ അയാൾ എനിക്ക് നേരെ വന്നു. അടുത്ത് വന്നപ്പോഴാണ് എനിക്ക് അദ്ദേഹത്തെ മനസ്സിലായത്. രണ്ടുകൈ കോളനിയിലെ മൂപ്പൻ ആയിരുന്നു. അദ്ദേഹത്തിന് എന്നെയും അറിയാമായിരുന്നു. ഞാൻ കാര്യങ്ങൾ അദ്ദേഹത്തോട് വിശദീകരിച്ചു. വാസുദേവൻ ഫോറസ്റ്ററെ ചൂണ്ടി 'വലിയ സാറാണ്' എന്ന് ഞാൻ പറഞ്ഞപ്പോൾ അദ്ദേഹം വല്ലാതെ പരിഭ്രമിച്ചു.

''സാരമില്ല അറിയാതെ പറ്റിയതല്ലേ, ഞാൻ പറഞ്ഞോളാം.''

മൂപ്പനെ സമാധാനിപ്പിച്ചു. വാസുദേവൻ സാറിന് വയറിന് നല്ല സുഖമില്ല അതുകൊണ്ടാണ് ഇവിടെ ഇങ്ങനെ... ഞാൻ അദ്ദേഹത്തോട്

പറഞ്ഞു. കന്നാസ് നിറയെ ഫ്രഷ് തേൻ ആയിരുന്നു. മൂപ്പൻ തേൻ എടുത്ത് വരുന്ന വഴിയായിരുന്നു.

''സാറിന് തേൻ വേണോ?'' മൂപ്പൻ സ്നേഹപൂർവ്വം എന്നോട് ചോദിച്ചു.

''ഇപ്പോൾ വേണ്ട, കോളനിയിൽ വന്ന് ഞാൻ വാങ്ങിച്ചോളാം. മൂപ്പൻ ഇപ്പോൾ പൊയ്ക്കോളൂ.''

ജാള്യതയോടെ അപ്പോഴും തലകുമ്പിട്ടിരിക്കുന്ന വാസുദേവൻ ഫോറസ്റ്ററുടെ സ്വാസ്ഥ്യത്തിനു വേണ്ടി മൂപ്പനെ എത്രയും വേഗം അവിടെനിന്നും ഒഴിവാക്കാനായി ഞാൻ പറഞ്ഞു. പോകാൻ തുനിഞ്ഞ മൂപ്പൻ വീണ്ടും വാസുദേവൻ സാറിനരികത്തേക്കാണ് നടക്കാൻ തുടങ്ങിയത്. ഉടൻതന്നെ ഞാൻ അദ്ദേഹത്തെ തടഞ്ഞു. മൂപ്പൻ പറഞ്ഞു.

''സാറിന് വയറിന് നല്ല സുഖം ഇല്ലല്ലോ. കുറച്ചു തേൻ കൊടുക്കാനാ. തേൻ വയറിന് നല്ലതാ.''

ആ മനുഷ്യന്റെ നിഷ്കളങ്കമായ വാക്കുകൾ കേട്ട്, സകല നിയന്ത്രണവും വിട്ട് ഞാൻ ഉച്ചത്തിൽ പൊട്ടിച്ചിരിച്ചു.

■

അച്ചുറൊട്ടിപ്പാറ

വർക്കിങ് പ്ലാൻ തയ്യാറാക്കുന്നതിലേക്കായി തേക്കുതോട്ടങ്ങൾക്കു പുറമെ സ്വാഭാവിക വനത്തിന്റെയും ഡാറ്റ ശേഖരിക്കേണ്ടതുണ്ട്. അതിനായി ഉൾവനങ്ങളിൽ സർവ്വേ (2% Enumeration) ചെയ്യുന്ന ജോലികളിൽ ആയിരുന്നു ഞങ്ങൾ. ഞാനും സർവ്വേ ജോലികളിൽ എന്നെ സഹായിക്കാനായി വന്ന നാലു പേരും. വാഴച്ചാൽ-ചാലക്കുടി വനം ഡിവിഷനുകളെ വേർതിരിക്കുന്ന കണ്ണൻകുഴി തോടിനടുത്ത് കൊടുങ്കാട്ടിൽ ഒരു പാറപ്പുറത്ത് ആയിരുന്നു ഞങ്ങളുടെ ക്യാമ്പിങ്. കാടിന്റെ ശ്രീകോവിലിൽനിന്നും ഉത്ഭവിച്ച് താഴോട്ടൊഴുകി ചാലക്കുടിപ്പുഴയിൽ വിലയം പ്രാപിക്കുന്ന കണ്ണൻകുഴി തോട് അതിസുന്ദരിയും വിവിധ മത്സ്യങ്ങളാൽ സമ്പന്നയും ആയിരുന്നു.

വർഷക്കാലത്ത് ആർത്തട്ടഹസിച്ച് രൗദ്രയായും വേനലിൽ ഒഴുക്കു മുറിഞ്ഞ് സൗമ്യയായും ഒഴുകുന്ന കണ്ണൻകുഴി തോട് ചാലക്കുടിപ്പുഴയ്ക്ക് പോഷണം നൽകുന്നവരിൽ മുൻപന്തിയിൽ ആയിരുന്നു. ഉൾക്കാട്ടിൽ സാമാന്യം വീതിയേറിയ ഭാഗത്തു തോടിന്റെ നടുവിൽ ഒരു കൂറ്റൻ പാറയുണ്ടായിരുന്നു. സമചതുരത്തിൽ അൽപ്പം ഉയരമേറിയ ഈ പാറയെ 'അച്ചുറൊട്ടിപ്പാറ' എന്നാണ് നാട്ടുകാർ വിളിച്ചുപോരുന്നത്. അരയ്ക്കൊപ്പം വെള്ളമുണ്ടായിരുന്ന ഇവിടെ തോട്ടിൽ പൊന്തിനിൽക്കുന്ന പാറകളിൽ ചവുട്ടി നനയാതെതന്നെ ഈ പാറയിൽ നമുക്കെത്താമായിരുന്നു. സാധാരണയായി ആനകൾ തോട്ടിലിറങ്ങി ഈ പാറയിലേക്ക് വരാറില്ല എന്ന് എന്റെ കൂടെയുള്ള സഹായികൾ എന്നോട് പറഞ്ഞിരുന്നു. (അവർ വെറ്റിലപ്പാറ കോളനി നിവാസികൾ ആയിരുന്നു). അങ്ങനെ സുരക്ഷിതമായ താവളം എന്ന നിലക്ക് അച്ചുറൊട്ടിപ്പാറയിൽ ഞങ്ങൾ താൽക്കാലിക ഷെഡ്ഡു കെട്ടി.

രാവിലെ കഞ്ഞി, ഉച്ചയ്ക്ക് ചോറും ഉള്ളിക്കറിയും രാത്രി വീണ്ടും കഞ്ഞി (എല്ലാ ദിവസവും ഇത് തന്നെ) അങ്ങനെ വളരെ വൈവിധ്യം

നിറഞ്ഞതായിരുന്നു ഞങ്ങളുടെ മെനു. രാവിലെതന്നെ ഉച്ചയ്ക്കുള്ള ചോറും പൊതിഞ്ഞെടുത്തു ഞങ്ങൾ പുറപ്പെടും. നാലുമണിയോടെ തിരിച്ചെത്തും. ജോലി വളരെ കാഠിന്യമേറിയതായതിനാൽ ക്ഷീണിച്ചു തളർന്നാണ് വരവ്. തെളിനീർപുഴയിലെ മുങ്ങിക്കുളി ക്ഷീണമെല്ലാം അകറ്റാൻ പര്യാപ്തമായിരുന്നു.

കൂട്ടത്തിലെ ഏറ്റവും പ്രായം കുറഞ്ഞ സഹായി ആയിരുന്നു 22കാരൻ ശിവൻ. മീൻ പിടിക്കാൻ മിടുക്കൻ. ഒരു കൈയിൽ ടോർച്ചും മറുകൈയിൽ വാക്കത്തിയുമായി പുഴയിൽ ഇറങ്ങി കുറച്ചു നേരം നിശ്ചലനായി ധ്യാനനിമഗ്നനായി ശിവന്റെ ഒരു നിൽപ്പുണ്ട്. ഞങ്ങൾക്ക് ആവശ്യമുള്ള മീൻ അടുത്തെത്തുമ്പോൾ വാക്കത്തി ഒന്ന് പാളുന്നതു കാണാം. പിന്നെ കൈയിൽ മീനുമായാണ് ശിവൻ പുഴയിൽനിന്നും കയറിവരിക.

നാലാംദിനം ജോലി കഴിഞ്ഞു തിരിച്ചു ഷെഡ്ഡിലേക്ക് വരികയായിരുന്നു. എളുപ്പമെത്താനായി തോട്ടിലൂടെ തന്നെയാണ് ഞങ്ങൾ നടന്നിരുന്നത്. കല്ലുകളിൽ മാറിമാറി ചവുട്ടി, ഒന്നുതെന്നിയാൽ വലിയ അപകടം സംഭവിക്കാവുന്ന ആ യാത്രയിലാണ് യാദൃശ്ചികമായി ഞങ്ങൾ ആ കാഴ്ച കണ്ടത്. ഒഴുക്ക് മുറിഞ്ഞുപോയ തോട്ടിൽ ഒരു ഭാഗത്ത് ഒരു ചെറിയ കുഴിയിൽ സാമാന്യം വലിയ കുറെ മീനുകൾ കിടന്നു പുളയ്ക്കുന്നു. മീനുകൾ കാരണം വെള്ളം കാണാനേ ഇല്ല. മീനുകളെക്കണ്ട ആവേശത്തിൽ വലിയ സന്തോഷം തോന്നിയെങ്കിലും കൂട്ടത്തിലെ മുതിർന്ന ആളായ സുകുമാരൻചേട്ടൻ പറഞ്ഞു.

''സർ, ഈ കുഴിയിലെ വെള്ളം രണ്ടു ദിവസത്തിനുള്ളിൽ വറ്റും. ഈ മീനെല്ലാം ചത്തുപോകും. നമുക്ക് ആകെ രണ്ടു മീൻ മാത്രം മതി.''

ശിവൻ നല്ല രണ്ടു മീനുകളെ പിടിച്ചു. ശേഷിച്ച മുപ്പതോളം മീനുകളെ ഞങ്ങൾ പിടിച്ച് ഏകദേശം 25 മീറ്റർ അകലെ തോട്ടിൽ തന്നെയുള്ള കയത്തിൽ കൊണ്ടിട്ടു. കയത്തിൽ എത്തിപ്പെട്ട മീനുകൾ ആർത്തുല്ലസിച്ചു.

ആറാംനാൾ നല്ല നിലാവുള്ള രാത്രിയിൽ ഷെഡ്ഡിൽ ഉറങ്ങിക്കിടക്കവേ വലിയൊരു ചിന്നംവിളി കേട്ട് ഞെട്ടി ഉണർന്നു. തോടിന്റെ ഇരുകരയിലൂടെയും ആനകൾ വരിവരിയായി പോകുന്നു. തോടിന്റെ നടുവിൽ ഇരുന്ന് ഭീതിദവും മനോഹരവുമായ ആ കാഴ്ച ഞങ്ങൾ ശരിക്കും ആസ്വദിച്ചു.

ഏഴാംനാൾ വൈകീട്ട് ജോലികൾ തീർത്തുവരുമ്പോൾ പാറപ്പുറത്ത് ഞങ്ങളുടെ ഷെഡ്ഡിന്റെ പൊടിപോലുമില്ല. ആനക്കൂട്ടം അവിടെ

ശരിക്കും ആടിത്തിമർത്തിരിക്കുന്നു. ഷെഡ്ഡിന്റെ മേൽക്കൂര ഒഴുകിപ്പോയി പുഴയിറമ്പിലെ ചാഞ്ഞ മരക്കൊമ്പിൽ ഉടക്കി നിൽക്കുന്നു. ഞങ്ങളുടെ എല്ലാ സാമഗ്രികളും തവിടുപൊടിയായി വെള്ളത്തിൽ. അരിയും പഞ്ചസാരയും ചായലയും തീപ്പെട്ടിയും ഉപ്പും മുളകുപ്പൊടിയും എല്ലാം വെള്ളത്തിൽ പോയി. അരിക്കലം ചവുട്ടി പരത്തി ഓസ്ട്രേലിയ പരുവത്തിൽ വലിച്ചെറിഞ്ഞിരിക്കുന്നു. ചീനച്ചട്ടിയും പ്ലേറ്റുകളും തിരഞ്ഞെങ്കിലും കണ്ടുകിട്ടിയില്ല. ''ഞങ്ങടെ കുടുംബത്തു നിങ്ങൾക്കെന്താ കാര്യം'' എന്ന ആനച്ചേട്ടന്മാരുടെ അധികാരം സ്ഫുരിക്കുന്ന ചോദ്യം അന്തരീക്ഷത്തിൽ മുഴങ്ങുന്നതായി എനിക്ക് തോന്നി.

ഭക്ഷണം എന്ന യാഥാർത്ഥ്യം വലിയൊരു പ്രശ്നമായി തുറിച്ചു നോക്കി. എല്ലാവർക്കും നല്ല വിശപ്പുണ്ടായിരുന്നു. 15 കിലോമീറ്ററോളം നടന്നെങ്കിലേ പുറംലോകത്തെത്തൂ. ആ സമയത്ത് അത് തികച്ചും അപ്രായോഗികമായിരുന്നു. ഏതു വിധേനയും ആ രാത്രി അവിടെ കഴിച്ചുകൂട്ടാതെ മറ്റൊരു മാർഗവും ഞങ്ങൾക്ക് മുമ്പിൽ ഇല്ലായിരുന്നു. തീ കൂട്ടാൻ കഴിഞ്ഞിരുന്നെങ്കിൽ മീനെങ്കിലും ചുട്ടു തിന്നാമായിരുന്നു. തീപ്പെട്ടിയെല്ലാം നനഞ്ഞു കുതിർന്നു പോയി. തീപിടിപ്പിക്കാനുള്ള പ്രാകൃതമാർഗങ്ങൾ ചെയ്തുനോക്കി. നിരാശയായിരുന്നു ഫലം. മാത്രമല്ല എല്ലാവരും നല്ലവണ്ണം ക്ഷീണിതരും ആയിരുന്നു. ഒന്നും ചെയ്യാനാകാതെ തികച്ചും നിസ്സഹായരായി ഞങ്ങൾ അവിടെ ഇരുന്നു.

അവർക്കു കൊടുക്കാനുള്ള കൂലി ഉൾപ്പെടെ ഏകദേശം 8000 രൂപയോളം എന്റെ പോക്കറ്റിൽ കിടന്നു പരിഹസിച്ചു ചിരിക്കവേ വിശന്നൊട്ടിയ വയറുമായി തളർന്നവശരായി മനോഹരമായ ആ നിറനിലാവിൽ ആകാശത്തിലെ നക്ഷത്രങ്ങളെ നോക്കി അച്ചുറൊട്ടിപ്പാറയിൽ നിശ്ശബ്ദരായി ഞങ്ങൾ മലർന്നു കിടന്നു..

വിശന്നു പൊരിഞ്ഞു കിടക്കുമ്പോൾ എല്ലായ്പോഴും സമയസൂചികൾ പതിവിലും മന്ദമായി മാത്രമേ ചലിക്കുകയുള്ളൂ. അങ്ങനെ ദുസ്സഹമായ കാത്തിരിപ്പിനൊടുവിൽ അച്ചുറൊട്ടിപ്പാറയിൽ ഒരുകണക്കിന് ഞങ്ങൾ നേരം വെളുപ്പിച്ചെടുത്തു. ഉൾവനങ്ങളിൽ രാത്രി നേരത്തെ വരികയും പകൽ വൈകി ഉദിച്ചുപൊങ്ങുകയുമാണ് പതിവ്. കാട്ടുപക്ഷികളുടെ സിംഫണി പക്ഷേ അന്നത്തെ പ്രഭാതത്തിൽ അത്രയ്ക്ക് ആസ്വാദ്യകരമായി തോന്നിയില്ല. വിശന്നു തളർന്ന ആ അവസ്ഥയിൽ 15 കിലോമീറ്റർ നടക്കുന്നതിനെക്കുറിച്ച് ഓർത്ത് ഏറെ ആശങ്കപ്പെട്ടു. പല്ലുതേച്ചു മുഖം കഴുകാനായി പാറയിൽനിന്നും തോട്ടിലേക്കിറങ്ങിയപ്പോഴാണ് മനസ്സിൽ ഒരായിരം പൂത്തിരി കത്തിച്ച

ആ കാഴ്ച കണ്ടത്. അച്ചുറൊട്ടിപ്പാറയുടെയും തൊട്ടുരുമ്മി സപ്പോർട്ട് പോലെ നിൽക്കുന്ന ഒരു കുഞ്ഞൻ പാറയുടെയും ഇടുക്കിൽ ഒരു തീപ്പെട്ടി കുടുങ്ങിക്കിടക്കുന്നു. ഒരു തീപ്പെട്ടി കണ്ട് ഇത്രയേറെ ആഹ്ലാദിച്ച നിമിഷം ജീവിതത്തിൽ മുൻപൊരിക്കലും ഉണ്ടായിട്ടില്ല. തലേന്ന് രാത്രി അത് കണ്ടുപിടിക്കാൻ കഴിയാതിരുന്നതിൽ ഞങ്ങൾ സ്വയം പഴിച്ചു.

താഴെ വീണുപോകാതെ കല്ലിടുക്കിൽനിന്നും ആ തീപ്പെട്ടി വീണ്ടെടുക്കുക എന്നത് ശ്രമകരമായിരുന്നു. എങ്കിലും കുറച്ചു നേരത്തെ പരിശ്രമംകൊണ്ട് ഞങ്ങൾ അതിൽ വിജയിച്ചു. പക്ഷേ അതിൽ രണ്ടേ രണ്ടു തീപ്പെട്ടിക്കൊള്ളികൾ മാത്രമേ ഉണ്ടായിരുന്നുള്ളൂ. ഞങ്ങൾ ഉപയോഗിച്ചുകൊണ്ടിരുന്ന കൂടായിരുന്നു അത്. പാക്കറ്റിന് പുറത്തായിരുന്നതിനാൽ വേറെ തെറിച്ചുവീണതായിരുന്നു. ഭാഗ്യത്തിന് നനഞ്ഞിട്ടില്ലായിരുന്നു. പെട്ടെന്ന് എല്ലാവരും ഉഷാറായി. ഇനി തീ പിടിപ്പിക്കണം. എങ്ങനെയെങ്കിലും കുറച്ചു ഭക്ഷണം അകത്താക്കണം. അല്ലെങ്കിൽ തിരിച്ചുനടപ്പ് ഏറെ ദുഷ്കരമാകും.

ഉണങ്ങിയ ഈറ്റ ഇലകളും ചവറുകളും കൂട്ടിയിട്ടു. ശ്രീധരൻ തീപ്പെട്ടിക്കൊള്ളി ഉരസി. അത്തരം സന്ദർഭങ്ങളിൽ സാധാരണ കാണിക്കാറുള്ള അമിതാവേശംകൊണ്ട് കൊള്ളി കത്തിയമർന്നുപോയി. തീപിടിപ്പിക്കാനായില്ല. ശ്രീധരനെ ചീത്തപറഞ്ഞു സുകുമാരൻ ചേട്ടൻ തീപ്പെട്ടി കൈയിൽ എടുത്തു. പയ്യെ അവസാനത്തെ കൊള്ളിയും പുറത്തെടുത്തു. ഞങ്ങൾ അഞ്ചുപേരുടെ ഭക്ഷണം കേവലം ആ തീപ്പെട്ടിക്കൊള്ളിയെ മാത്രം ആശ്രയിച്ചാണ് ഇരിക്കുന്നത്. ജീവിതത്തിൽ ആദ്യമായി ഒരു തീപ്പെട്ടിക്കൊള്ളിയോട് വലിയ ആദരവ് തോന്നിയ നിമിഷം. ഹുങ്കാരശബ്ദത്തോടെ സർവ്വം നക്കിത്തുടച്ചെടുക്കുവാൻ ആളി വന്ന എത്രയെത്ര വമ്പൻ കാട്ടുതീയിനെ ഏറെ പണിപ്പെട്ടു തല്ലിക്കെടുത്തിയിരിക്കുന്നു. അതിൽനിന്നും ഒരു പൊരി തീ ഇപ്പോൾ കിട്ടിയിരുന്നെങ്കിൽ. സാഹചര്യങ്ങൾ നമ്മെ കൊണ്ടെത്തിക്കുന്ന ആഗ്രഹങ്ങളുടെ വൈരുദ്ധ്യമോർത്ത് മനസ്സിൽ നിസ്സഹായതയുടെ ഒരു നെടുവീർപ്പുയർന്നു.

സുകുമാരൻ ചേട്ടൻ ഒരുനിമിഷം ധ്യാനനിരതനായി. മലദൈവങ്ങളെ വിളിച്ചു പ്രാർത്ഥിച്ചു. ഞങ്ങളോടെല്ലാവരോടും കാറ്റ് മറഞ്ഞിരിക്കാൻ പറഞ്ഞു. സാവധാനത്തിൽ തീപ്പെട്ടിയുടെ ഉരയുള്ള ഭാഗം തന്റെ ഉടുമുണ്ടിൽ ഉരസ്സി ചൂടാക്കി. തീപ്പെട്ടിക്കൊള്ളിയുടെ തലഭാഗം മാന്ത്രികവടിയുടെ അഗ്രം ഉഴിയുന്ന മാന്ത്രികനെപോലെ

മുണ്ടറ്റംകൊണ്ട് തലോടി. ഒരു യാഗം ചെയ്യാനുള്ള പുറപ്പാടുപോലെ, പരമ്പരാഗതമായ ഒരു അനുഷ്ഠാനംപോലെ തികഞ്ഞ ഏകാഗ്രതയോടെ ഹൃദയശസ്ത്രക്രിയ ചെയ്യുന്ന ഭിഷഗ്വരന്റെ കൈയടക്കത്തോടെ ഞങ്ങൾ ഏവരുടെയും പ്രതീക്ഷാനിർഭരമായ നിശ്ചലനോട്ട മേറ്റുവാങ്ങി ചരിത്രാതീതകാലത്തെ ഒരു ഗുഹാമനുഷ്യനെപോലെ തോന്നിച്ച സുകുമാരൻ ചേട്ടൻ വളരെ കരുതലോടെ കൊള്ളിയുരച്ചു. ഒരു പിറുപിറപ്പോടെ കൊള്ളി കത്തി. കത്തുന്ന തീപ്പെട്ടി കൊള്ളിയെ ഗർഭപാത്രത്തിലെന്നപോലെ വിരലുകളാൽ പൊതിഞ്ഞു കൊള്ളിയിൽ തീ കത്തിപ്പടരാൻ അനുവദിച്ചു. പിന്നെ സാവധാനത്തിൽ ഉണങ്ങിയ ഇലകളിലേക്ക് തീ പടർത്തി. ഞങ്ങളുടെ കണ്ണുകളിലും മനസ്സിലും തീ തിളക്കം നൽകി കരിയിലകളിൽ തീ ആളിക്കത്തി. ഉണങ്ങിയ ചുള്ളികളും വിറകുകളും കൂട്ടിവെച്ച് വളരെ വേഗം നല്ലൊരു തീ പെരുപ്പിക്കാൻ ഞങ്ങൾക്കായി.

ഞാനും സുകുമാരൻചേട്ടനും തീയുടെ സംരക്ഷണം ഏറ്റെടുത്തു. ശിവനും ശ്രീധരനും തങ്കപ്പനും തോട്ടിൽ ഇറങ്ങി വളരെ വേഗം ആവശ്യത്തിനുള്ള മീൻ പിടിച്ചു. തീക്കനലുകളിൽ മീൻ ഒന്നൊന്നായി ചുട്ടെടുത്തു. ഉപ്പോ മുളകോ പുളിയോ ഒന്നുമില്ലാതെ പച്ചയ്ക്കു ചുട്ടെടുത്ത മീൻ അതീവരുചിയോടെ ഞങ്ങൾ വയറുനിറച്ചു കഴിച്ചു. പച്ചമുളകും ഉള്ളിയും പുളിയുംകൂടി ചതയ്ക്കാനായി ഞങ്ങൾ ഉപയോഗിച്ചിരുന്ന ഒരു ചതുരൻ പാറക്കല്ല് ആനകളുടെ താണ്ഡവത്തിൽ തെറിച്ചുപോയി പാറയുടെ അറ്റത്തു കമിഴ്ന്നു കിടപ്പുണ്ടായിരുന്നു. ശിവൻ അത് മെല്ലെ എടുത്ത് മലർത്തിയിട്ടു. രണ്ടു ദിവസം മുൻപ് ഞങ്ങൾ ചതച്ച പച്ചമുളകിന്റെയും ഉള്ളിയുടെയും ഉണങ്ങിപിടിച്ച കുറച്ച് അവശിഷ്ടങ്ങൾ അതിലുണ്ടായിരുന്നു. അത് മൂന്നാലിറ്റ് വെള്ളംചേർത്ത് കുതിർത്ത് തന്റെ ചൂണ്ടുവിരലുകൊണ്ട് നിവേദ്യ പായസം വടിച്ചെടുക്കുംപോലെ എടുത്ത് മീൻ കഷ്ണത്തിൽ തേച്ചു പിടിപ്പിച്ചു.

കത്തുന്ന വിശപ്പടക്കി ധാരാളം വെള്ളം കുടിച്ച് തൃപ്തരായി കഴിഞ്ഞ ഏഴ് ദിനങ്ങളിൽ ഞങ്ങൾക്കഭയംതന്ന അച്ചുറൊട്ടിപ്പാറയോട് തൽക്കാലത്തേക്ക് വിട പറഞ്ഞു ഞങ്ങൾ ദൈർഘ്യമേറിയ മടക്കയാത്ര ആരംഭിച്ചു.

■

ആഗ്നേയം

മൂന്നു വർഷക്കാലത്തെ വർക്കിംഗ് പ്ലാൻ സേവനത്തിനുശേഷം 1995ൽ തൃശ്ശൂരിലെ സാമൂഹ്യ വനവത്കരണ ഡിവിഷനിലേക്ക് എനിക്ക് സ്ഥലമാറ്റം ലഭിച്ചു. കൊടുങ്കാടുകളുടെ ഏകാന്തവും പ്രശാന്തസുന്ദരവുമായ സുരക്ഷിത ഇടങ്ങളിൽനിന്നും മനുഷ്യന്റെ തിരക്കേറിയ സാമൂഹിക അശാന്തിയിലേക്കൊരു പറിച്ചുനടൽ. വടക്കാഞ്ചേരി ബ്ലോക്കിൽ ആയിരുന്നു നിയമനം.

വടക്കാഞ്ചേരി ബ്ലോക്കിൽ വരുന്ന 'മുള്ളൂർക്കര' മുതൽ 'ഇരുന്നിലംകോട്' വരെയുള്ള ഭാഗം 'ചെമ്പിക്കുന്ന്' മലകൾ എന്ന പേരിലാണ് അറിയപ്പെടുന്നത്. കശുമാവ്, യൂക്കാലിപ്റ്റസ്, അക്കേഷ്യ തോട്ടങ്ങൾ മാത്രമാണ് ഈ മലകളിൽ ഉണ്ടായിരുന്നത്. വളർച്ച മുരടിച്ച് അതീവശുഷ്കമായ ഈ തോട്ടങ്ങളിൽ തദ്ദേശീയമായ വന വൃക്ഷങ്ങൾ നട്ടുപിടിപ്പിച്ച് ഈ മലനിരകളെ സ്വാഭാവിക വനമാക്കി മാറ്റിയെടുക്കുക എന്ന ദൗത്യമാണ് വനംവകുപ്പ് ചെയ്തുകൊണ്ടിരുന്നത്. പരീക്ഷണാടിസ്ഥാനത്തിൽ തുടക്കംകുറിച്ച ഈ പദ്ധതി പക്ഷേ ഒട്ടേറെ വെല്ലുവിളികൾ നിറഞ്ഞതായിരുന്നു.

വർഷങ്ങളായി അക്കേഷ്യ, യൂക്കാലിപ്റ്റസ് തോട്ടങ്ങൾ ആയിരുന്ന സ്ഥലം സ്വഭാവികമായും ഫലപുഷ്ടി നഷ്ടമായി ശുഷ്കമായിട്ടുണ്ടാകും. അനിയന്ത്രിതമായ കാട്ടുതീ, വിറക് ശേഖരണം, ജലദൗർലഭ്യം എല്ലാംകൂടി തദ്ദേശീയ സസ്യങ്ങൾക്ക് ഒട്ടും അനുയോജ്യമല്ലാത്ത അവസ്ഥ. ഇത്തരമൊരു ഭൂപ്രദേശത്തെ സ്വാഭാവിക വനം ആക്കി മാറ്റിയെടുക്കുക എന്നത് തികച്ചും സങ്കീർണമായ ഒരു പ്രക്രിയ തന്നെയാണ്. ഉണങ്ങിപ്പോയും വിറകിനായി മുറിച്ചുമാറ്റിയും തീകത്തി നശിച്ചും ശുഷ്കമായ അക്കേഷ്യ തോട്ടങ്ങളിൽ വിസ്തൃതമായ ധാരാളം വെളിപ്രദേശങ്ങൾ ഉണ്ടായിരുന്നു. ഇത്തരം തുറസ്സുകളിലെല്ലാം രണ്ടാൾ പൊക്കത്തിൽ പരുക്കൻ പുല്ലുകളും മുൾപടർപ്പുകളും കൊങ്ങിണിക്കൂട്ടങ്ങളും തഴച്ചു വളർന്നു നിന്നിരുന്നു

കൊടിയ വേനലിൽ ഇവയെല്ലാം ഉണങ്ങിക്കടിച്ച് വെടിമരുന്നിന് തുല്യമായി മാറും.

ഒരു വേനൽദിനത്തിൽ വാച്ചർ സുരേഷുമൊത്ത് ഇരുനിലംകോട് നിന്ന് ഞങ്ങൾ ചെമ്പിക്കുന്നിലേക്ക് കയറി. പാറക്കൂട്ടങ്ങൾക്കിടയിലൂടെ ചാടിച്ചാടിയുള്ള നടത്തം ഒരേസമയം ഉത്സാഹഭരിതവും അപകടം നിറഞ്ഞതുമായിരുന്നു. നെടുമ്പുര നിവാസിയായ ചെറുപ്പക്കാരൻ സുരേഷ് നല്ല ഗായകൻ കൂടിയാണ്. നടന്നു തളർന്ന് ഏതെങ്കിലും തണൽ മരച്ചുവട്ടിൽ ഇരിക്കുന്ന വിശ്രമവേളകളിൽ സുരേഷ് അതിമനോഹരമായി കവിത ചൊല്ലും. ഒ.എൻ.വിയും കടമ്മനിട്ടയും അയ്യപ്പപ്പണിക്കരും ചുള്ളിക്കാടും സുരേഷിന് കാണാപ്പാഠം ആയിരുന്നു. കയറ്റം കയറി കശുമാവിൻതോട്ടത്തിലൂടെ കുറെ നടന്നു. പ്രായാധിക്യംമൂലം ഒട്ടനവധി കശുമാവുകൾ ഉണങ്ങി വീണുപോയിരുന്നു. തന്മൂലം കാടിന്റെ തുടർച്ചയിൽ ധാരാളം വിടവുകൾ ഉണ്ടായി. അനാവൃതമാക്കപ്പെട്ട അത്തരം ഇടങ്ങളിൽ കളസസ്യങ്ങൾ തഴച്ചുവളർന്നു. പക്ഷേ ഈ തഴപ്പുകൾക്കിടയിലും തദ്ദേശീയ കാട്ടുമരങ്ങളുടെ കൊച്ചുതൈകൾ പുത്തൻ പ്രതീക്ഷകളോടെ മുളച്ചുപൊന്തിവരുന്നത് കാണാമായിരുന്നു.

സാമാന്യം കരുത്തോടെ നിൽക്കുന്ന അക്കേഷ്യ തോട്ടം കഴിഞ്ഞ് കാട്ടുപുല്ലും മുൾക്കാടും നിറഞ്ഞ തുറസ്സിലൂടെ നടക്കുമ്പോഴാണ് പടിഞ്ഞാറ് അതിരിൽ റബ്ബർ തോട്ടത്തിനോട് ചേർന്ന ഭാഗത്ത് പുകച്ചുരുൾ ഉയരുന്നത് കണ്ടത്. സമയം ഉച്ചയോടടുത്തിരുന്നു. തീ ഉരുകി വീഴുന്ന ചൂടാണ്. ഒരു ഭാഗത്തുനിന്നു മാത്രമാണ് പുകയുയരുന്നത് എന്നതിനാൽ തീ അപ്പോൾ തുടങ്ങിയിട്ടേയുള്ളൂ എന്ന് മനസ്സിലായി. അപ്പോൾതന്നെ ശ്രമിച്ചാൽ ഒരുപക്ഷേ തീ അണയ്ക്കാൻ കഴിഞ്ഞേക്കും. ഞങ്ങൾ രണ്ടുപേരും അതിവേഗം പുക ലക്ഷ്യമാക്കി ഓടി. ഉച്ചനേരത്ത് കാട്ടുതീ കെടുത്താൻ ശ്രമിക്കരുത് എന്ന കാട്ടുതീ പരിപാലനത്തിന്റെ ബാലപാഠം അറിയാമായിരുന്നു എങ്കിലും കൺമുന്നിൽ ഒരു കാട് പച്ചയ്ക്ക് നിന്ന് കത്തുമ്പോൾ നാംതന്നെയാണ് കത്തുന്നത് എന്ന ബോധ്യം ശാസ്ത്രീയമായ യുക്തിബോധങ്ങളെ നിരാകരിക്കുകതന്നെ ചെയ്യും.

ഞങ്ങൾ അവിടെ എത്തുമ്പോഴേക്കും തീ കുറച്ചിട പടർന്നിരുന്നു. കഠിനമായ വെയിലേറ്റ് കരിഞ്ഞുണങ്ങി നിന്നിരുന്ന പുൽക്കൂട്ടങ്ങൾ തീപ്പൊരി വീണ വെടിമരുന്ന് പോലെ ആളിക്കത്തി. ലഭ്യമായ തൂപ്പും പച്ചിലകളും മറ്റും ഒടിച്ചെടുത്ത് ഞങ്ങൾ അതിവേഗം തീ കെടുത്താൻ തുടങ്ങി. പക്ഷേ ഞങ്ങളുടെ എല്ലാ കണക്കുകൂട്ടലുകളും തെറ്റിച്ചുകൊണ്ട് അതിശക്തിയായി വീശിയടിച്ച കാറ്റിൽ തീ

ആകെ ആളിപ്പടർന്നു. തീ... തീ... എവിടെയും തീ. പെട്ടെന്നാണ് ആസന്നമായ അപകടം ഞങ്ങൾ തിരിച്ചറിഞ്ഞത്. ഞങ്ങൾക്ക് പിന്നിലും ഞങ്ങൾ നടന്നുവന്ന വഴിയിലും തീപടർന്നു. മുന്നിൽ അല്പം മുകളിലായി ഉയർന്നുനിൽക്കുന്ന ഒരു പാറക്കൂട്ടം ഉണ്ട്. ഞങ്ങൾ പാറക്കൂട്ടത്തിലേക്ക് ഓടിക്കയറി ചുറ്റും തീക്കടൽ. ഉച്ചി യിൽ കത്തുന്ന സൂര്യൻ. പാറയിലും നല്ല ചൂട്. അപ്പോഴാണ് ഭീതി ദവും ദാരുണവുമായ ആ കാഴ്ച ഞങ്ങൾ കണ്ടത്. ഒരു അണലി അതിവേഗം ഞങ്ങളുടെ പാറ ലക്ഷ്യമാക്കി ഓടിവന്നു. സാധാരണ അണലികൾ ഇത്ര വേഗം സഞ്ചരിക്കുന്നത് ഞാൻ കണ്ടിരുന്നില്ല. പാറയിലേക്ക് കയറും മുൻപ് ഞങ്ങളുടെ കൺമുന്നിൽ വച്ച് അത് പിടഞ്ഞു പിടഞ്ഞു ചത്തുവീണു. പിന്നെയും പാമ്പുകൾ. മൂർഖൻ, ചേരകൾ, അണലി, അങ്ങനെ ആറേഴ് പാമ്പുകൾ ഞങ്ങൾക്ക് മുൻപിൽ ദയനീയമായി ചത്തുവീണു. ഒന്നും ചെയ്യാനാകാതെ നിസ്സഹായ രായി ഞങ്ങൾ തരിച്ചു നിന്നു.

പാമ്പുകൾ ശീതരക്തമുള്ള (Cold blooded) ജീവികളാണ്. അന്ത രീക്ഷതാപനില മാറുന്നതിനനുസരിച്ച് ശരീരോഷ്മാവിനെ ക്രമീ കരിക്കാൻ ഇവയ്ക്ക് കഴിയില്ല. അതിനാൽ ചൂടുകൂടിയാൽ പിടിച്ചു നിൽക്കാനാകാതെ ശീതരക്തമുള്ള ജീവികൾ ചത്തുവീഴും. മത്സ്യ ങ്ങൾ, ഉഭയജീവികൾ (Amphibians), ഉരഗങ്ങൾ (Reptiles) എന്നിവ ഈ വിഭാഗത്തിൽപെടുന്നു. പക്ഷികളും മനുഷ്യൻ ഉൾപ്പെടുന്ന സസ്തനി വിഭാഗവും ഉഷ്ണ രക്തമുള്ള (Warm blooded) ജീവി കൾ ആയതിനാൽ അന്തരീക്ഷതാപനില മാറുന്നതിനനുസരിച്ച് ശരീരോഷ്മാവ് കുറച്ചൊക്കെ ക്രമീകരിക്കാനുള്ള സംവിധാന ങ്ങളുണ്ട്.

പാറയുടെ ചൂട് അതീവദുഷ്കരമായി. ഓരോ കാലും മാറി മാറി ചവിട്ടി ഞങ്ങൾ ചൂടിനെ പ്രതിരോധിക്കാൻ ശ്രമിച്ച് പരാജയപ്പെട്ടു. എന്റെ റബ്ബർ ഷൂസിന്റെ അടിഭാഗം കരിയുന്ന മണം ഉയർന്നു. സുരേഷിന്റെ ചെരുപ്പ് ഇതിനോടകം പാതി കരഞ്ഞിരുന്നു. അപ്പോ ഴേക്കും ഞങ്ങൾ വന്നിരുന്ന വഴി പൂർണമായി കത്തിക്കഴിഞ്ഞിരുന്നു. ഇനിയും പാറയിൽ തുടരാനാകില്ല. രണ്ടും കൽപ്പിച്ച് ഞങ്ങൾ തീ കത്തിത്തീർന്ന വഴിയിലൂടെ തിരിച്ചോടി. തീ പൂർണ്ണമായും കെട്ടട ങ്ങിയിരുന്നില്ല. ഓരോ കാൽവെപ്പിലും തീപ്പൊരികൾ ചിതറിത്തെറിച്ചു. ഓടുകയല്ലാതെ മറ്റൊരു മാർഗ്ഗവും ഞങ്ങൾക്ക് മുൻപിൽ ഇല്ലായി രുന്നു. ചുറ്റിനും തീപ്പൊരി ചിതറി പടയണിയിലെ ഭൂതഗണങ്ങളെ പോലെ ഞങ്ങൾ താഴേക്കോടി. തോട്ടത്തിന്റെ അതിരിൽ ഒരു പാറ ക്കുളം ഉണ്ടായിരുന്നു. ഞങ്ങൾ അതിലേക്ക് ശരിക്കും ചെന്ന്

വീഴുകയായിരുന്നു. രണ്ടുപേർക്കും സാമാന്യം നല്ല രീതിയിൽ പൊള്ള ലേറ്റു. സുരേഷിന്റെ പൊള്ളൽ എന്നേക്കാൾ തീവ്രമായിരുന്നു.

റബ്ബർതോട്ടത്തിലേക്ക് തീ വരാതിരിക്കാനായി തോട്ടമുടമ മന പ്പൂർവ്വം കാടിന് തീ ഇട്ടതായിരുന്നു. കാട്ടുതീ 99 ശതമാനവും മനുഷ്യ നിർമ്മിതമാണ്. പാറകൾ തമ്മിൽ കൂട്ടി ഉരസിയും മുളങ്കൂട്ടങ്ങൾ തമ്മിൽ ഉരസിയുമൊക്കെ കാട്ടുതീ ഉണ്ടാകും എന്നത് പലപ്പോഴും ഒരു പാഠപുസ്തകഭാഷ്യം മാത്രമാണ്. ഇടിമിന്നൽമൂലം വളരെ അപൂർവമായി തീ ഉണ്ടാകാറുണ്ട്. അതിനുപക്ഷേ മിക്കപ്പോഴും തുടർന്നുണ്ടാവുന്ന മഴയിൽ പ്രകൃതിതന്നെ പ്രതിവിധി കണ്ടെ ത്താറുണ്ട്. അനിയന്ത്രിതമായ കാട്ടുതീയുടെ മുഖ്യകാരണങ്ങൾ രണ്ടാണ്. ഒന്ന് അശ്രദ്ധ. രണ്ട് മനപ്പൂർവ്വം. വനത്തിനു സമീപത്തു കൂടെ പോകുന്ന വാഹനങ്ങളുടെ എക്സോസ്റ്റ് പൈപ്പുകളിൽ നിന്ന്, ഇലക്ട്രിക് കമ്പികളുടെ ഷോർട്ട് സർക്യൂട്ട് മൂലം, അലക്ഷ്യമായി വലിച്ചെറിയപ്പെടുന്ന ബീഡി, സിഗരറ്റ് കുറ്റികൾ എന്നിവയൊക്കെ അശ്രദ്ധമൂലമുള്ള കാട്ടുതീയ്ക്ക് കാരണമാകാം. പക്ഷേ അതിലും എത്രയോ മടങ്ങാണ് മനപ്പൂർവ്വം കാടിന് തീ ഇടുന്നത്. കാടിനോട് ചേർന്ന് കൃഷിഭൂമിയുള്ളവർ സ്വന്തം കൃഷിയിടം സംരക്ഷിക്കാൻ, മൃഗങ്ങളെ തെളിഞ്ഞു കാണാനായി നായാട്ടുകാർ, പുത്തൻ പുൽ നാമ്പ് കിളിർക്കാൻ വേണ്ടി കന്നുകാലി മേച്ചിലുകാർ, വനംവകുപ്പു കാരോടുള്ള ദേഷ്യം തീർക്കാനായി കേസിൽ ഉൾപ്പെട്ടവർ, വനം കയ്യേറ്റക്കാർ എന്നിങ്ങനെ മനപ്പൂർവം ഉള്ള കാട്ടുതീയ്ക്ക് കാരണ ങ്ങൾ ഏറെയാണ്.

കാട്ടുതീയിൽ കത്തിയമരുന്നത് ഏതാനും സസ്യങ്ങൾ മാത്ര മാണെന്നും അടുത്ത മഴയ്ക്ക് തന്നെ അവിടം പുതുമരങ്ങൾ മുളച്ചു വന്ന് നഷ്ടം നികത്തുമെന്നും കാട്ടുതീയിനെ വളരെ ലളിതവൽക്കരിച്ച് അവതരിപ്പിക്കുന്നവരുണ്ട്. കാടുകൾ കേവലം മരങ്ങൾ മാത്രമല്ല, വലിയ ജലസംഭരണികൾ കൂടിയാണ്. ലോകത്തിലെ ഏറ്റവും വലിയ ജലസംഭരണികൾ കൂറ്റൻ റിസർവ്വോയറുകളോ നദികളോ അല്ല. മണ്ണാണ്. ഒരു ഹെക്ടർ നിത്യഹരിതവനം രണ്ടരലക്ഷം ലിറ്റർ വെള്ളം ശേഖരിച്ചു വയ്ക്കുന്നു.

കാട്ടിലെ മണ്ണ് വെറും മണ്ണല്ല. ഇലകളും പൂക്കളും കായ്കളും ശാഖകളും എല്ലാം അഴുകിച്ചേർന്ന് സ്പോഞ്ച് പോലെയാണത് (Humus). ഈ മണ്ണിൽ ദൃഷ്ടിഗോചരമല്ലാത്ത അസംഖ്യം സൂക്ഷ്മ ജീവികൾ ഉണ്ട്. കൺവെട്ടത്തിൽ തെളിയുന്ന അനേകം കൊച്ചു ജീവികൾ വേറെയും. ഇവയുടെ എല്ലാം അനുസ്യൂതവും അനന്ത വുമായ പ്രതിപ്രവർത്തനത്തിന്റെ ആകെത്തുകയാണ് മണ്ണിന്റെ

ജീവൻ. നൂറുകണക്കിന് വർഷങ്ങളിലൂടെ ആണ് ഇത്തരം ജൈവ മണ്ണ് രൂപപ്പെടുന്നത്. അനിയന്ത്രിതമായ കാട്ടുതീയിൽ ജൈവ സമ്പുഷ്ടമായ ഈ മണ്ണും കത്തുന്നുണ്ട്. കാഴ്ചപ്പുറത്തുള്ളതും കാണാമറയത്ത് ഉള്ളതുമായ ലക്ഷക്കണക്കിന് ജീവനുകളാണ് നിസ്സഹായരായി ഹോമിക്കപ്പെടുന്നത്. കാണുന്ന ജീവനേക്കാൾ എണ്ണമറ്റ കാണാത്ത ജീവനുകളും ഇനിയൊരിക്കലും തിരിച്ചുവരാത്ത വണ്ണം കാട്ടുതീയിൽ എരിഞ്ഞടങ്ങുന്നുണ്ട്. ഇപ്രകാരം ജീവന്റെ തുടിപ്പ് എല്ലാം കത്തിച്ചാമ്പലായി പശിമ നഷ്ടപ്പെട്ട് വറുത്തെടുക്കപ്പെടുന്ന വനമണ്ണ് ഒരു തുള്ളി വെള്ളംപോലും ശേഖരിച്ചുവയ്ക്കാൻ കഴിവില്ലാത്തവിധം വന്ധ്യമാകുന്നു. ആദ്യ മഴയ്ക്കുതന്നെ ഇത് കുത്തിയൊലിച്ച് റിസർവോയറുകളിലും നദികളിലും എത്തി അടിഞ്ഞു കൂടുന്നു. അങ്ങനെ കാട് മാത്രമല്ല പുഴകളും ജലസംഭരണികളും പതുക്കെ പതുക്കെ മരിച്ചു തുടങ്ങുന്നു.

കാട്ടുതീ ഏൽപ്പിക്കുന്ന പാരിസ്ഥിതിക ആഘാതം നമ്മുടെ എല്ലാ കണക്കുകൂട്ടലുകൾക്കും പ്രതീക്ഷകൾക്കും അപ്പുറത്താണ്. കത്തിപ്പോയ പച്ചയെ അടുത്ത മഴ ഒരുപക്ഷേ വീണ്ടെടുത്തേക്കാം. പക്ഷേ മണ്ണിന്റെ ഓരോ തരിയിലും ജീവൽസ്പന്ദനങ്ങൾ ഉരുവമെടുത്ത് അത് പഴയ കാടായി മാറണമെങ്കിൽ ഒരുപക്ഷേ സംവത്സരങ്ങൾ വേണ്ടിവന്നേക്കാം. കാട് കത്തുന്നതിലൂടെ നമ്മുടെ കുടിവെള്ളമാണ് മുട്ടുന്നത്. നമ്മുടെ അന്നമാണ് അന്യം നിൽക്കുന്നത്. കാടിനു തീപിടിക്കുമ്പോൾ സ്വന്തം കാലിനു തന്നെയാണ് തീപിടിക്കുന്നത് എന്ന തിരിച്ചറിവിലേക്ക് എന്നാണ് നമ്മൾ എത്തിച്ചേരുക.

***

(ഒരിക്കലെങ്കിലും കാട്ടിൽ തീ കെടുത്തുന്നത് കണ്ടിട്ടുള്ള ഒരാളും അയാൾ ഒരു മനുഷ്യൻ ആണെങ്കിൽ പിന്നീട് ഒരിക്കലും കാടിന് തീ ഇടുകയില്ല. കാട്ടുതീ കെടുത്തൽ അത്രമേൽ ദുസ്സഹവും അത്യധികമായ അപകടം പതിയിരിക്കുന്നതുമാണ്. ഞങ്ങൾ അപകടത്തിൽപെട്ട ചെമ്പിക്കുന്ന് മലകളുടെ തെക്ക് പടിഞ്ഞാറോട്ടുള്ള തുടർച്ചയാണ് പൂങ്ങോട് ഫോറസ്റ്റ് സ്റ്റേഷന് കീഴിൽ വരുന്ന കൊറ്റമ്പത്തൂർ. ഇവിടെയാണ് 2020 ഫെബ്രുവരി പതിനാറാം തീയതി കാട്ടുതീ കെടുത്തുന്നതിനിടയിൽപെട്ട് ഫോറസ്റ്റ് വാച്ചർമാർ ആയിരുന്ന കെ.യു ദിവാകരൻ, വി.എ. ശങ്കരൻ എ.കെ. വേലായുധൻ എന്നീ മൂന്ന് ധീരൻമാർ വെന്തുമരിച്ചത്. അനശ്വരരായ ആ വനം രക്തസാക്ഷികളുടെ ദീപ്തസ്മരണയ്ക്ക് മുൻപിൽ പ്രണാമം.) ■

റാൻ ഓഫ് കച്ച് (Rann of Kutch)
കാട്ടുകഴുത

സാമൂഹിക വനവൽക്കരണവിഭാഗത്തിൽ സേവനമനുഷ്ഠിക്കുമ്പോൾ ആണ് 1996ൽ എനിക്ക് റേഞ്ച് ഓഫീസർ സെലക്ഷൻ ലഭിക്കുന്നത്. രണ്ടുവർഷം നീളുന്ന ട്രെയിനിങ് ഗുജറാത്തിലെ GFRC (Gujarat Forest Rangers College)യിൽ ആയിരുന്നു. ഗുജറാത്ത് സംസ്ഥാനത്തിലെ ബറൂച്ച് ജില്ലയിൽ രാജകീയ നഗരമായ (Princely Town) രാജ്പിപ്ല എന്ന സ്ഥലത്തായിരുന്നു GFRC. അതിമനോഹരമായ Vadia Palace എന്ന രാജകൊട്ടാരമാണ് റേഞ്ചേഴ്സ് കോളേജ്. രാജ്പിപ്ല ഭരിച്ചിരുന്ന രാജാവ് ശ്രീ വിജയസിങ്ജി തന്റെ എട്ടു വയസ്സുകാരൻ മകൻ ഇന്ദ്രജിത്ത്സിങ്ങിനു വേണ്ടി പണികഴിപ്പിച്ച ഒരു സുന്ദരസൗധം.

''ഇന്ദ്രജിത്ത്-പത്മിനി മഹൽ' എന്ന പേരിലും അറിയപ്പെടുന്ന വഡിയ പാലസ് 1940ലാണ് പണിതീർന്നത്. അതിമനോഹരമായ ഇറ്റാലിയൻ മാർബിളിനാൽ നിർമ്മിതമായ ഈ കൊട്ടാരം 'The Taj of Gujarat' എന്ന പേരിലും അറിയപ്പെടുന്നു. ഗോഥിക് മാതൃകയിൽ പണിതീർത്ത ഈ രാജകൊട്ടാരം ഗുജറാത്ത് വനംവകുപ്പ് ഏറ്റെടുത്തു. ഇതിൽ റേഞ്ചേഴ്സ് കോളേജും ഇതര വനം വകുപ്പ് ഓഫീസുകളും പ്രവർത്തിച്ചുവരുന്നു. റേഞ്ചേഴ്സ് ട്രെയിനിങ്ങിലെ അവിസ്മരണീയവും ഏറ്റവും ആകർഷണീയവുമായ ഭാഗം ദിവസങ്ങൾ നീണ്ടുനിൽക്കുന്ന പഠനയാത്രകൾ ആണ്. നാല് തവണകളായി ഏകദേശം 120 ദിവസങ്ങൾ നീണ്ടുനിൽക്കുന്ന പഠനയാത്രകളിൽ ഇന്ത്യയിലെ ഒട്ടുമിക്ക സംസ്ഥാനങ്ങളും സന്ദർശിക്കും. വന്യജീവിസങ്കേതങ്ങൾ, ദേശീയ ഉദ്യാനങ്ങൾ, കടുവ സങ്കേതങ്ങൾ, ബയോഡൈവേഴ്സിറ്റി ഹോട്ട്സ്പോട്ടുകൾ, ലോക പൈതൃക സ്ഥലങ്ങൾ, ചരിത്രസ്മാരകങ്ങൾ, സാംസ്കാരിക കേന്ദ്രങ്ങൾ എന്നു വേണ്ട നമ്മുടെ നാടിന്റെ വൈവിധ്യമാർന്ന അകക്കാമ്പുകളിലൂടെയുള്ള ഒരു തീർത്ഥാടനം

തന്നെയായിരുന്നു ഇത്തരം പഠനയാത്രകൾ. ശരിക്കും ഒരു ഇന്ത്യയെ കണ്ടെത്തൽ. നൈനിറ്റാളിലെ 'മഞ്ഞും', 'ഹരിദ്വാറിലെ മണിമുഴക്കങ്ങളും', ജയ്സാൽമീറിലെ മണൽത്തിരകളും ഗിർവനത്തിലെ സിംഹരാജന്റെ ഗാംഭീര്യവും അജന്തയിലെയും എല്ലോറയിലെയും ധ്യാനബുദ്ധന്റെ ഗൂഢസ്മിതങ്ങളും കൻഹ നാഷണൽ പാർക്കിലെ കടുവയുടെ പ്രതിഷേധനോട്ടവും കന്യാകുമാരിയിലെ സാഗരഗർജ്ജനവും തിരുപ്പതിയിലെ പൊടിക്കാറ്റും. അങ്ങനെ അങ്ങനെ ഒരുപാട് കാഴ്ചകൾ കണ്ടും അറിഞ്ഞും അനുഭവിച്ചും ഉള്ള യാത്രകൾ.

അത്തരമൊരു പഠനയാത്രയുടെ ഭാഗമായാണ് ഗുജറാത്തിലെ 'റാൻ ഓഫ് കച്ചി'ൽ (Rann of Kutch) ഞങ്ങൾ എത്തിച്ചേർന്നത്. റാൻ ഓഫ് കച്ച് ശരിക്കും ഒരു അത്ഭുതലോകമാണ്. നോക്കെത്താദൂരത്തോളം പരന്നു പടർന്നുകിടക്കുന്ന 'ലവണ മരുഭൂമി' (Salt Desert). അതിരുകൾ ഭേദിച്ച് ഇന്ത്യയിലും പാകിസ്ഥാനിലും ആയി 26000 ചതുരശ്രകിലോമീറ്റർ വ്യാപിച്ചുകിടക്കുന്ന ഉപ്പ് കലർന്ന ചതുപ്പ് മരുപ്രദേശം. Rann എന്ന വാക്കിന്റെ അർത്ഥം 'മരുഭൂമി' (Desert) എന്നാണ്. ഗുജറാത്തിലെ കച്ച് ജില്ലയിൽ ഉൾപ്പെടുന്ന Rann പ്രധാനമായും രണ്ടായി വേർതിരിക്കപ്പെട്ടിരിക്കുന്നു.

ഗുജറാത്തിന്റെ വടക്കുഭാഗത്ത് കിഴക്കുപടിഞ്ഞാറായി പടർന്നുകിടക്കുന്ന ഗ്രേറ്റ് റൺ ഓഫ് കച്ചും (Great Rann of Kutch- GRK) തെക്ക്-കിഴക്കായി പരന്നുകിടക്കുന്ന 'ലിറ്റിൽ റാൻ ഓഫ് കച്ചും' (Little Rann of Kutch- LRK). സമുദ്രനിരപ്പിനോട് തുല്യത പാലിച്ച് പരന്ന് അതിവിസ്തൃതമായി കിടക്കുന്ന Rann മഴക്കാലത്ത് ഒരു മാസക്കാലം വെള്ളത്തിനടിയിലാകും. ചക്രവാളത്തോളം ചെന്നെത്തിനിൽക്കുന്ന ഈ വെള്ളപ്പടർപ്പിന് അര മീറ്റർ മുതൽ ഒന്നര മീറ്റർ വരെ മാത്രമേ ആഴം ഉണ്ടാവുകയുള്ളൂ. ചിലയിടങ്ങളിൽ വെള്ളക്കെട്ടിൽനിന്നും രണ്ട് മൂന്ന് മീറ്റർ ഉയർന്നുനിൽക്കുന്ന മണൽത്തിട്ടകൾ കാണാം. ഉപ്പിന്റെ അംശം തീരെ കുറഞ്ഞ ഇത്തരം മണൽത്തിട്ടകളിൽ പുല്ലും ഇതരസസ്യങ്ങളും വളർന്നു നിൽക്കും. 'ബെറ്റ്സ്' (Bets) എന്നറിയപ്പെടുന്ന ഇത്തരം തിട്ടകൾ ആണ് ലവണ മരുഭൂമിയിലെ മരുപ്പച്ചകൾ. മഴക്കാലത്തിനുശേഷം വരുന്ന വേനലിൽ വെള്ളം വറ്റി Rann വരണ്ട് ഉണങ്ങാൻ തുടങ്ങുന്നു. മിക്കവാറും ഇടങ്ങൾ ഊഷരമാകുകയും അല്പം ആഴംകൂടിയ സോസറുകൾ പോലുള്ള ഭാഗങ്ങൾ ചതുപ്പുകൾ ആയി മാറുകയും ചെയ്യും. 'ഇടവിട്ട് ആർദ്രവും ഊഷരവും ആകുന്ന പ്രദേശം' (Intermittently becomes wet & dry) എന്നാണ് 'Kutch' എന്ന വാക്കിന്റെ തന്നെ അർത്ഥം.

ലിറ്റിൽ റൺ ഓഫ് കച്ചിൽ ആണ് ഇന്ത്യൻ കാട്ടുകഴുത വന്യ ജീവി സങ്കേതം (Indian Wild Ass Sanctuary) ഉള്ളത്. 4954 ചതുരശ്ര കിലോമീറ്റർ വിസ്തൃതിയുള്ള ഈ വന്യജീവി സങ്കേതം 1972-ലാണ് വിജ്ഞാപനം ചെയ്തത്. 'ഇന്ത്യൻ കാട്ടുകഴുത' വൈശിഷ്ട്യമേറിയ ഒരു അപൂർവ്വ വന്യജീവി ആണ്. ഒരു കാലത്ത് ഇറാൻ, അഫ്ഗാനി സ്ഥാൻ, പാക്കിസ്ഥാൻ, പശ്ചിമേന്ത്യ എന്നിവിടങ്ങളിൽ കാണപ്പെട്ടി രുന്ന ഇന്ത്യൻ കാട്ടുകഴുതകളുടെ, ഈ ഭൂമുഖത്ത് അവശേഷിക്കുന്ന ഏക വാസസ്ഥലം LRKയിലെ ഇന്ത്യൻ വൈൽഡ് ആസ് വന്യജീവി സങ്കേതം മാത്രമാണ്.

ഇവയുടെ ശരീരത്തിന്റെ മുകൾഭാഗം മണൽനിറമാർന്നതും താ ഴേക്ക് ചാരനിറം ഉള്ളതുമാണ്. തലയുടെ പിൻഭാഗത്തുനിന്നും ആരംഭിക്കുന്ന ഇരുണ്ട നിറമാർന്ന, എഴുന്നുനിൽക്കുന്ന കുഞ്ചിരോമ ങ്ങൾ കഴുത്തറ്റംവരെ നീളുന്നു. അതിനെതുടർന്ന് ഇരുണ്ട തവിട്ടു നിറമാർന്ന ഒരു വർണ്ണ പാട് വാൽപൊരുത്തു വരെ നീണ്ടു കിട ക്കുന്നു.

കരുത്തുറ്റ കാട്ടുകഴുതകൾ മണിക്കൂറിൽ 70-80 കിലോമീറ്റർ വേഗതയിൽ പായാൻ കഴിയുന്നവയാണ്. 'Bets'ൽ വളർന്നുനിൽ ക്കുന്ന പുല്ലുകളും, 'പ്രോസോപിസ്' (Prosopis) സസ്യങ്ങളുടെ കായ്കളും ആണ് ഇവയുടെ പ്രധാന ഭക്ഷണം. Prosopis യഥാർത്ഥ ത്തിൽ അതിവേഗം പടർന്നു വ്യാപിക്കുന്ന ഒരു അധിനിവേശ സസ്യ മാണ്. ഇവയുടെ കായ്കൾ ഭക്ഷിച്ച് വിസർജ്യത്തിലൂടെ പുറംതള്ളുന്ന വിത്തുകൾ അത്യധികമായ പുനരുൽപ്പാദനശേഷിയുള്ളവ ആയ തിനാൽ കാട്ടുകഴുതകളും കന്നുകാലികളും സഞ്ചരിക്കുന്ന ഇട ങ്ങളിലെല്ലാം ഇവ വ്യാപിക്കുന്നു.

സ്വാഭാവികമായി വളർന്നുവരുന്ന ഭക്ഷ്യയോഗ്യമായ നല്ലയിനം പുല്ലുവർഗ്ഗങ്ങളെ നിഷ്കാസനം ചെയ്തുള്ള Prosopisന്റെ അധിനി വേശം കാട്ടുകഴുതകളുടെ ആവാസവ്യവസ്ഥ നേരിടുന്ന കനത്ത വെല്ലുവിളിയാണ്. അനധികൃതമായ ഉപ്പ് ശേഖരണം ആണ് ആവാസ വ്യവസ്ഥ ശോഷണത്തിന് മറ്റൊരു കാരണം. ഇന്ത്യയിലെ ഉപ്പ് ഉൽ പ്പാദനത്തിന്റെ 25 ശതമാനം കച്ചിൽ നിന്നാണ് വരുന്നത്. (2020ൽ നടന്ന സെൻസസ് പ്രകാരം ഇന്ത്യൻ കാട്ടുകഴുതകൾ 6082 എണ്ണം ഉള്ളതായി രേഖപ്പെടുത്തിയിട്ടുണ്ട്)

'ഇന്ത്യൻ വൈൽഡ് ആസ്സ് സാങ്ച്വറി' സന്ദർശിക്കാനായി ഞങ്ങൾ പോയത് മാരുതി ജിപ്സി വാഹനത്തിലാണ്. അതിവിശാലമായ മരുപ്പടർപ്പിലൂടെ വാഹനങ്ങൾ സഞ്ചരിക്കുന്ന സ്ഥിരം സഞ്ചാരപാത കളിലൂടെ അതിവേഗം ഞങ്ങൾ കുതിച്ചു. കുറെ ദൂരം സഞ്ചരിച്ചു

കാണും. ഞങ്ങളുടെ സഞ്ചാരപാതയുടെ വലതുഭാഗത്ത് കുറെ ദൂരെ അതാ കാട്ടുകഴുത കൂട്ടം നിന്ന് മേയുന്നു. അതിമനോഹരമായ കാഴ്ച. വാഹനത്തിന്റെ വരവ് കണ്ട് അവ ഓടാൻ തുടങ്ങി. ഞങ്ങളെ അമ്പരപ്പിച്ചുകൊണ്ട് ഞങ്ങളുടെ വാഹനം സഞ്ചരിക്കുന്ന അതേ പാതയിലേക്കാണ് അവ അതിവേഗം ഓടി അടുക്കുന്നത്. ഞങ്ങളും വേഗത്തിൽതന്നെ ആയിരുന്നു. വാഹനത്തെ തൊട്ടു തൊട്ടില്ല എന്ന മട്ടിൽ സൈനികർ നടത്തുന്ന മോട്ടോർ സൈക്കിൾ അഭ്യാസം പോലെ അവ ഞങ്ങളുടെ സഞ്ചാരപാത മുറിച്ചുകടന്ന് ഇടതുഭാഗത്തേക്ക് ഓടി മാറി. നിന്നിടത്തുതന്നെ സുരക്ഷിതമായി അവർക്ക് നിൽക്കാമായിരുന്നു. എന്തിനാണ് ഇങ്ങനെ റിസ്ക് എടുത്ത് ഓടി വന്ന് വാഹനത്തെ തൊട്ടു തൊട്ടില്ല എന്ന മട്ടിൽ അവ ഓടി മാറിയത്? ഒരുപക്ഷേ 'കഴുത' എന്ന പേരിനോട് നീതി പുലർത്താൻ ആയിരിക്കാം. (അവയുടെ സ്ഥിരം ഏർപ്പാടാണ് ഇതെന്ന് കൂടെയുള്ള ലോക്കൽ സ്റ്റാഫ് ഞങ്ങളോട് പറഞ്ഞു തന്നു.)

അത്യപൂർവ്വമായ കാട്ടുകഴുതകളുടെ നേർക്കാഴ്ച നൽകിയ ആഹ്ലാദത്തിൽ മതിമറന്ന് ഞങ്ങൾ സഞ്ചാരം തുടർന്നത് "Heard Melodies Are Sweet, but Those Unheard Are Sweeter" എന്ന Keatsന്റെ വരികൾ അന്വർത്ഥമാക്കും പോലെ 'കണ്ട കാഴ്ചകളെക്കാൾ' ഞങ്ങളെ കാത്തിരിക്കുന്ന അതിമനോജ്ഞമായ 'കാണാക്കാഴ്ച'കളിലേക്കായിരുന്നു.

■

രാജഹംസമേ...

'റാൻ ഓഫ് കച്ച്' എന്ന ലവണ മരുപടർപ്പിലെ വിസ്മയക്കാഴ്ചകൾ അവസാനിക്കുന്നില്ല. Little Rann of Kutchലെ സന്ദർശനത്തിന്റെ പിറ്റേന്ന് ഞങ്ങൾ യാത്ര തിരിച്ചത് Great Rann of Kutch ലെ 'കച്ച് മരുഭൂമി വന്യജീവി സങ്കേത'ത്തിലേക്ക് ആയിരുന്നു. (Kutch Desert Wildlife Sanctuary - KDWLS). 1986ൽ രൂപീകൃതമായ ഈ സംരക്ഷിത പ്രദേശമാണ് വിസ്തൃതിയിൽ ഇന്ത്യയിലെ ഏറ്റവും വലിയ വന്യജീവി സങ്കേതം. 7506.22 ചതുരശ്ര കിലോമീറ്റർ വ്യാപിച്ചു കിടക്കുന്ന KDWLS വർഷകാലത്ത് വെള്ളം നിറഞ്ഞ സമുദ്രംപോലെയും വേനലിൽ വരണ്ട ഉപ്പ് മരുഭൂമിപോലെയും ആയിത്തീരുന്നു. അങ്ങിങ്ങായി ചിതറിക്കിടക്കുന്ന 'ബെറ്റ്'സിൽ മാത്രമാണ് ഒരു പച്ചപ്പ് കാണാനാകുന്നത്. മണ്ണിലെ ഉപ്പുരസത്തെ അതിജീവിക്കാൻ കഴിയുന്ന Prosopis, Salvadora തുടങ്ങിയ മരങ്ങളും Suaeda, Cyperus തുടങ്ങിയ പുല്ലിനങ്ങളും ആണ് പ്രധാനമായും ഈ പച്ചയുടെ അവകാശികൾ. കാട്ടുകഴുതകളുടെയും ഇതര പക്ഷിമൃഗാദികളുടെയും പ്രധാന ആശ്രയവും ഈ ഹരിതതുരുത്തുകൾ മാത്രമാണ്.

രണ്ട് മാരുതി ജിപ്സികളിലായി, കേരളത്തിൽ നിന്നുള്ള ഞങ്ങൾ എട്ടു റേഞ്ച് ഓഫീസർ ട്രെയിനികൾ, ഞങ്ങളുടെ റേഞ്ചർ കോളേജ് പ്രിൻസിപ്പാൾ ശ്യാമൾ ടിക്കാദാർ സാർ, വന്യജീവിസങ്കേതം അസിസ്റ്റന്റ് ഫോറസ്റ്റ് കൻസർവേറ്റർ മജേട്ടിയ സാബ്, ലോക്കൽ സ്റ്റാഫ് എന്നിവരടങ്ങുന്ന സംഘമാണ് KDWLS സന്ദർശനത്തിനായി പുറപ്പെട്ടത്. മജേട്ടിയസാബ് തന്നെയായിരുന്നു ഞങ്ങളുടെ വാഹനം ഓടിച്ചിരുന്നത്. ഡിവിഷൻ ഓഫീസിൽനിന്നും പുറപ്പെട്ടു അധികം വൈകാതെ തന്നെ ഞങ്ങൾ 'റാൻ'ൽ പ്രവേശിച്ചു.

ഉണങ്ങിവരണ്ട് 'കട്ട വിണ്ട' പാടം കണക്കേ പരന്നുകിടക്കുന്ന റാൻ. ഞങ്ങൾ അതിവേഗമാണ് സഞ്ചരിച്ചുകൊണ്ടിരുന്നത്. തലേന്ന് കണ്ട കാഴ്ചകളുടെ ആവർത്തനമെങ്കിലും കേരളത്തിൽനിന്നുള്ള

ഞങ്ങളെ സംബന്ധിച്ചിടത്തോളം റാൻ കാഴ്ചകൾ തികച്ചും വിസ്മയാവഹംതന്നെ ആയിരുന്നു. ഒറ്റനോട്ടത്തിൽ വരണ്ടുണങ്ങി ജൈവ സ്പന്ദനത്തിന്റെ അണുസ്പർശം പോലും ഇല്ല എന്ന് തോന്നിക്കുന്ന റാൻ പക്ഷേ, സവിശേഷമായ ജൈവസാന്നിധ്യത്താൽ സമ്പന്നമായിരുന്നു. നീലക്കാള, (Blue bull) കാട്ടുപന്നി, ഇന്ത്യൻ ചെന്നായ്, കഴുതപ്പുലി, കാട്ടുപൂച്ച, ഡസർട്ട് ഫോക്സ് മുതലായ മൃഗങ്ങളെ ഇവിടെ കണ്ടുവരുന്നുണ്ട്.

അൽപദൂരം യാത്ര ചെയ്തപ്പോൾ അതാ കുറച്ചു ദൂരെയായി നീല കാളകൾ മേഞ്ഞു നിൽക്കുന്നു. പക്ഷേ ഞങ്ങളുടെ വാഹനം നിർത്താതെ പോയി. എങ്ങും നിർത്താതെ വാഹനം എങ്ങോട്ടോ ലക്ഷ്യംവെച്ച് കുതിച്ചുപായുകയാണ്. നീലക്കാളകളും ചിങ്കാര മാനുകളും കാട്ടുപന്നികളും ദൂരെക്കാഴ്ചകളിൽ കണ്ടു മറഞ്ഞു. അതിവേഗം പാഞ്ഞുപോകുന്ന ജിപ്സിയിൽ ഇരുന്ന്, ബസ് യാത്രയിൽ പിന്നോട്ടോടി മറയുന്ന മായക്കാഴ്ചകൾ കാണുന്ന കുട്ടിമനസ്സിന്റെ കുതൂഹല കണ്ണുകളോടെ ഞങ്ങൾ അതെല്ലാം നോക്കി കണ്ടു. എന്താണ് വാഹനം നിർത്താത്തത്? എങ്ങോട്ടാണ് ഈ കുതിച്ചു പായൽ?

മജേട്ടിയ സാബ് വാഹനമോടിക്കുന്നത് വലിയ വേഗത്തിലായിരുന്നു. അദ്ദേഹവും പ്രിൻസിപ്പാൾ സാറും അതിനിടയിൽ ഹിന്ദിയിലും ഗുജറാത്തിയിലും ഇംഗ്ലീഷിലുമെല്ലാം മാറി മാറി എന്തൊക്കെയോ സംസാരിക്കുന്നുണ്ട്. അവർ എന്താണ് പറയുന്നത് എന്ന് മനസ്സിലാക്കാനാകുന്നില്ല. 'റാൻ'ൽ യാത്ര ചെയ്യാൻ തുടങ്ങിയിട്ട് രണ്ട് മണിക്കൂറെങ്കിലും ആയിക്കാണും. നോക്കെത്താ ദൂരത്തോളം പരന്നു കിടക്കുന്ന ഉപ്പിന്റെ ധവളിമ മാത്രം. പെട്ടെന്ന് ഒരു വല്ലാത്ത മായാലോകത്ത് അകപ്പെട്ടതുപോലെ തോന്നി. ഞങ്ങൾ ഏതു ദിക്കിൽ നിന്നാണ് വന്നത്? ഏത് ദിക്കിലേക്ക് ആണ് പോകുന്നത്? വന്ന ദിക്കിലേക്ക് തന്നെയാണോ യാത്ര ചെയ്യുന്നത്. ആ വലതു ഭാഗത്തു നിന്നാണോ വന്നത്? അതോ ഇടതുഭാഗത്ത് നിന്നോ? നാലുപാടും അറ്റം കാണാതെ അലയലയായി കാണപ്പെടുന്ന ഉപ്പിന്റെ പടർപ്പുകൾ മാത്രം. ജീവന്റെ ഒരു തുടിപ്പോ പച്ചയുടെ ഒരു സാന്ത്വനമോ എങ്ങും കാണാനില്ല. ഉപ്പുകടലിൽ അകപ്പെട്ട ഒരു സമുദ്രയാനം പോലെ മജേട്ടിയ സാബ് വാഹനം പറപ്പിച്ചുവിടുകയാണ്. കൂടെയുള്ള ലോക്കൽ സ്റ്റാഫിനോട് ഞങ്ങൾക്ക് അറിയാവുന്ന ഹിന്ദിയിൽ എങ്ങോട്ടാണ് പോകുന്നത് എന്ന് ചോദിച്ചു. ഞങ്ങളുടെ ചോദ്യത്തിനു നാളത് വരെ ഞാൻ കേട്ടിട്ടില്ലാത്ത ഏതോ ഒരു ഗോത്രഭാഷയിൽ അദ്ദേഹം എന്തോ മറുപടി പറഞ്ഞു.

Rannന്റെ വിസ്മയ കുതൂഹലം പയ്യെ പയ്യെ ഞങ്ങളെ വിട്ടൊഴിയാൻ തുടങ്ങി. ചുറ്റുപാടുമുള്ള കാഴ്ചകൾ ഞങ്ങളിൽ അല്പാല്പം മടുപ്പ് ഉളവാക്കിത്തുടങ്ങിയിരുന്നു. ഒരേ കാഴ്ചകൾ, ഒരേ ഭാവം, ഒരേ നിറം, സ്ഥലകാല ജലവിഭ്രാന്തി ഉളവാക്കുന്ന ശുഭ്രത മാത്രം. ഞങ്ങളെ എങ്ങോട്ടാണ് കൊണ്ടുപോകുന്നത് എന്ന് പ്രിൻസിപ്പാൾ സാറോ മറ്റാരെങ്കിലുമോ ഞങ്ങളോട് അതുവരെയും പറഞ്ഞിരുന്നില്ല. എവിടെ നിന്ന് വന്നുവെന്നോ എങ്ങോട്ടാണ് പോകുന്നതെന്നോ തിരിച്ചറിയാനാകാത്തവിധം അനന്തമായ മരുപ്പടർപ്പിലൂടെ എന്ത് ലക്ഷ്യം വെച്ചാണ് മജേട്ടിയ സാബ് വാഹനം ഓടിക്കുന്നത് എന്ന് ഞങ്ങൾ ആശങ്കപ്പെട്ടു. യാത്ര തുടങ്ങിയിട്ട് ഏകദേശം മൂന്ന് മണിക്കൂർ പിന്നിട്ടിരിക്കുന്നു. വിരസവും മനംമടുപ്പിക്കുന്നതും ഏകാന്തവുമായ മരുകാഴ്ചകളിൽ നിശ്ശൂന്യമായി മിഴികൾ നട്ട് മൂകരായിരുന്നു യാത്ര തുടരവേ ആണ് വല്ലാത്തൊരു ഇരമ്പം അങ്ങ് ദൂരെ ചക്രവാള സീമയിൽനിന്നും ഉയിർകൊള്ളുന്നതായി ഞങ്ങൾക്ക് അനുഭവപ്പെട്ടത്. അത്യധികമായ ആകാംക്ഷയോടെ ആ കടലിരമ്പത്തിന്റെ ഉറവിട ദിക്കിലേക്ക് ഞങ്ങൾ മിഴികൾ നട്ടു.

അങ്ങകലെ ഉപ്പുപാടത്തിന്റെ ധവളപരപ്പിൽ ഒരു കറുത്ത പൊട്ടുപോലെ എന്തോ ഒന്ന് വേറിട്ട് ദൃശ്യമായി. വാഹനം അടുത്തടുത്തു വരും തോറും മഞ്ഞിൻമറയിൽനിന്നും സൂര്യൻ ഉണർന്നു വരും പോലെ ആ കാഴ്ചപ്പൊട്ട് ഞങ്ങൾക്ക് മുൻപിൽ പതുക്കെപ്പതുക്കെ തെളിമയാർന്നു. അപ്പോഴും അതെന്താണെന്ന് വ്യക്തമായിരുന്നില്ല. കുറേക്കൂടി അടുത്തു. അവ ചലിക്കുന്നുണ്ട്. ഏതോ ജീവികളാണ്. കുറെ ഇടങ്ങളിലായി പടർന്നു കാണുന്നുണ്ട്. ഞങ്ങളുടെ വാഹനം കുറേക്കൂടി അടുത്തു. ഇപ്പോൾ കാഴ്ചകൾ വ്യക്തമാകുന്നു.

എന്റെ ദൈവമേ... എന്താണിത് കാണുന്നത്! പക്ഷികൾ... പക്ഷികൾ, നൂറുകണക്കിന്, ആയിരക്കണക്കിന്, അല്ല പതിനായിരക്കണക്കിന് പക്ഷികൾ! അതിമനോഹരമായ Flamingos! വാക്കുകളാൽ വരച്ചിടാനാകാത്ത അവിസ്മരണീയമായ അത്തരമൊരു കാഴ്ച ജീവിതത്തിൽ അന്നുവരെ ഞാൻ കണ്ടിരുന്നില്ല. അതെ, അതിനായിരുന്നു, അവർണ്ണനീയമായ ആ മായക്കാഴ്ചകൾക്ക് വേണ്ടിയായിരുന്നു ഒരു വാക്കുപോലും ഉരിയാടാതെ നാല് മണിക്കൂറോളം നീണ്ട അതിവിരസമായയാത്ര ഞങ്ങളെക്കൊണ്ട് അനുഭവിപ്പിച്ചത്! കണ്ണിമയ്ക്കാതെ, അത്യധികമായ ആഹ്ലാദത്താൽ അനിയന്ത്രിതമായ നെഞ്ചിടിപ്പോടെ, വിടർന്ന കണ്ണുകളോടെ, അത്ഭുതാതിരേകത്താൽ പിളർന്ന വായോടെ ഞങ്ങൾ ആ കാഴ്ചയിൽ മതിമറന്നലിഞ്ഞൊഴുകിപ്പടർന്നു.

റൺ ഓഫ് കച്ചിലെ ലോകപ്രശസ്തമായ 'ഫ്ളമിംഗോ സിറ്റി' (Flamingo City)യിലാണ് ഞങ്ങൾ എത്തിനിൽക്കുന്നത്. അതിവിശാലമായ ഒരു സോസ്സർ ആകൃതിയിലുള്ള ഫ്ളമിംഗോ സിറ്റിയിൽ സമൃദ്ധമായി വെള്ളമുണ്ടായിരുന്നു. ആഴംകുറഞ്ഞ ഈ വെള്ളപ്പരപ്പ് ചെറുചെമ്മീനുകൾ, ഞണ്ട്, കക്ക, ഞവുണിക്ക, ബ്ലൂ -ഗ്രീൻ ആൽഗകൾ, അതിസൂക്ഷ്മ ജന്തു-സസ്യ പ്ലവകങ്ങൾ (Planktons) എന്നിവയാൽ സമ്പന്നമായിരുന്നു. ഭക്ഷ്യലഭ്യതയിൽ സമൃദ്ധമായിരുന്ന ഫ്ളമിംഗോ സിറ്റി അതുകൊണ്ടുതന്നെ ഫ്ളമിംഗോകളുടെ ഒരു പറുദീസ തന്നെയാണ്.

ഫ്ളമിംഗോ വളരെ വലിയ ഒരു പക്ഷിയാണ്. ലോകത്ത് ആകെ നാലിനം flamingos ഉണ്ട്. അമേരിക്ക, കരീബിയൻ നാടുകൾ എന്നിവിടങ്ങളിൽ നാല് സ്പീഷീസും കണ്ടുവരുന്നു. ആഫ്രിക്ക, യൂറോപ്പ്, മധ്യേഷ്യ എന്നിവിടങ്ങളിൽ രണ്ട് സ്പീഷീസുകൾ മാത്രമാണ് കണ്ടുവരുന്നത്- 'ഗ്രേറ്റർ ഫ്ളമിംഗോ'യും (Greater Flamingo) ലെസ്സർ ഫ്ളമിംഗോയും. (Lesser Flamingo).

ഗ്രേറ്റർ ഫ്ളമിംഗോവിനു മനോഹരമായ പിങ്ക് കലർന്ന വെള്ള നിറവും 1.2 മുതൽ 1.4 മീറ്റർ വരെ ഉയരവും, ചിറകു വിടർത്തിയാൽ 94cm-150cm നീളവും ഉണ്ടാകും. പൂർണമായും പിങ്ക് നിറമുള്ള നീളമേറിയ കാലുകൾ, അറ്റം കറുത്തിരിക്കുന്ന പിങ്ക് നിറത്തിലുള്ള ബലിഷ്ഠവും നീണ്ടതുമായ കൊക്കുകൾ എന്നിവ ഇവയെ അതിമനോഹരമാക്കുന്നു.

Lesser flamingos താരതമ്യേന വലുപ്പം കുറഞ്ഞവയാണ്. പിങ്ക് നിറം, 80-90 സെന്റീമീറ്റർ ഉയരം, ചിറകു വിടർത്തിയാൽ 90-105 സെന്റീമീറ്റർ നീളം, മങ്ങിയ പിങ്ക് നിറമുള്ള കൊക്കുകൾ എന്നിവയാൽ ഇവയെ Greater flamingoയിൽനിന്നും തിരിച്ചറിയാൻ കഴിയുന്നവയാണ്.

Flamingoവിന് മനോഹരമായ പിങ്ക് നിറം ലഭിക്കുന്നത് അവയുടെ ഭക്ഷണത്തിൽ അടങ്ങിയിട്ടുള്ള 'ബീറ്റാ കരോട്ടീൻ' മൂലമാണ്. കൂടുതൽ പിങ്ക് നിറമുള്ളത് നല്ല ആരോഗ്യത്തെ സൂചിപ്പിക്കുന്നു. മങ്ങിയ പിങ്ക് നിറവും കൂടുതൽ വെണ്മയും അനാരോഗ്യത്തെയും പോഷകാഹാരക്കുറവിനെയുമാണ് സൂചിപ്പിക്കുന്നത്.

ഫ്ളമിംഗോ സിറ്റി ഗ്രേറ്റർ ഫ്ളമിംഗോകളുടെ പ്രജനനകേന്ദ്രമാണ്. മധ്യേഷ്യയിൽനിന്നും രാജ്യാതിർത്തികൾ താണ്ടി ജൂൺ-ജൂലൈ മാസത്തോടെ ഫ്ളമിംഗോ സിറ്റിയിൽ എത്തിച്ചേരുന്ന ഈ രാജഹംസങ്ങൾ ഇവിടെ ഒത്തുകൂടി ഇണചേർന്ന് 'കൂടുകൾ' ഉണ്ടാക്കുന്നു. ചതുപ്പ് മണ്ണ് കൂട്ടിവെച്ച് ഉയർന്ന മൺകൂനകൾ ആക്കി

വയ്ക്കുന്നതാണ് കൂട്. ഇത്തരം മൺകൂടുകളിലാണ് പെൺഫ്ള മിംഗോ മുട്ടയിടുന്നത്. ഒരേ ഒരു മുട്ട മാത്രമാണ് ഇടുക. ആൺ പക്ഷിയും പെൺപക്ഷിയും മാറിമാറി അടയിരിക്കും. വിരിഞ്ഞുവരുന്ന കുഞ്ഞിനെ രണ്ടാഴ്ചയോളം പെൺപക്ഷിയും ആൺപക്ഷിയും 'പാല്' കൊടുത്തു വളർത്തും. ആൺ-പെൺ പക്ഷികളുടെ അന്ന നാളം മുതൽ crop ('ആമാശയം') വരെയുള്ള ഭാഗത്തെ ഗ്രന്ഥി കളിൽനിന്നും ഉൽപാദിപ്പിക്കുന്ന 'Crop milk' ആണ് ഇങ്ങനെ കൊടു ക്കുന്നത്. രണ്ടാഴ്ചയ്ക്കുശേഷം കുഞ്ഞിനെ സ്വതന്ത്രമാക്കി മാതാ പിതാക്കൾ ഒഴിഞ്ഞുപോകുന്നു. ഇങ്ങനെ സ്വതന്ത്രമാക്കപ്പെടുന്ന ലക്ഷക്കണക്കിന് കുഞ്ഞുങ്ങൾ ഒരു കൂട്ടമായി ചേർന്ന് ഇരതേടി വളരുന്നു. വെറുതെ ഒന്ന് സങ്കൽപ്പിച്ചു നോക്കൂ. ലക്ഷക്കണക്കിന് കുഞ്ഞുപക്ഷികൾ ഒരുമിച്ചു പിച്ചവെക്കുന്ന കാഴ്ച. തണുപ്പുകാലം കഴിഞ്ഞ് വേനൽ ആരംഭത്തോടെ മാർച്ച് മാസത്തിൽ അവയെല്ലാം വന്ന ഇടങ്ങളിലേക്ക് തിരിച്ചു പോകുന്നു.

1875 മുതൽ 1942 വരെ യുള്ള ദീർഘകാലം കച്ച് രാജ്യം ഭരിച്ചി രുന്ന രാജാവ് 'മഹാറാവു ഖേൺഗാർജി' ആണ് 1883ൽ ആദ്യമായി 'ഫ്ളമിംഗോസിറ്റി'യെക്കുറിച്ച് പുറംലോകത്തെ അറിയിക്കുന്നത്. 1945ൽ മഹാനായ പക്ഷിശാസ്ത്രജ്ഞൻ ഡോക്ടർ സലിം അലി ഇവിടം സന്ദർശിച്ചു. അഞ്ച് ലക്ഷം ഫ്ളമിംഗോ കൂടുകൾ അന്ന് കണ്ടെത്തിയതായി സലിംഅലി രേഖപ്പെടുത്തിയിട്ടുണ്ട്. (നാളിതു വരെയുള്ള കണക്കെടുപ്പിൽ ഏറ്റവും കൂടുതൽ രേഖപ്പെടുത്തിയത് 2011ൽ ആണ്. പത്ത് ലക്ഷം കൂടുകൾ.)

നേരം ഇരുട്ടിത്തുടങ്ങിയിരുന്നു. ജീവിതത്തിലെ അവിസ്മരണീയ മായ കാഴ്ച ഒരുക്കിയ ഫ്ളമിംഗോസിറ്റിയിൽനിന്നും മനമില്ലാ മന സ്സോടെ ഞങ്ങൾ തിരിച്ചുപോന്നു. അനശ്വരനായ വയലാറിന്റെ വരി കൾ മനസ്സിൽ ഉരുവിട്ടുകൊണ്ട്.

“ഈ മനോഹര തീരത്ത് തരുമോ...”

■

സിംഹമടയിലേക്ക്

സ്കൂൾകാലം മുതലുള്ള കേട്ടറിവാണ് 'ഗിർ' വനത്തിലെ സിംഹങ്ങളെക്കുറിച്ച്. അതുകൊണ്ടുതന്നെ 'ഗിർ' ദേശീയോദ്യാനത്തിലേക്കുള്ള സന്ദർശനം അതിരറ്റ ആഹ്ലാദത്തിന്റെയും ആകാംക്ഷയുടെതുമായിരുന്നു. പോർബന്തറിലെ രാഷ്ട്രപിതാവിന്റെ ജന്മഗൃഹം സന്ദർശിച്ചതിന് ശേഷമാണ് ഞങ്ങൾ ഗിറിലേക്കു യാത്ര തിരിച്ചത്. 'ഗിർ' യഥാർത്ഥത്തിൽ 'സാസൻ ഗിർ' എന്നാണ് അറിയപ്പെടുന്നത്. സാസനിൽ എത്തുന്നതിനു മുൻപ് വഴിമധ്യേ ഗുജറാത്തിലെ ചീഫ് വൈൽഡ് ലൈഫ് വാർഡനെ കണ്ടുമുട്ടി. അദ്ദേഹം ഒരാഴ്ചയായി 'ഗിർ'ൽ ഉണ്ടായിരുന്നു. സിംഹത്തിനെ കാണാനാകാതെ നിരാശനായി തിരിച്ചുപോകുമ്പോഴാണ് ഞങ്ങളുടെ വരവ്. റോഡിൽ ഇറങ്ങി, വഴിയോരത്ത് വെച്ച് അദ്ദേഹം ഞങ്ങളെ അഭിസംബോധന ചെയ്തു. സിംഹത്തെ കാണാൻ കഴിയാത്തതിലുള്ള നിരാശ അദ്ദേഹം മറച്ചു വെച്ചില്ല. ഞങ്ങളും മ്ലാനവദനരായി. ഒരുപാട് വർഷങ്ങളുടെ കാത്തിരിപ്പാണ്. ഇപ്പോൾ ഇല്ലെങ്കിൽ ഇനി എന്ന്? വന്യമൃഗങ്ങളെ കാണുക എന്നത് തികച്ചും ഒരു ഭാഗ്യമാണ് എന്ന തിരിച്ചറിവ് ഒക്കെ ഉണ്ടെങ്കിലും ഇത്രയും യാത്ര ചെയ്തു ചെന്നിട്ട്...

വിവിധ മൃഗശാലകളിലും സുവോളജിക്കൽ പാർക്കുകളിലും ആയി സിംഹരാജനെ നിരവധി തവണ കണ്ടിട്ടുണ്ട്. പക്ഷേ മനുഷ്യനിർമ്മിതമായ മതിലുകളാൽ തളച്ചിടപ്പെട്ട പരിമിതികൾക്കുള്ളിൽ അല്ലാതെ തന്റെ സാമ്രാജ്യത്തിൽ, സർവതന്ത്ര സ്വതന്ത്രനായി വിഹരിക്കുന്ന രാജാവിനെ അതേ നിറവോടെ കാണാനുള്ള അദമ്യമായ ഒരു ത്വര ഉള്ളിൽ കിടന്നു വിങ്ങി.

അഭിസംബോധനയ്ക്കുശേഷം അദ്ദേഹത്തെ യാത്രയാക്കി ഞങ്ങൾ സാസൻ ഗിറിൽ എത്തിച്ചേർന്നു. ഡോർമിറ്ററിയിൽ ലഗേജുകൾ ഇറക്കിവെച്ചു. അടുത്ത പരിപാടി എന്താണ് എന്ന നിർദ്ദേശത്തിനായി

കാത്തിരിക്കുന്നതിനിടയിൽ തികച്ചും അപ്രതീക്ഷിതമായാണ് ഞങ്ങളുടെ മനം കുളിർപ്പിച്ചുകൊണ്ടുള്ള ആ സന്ദേശം എത്തിയത്.

“സിംഹത്തെ ലൊക്കേറ്റ് ചെയ്തിരിക്കുന്നു ഉടൻ പുറപ്പെടുക.”

അത്യധികമായ ആഹ്ലാദത്തോടെ ആകാംക്ഷയോടെ ഉടൻതന്നെ ഞങ്ങൾ പുറപ്പെട്ടു.

ലോകത്ത് ആകെ രണ്ടുതരം സിംഹങ്ങളാണുള്ളത്. ആഫ്രിക്കൻ സിംഹങ്ങളും ഏഷ്യൻ സിംഹങ്ങളും. ഒരു കാലത്ത് ഏഷ്യൻ സിംഹങ്ങൾ അറേബ്യ മുതൽ ഉത്തരേന്ത്യയിലൂടെ കടന്ന് ബംഗ്ലാദേശ് വരെ കാണപ്പെട്ടിരുന്നു. ഇന്ത്യയിൽ രാജസ്ഥാൻ, ഗുജറാത്ത്, പഞ്ചാബ്, മധ്യപ്രദേശ്, ഉത്തർപ്രദേശ്, ബീഹാർ, ബംഗാൾ എന്നിവിടങ്ങളിൽ സിംഹങ്ങൾ ഉണ്ടായിരുന്നു. അത്യധികമായ വേട്ടയാടലും വാസസ്ഥല ശോഷണവും ആണ് സിംഹങ്ങളുടെ വംശനാശ ഭീഷണിക്ക് കാരണം.

വിനോദത്തിനു വേണ്ടിയും വീരസാഹസാഘോഷങ്ങൾക്ക് വേണ്ടിയും ബ്രിട്ടീഷ് ഉദ്യോഗസ്ഥരും ഇന്ത്യയിലെ നാട്ടുരാജാക്കന്മാരും ഏഷ്യൻ സിംഹങ്ങളെ മുച്ചൂടും കൊന്നൊടുക്കി. ഇക്കാലത്ത് ഗുജറാത്തിലെ ജുനഗഢ് പ്രവിശ്യ ഭരിച്ചിരുന്ന നവാബുമാർ അവരുടെ അധീനതയിൽ ഉള്ള പ്രദേശത്തു മറ്റുള്ളവർ വേട്ടയാടുന്നത് നിരോധിച്ചു. വേട്ടയാടൽ നവാബുമാർക്ക് മാത്രമായി നിജപ്പെടുത്തി. ആറാമത് നവാബ് ആയിരുന്ന ‘മഹാബത് ഖാൻ’ നല്ലൊരു മൃഗസ്നേഹിയായിരുന്നു. സിംഹങ്ങളുടെ എണ്ണം അനിയന്ത്രിതമായി കുറഞ്ഞതു കണ്ടു എല്ലാത്തരം വേട്ടയും നിരോധിച്ചുകൊണ്ട് 1879ൽ അദ്ദേഹം ഉത്തരവിട്ടു. അങ്ങിനെയാണ് ഗിർ വനത്തിൽ സിംഹങ്ങൾ അവശേഷിച്ചത്.

1965ലാണ് ഗിർ വന്യജീവി സങ്കേതം നിലവിൽ വരുന്നത്. ഗുജറാത്തിലെ ജുനഗഢ്, ഗിർ സോമനാഥ്, അമ്രേലി ജില്ലകളിലായി 1412 ചതുരശ്ര കിലോമീറ്റർ വരുന്ന വനഭാഗമാണ് ഈ വന്യജീവി സങ്കേതം. പ്രധാനമായും ശുഷ്ക ഇലപൊഴിയും കാടുകളും (Dry Deciduous Forest) മുൾക്കാടുകളും (Thorny Forest) പുൽമേടുകളും (Grass lands) ആണ് ഇതിൽ ഉൾപ്പെടുന്നത്. ഇടതൂർന്ന പച്ചക്കാടുകളല്ല മറിച്ച് ശുഷ്കമായ തുറന്ന കാടുകളാണ് സിംഹങ്ങളുടെ ആവാസവ്യവസ്ഥ.

ഗിർ വന്യജീവിസങ്കേതത്തിന്റെ മുഖ്യമായ ഭാഗം (Core area) വരുന്ന 258 ചതുരശ്രകിലോമീറ്റർ 1975ൽ ദേശീയ ഉദ്യാനമായി പ്രഖ്യാപിച്ചു. (1913ൽ വെറും 20 സിംഹങ്ങൾ മാത്രം ഉണ്ടായിരുന്ന ഇടത്തുനിന്ന് 2021ൽ എത്തിനിൽക്കുമ്പോൾ 674ലേക്ക് ഉയർന്നിരിക്കുന്നു.

വനംവകുപ്പും ഒട്ടനവധി പരിസ്ഥിതി സന്നദ്ധസംഘടനകളും നടത്തിയ ത്യാഗനിർഭരമായ പ്രവർത്തനങ്ങളുടെ പരിണതിയാണിത്.)

ഗിർ വനത്തിലെ തനത് ഗോത്രവർഗ്ഗ ജനതയാണ് 'മാൽദാരികൾ'. ഇരുന്നൂറും മുന്നൂറും കന്നുകാലികളുമായി താമസിക്കുന്ന മാൽദാരികളുടെ ഒട്ടനവധി സെറ്റിൽമെന്റുകൾ വനത്തിനകത്ത് കാണാം. സിംഹങ്ങളുടെ പ്രധാന ഭക്ഷണം പലപ്പോഴും ഇവരുടെ കന്നുകാലികളാണ്. അതുകൊണ്ടുതന്നെ സിംഹങ്ങളും മാൽദാരികളുമായി വലിയ സംഘർഷം നിലനിൽക്കുന്നു. നാഷണൽ പാർക്കിനുള്ളിൽ ഉണ്ടായിരുന്ന എല്ലാ മാൽദാരികളെയും പാർക്കിനു പുറത്തേക്ക് പുനരധിവസിപ്പിച്ചിരുന്നു. എങ്കിലും കുറച്ചുനാളുകൾക്കു ശേഷം അവർ വന്യജീവിസങ്കേതത്തിന്റെ ഭാഗങ്ങളിലേക്ക് തിരിച്ചുവരികയുണ്ടായി.

മൂന്ന് പ്രധാന റോഡുകളും ഒരു റെയിൽവേ ട്രാക്കും ഗിർ നാഷണൽ പാർക്കിനകത്തുകൂടെ കടന്നുപോകുന്നുണ്ട്. കൂടാതെ മൂന്ന് പ്രധാന ക്ഷേത്രങ്ങളും വനത്തിനകത്തുണ്ട്. ഇവയെല്ലാംകൂടി അനല്പമായ സമ്മർദ്ദമാണ് അതിലോലമായ സിംഹഭൂമിയിൽ ചെലുത്തുന്നത്. തീവണ്ടി കടന്നുപോയാൽ റെയിൽപാളങ്ങൾക്ക് നല്ല ചൂട് ഉണ്ടാകും. മഞ്ഞുകാലത്ത് തണുത്തു വിറയ്ക്കുന്ന സിംഹക്കൂട്ടങ്ങൾ ഈ ചൂട് കിട്ടാൻവേണ്ടി റെയിൽപാളങ്ങളിൽ വന്നു കിടക്കും. സുഖകരമായ ഈ പകൽ ഉറക്കത്തിനിടയിലാകും പലപ്പോഴും അടുത്ത ട്രെയിൻ കടന്നുവരുന്നത്. അങ്ങനെ പലപ്പോഴും ഗിർ വനത്തിൽ ഒട്ടനവധി സിംഹങ്ങൾ ചതഞ്ഞരഞ്ഞു പോയിട്ടുണ്ട്. (ഈ റെയിൽ ഗതാഗതം അവസാനിപ്പിക്കാൻ നാളിതുവരെയും കഴിഞ്ഞിട്ടില്ല.) ക്ഷേത്രങ്ങൾ സ്ഥിതി ചെയ്യുന്നത് കോർ ഏരിയയിലാണ്. (2017 മുതൽ ക്ഷേത്രപരിസരത്ത് രാത്രി താമസത്തിനും സർക്കാർ അനുമതി നൽകിയിട്ടുണ്ട്!).

ഗിർ വനങ്ങളിൽ മാത്രമായി അവശേഷിക്കുന്ന ഏഷ്യൻ സിംഹങ്ങൾ അതുകൊണ്ടുതന്നെ അത്യധികമായ വംശനാശഭീഷണി നേരിടുകയാണ്. ഏതെങ്കിലുമൊരു പകർച്ചവ്യാധിയോ പ്രകൃതി ദുരന്തമോ ബാധിച്ചാൽ ഒറ്റയടിക്ക് ഈ മനോഹര രാജാക്കന്മാർ എന്നന്നേക്കുമായി ഭൂമുഖത്തുനിന്നും നീക്കം ചെയ്യപ്പെട്ടേക്കാം. ഈയൊരു ദുരന്തം ഒഴിവാക്കാൻ സമാനസ്വഭാവമുള്ള ഇതര ആവാസ വ്യവസ്ഥകൾ കണ്ടെത്തി ഗിറിലെ കുറച്ച് സിംഹങ്ങളെ അവിടേക്ക് മാറ്റാൻ (Reintroduce) വൈൽഡ് ലൈഫ് ഇൻസ്റ്റിറ്റ്യൂട്ട് ഓഫ് ഇന്ത്യ (WII) കൂലങ്കഷമായ പഠനങ്ങൾ നടത്തിയിട്ടുണ്ട്. മധ്യപ്രദേശിലെ

'കുനോ' (Kuno) വന്യജീവിസങ്കേതം ആണ് ഏറ്റവും അനുയോജ്യ മായി കണ്ടത്. 1995ൽ സമർപ്പിച്ച ഈ പ്രോജക്റ്റ് ഗുജറാത്ത് സർക്കാർ ആദ്യം അംഗീകരിച്ചു എങ്കിലും 2004ൽ അനുമതി നിഷേധിച്ചു. സിംഹങ്ങൾ ഗുജറാത്തിന്റെ മാത്രം പൈതൃകസ്വത്താണ് എന്ന കാരണം പറഞ്ഞുകൊണ്ടാണ് സംസ്ഥാന സർക്കാർ അനുമതി നിഷേധിച്ചത്. വിഷയത്തിൽ സുപ്രീംകോടതി ഇടപെടുകയും 2013 ഏപ്രിൽ 15ന് കുനോ വന്യജീവി സങ്കേതത്തിലേക്ക് കുറച്ചു സിംഹ ങ്ങളെ മാറ്റുവാൻ അന്തിമമായി ഉത്തരവ് പുറപ്പെടുവിക്കുകയും ചെയ്തു. പക്ഷേ സംസ്ഥാന സർക്കാരിന്റെ നിഷേധാത്മക നില പാടു കാരണം ഇക്കാര്യം ഇതുവരെയും നടപ്പിലായിട്ടില്ല (ഇപ്പോ ഴത്തെ രാഷ്ട്രീയ സാഹചര്യത്തിൽ ഇനി അത് നടപ്പിലാക്കും എന്ന് കരുതാനും വയ്യ).

തുറസ്സായ പുൽമേടുകളും മുൾക്കാടുകളും താണ്ടി ഞങ്ങൾ അതിവേഗം സഞ്ചരിക്കുകയായിരുന്നു. മൺറോഡിലൂടെയുള്ള യാത്ര അത്രയൊന്നും സുഖകരമായിരുന്നില്ലെങ്കിലും 'രാജാവിനെ' കാണാൻ 'പ്രജകൾ' അല്പം ക്ലേശം അനുഭവിക്കണമെന്ന തിരി ച്ചറിവിൽ ഞങ്ങൾ അത് കാര്യമാക്കിയില്ല. ചെങ്കുത്തായ ഒരു ഇറക്ക മിറങ്ങി കുറെക്കൂടി പച്ചപ്പുള്ള ഒരു ചെറു താഴ്വാരത്തിലേക്ക് ഇറങ്ങി. വലിയൊരു വളവ് തിരിഞ്ഞപ്പോൾ ബസ്സിന്റെ വേഗത കുറയ്ക്കാൻ കൂടെവന്ന സ്റ്റാഫ് നിർദ്ദേശിച്ചു. അവിടെ അടുത്ത് തന്നെയാണ് സിംഹത്തിനെ ലൊക്കേറ്റ് ചെയ്തിരുന്നത്. ബസ് വേഗത കുറച്ച് മെല്ലെ മെല്ലെ ഇഴഞ്ഞു. ഞങ്ങളുടെ ചങ്കിടിപ്പു കൂടി.

റോഡിൽനിന്നും ഇടതു മാറി ഉദ്ദേശം 30 മീറ്റർ അകലത്തിൽ അതാ രണ്ട് സിംഹികൾ. ശുഷ്കമായ ഒരു കൊച്ചു തോടിന്റെ കര യിൽ മരത്തണലിൽ വിശ്രമിക്കുന്നു. ജീവിതത്തിൽ ആദ്യമായി അങ്ങനെ അതാ സിംഹരാജനുമായി സ്വന്തം തട്ടകത്തിൽ നേർക്കു നേർ. അത്ഭുതകരമായി തോന്നിയത് പത്ത് ഇരുപത് മീറ്റർ മാറി വളരെ ശാന്തരായി ഒരു പുള്ളി മാൻകൂട്ടം മേഞ്ഞു നടക്കുന്നു എന്ന താണ്. സിംഹങ്ങൾ ഭക്ഷണം കഴിച്ച് വിശ്രമിക്കുകയായിരുന്നു. അപ്പോൾ അവരെ പേടിക്കേണ്ടതില്ല. അത് മാൻകൂട്ടത്തിന് അറിയാ മായിരുന്നു. മനുഷ്യരെപ്പോലെ സിംഹങ്ങൾക്ക് കോൾഡ് സ്റ്റോറേജ് ഇല്ലല്ലോ.

കൈയിലുള്ളത് ആകെ ഒരു ഓട്ടോ ഫോക്കസ് ക്യാമറ മാത്ര മാണ്. ബസ്സിൽനിന്നും ഫോട്ടോ എടുത്താൽ ഒട്ടും കിട്ടില്ല. സിംഹികൾ രണ്ടും കിടക്കുകയാണ്. ഇറങ്ങി ഫോട്ടോ എടുത്തോട്ടെ എന്ന് പ്രിൻസിപ്പാളിന്റെ അനുവാദം തേടി. വളരെ രസികനും വന്യജീവി

എക്സ്പർട്ടുമായ പ്രിൻസിപ്പൽ പറഞ്ഞു, ‘‘ഇറങ്ങി ഫോട്ടോ എടുത്തോളൂ. പക്ഷേ ഒറ്റ പീസ് ആയി തന്നെ തിരിച്ചു കയറണം.’’

എന്നിട്ടും ഇറങ്ങി. സിംഹികൾ ദൂരെയാണ്. കുറച്ചുകൂടെ മുന്നിലേക്ക് നടന്നു. ഒട്ടും ഫോക്കസ് കിട്ടുന്നില്ല. കുറച്ചു കൂടെ മുന്നിലേക്ക്. സിംഹികൾ അപ്പോഴും ശാന്തരായി കിടക്കുകയാണ്. രണ്ടു സ്റ്റെപ്പുകൂടി മുന്നോട്ടു വച്ചു. പെട്ടെന്നാണ് ഒരു സിംഹി പ്രതിഷേധഭാവത്തിൽ കുടഞ്ഞെണീറ്റത്. ‘‘Get back.. Get back...’’ എന്ന പ്രിൻസിപ്പാളിന്റെ ആക്രോശങ്ങളുടെ അകമ്പടിയിൽ ഞങ്ങൾ ബസ്സിലേക്ക് ഓടിക്കയറി. അതിനിടയിൽ കാമറ ഒന്നുരണ്ടു ക്ലിക്ക് ചെയ്തിരുന്നു. (പണ്ടത്തെ ഫിലിം കാമറയാണ്. യാത്ര കഴിഞ്ഞു കോളേജിൽ എത്തി ഫിലിം ഡെവലപ്പ് ചെയ്ത് ആകാംക്ഷയോടെ നോക്കി. മകാരാദി മാസികകളിലെ ഫീച്ചറുകളിൽ കാണുംപോലെ ഒരു വട്ടം വരച്ച് ഇവിടെയാണ് സിംഹികൾ കിടന്നിരുന്നതെന്ന് അടയാളപ്പെടുത്തേണ്ടുന്ന രണ്ട് മോഡേൺ ആർട്ട് ഫോട്ടോകൾ.)

ഞങ്ങളുടെ ബസ് അതിവേഗം കടന്ന് പോകുന്നത് തെല്ലൊരു മുറുമുറുപ്പോടെ അവർ നോക്കി നിന്നു. പിറ്റേന്ന് ഗിർ വനത്തിലൂടെ ഒരു ദിവസം മുഴുവനും നീണ്ടുനിന്ന വലിയൊരു ട്രക്കിങ് നടത്തി. ഒരൊറ്റ സിംഹത്തെയും കാണാനൊത്തില്ല. മൂന്ന് ദിനങ്ങൾ ‘ഗിർ’ൽ ചെലവഴിച്ചതിന് ശേഷമാണ് ആ സിംഹഭൂമിയോട് ഞങ്ങൾ വിട പറഞ്ഞത്.

■

കടലാഴങ്ങളിൽ

പശ്ചിമഗുജറാത്തിന്റെ ഹൃദയഭാഗത്തേക്ക് അറബിക്കടലിന്റെ ഒരു കൈ നീണ്ടു കിടപ്പുണ്ട്. 170 കിലോമീറ്റർ നീളമുള്ള ഈ കടൽ കൈ പശ്ചിമഗുജറാത്തിനെ വടക്ക് കച്ച് മേഖലയെന്നും തെക്ക് സൗരാഷ്ട്ര മേഖലയെന്നും രണ്ടായി വേർതിരിക്കുന്നു. 'കച്ച് ഉൾക്കടൽ' എന്നറിയപ്പെടുന്ന ഈ കടൽപ്രദേശത്തിന് ആരംഭത്തിൽ 58 കിലോമീറ്റർ വീതിയുണ്ട്. ഉള്ളിലേക്ക് പോകുന്തോറും പെൻസിൽ മുന പോലെ കൂർത്തുവന്ന് ലിറ്റിൽ റൺ ഓഫ് കച്ചിൽ എത്തി അവസാനിക്കുന്നു. ഈ ഉൾക്കടൽ പ്രദേശത്തെ ശരാശരി ആഴം വെറും 20 മീറ്റർ മാത്രമാണ്. സമുദ്രജീവികളുടെ ഒരു പറുദീസയാണ് ഇവിടം.

വനനിബിഡതയിലും ഊഷര മരുപ്പടർപ്പിലും മാത്രമല്ല കടലാഴങ്ങളിലും വന്യജീവിസങ്കേതങ്ങളും ദേശീയ ഉദ്യാനങ്ങളും (National Park) ഉണ്ട്. ഇന്ത്യയിലെ ആദ്യത്തേതും ഏറ്റവും വലിപ്പമേറിയതുമായ 'മറൈൻ വന്യജീവിസങ്കേതം' (Marine Wildlife Sanctuary) കച്ച് ഉൾക്കടലിന്റെ തെക്കൻതീരത്തുള്ള ജാംനഗർ ജില്ലയിൽ 1980-ലാണ് രൂപീകൃതമായത് (2013ൽ രൂപീകരിച്ച 'ദേവഭൂമി ദ്വാരക' ജില്ലയിലാണ് ഇപ്പോൾ സ്ഥിതി ചെയ്യുന്നത്). 'ഓഖ' തുറമുഖം മുതൽ 'ജോഡിയ' വരെയുള്ള 270 ചതുരശ്ര കിലോമീറ്റർ കടൽ പ്രദേശമാണ് മറൈൻ വന്യജീവിസങ്കേതത്തിൽ ഉൾപ്പെടുന്നത്. പിന്നീട് 1982ൽ ഈ സങ്കേതത്തിന്റെ ശ്രീകോവിൽ എന്ന് വിളിക്കാവുന്ന ഏറ്റവും പ്രധാന ഭാഗം (Core area) ഉൾപ്പെടുന്ന 110 ചതുരശ്ര കിലോമീറ്റർ ഇന്ത്യയിലെ പ്രഥമ 'മറൈൻ നാഷണൽ പാർക്ക്' ആയി പ്രഖ്യാപിച്ചു.

അത്യധികമായ വംശനാശഭീഷണി നേരിടുന്ന സമുദ്രജീവികൾ ആയ സ്പോഞ്ചുകൾ, പവിഴപ്പുറ്റുകൾ,ചെമ്മീൻ, ഞണ്ടുകൾ, കടൽച്ചൊറി (Sea anemon) കടൽകുതിര, നക്ഷത്രമത്സ്യം, പഫർ ഫിഷ്,

കടൽച്ചേന (Sea urchin) കടൽവെള്ളരി, കക്കകൾ, ചിപ്പികൾ, കടലാമകൾ, കടൽ പക്ഷികൾ എന്നുവേണ്ട ഒട്ടനവധി സമുദ്രജീവികളാൽ സമൃദ്ധമായ ഒരിടമാണ് മറൈൻ നാഷണൽ പാർക്ക്. 42 ഓളം ചെറുദ്വീപുകൾ കൂടി ഇതിൽ ഉൾപ്പെടുന്നു. ഈ ദ്വീപുകളിൽ ഏറ്റവും ശ്രദ്ധേയമായതും സന്ദർശകർക്ക് പ്രവേശനം അനുവദിച്ചിട്ടുള്ളതുമായ ദ്വീപാണ് 'പിരോട്ടൻ ഐലൻഡ്'.

അന്നത്തെ ഞങ്ങളുടെ പഠനയാത്ര മറൈൻ നാഷണൽ പാർക്കിലെ പിരോട്ടൻ ഐലൻഡിലേക്ക് ആയിരുന്നു. 'ബേഡി' തുറമുഖത്തുനിന്നും വനംവകുപ്പിന്റെ സാമാന്യം വലിപ്പമുള്ള ഒരു പട്രോളിങ് ബോട്ടിലാണ് ഞങ്ങൾ യാത്ര തിരിച്ചത്. കടലിന്റെ പ്രക്ഷുബ്ധതയിൽനിന്നും ഉൾക്കടലിന്റെ പ്രശാന്തതയിലേക്കുള്ള ഊളിയിടൽ അവാച്യമായ ഒരനുഭൂതിയായിരുന്നു. തെക്കൻതീരത്തിനോട് അടുപ്പിച്ചാണ് ഞങ്ങൾ യാത്ര ചെയ്തത്. തീരം മുഴുവൻ സമൃദ്ധമായി വളർന്നുനിൽക്കുന്ന കണ്ടൽക്കാടുകൾ ആയിരുന്നു - നീലപട്ടിന്റെ ഓരത്ത് തുന്നിച്ചേർത്ത പച്ച കസവുപോലെ. എണ്ണമറ്റ പക്ഷികൾ കണ്ടൽമരങ്ങളിൽ കൂട് വെച്ചിരുന്നു. ഒട്ടനവധി ദേശാടനപ്പക്ഷി കളുടെയും കടൽപക്ഷികളുടെയും അഭയസ്ഥാനവും പ്രജനന കേന്ദ്രവുമായ കണ്ടൽകാടുകൾ അതീവ പരിസ്ഥിതി പ്രാധാന്യം ഉള്ളവയാണ്. ഞണ്ടുകൾ, ചെമ്മീൻ, ചിപ്പികൾ, നിരവധി മത്സ്യങ്ങൾ, കക്കകൾ, ഒച്ചുകൾ തുടങ്ങി അസംഖ്യം സമുദ്രജീവികളുടെയും പ്രജനന കേന്ദ്രമാണ് കണ്ടൽക്കാടുകൾ. കരയിലേക്കുള്ള കടലേറ്റം ഫലപ്രദമായി തടഞ്ഞു നിർത്തുന്നതിലും കണ്ടൽക്കാടുകൾ സുപ്രധാന പങ്കു വഹിക്കുന്നു.

ബോട്ട് അതിവേഗം പോയിക്കൊണ്ടിരുന്നു. രണ്ടു മണിക്കൂറോളം യാത്ര ചെയ്തു കാണും. അകലെ ഒരു പൊട്ടുപോലെ 'പിരോട്ടൻ ഐലൻഡ്' കാണപ്പെട്ടു തുടങ്ങി. പിരോട്ടൻ ഐലന്റിന്റെ മുഖമുദ്ര അതിപ്രശസ്തമായ ഒരു ലൈറ്റ് ഹൗസ് ആണ്. 1898ൽ പണികഴിപ്പിച്ച ലൈറ്റ് ഹൗസിന് 18 മീറ്ററായിരുന്നു ഉയരം. 1958ൽ 26 മീറ്ററിലേക്ക് ഉയർത്തി അത് പുതുക്കിപ്പണിതു. പിരോട്ടൻ ഐലന്റിന്റെ ഒരു ഐഡന്റിറ്റി ആയി തല ഉയർത്തി നിൽക്കുന്ന കറുപ്പും വെളുപ്പും ചുവപ്പും നിറങ്ങളാൽ അലങ്കൃതമായ ലൈറ്റ് ഹൗസ് ഒരു മനോഹര കാഴ്ച തന്നെയാണ്.

ഞങ്ങളുടെ ബോട്ട് ദ്വീപിന്റെ തീരത്തോട് അടുത്തു നിർത്തി. ഏകദേശം മുട്ടോളം വെള്ളത്തിലേക്ക് ഞങ്ങൾ ഇറങ്ങി. വേലിയിറക്കത്തിന്റെ സമയമായിരുന്നു. ഞങ്ങൾക്കു മുന്നിലെ കടൽ അതിവേഗം ഉൾവലിയാൻ തുടങ്ങിയിരുന്നു. അതുവരെ സമൃദ്ധമായി വെള്ളം

മൂടിക്കിടന്ന കടൽ പിൻവാങ്ങി, അടിത്തട്ട് തെളിഞ്ഞു കാണാൻ തുടങ്ങി. ഞങ്ങൾ കടലിലേക്ക് നടന്നു. അടിഭാഗം മിനുസമേറിയ പാറകളാൽ ഉറച്ച് നിരപ്പായ കടൽ. അങ്ങിങ്ങായി പാറക്കല്ലുകൾ ഉയർന്നു കാണാൻ തുടങ്ങി. സ്ഫടികം പോലെ തെളിമയാർന്ന സമുദ്രജലം. പാറക്കൂട്ടങ്ങൾക്കിടയിലൂടെ സാവധാനം നീന്തിത്തുടിക്കുന്ന അസംഖ്യം സമുദ്രജീവികൾ. ടെലിവിഷനിൽ മാത്രം കണ്ടിട്ടുള്ള അതിമനോഹരമായ കടൽക്കാഴ്ചകൾ. കടുംനിറങ്ങളാൽ ആലേഖനം ചെയ്യപ്പെട്ട വലിയൊരു കൊളാഷ്പോലെ വർണ്ണപ്പകിട്ടാർന്ന അനേകം കടൽജീവികൾ ഞങ്ങൾക്ക് മുൻപിൽ അനാവൃതമായി.

കാലുകൾക്കിടയിലൂടെ അലസഗമനം നടത്തുന്ന നക്ഷത്രമത്സ്യം. പാറയിൽ പറ്റിപ്പിടിച്ചു, മുടിയഴിച്ചിട്ട് (Tentacles) ഇരയെ കാത്തിരിക്കുന്ന കടുംചുവപ്പാർന്ന കടൽ ചൊറി (Sea anemon), ദേഹം നിറയെ മുള്ളുകളും ആയി ഉരുണ്ടുരുണ്ട് നീന്തി അകലുന്ന കടൽച്ചേന. (Sea urchin). (കടൽ ചേനകൾ പെട്ടെന്ന് മനസ്സിനെ കുട്ടിക്കാലത്തേക്ക് എടുത്തെറിഞ്ഞു. കടൽച്ചേനയുടെ മുള്ളുകൾ ആണ് കുട്ടിക്കാല സ്കൂൾ ദിനങ്ങളിൽ എഴുതാൻ ഉപയോഗിച്ചിരുന്ന സവിശേഷമായ കന്യാകുമാരി പെൻസിലുകൾ). വലുതും ചെറുതുമായ ഒട്ടനവധി മത്സ്യങ്ങൾ ഞങ്ങൾക്കിടയിലൂടെ സ്കൂൾ കുട്ടികളെപ്പോലെ തുള്ളിയാർത്തു.

പച്ചയും ചുവപ്പും നീലയും നിറമാർന്ന അതിമനോഹര പവിഴപ്പുറ്റുകൾ പാറക്കൂട്ടങ്ങളുമായി ഇടകലർന്ന് കണ്ണുമിഴിച്ചു. വർണ്ണവൈവിധ്യങ്ങളാൽ വസന്ത ചാർത്തൊരുക്കിയ കടൽപായലുകൾ കൊച്ചോളങ്ങളിൽ ലാസ്യനൃത്തം ചെയ്തു. ഒന്നിനുപുറകെ ഒന്നായി നീങ്ങിയ കൊഞ്ചിൻകൂട്ടങ്ങൾ കുട്ടിക്കാലത്തെ തീവണ്ടിക്കളിയെ ഓർമ്മപ്പെടുത്തി. പാറക്കൂട്ടങ്ങൾക്കിടയിലെ ഇത്തിരി മണലിൽ പൂഴ്ന്നിരുന്ന് കക്കകൾ തപസ്സുചെയ്തു. പവിഴപ്പുറ്റുകളിൽ ചുവടുറപ്പിച്ച് ഉയർന്നുനിൽക്കുന്ന സുതാര്യവും വർണ്ണാഞ്ചിതവുമായ അതിമനോഹര സമുദ്രജീവി, സ്പോഞ്ചുകൾ ഉത്സവപ്പറമ്പിലെ ബലൂൺ വിൽപ്പനക്കാരനെ ഓർമ്മപ്പെടുത്തി.

അപ്പോഴാണ് പിൻതിരിഞ്ഞു നോക്കാൻ പ്രിൻസിപ്പൽ ഞങ്ങളോട് പറഞ്ഞത്. ഞങ്ങൾ വന്ന ബോട്ട് അങ്ങ് ദൂരെ വെറും മണൽപരപ്പിൽ അല്പം ഓരം ചെരിഞ്ഞു കിടക്കുന്നു – തീരത്തടിഞ്ഞ തിമിംഗലം പോലെ. ഞങ്ങൾ വന്ന ബോട്ടാണത് എന്ന് വിശ്വസിക്കാനായില്ല. കടൽ അപ്പോഴേക്കും വല്ലാതെ ഇറങ്ങിക്കഴിഞ്ഞിരുന്നു.

ഞങ്ങൾ ഒരു കിലോമീറ്ററോളം കടലിന്റെ ഉൾഭാഗത്തേക്ക് നടന്നിരിക്കുന്നു. വെള്ളം ഇപ്പോഴും മുട്ടിനുതാഴെ മാത്രമേ ഉള്ളൂ.

പെട്ടെന്നാണ് വല്ലാത്തൊരു ഓളംവെട്ടലും ഒരു പിടച്ചിലും കണ്ടത്. എന്താണ് എന്ന് മനസ്സിലാകും മുൻപുതന്നെ കൂടെ വന്ന സ്റ്റാഫ് 'അതിനെ' പെട്ടെന്ന് കടന്നുപിടിച്ചു. അതീവശ്രദ്ധയോടെ അദ്ദേഹം 'അതിനെ' തന്റെ ഉള്ളംകൈയിൽ തുറന്നു പിടിച്ചു. അതൊരു മത്സ്യം ആയിരുന്നു. ഉടൻതന്നെ ആ മത്സ്യം ഉരുണ്ട് ഒരു പന്തുപോലെ ആയി.

ഞങ്ങൾ അത്ഭുതംകൂറി കണ്ണുമിഴിച്ചു. പ്രിൻസിപ്പാൾ ആ മത്സ്യത്തെപ്പറ്റി ഞങ്ങളോട് വിശദീകരിച്ചു. ''ഇതാണ് പഫർ ഫിഷ്. ഇവ വളരെ സാവധാനത്തിലാണ് സഞ്ചരിക്കുക. ആയതിനാൽ ഇവയെ എളുപ്പം പിടിക്കാനാവും. എന്തെങ്കിലും ഭീഷണി നേരിട്ടാൽ ഇവ ഉടനെ വായുവോ വെള്ളമോ വലിച്ചെടുത്തു ഉരുണ്ട പന്ത് പോലെയാകും. മാത്രമല്ല ഇവയുടെ ദേഹത്ത് ചുരുക്കി വെച്ചിരിക്കുന്ന അസംഖ്യം മുള്ളുകളുണ്ട്. അവയെല്ലാം യുദ്ധസജ്ജമായി ഉയർന്ന് നിൽക്കാൻ തുടങ്ങും. ഇവയൊക്കെകൊണ്ട് ശത്രുക്കൾ സാധാരണ ഇവയെ ഒഴിഞ്ഞുപോകാറാണ് പതിവ്. ഇവയുടെ പല്ലുകൾ വലുതും ഉരുക്കുപോലെ ദൃഢവും ആണ്. നാല് പല്ലുകൾ കൂടിച്ചേർന്ന് ഒരു കട്ടിംഗ് പ്ലേറ്റ് പോലെയാണ് പ്രവർത്തിക്കുക.

'Tetraodontidae' എന്ന ഇവയുടെ കുടുംബനാമത്തിന് ഇതാണ് കാരണം. കക്ക, ചിപ്പി, ഞവുണിക്ക, ശംഖ് മുതലായവയുടെ ഉറപ്പുള്ള ഷെല്ലുകൾ കടിച്ചുമുറിച്ചു ഭക്ഷിക്കുന്നതിനായാണ് ഈ കടുപ്പമേറിയ പല്ലുകൾ ഇവയ്ക്കുള്ളത്. കൂടെ വന്ന മറ്റൊരു സ്റ്റാഫ് കട്ടിയുള്ള ഒരു പാറക്കഷണം പഫർ ഫിഷിന്റെ വായിൽ വച്ചുകൊടുത്തു. ടപ്പ്... പാറക്കഷണം രണ്ടായി മുറിഞ്ഞുവീണു. ഞങ്ങൾ ഞെട്ടിപ്പോയി. അറിയാതെ എങ്ങാനും നമ്മുടെ വിരൽ അതിന്റെ വായിൽ അകപ്പെട്ടു പോയാൽ...

പ്രിൻസിപ്പാൾ തുടർന്നു, ''പഫർ ഫിഷിന്റെ മാംസത്തിൽ മാരകമായ വിഷം അടങ്ങിയിട്ടുണ്ട്. (Tetrodotoxin). അതിനാൽ പഫർ ഫിഷ് ഭക്ഷ്യയോഗ്യമല്ല. എന്നാൽ ജപ്പാനിൽ പ്രത്യേകം പരിശീലനം സിദ്ധിച്ച ഷെഫുമാർ പഫർ ഫിഷ് ഉപയോഗിച്ച് രുചികരമായ വിഭവം ഉണ്ടാക്കുന്നുണ്ട്. മുന്തിയ റസ്റ്റോറന്റുകളിൽ മാത്രം ലഭ്യമായ 'ഫുഗു' എന്ന ഈ വിഭവത്തിന് പക്ഷേ വലിയ വിലയാണ്. പഫർ ഫിഷിനെ പതുക്കെ വെള്ളത്തിൽ വച്ചു. അൽപ്പനേരത്തെ നിശ്ചലതയ്ക്കു ശേഷം അപകടാവസ്ഥ തരണം ചെയ്തു എന്ന ബോധ്യം ആയെന്ന് തോന്നുന്നു, അതു ഊതിവീർപ്പിച്ച ബലൂണിൽനിന്നും കാറ്റഴിച്ചു

വിട്ടപോലെ സാവധാനം ചുരുങ്ങി പൂർവസ്ഥിതി പ്രാപിച്ചു. ഉയർന്നു നിന്ന മുള്ളുകൾ ഉൾവലിഞ്ഞു. ഒട്ടും തിടുക്കപ്പെടാതെ 'ഞാൻ ഇത് എത്ര കണ്ടതാ' എന്ന മട്ടിൽ വാലുകുലുക്കി ഞങ്ങളിൽനിന്നും നീന്തിയകന്നു.

നോക്കെത്താദൂരത്തോളം പരന്നുകിടക്കുന്ന തെളിമയാർന്ന കടൽ. വൈവിധ്യമാർന്ന നിറങ്ങളിലും വലിപ്പത്തിലുമുള്ള ആയിരക്കണക്കിന് പക്ഷികൾ ഇരതേടി നടക്കുന്ന കാഴ്ച. വെള്ളം ഇറങ്ങിയ കടൽപരപ്പിൽ ഉത്സവപ്പറമ്പിലെ പടക്കംപെറുക്കി കുട്ടികളെപ്പോലെ പക്ഷികൾ ഇര പിടിച്ചു നടന്നു. നീളൻ കാലുകളും ബലിഷ്ഠമായ കൊക്കുകളും ആയി വർണ്ണ കൊക്കുകൾ (Painted Stork) ഞണ്ടും ഞവുണിയും മീനുകളും ആസ്വദിച്ച് കൊത്തിത്തിന്നു. വെള്ളക്കൊക്ക് (Egrets), കുളക്കൊക്ക് (Heron), ഞാറ (Ibis), താറാവുകൾ (Ducks), ചട്ടുക കൊക്കൻ (Spoon bill) കടൽകാക്ക (Gull) എന്നുവേണ്ട വലുതും ചെറുതുമായ അസംഖ്യം പക്ഷികളുടെ ഒരു സമ്മേളനം. ശരിക്കും അത്ഭുതലോകത്തിൽ അകപ്പെട്ട ആലീസിനെപ്പോലെ, ഒരു സ്വപ്നാടനത്തിലെന്ന വണ്ണം ഞങ്ങൾ ഒഴുകി. എത്ര ദൂരം നടന്നു എന്നോ, എത്ര സമയം നടന്നുവെന്നോ ഞങ്ങൾ തികച്ചും അജ്ഞരായിരുന്നു. 'വേലിയേറ്റത്തിനു സമയമായി, ഇനി തിരിച്ചു നടക്കാം' എന്ന പ്രിൻസിപ്പാളിന്റെ ശബ്ദം കേട്ടാണ് ഞങ്ങൾ വർത്തമാനകാലത്തിലേക്ക് തിരിച്ചെത്തിയത്.

ഞങ്ങൾ തിരിഞ്ഞു നടക്കാൻ തുടങ്ങി. അങ്ങ് ദൂരെ ഒരു കൊച്ചു തീപ്പെട്ടിക്കൂട് പോലെ ഞങ്ങളുടെ ബോട്ട് മണൽ കൂനയിൽ ചെരിഞ്ഞു കിടപ്പുണ്ട്. ഞങ്ങളുടെ തിരിച്ചു നടത്തത്തിനോടൊപ്പം വെള്ളവും കൂടെ വന്നു. അതുവരെ ഉൾവലിഞ്ഞു പോയിരുന്ന കടൽവെള്ളം ഇപ്പോൾ കരയിലേക്കാണ് തിരിച്ചൊഴുകുന്നത്. നേരത്തെ വെള്ളത്തിനു മുകളിൽ ഉയർന്നുനിന്ന പാറക്കല്ലുകൾ പലതും വെള്ളത്തിൽ മുങ്ങിത്തുടങ്ങി. അതിവേഗമാണ് വെള്ളം തീരത്തേക്ക് തിരിച്ചൊഴുകാൻ തുടങ്ങിയത്.

ഞങ്ങളുടെ നടത്തത്തിന് വേഗം കൂട്ടാൻ പ്രിൻസിപ്പാൾ ആവശ്യപ്പെട്ടു. അതിവേഗം ഞങ്ങൾ തിരിച്ചു നടന്നു. കരയിൽ കയറി, ബോട്ടിന് അടുത്തെത്തി. ബോട്ടിലേക്ക് കയറാൻ ഒരു ചെറിയ കോണി ഉണ്ടായിരുന്നു. അപ്പോഴും മണൽക്കൂനയിൽ ചെരിഞ്ഞു കിടന്നിരുന്ന ബോട്ടിൽ കയറി ഞങ്ങളിരുന്നു. വെള്ളം അതിവേഗം ഓളം തല്ലി എത്തി. ബോട്ടിന് അടിയിൽ വെള്ളം എത്തി. വളരെവേഗം അവിടമാകെ വെള്ളം നിറഞ്ഞു. ബോട്ട് പതുക്കെ ഒന്ന് ഇളകിയാടി. പിന്നെ നിവർന്നു. തുടർന്ന് വളരെ സാവധാനം വെള്ളത്തിൽ

പൊങ്ങിക്കിടന്നു. വല്ലാത്തൊരു അനുഭവമായിരുന്നു അത്. ഞങ്ങൾ നടന്ന കടൽഭാഗം മുഴുവനായി വെള്ളം നിറഞ്ഞു കിടക്കുന്നു.

അവിസ്മരണീയമായ അത്ഭുതക്കാഴ്ചകൾ നൽകിയ മറൈൻ നാഷണൽ പാർക്കിനോട് വിട പറഞ്ഞ് ഞങ്ങൾ മടക്കയാത്ര ആരംഭിച്ചു. ഏറെ സഞ്ചാരികളെ കണ്ട, ചരിത്രമുഹൂർത്തങ്ങൾക്ക് സാക്ഷ്യം വഹിച്ച പിരോട്ടൻ ഐലൻഡിലെ ലൈറ്റ് ഹൗസ് മൂകമായി ഞങ്ങൾക്ക് യാത്രാമൊഴിയേകി.

***

(അതിലോലമായ ആവാസവ്യവസ്ഥയുള്ള മറൈൻ നാഷണൽ പാർക്ക് ഇപ്പോൾ ഗുരുതരമായ പാരിസ്ഥിതിക ഭീഷണി നേരിടുകയാണ്. കടൽത്തീരത്തുള്ള ഒട്ടനവധി സിമന്റ് ഫാക്ടറികൾ, ഓയിൽ റിഫൈനറി എന്നിവയിൽ നിന്നും പുറംതള്ളുന്ന മാലിന്യങ്ങൾ ആത്യന്തികമായി വന്നടിയുന്നത് കടലിലാണ്. ഇത് ഒട്ടനവധി ജീവികളുടെ സ്വാഭാവിക അതിജീവനം അസാധ്യമാക്കിത്തീർക്കുന്നു. കണ്ടൽക്കാടുകളുടെ അനിയന്ത്രിതമായ വെട്ടിവെളുപ്പിക്കലും സിമന്റ് കമ്പനികൾക്കുവേണ്ടിയുള്ള വൻതോതിലുള്ള മണൽ ഖനനവും പവിഴപ്പുറ്റ് ശേഖരണവും സ്ഥിതിഗതികൾ അതീവ ഗുരുതരമാക്കുന്നുണ്ട്).

■

കാൻഹ

മൃഗരാജാവ് സിംഹമാണെങ്കിലും ഇന്ത്യൻ കാടുകളിലെ ചക്രവർത്തി കടുവതന്നെയാണ്. സിംഹാസനം നഷ്ടപ്പെട്ട് നാട്ടുരാജാവിന്റെ ഇത്തിരി വട്ടത്തിലേക്കു ഒതുങ്ങിപ്പോയ സിംഹരാജൻ, മുച്ചൂടും മുടിഞ്ഞുപോയ തറവാടിന്റെ ഗതകാല പ്രഘോഷണങ്ങളിൽ അഭിരമിക്കുന്ന കാർന്നോന്മാരെയാണ് പലപ്പോഴും ഓർമ്മപ്പെടുത്തുന്നത്. ആവാസവ്യവസ്ഥകളുടെ പ്രതികൂല സ്വഭാവങ്ങളെ ഒട്ടൊക്കെ അതിജീവിക്കാനുള്ള ശേഷിയും ഇര മൃഗങ്ങളിലെ വൈവിധ്യമാർന്ന തെരഞ്ഞെടുപ്പും ചടുലമായ സഞ്ചാരശേഷിയും കൂടുതൽ ഇടങ്ങളിലെ സാന്നിധ്യവും എടുപ്പിലും നടപ്പിലുമുള്ള താൻപോരിമയും ചക്രവർത്തിപട്ടത്തിനായുള്ള കടുവകളുടെ അർഹത അരക്കിട്ടുറപ്പിക്കുന്നു. ആ ഒരു റോയൽ സ്വഭാവം പേരിൽ പോലും കടുവകൾ വെച്ചുപുലർത്തുന്നുണ്ട്. – 'റോയൽ ബംഗാൾ ടൈഗർ ' (Royal Bengal Tiger) എന്നാണ് നമ്മുടെ കടുവയുടെ പേരുതന്നെ.

കടുവയെ അതിന്റെ സ്വാഭാവിക വനഭൂമികയിൽ കണ്ടുമുട്ടുക എന്നത് ഏതൊരു വന്യജീവിസ്നേഹിയുടെയും പ്രഥമപരിഗണന തന്നെയാണ്. ട്രെയിനിങ്ങിനിടയിലെ പഠനയാത്രയുടെ ഭാഗമായി മധ്യപ്രദേശിലെ അതിപ്രശസ്തമായ 'കാൻഹ' കടുവസങ്കേതത്തിൽ എത്തുമ്പോൾ ഏതൊരു വ്യക്തിയെയും പോലെ ഞങ്ങളുടെയും അടക്കാനാകാത്ത ആഗ്രഹം മറ്റൊന്നായിരുന്നില്ല. മധ്യപ്രദേശിലെ മാൻഡ്‌ല, ബാലാഘട്ട് ജില്ലകളിലായി വ്യാപിച്ചു കിടക്കുന്ന കാൻഹ വനപ്രദേശം 1933ലാണ് വന്യജീവിസങ്കേതമായി പ്രഖ്യാപിക്കുന്നത്. വിസ്തൃതമായ ഈ വന്യജീവി സങ്കേതത്തിന്റെ കോർ ഏരിയ ആയ 940 ചതുരശ്ര കിലോമീറ്റർ 1955ൽ നാഷണൽ പാർക്ക് ആയി പ്രഖ്യാപിച്ചു. കടുവകളുടെ പ്രത്യേക സംരക്ഷണാർത്ഥം 1973ൽ ഇന്ത്യ ഗവൺമെന്റ് രൂപംകൊടുത്ത 'പ്രോജക്ട് ടൈഗറി'ന്റെ ഭാഗമായി ഒട്ടനവധി ടൈഗർ റിസർവുകൾ രാജ്യത്തിന്റെ വിവിധ ഇടങ്ങളിലായി രൂപീകരിക്കുകയുണ്ടായി. അപ്രകാരം 1973ൽ തന്നെ രൂപീകരിച്ച

ഒന്നാണ് 'കാൻഹ ടൈഗർ റിസർവ്'. 1945 ചതുരശ്രകിലോമീറ്ററി ലായി വ്യാപിച്ചുകിടക്കുന്ന കാൻഹ ടൈഗർ റിസർവ് ഇന്ത്യയിലെ തന്നെ ഏറ്റവും നല്ല കടുവസങ്കേതം ആണ്. (2021ലെ സെൻസസ് പ്രകാരം അഞ്ഞൂറോളം കടുവകൾ ഇവിടെ ഉള്ളതായി കണക്കാക്കിയിട്ടുണ്ട്.) പ്രധാനമായും ആർദ്ര സാൽ ഫോറസ്റ്റും (Moist Sal Forest), ആർദ്ര ഇലപൊഴിയും കാടുകളും (Moist deciduous Forest) ശുഷ്ക്ക ഇലപൊഴിയും കാടുകളും (Dry deciduous forest) പുൽമേടുകളും (Grass lands) ആണ് ഇവിടെ കാണപ്പെടുന്നത്.

കടുവകളെപ്പോലെതന്നെ അതീവ വംശനാശഭീഷണി നേരിടുന്ന മറ്റൊരു ജീവിവർഗ്ഗവും ഇവിടെ കാണപ്പെടുന്നു - ബാരസിംഗ (Swamp Deer) എന്ന മാൻ. ഒരു കാലത്ത് നേപ്പാൾ മുതൽ മദ്ധ്യഇന്ത്യ വരെ സമൃദ്ധമായി കാണപ്പെട്ടിരുന്ന ബാരസിംഗകൾ ഇപ്പോൾ ഒറ്റപ്പെട്ട ആവാസവ്യവസ്ഥകളിലേക്ക് മാത്രമായി ചുരുങ്ങിപ്പോയിരിക്കുന്നു. വർദ്ധിച്ച തോതിലുള്ള വേട്ടയാടലും അതിജീവനത്തിന് അനിവാര്യമായ ചതുപ്പിടങ്ങൾ അനിയന്ത്രിതമായി കൃഷിയിടങ്ങളാകുകയും ചെയ്തതാണ് ബാരസിംഗകളുടെ നിലനിൽപ്പ് അവതാളത്തിലാക്കിയത്. ബാരസിംഗകളുടെ സംരക്ഷണത്തിന് അതീവ പ്രാധാന്യം കൊടുത്തതിന്റെ ഫലമായി ഇപ്പോൾ ഫലപ്രദമായ സംരക്ഷണം ഉറപ്പുവരുത്താൻ കഴിഞ്ഞിട്ടുണ്ട്. ഒട്ടുമിക്കവാറും വംശനാശത്തിന്റെ അതിർവരമ്പിൽവരെ എത്തിയ ബാരസിംഗയെ കാൻഹയിൽ തിരിച്ചുകൊണ്ടുവരാൻ കഴിഞ്ഞത് വന്യജീവി പരിപാലനത്തിന്റെ ചരിത്രത്തിലെ തിളക്കമാർന്ന വിജയഗാഥകളിൽ ഒന്നാണ്.

1972ലെ വന്യജീവി സംരക്ഷണ നിയമത്തിൽ ഒന്നാംപട്ടികയിൽ (Schedule I)തന്നെ ഉൾപ്പെടുത്തിയിട്ടുള്ള 'ബാരസിംഗ' മദ്ധ്യപ്രദേശിന്റെയും ഉത്തർപ്രദേശിന്റെയും സംസ്ഥാന മൃഗം കൂടിയാണ്.

വന്യജീവി സങ്കേതം ആകുന്നതിനു മുൻപ് തന്നെ കാൻഹ വനപ്രദേശം ലോകപ്രശസ്തമായിരുന്നു. 1894ൽ പ്രസിദ്ധീകരിച്ച മഹാനായ എഴുത്തുകാരൻ റുഡ് യാർഡ് കിപ്ലിംഗിന്റെ 'ദി ജംഗിൾ ബുക്ക്' (The Jungle Book) എന്ന വിശ്വവിഖ്യാതമായ നോവലിന് ആധാരമായ വനഭൂമി കാൻഹയാണ്. ഇവിടത്തെ പാറക്കൂട്ടങ്ങൾക്കിടയിൽ ആണ് മൗഗ്ലി'യെ 'രക്ഷ' എന്ന ചെന്നായമ്മ താലോലിച്ച് വളർത്തിക്കൊണ്ടുവന്നത്. ഇവിടത്തെ സാൽ മരങ്ങളിൽ ചുറ്റിപ്പിണർന്ന് കിടന്നാണ് 'കാ' എന്ന പെരുമ്പാമ്പ് മൗഗ്ലിക്ക് പലപ്പോഴും ആസന്നമായ അപകടത്തിന്റെ മുന്നറിയിപ്പുകൾ നൽകിയത്. ഇവിടത്തെ ഇരുണ്ട ഗുഹാമുഖങ്ങളിൽ ഇരുന്നാണ് ഒരു ഹെഡ്മാസ്റ്ററുടെ കാർക്കശ്യത്തോടെ ബാലു കരടി മൗഗ്ലിക്ക് അതിജീവനപാഠങ്ങൾ ഓതിക്കൊടുത്തത്. ഇവിടത്തെ വിശാലമായ പുൽമേടുകളിലാണ് 'ബഗീര' എന്ന

കരിമ്പുലിയും ബാലുക്കരടിയും മൗഗ്ലിയുടെ ചോര മണത്തു നടന്ന 'ഷേർഖാൻ' എന്ന ക്രൂരൻ കടുവയുമായി പോരടിച്ചത്.

1923ൽ പ്രസിദ്ധീകരിച്ച എ.എ. ഡൻബാർ ബ്രാൻഡർ എഴുതിയ ക്ലാസിക് കൃതി 'വൈൽഡ് അനിമൽസ് ഓഫ് സെൻട്രൽ ഇന്ത്യ' (Wild Animals of Central India) പ്രധാനമായും പ്രതിപാദിക്കുന്നത് കാൻഹയിലെ വന്യജീവികളെക്കുറിച്ചാണ്. ലോകത്താകെയുള്ള വന്യജീവി സംരക്ഷകരുടെയും ഫോട്ടോഗ്രാഫർമാരുടെയും ശ്രദ്ധ കാൻഹയിലേക്ക് തിരിയാൻ ഈ പുസ്തകവും കാരണമായി.

ഭൂമിശാസ്ത്രപരമായി കാൻഹ വരുന്നത് ഗോണ്ട്വാന പ്രദേശത്താണ്. ഗോണ്ട്, ബൈഗ എന്നീ രണ്ട് ആദിവാസി ഗോത്രങ്ങളുടെ നാടാണ് കാൻഹ. വന്യജീവിസങ്കേതത്തിന് അകത്ത് താമസിക്കുന്ന ഗോത്രജനത മനുഷ്യ-വന്യജീവി സംഘർഷത്തിന് വലിയതോതിൽ കാരണമാകുന്നുണ്ട്. 1968ൽ 28 ബൈഗ വില്ലേജുകളെ നാഷണൽ പാർക്ക് ഏരിയയിൽനിന്നും പുനരധിവസിപ്പിക്കുകയുണ്ടായി. കാൻഹ ടൈഗർ റിസർവ് നേരിടുന്ന ഏറ്റവും പ്രധാന ഭീഷണി ടൈഗർ റിസർവിന് സമീപപ്രദേശങ്ങളിലെ അത്യധികമായ 'ഡോളോമൈറ്റ്' ഖനനമാണ്. മാണ്ട്ല ജില്ലയിൽ ഒട്ടനവധി ഡോളോമൈറ്റ് ഖനികൾ ഉണ്ട്. ടൈഗർ റിസർവിലേക്ക് കടന്നുകയറുന്ന ഇത്തരം ഖനികൾ പലയിടത്തും കടുവകളുടെ ആവാസവ്യവസ്ഥയിലെ ഇടനാഴികൾ (Corridors) മുറിച്ചു കടന്നിട്ടുണ്ട്. ഇത് കടുവാ സങ്കേതത്തിന്റെ തുടർച്ച നഷ്ടപ്പെടുത്തുകയും കടുവകളുടെ സ്വതന്ത്രസഞ്ചാരത്തിന് വിഘാതം സൃഷ്ടിക്കുകയും ചെയ്യുന്നു. (2013ൽ ദേശീയ ഹരിത ട്രൈബ്യൂണൽ (NGT) ഈ വിഷയത്തിൽ ഇടപെടുകയും പരിസ്ഥിതി ആഘാത പഠനം (EIA) നടത്താൻ നിർദ്ദേശിക്കുകയും ചെയ്തു. അതിനുശേഷം കുറച്ചൊരു നിയന്ത്രണം ഈ കാര്യത്തിൽ ഉണ്ടായിട്ടുണ്ട്).

കാൻഹ നാഷണൽ പാർക്കിൽ സന്ദർശകർക്കായി രണ്ടുതരം സഫാരികളുണ്ട്. വാഹനത്തിലും ആനപ്പുറത്തും (Elephant Safari). ഞങ്ങൾ മാരുതി ജിപ്സികളിലാണ് സന്ദർശനത്തിനായി പുറപ്പെട്ടത്. പൊടിനിറഞ്ഞ മൺപാതകളിലൂടെ വാഹനം സാവധാനം മുന്നോട്ടു നീങ്ങി. വിശാലമായ പുൽമേടുകൾ. നൂറുകണക്കിന് പുള്ളിമാനുകൾ മേഞ്ഞു നടക്കുന്നു. അല്പം ചെന്നപ്പോൾ വിസ്തൃതമായ ഒരു ചതുപ്പുനിലം കാണാനായി. കാണാൻ ഏറെ കൊതിച്ചിരുന്ന ബാരസിംഗകൾ അവിടെ അതാ, മരത്തണലിൽ വിശ്രമിക്കുന്നു. മനോഹരമായ കാഴ്ചയായിരുന്നു അത്. പുള്ളിമാനുകളുടെ എണ്ണക്കൂടുതൽ ബാരസിംഗകളുടെ നിലനിൽപ്പിനെ ദോഷകരമായി ബാധിക്കുന്നുണ്ട്

എന്ന് പ്രിൻസിപ്പാൾ ഞങ്ങളോട് വിശദീകരിച്ചു. ഇതരമൃഗങ്ങളിൽ നിന്നും വ്യത്യസ്തമായി ബാരസിംഗകളുടെ കുഞ്ഞുങ്ങൾ പ്രസവാനന്തരം 24-48 മണിക്കൂറുകൾ കഴിഞ്ഞാൽ മാത്രമേ എഴുന്നേറ്റു നിൽക്കാനും നടക്കാനും തുടങ്ങുകയുള്ളൂ. പുള്ളിമാനിന്റെയും കലമാനിന്റെയും കുഞ്ഞുങ്ങൾ ഒരു മണിക്കൂറിനുള്ളിൽതന്നെ എണീറ്റ് നടക്കാൻ തുടങ്ങും. അതുകൊണ്ട് ബാരസിംഗ കുഞ്ഞുങ്ങളുടെ അതിജീവനം ഉറപ്പുവരുത്തുന്നതിൽ അവയ്ക്കു ഫലപ്രദമായി മറഞ്ഞിരിക്കാൻ പര്യാപ്തമായ ഉയരംകൂടിയ പുല്ലുകൾ ആവശ്യമാണ്. പക്ഷേ പുള്ളിമാനുകൾ വളരെ വേഗം ധാരാളമായി പുല്ലുകൾ ഭക്ഷിച്ചു തീർക്കുന്നതിനാൽ ഉയരംകൂടിയ പുല്ലുകൾ ആവശ്യത്തിന് ലഭ്യമാകാതെ വരുന്നു. ഇത് ബാരസിംഗ കുഞ്ഞുങ്ങളുടെ അതിജീവനം ഏറെ ദുഷ്കരമാക്കുന്നു.

ചെമ്മൺപാതയിലൂടെ ജിപ്സി സഞ്ചരിച്ചുകൊണ്ടിരുന്നു. പുൽമേടുകൾ കടന്ന് ഇലപൊഴിയും കാടുകളും സാൽ മരങ്ങളും കണ്ടു തുടങ്ങി. തെക്കെ ഇന്ത്യയിലെ തേക്ക് പോലെ, തടി ആവശ്യത്തിനായി മദ്ധ്യേന്ത്യയിലും ഉത്തരേന്ത്യയിലും വലിയതോതിൽ ഉപയോഗിക്കപ്പെടുന്ന മരമാണ് സാൽ (Sal). മധ്യപ്രദേശിന് തെക്കോട്ട് സ്വാഭാവികമായി സാൽ മരങ്ങൾ കാണപ്പെടുന്നില്ല.

സാൽ മരപ്പച്ചകളും മുളംകൂട്ടങ്ങളും കൊണ്ട് സമൃദ്ധമായ മൗഗ്ലിയുടെ സാമ്രാജ്യത്തിലൂടെ മുന്നോട്ട് സഞ്ചരിക്കുകയായിരുന്നു. അപ്പോഴാണ് ഞങ്ങളെ അത്ഭുതപ്പെടുത്തിക്കൊണ്ട് വഴിയരികിൽ സഫാരിക്ക് തയ്യാറായി നിൽക്കുന്ന ആനകൾ കാത്തുനിൽക്കുന്നത് കണ്ടത്. അവിടെ അപ്രകാരം ആനകളെ തയ്യാറാക്കി നിർത്തിയിട്ടുണ്ടായിരുന്നു എന്ന് ഞങ്ങൾക്ക് അറിയില്ലായിരുന്നു. ജിപ്സിയിൽ നിന്നും ഞങ്ങൾ ഇറങ്ങി. ഇനി ആനപ്പുറത്തേറിയുള്ള സഫാരി ആണ്. അവിടെ അടുത്ത് തന്നെ ഒരിടത്ത് ടൈഗറിനെ ലൊക്കേറ്റ് ചെയ്തിട്ടുണ്ടായിരുന്നു.

പരിശീലനം സിദ്ധിച്ച ആനയും പാപ്പാനും. പാപ്പാന്മാർ യഥാർത്ഥത്തിൽ ടൂറിസ്റ്റ് ഗൈഡുകളും കൂടിയാണ്. സന്ദർശകർക്ക് സൗകര്യപ്രദമായി ഇരിക്കാനായി ആനപ്പുറത്ത് Howdah (അമ്പാരി) സുരക്ഷിതമായി കെട്ടി ഉറപ്പിച്ചിട്ടുണ്ട്. ഇരുവശങ്ങളിലേക്ക് ദർശനമായി രണ്ടുപേർ വീതം ആകെ നാല് സന്ദർശകർക്ക് അമ്പാരിയിൽ ഇരിക്കാം. ഞങ്ങൾ നാലുപേർ ഒരു ആനപ്പുറത്ത് കയറി.

ചിരപരിചിതരെപോലെ ആനയും പാപ്പാനും ഞങ്ങളെയുംകൊണ്ട് ചെമ്മൺപാത വിട്ടു കാട്ടിലേക്ക് കയറി. തണൽ വിരിച്ചു നിന്ന

സാൽ മരക്കൂട്ടങ്ങൾക്കിടയിലൂടെ ഉൾക്കാട്ടിലേക്ക് ആന ആയത്തിൽ നടന്നു. മരക്കൂട്ടങ്ങൾക്കപ്പുറം ഒരു മുളങ്കാട് ആയിരുന്നു. ആ കാട്ടിനുള്ളിൽ കടുവ ഉണ്ടെന്ന് പാപ്പാൻ ഗൈഡ് ഞങ്ങളോട് ശബ്ദം താഴ്ത്തി പറഞ്ഞു. നിശ്ശബ്ദരായിരിക്കാൻ ആംഗ്യം കാട്ടി. ആകാംക്ഷയുടെ പരകോടിയിൽ അനിയന്ത്രിതമായി ഞങ്ങളുടെ ചങ്കിടിക്കാൻ തുടങ്ങി. അങ്ങനെ ഒരുപാട് കാലത്തെ കാത്തിരിപ്പിന് ഇതാ വിരാമമാകാൻ പോകുന്നു. ജീവിതത്തിൽ ആദ്യമായി കാടിന്റെ ചക്രവർത്തിയെ അവന്റെ സാമ്രാജ്യത്തിൽ വച്ചുതന്നെ കാണാൻ പോകുന്നു. കണ്ണും കാതും മനസ്സും ആവുന്നത്ര തുറന്നുവെച്ച് അവിസ്മരണീയമായ ആ കാഴ്ച ഞങ്ങൾ കണ്ടു. മുളംകൂട്ടങ്ങളുടെ നടുവിലെ ഒരു ചെറുതുറസ്സിൽ ഒരു പുള്ളിമാനെ കൊന്ന് പകുതിയോളം തിന്ന് അതിനടുത്തുതന്നെ വിശ്രമിക്കുന്ന ഒരു മുഴുത്ത ആൺകടുവ! ഇല്ലി ഇലച്ചാർത്തുകൾക്കിടയിലൂടെ ചാഞ്ഞു വീണ പോക്കുവെയിലിന്റെ കിരണങ്ങളേറ്റ് സൂര്യതേജസ്സോടെ കാടിന്റെ ചക്രവർത്തി അതാ ഞങ്ങളുടെ കാൽച്ചുവട്ടിൽ.

സുപരിചിത ചുവടുകളോടെ ആന കടുവയെ ഒന്ന് വലംവച്ചു. തന്റെ സ്വാസ്ഥ്യത്തെ അലോസരപ്പെടുത്തിയതിൽ പ്രതിഷേധിച്ച് കടുവ ആനപ്പുറത്തിരിക്കുന്ന ഞങ്ങളുടെ നേർക്ക് ഒരു നോട്ടമെറിഞ്ഞു. ചോക്ലേറ്റ് വാരിത്തേച്ച വികൃതിക്കുട്ടിയെപോലെ, മുഖമാകെ പുള്ളിമാനിന്റെ ചോര പടർന്നു കത്തുന്ന കണ്ണുകളോടെ ഒരു ഷേർഖാൻ നോട്ടം! ആനപ്പുറത്താണ് എന്ന സുരക്ഷിതമായ ബോധ്യത്തിൽ ആയിരുന്നിട്ടും ഒരു ഇടിമിന്നൽ നട്ടെല്ലിലൂടെ കടന്നുപോയി. ഒന്നുകൂടി പ്രദക്ഷിണംവച്ച് കടുവയെ കൺനിറയെ കണ്ട് ഞങ്ങൾ സാവധാനം തിരിച്ചു പോന്നു. (സർവീസിൽ പിന്നീട് കടുവയെ പലപ്പോഴും കണ്ടിട്ടുണ്ടെങ്കിലും ഈ പ്രഥമപ്രദർശനത്തിന്റെ മാസ്മരികത ഒളിമങ്ങാതെ ഇപ്പോഴും മനസ്സിലുണ്ട്).

ഒരു ദിവസം കൂടെ അവിടെ ചെലവഴിച്ച്, ടൈഗർ മാനേജ്മെന്റിനെക്കുറിച്ച് കുറെക്കൂടെ കാര്യങ്ങൾ ഗ്രഹിച്ച്, ഇന്ത്യൻ കാടുകളിലെ ചക്രവർത്തിയുടെ സാമ്രാജ്യത്തിനോട് വിടപറഞ്ഞു ഞങ്ങൾ യാത്ര തുടർന്നു.

■

ചാലിയാർപുഴയുടെ തീരങ്ങളിൽ

രണ്ടാണ്ട് നീണ്ടുനിന്ന റേഞ്ച് ഓഫീസർ ട്രെയിനിങ് വിജയകരമായി പൂർത്തിയാക്കി GFRCയോട് വിട പറഞ്ഞ് 1998 ഏപ്രിലിൽ ആണ് കേരളത്തിലേക്ക് ഞങ്ങൾ തിരിച്ചെത്തിയത്. റെയിഞ്ച് ഓഫീസറായി എന്റെ പ്രഥമ പോസ്റ്റിങ്ങ് നിലമ്പൂർ റേഞ്ചിൽ ആയിരുന്നു. നിലമ്പൂർ നോർത്ത് ഡിവിഷനിലെ മൂന്ന് ഫോറസ്റ്റ് റേഞ്ചുകളാണ് എടവണ്ണ, നിലമ്പൂർ, വഴിക്കടവ് എന്നിവ. എടവണ്ണ, നിലമ്പൂർ റേഞ്ചുകൾ അനധികൃതമായ മരംമുറിക്ക് കുപ്രസിദ്ധിയാർജ്ജിച്ചവ ആയിരുന്നു.

വഴിക്കടവ് റെയിഞ്ചിലെ പ്രധാന പ്രശ്നം അനധികൃത വനം കയ്യേറ്റവും. ഒരു ഡിവിഷനിലെ മൂന്ന് റേഞ്ച് ഓഫീസർമാരെയും ഒരുമിച്ചു സ്ഥലംമാറ്റി പരിശീലനം കഴിഞ്ഞു വന്ന ഞങ്ങൾ മൂന്നുപേരെ - ജെയിംസ് മാത്യു, ഞാൻ, സി വി രാജൻ - നേരിട്ട് റെയിഞ്ചുകളിൽ നിയമിക്കുകയായിരുന്നു. അനിയന്ത്രിതമായി നടന്നുകൊണ്ടിരുന്ന മരംമുറി, വനം കയ്യേറ്റം എന്നിവയ്ക്ക് അറുതി വരുത്തുക എന്നതായിരുന്നു മുഖ്യജോലി. ഗുണമേന്മയിൽ ഒന്നാംറാങ്കിലുള്ള നിലമ്പൂർ തേക്കുകൾ ലോകപ്രശസ്തമാണ്. കമ്പോളത്തിൽ വലിയ വില ലഭിച്ചിരുന്നതിനാൽ തോട്ടങ്ങളിൽനിന്നും തേക്ക് മുറിച്ചു കടത്തുക എന്നത് ഉപജീവനമാർഗ്ഗമായി സ്വീകരിച്ച ഒരുകൂട്ടം 'സ്ഥിരം കുറ്റവാളികൾ' (Habitual Offenders) അക്കാലത്ത് നിലമ്പൂർ മേഖലയിൽ ഉണ്ടായിരുന്നു. അതുകൊണ്ടുതന്നെ എല്ലാദിവസവും നൈറ്റ് പട്രോളിങ് നടത്തുക എന്നത് അക്കാലത്തെ ദൈനംദിനജോലിയുടെ അനിവാര്യമായ ഭാഗമായിരുന്നു. ഇല്ലെങ്കിൽ ഉറപ്പായും തേക്ക് മുറിച്ചു കടത്തിക്കൊണ്ടുപോകും.

'ചാലിയാർ പുഴയുടെ ദാനം' എന്ന് വിളിക്കാവുന്ന ഒരു ഇടമാണ് നിലമ്പൂർ. നിലമ്പൂരിന്റെ പച്ചയും സമൃദ്ധിയും നിർണയിക്കുന്നതിൽ

ചാലിയാർ മുഖ്യപങ്ക് വഹിക്കുന്നു. പശ്ചിമഘട്ടത്തിലെ നീലഗിരി മലനിരകളിലെ 'ഇളംബളേരി' കുന്നുകളിൽനിന്നും ഉത്ഭവിച്ച് പോത്തുകൽ, നിലമ്പൂർ, എടവണ്ണ, അരീക്കോട്, മാവൂർ, ഫറോക്ക് വഴി ബേപ്പൂർ എത്തി അറബിക്കടലിൽ വിലയം പ്രാപിക്കുന്ന ചാലിയാർ കേരളത്തിലെ നീളം കൂടിയ നദികളിൽ നാലാംസ്ഥാനം അലങ്കരിക്കുന്നു (169 km). ഈ ചാലിയാറിന്റെ തീരങ്ങളിലാണ് മലബാർ കളക്ടറായിരുന്ന എച്ച്.വി. കണ്ണോളി സായിപ്പും അദ്ദേഹത്തിന്റെ സബ് കൺസർവേറ്റർ ആയിരുന്ന ചാത്തുമേനോനുംകൂടി ലോകത്ത് ആദ്യമായി തേക്ക് തോട്ടങ്ങൾ നട്ടുപിടിപ്പിച്ചത്.

നിലമ്പൂർ-ഗൂഡല്ലൂർ റോഡിൽ KFRI സബ്സെന്റർ കഴിഞ്ഞ ഉടനെ വടക്കുഭാഗത്തേക്ക് വനത്തിലൂടെ പോകുന്ന ഒരു റോഡ് ഉണ്ട്. ചാലിയാർപുഴയിലാണ് റോഡ് ചെന്നവസാനിക്കുന്നത്. ചാലിയാറിന്റെ കൈവഴികൾ ആയ പുന്നപ്പുഴയും കരിമ്പുഴയും ഒഴുകി വന്ന് സന്ധിക്കുന്ന അതിമനോഹരമായ ഈ പ്രദേശം 'ചാലിയാർ മുക്ക്' എന്ന പേരിലാണ് അറിയപ്പെടുന്നത്. പുഴയുടെ വിശാലതയ്ക്കിരുപുറവും നിബിഡമായ വനമാണ്. പടുകൂറ്റൻ മഹാഗണി മരങ്ങൾ തല ഉയർത്തി നിൽക്കുന്ന പ്രശാന്തസുന്ദരമായ ചാലിയാർ മുക്ക് ഇപ്പോൾ ഒരു ടൂറിസ്റ്റ് കേന്ദ്രം കൂടിയാണ്. 1990കളുടെ അവസാനത്തിൽ പക്ഷേ അത് അങ്ങനെ ആയിരുന്നില്ല. മഹാഗണി തോട്ടത്തിനോട് ചേർന്നുകിടക്കുന്ന തേക്ക് തോട്ടങ്ങൾ മരംമുറി കള്ളന്മാരുടെ ഇഷ്ടകേന്ദ്രങ്ങളായിരുന്നു. മരങ്ങൾ മുറിച്ച് ചങ്ങാടമാക്കി ഒഴുക്കിക്കൊണ്ടു പോകുക എന്നതായിരുന്നു അവരുടെ സ്ഥിരം നടപടിക്രമം. ചാലിയാറിന്റെ തീരത്തുള്ള തേക്കുമരങ്ങൾ സംരക്ഷിക്കുക എന്നത് അക്കാലത്ത് വലിയ വെല്ലുവിളി തന്നെയായിരുന്നു.

പതിവുപോലെ അന്നും നൈറ്റ് പട്രോളിംഗ് നടത്തി വരുമ്പോഴാണ് വയർലെസ് സന്ദേശം ലഭിക്കുന്നത്, ചാലിയാർ മുക്കിൽ മരംമുറി നടക്കുന്നു എന്ന്. നിലമ്പൂരിലെ സംരക്ഷണ ജോലികൾക്കായി വനംവകുപ്പ് പ്രത്യേകമായി ഒരു വിഭാഗം രൂപീകരിച്ചിരുന്നു - 'റിസർവ് ഫോഴ്സ്'. പി എസ് സി വഴി നിയമനം കിട്ടി വന്ന ഫ്രഷ് ആയ ഒരു കൂട്ടം ചെറുപ്പക്കാരുടെ സംഘം - അനിൽകുമാർ, മോഹനകൃഷ്ണൻ, രമേശൻ, ജലീൽ തുടങ്ങിയവർ.

ഡെപ്യൂട്ടി റേഞ്ചർ നസീർ പനോലൻ, ഫോറസ്റ്റ് ഗാർഡ് അബ്ദുൽ ഖാദർ എന്നിവരും റിസർവ് ഫോഴ്സ് സ്റ്റാഫുമൊത്ത് ഉടൻതന്നെ സംഭവസ്ഥലത്തേക്ക് കുതിച്ചു. പെട്ടെന്നാണ് മഴ പെയ്യാൻ തുടങ്ങിയത്. രാത്രി ഉദ്ദേശം ഒരു മണിയായിട്ടുണ്ടായിരുന്നു. ഇടമുറിയാത്ത മഴ. ചാലിയാർ മുക്കിൽ ജീപ്പ് നിർത്തി തേക്ക് തോട്ടത്തിലേക്ക്

നടന്നു. കേരളത്തിൽ എവിടെയും മരംമുറിക്കാർ വനം വകുപ്പുകാരെ കണ്ടാൽ ഓടിമറയും.

നിലമ്പൂരിലെ സ്ഥിരം കുറ്റവാളികൾ. ഇതിനൊരു അപവാദമായിരുന്നു. നേർക്കുനേർ നിന്ന് അവർ വനം ഉദ്യോഗസ്ഥരെ നേരിടും. ഫോറസ്റ്റ് സ്റ്റേഷൻ ആക്രമിച്ച് സ്റ്റാഫിനെ കെട്ടിയിട്ട് വടിവാൾ കൊണ്ട് വെട്ടിപ്പരിക്കേൽപ്പിച്ച സംഭവവും അക്കാലത്ത് നിലമ്പൂരിൽ ഉണ്ടായിട്ടുണ്ട്. അടിവസ്ത്രം മാത്രം ധരിച്ച് കറുത്ത നിറമുള്ള പ്ലാസ്റ്റിക് കവർകൊണ്ട് മുഖം മറച്ചാണ് ഇത്തരക്കാർ സാധാരണയായി മരം മുറിക്കാനായി അണിനിരക്കാറുള്ളത്. സംഘടിതമായ വനംകൊള്ള തന്നെയായിരുന്നു. അവർ ഇരുപതിൽ കൂടുതൽ പേർ ഉണ്ടായിരുന്നു.

എണ്ണത്തിൽ കുറവായ ഞങ്ങളെ അസഭ്യവർഷങ്ങളാലും ഭീഷണിസ്വരങ്ങളാലും അകറ്റിനിർത്താൻ അവർ ശ്രമം തുടങ്ങി. കൊടുങ്ങല്ലൂർ നിഘണ്ടുവിൽപോലുമില്ലാത്ത പദപ്രയോഗങ്ങൾ കേട്ട് സഹികെട്ടു. ഞങ്ങൾ പക്ഷേ പിന്മാറിയില്ല. പൊടുന്നനെയാണ് അവർ കല്ലേറ് തുടങ്ങിയത്. മരങ്ങൾക്ക് മറപറ്റി കൊടുംമഴയിൽ കുതിർന്ന് ഞങ്ങൾ അവിടെത്തന്നെ നിന്നു. അതിശക്തമായ കല്ലേറ്. ഒന്നുരണ്ട് വടികൾ അല്ലാതെ മനോധൈര്യം മാത്രം കൈമുതലായി ഉണ്ടായിരുന്ന ഞങ്ങൾ തികച്ചും നിരായുധർ ആയിരുന്നു. അതിനിടയിൽ ആരോ ഉറക്കെ വിളിച്ചു പറഞ്ഞു.

''സാറേ, ആ തോക്കെടുത്ത് വെടി പൊട്ടിക്ക്.''

ആ പ്രയോഗം ഫലിച്ചു. അവർ എല്ലാവരും വളരെ വേഗം പുഴയിൽ ചാടി അക്കരേയ്ക്ക് നീന്തി. നിറഞ്ഞൊഴുകുന്ന പുഴയിലേക്ക് എടുത്തു ചാടി അവരുടെ പുറകെ പോകാൻ കൂട്ടത്തിലെ പലരും സന്നദ്ധത പ്രകടിപ്പിച്ചെങ്കിലും അതിൽ പതിയിരിക്കുന്ന അപകടവും അപ്രായോഗികതയും പെട്ടെന്നുതന്നെ തിരിച്ചറിഞ്ഞ് അവരെ പിന്തിരിപ്പിച്ചു.

രണ്ടു തേക്കുകൾ മുറിച്ച് 10 കഷണങ്ങളാക്കി മാറ്റിയിരുന്നു. ഇനിയാണ് വളരെ വലിയൊരു പ്രശ്നം ഞങ്ങൾ അഭിമുഖീകരിച്ചത്. തടിക്കഷണങ്ങൾ അപ്പോൾതന്നെ അവിടെനിന്നും മാറ്റിയില്ലെങ്കിൽ അവർ തിരിച്ചുവന്ന് അത് കൊണ്ടുപോകും. അക്കരെ നിന്നും അവരുടെ ആക്രോശങ്ങൾ കേൾക്കാമായിരുന്നു. ഭാഗ്യവശാൽ മഴയുടെ സീൽക്കാരത്തിൽ തെറിവാക്കുകൾ അവ്യക്തമായ ശബ്ദങ്ങൾ മാത്രമായി അവശേഷിച്ചു. നേരം വെളുക്കുംവരെ ആ കൊടുംമഴയത്ത് അവിടെ തടികൾക്ക് കാവൽ നിൽക്കുക എന്നത് ചിന്തിക്കാൻ

പോലും കഴിയുമായിരുന്നില്ല. വാഹനമാണെങ്കിൽ അവിടം വരെ എത്തുകയുമില്ല. ഉദ്ദേശം നൂറ് മീറ്റർ അകലെ വരെ മാത്രമേ വാഹനം എത്തിച്ചേരുകയുള്ളൂ. എന്തുചെയ്യണമെന്നറിയാതെ ഞങ്ങൾ പെരുമഴയത്ത് അവിടെ കുതിർന്നു നിന്നു.

സാധാരണയായി ഇത്തരം സന്ദർഭങ്ങളിൽ സഹായിക്കാനായി വാച്ചർമാർ കൂടെ ഉണ്ടാകാറുണ്ട്. നൈറ്റ് പട്രോളിങ്ങിനായി പോകുമ്പോൾ പക്ഷേ വാച്ചർമാരെ ഒപ്പം കൂട്ടാറില്ല. അപ്പോഴാണ് തികച്ചും അപ്രതീക്ഷിതമായി രമേശൻ ചോദിച്ചത്.

''സാറേ, ഇത് അങ്ങട് എടുക്കല്ലേ?'' അവിശ്വസനീയതയോടെ ഞാൻ രമേശനെ നോക്കി. ഞാൻ പറയുന്നതിന് മുൻപുതന്നെ തലയിൽ കെട്ടിയ തോർത്തെടുത്ത് ചുരുട്ടി രമേശൻ തോളിൽ വെച്ചു കഴിഞ്ഞു. ജലീലും അബ്ദുൽഖാദറും അനിൽകുമാറും മോഹനകൃഷ്ണനും എല്ലാവരും തയ്യാർ. ഭാരമേറിയ 10 തേക്കുതടി കഷണങ്ങളും ഓരോന്നോരോന്നായി ചുമന്നെടുത്ത് ജീപ്പിന് അടുത്ത് എത്തിച്ചു. വളരെ ശ്രമകരവും അപകടം പിടിച്ചതുമായ ഒരു ദൗത്യമായിരുന്നു അത്. ഒന്നാമത് കൊടുങ്കാട്. കൂടാതെ പെരുമഴയും കുറ്റാകുറ്റിയിരുട്ടും.

ഒരുതവണ രമേശന്റെ കാൽ ഒരു കുഴിയിൽ പെട്ടു. തടി അടക്കം എല്ലാവരുംകൂടി വീഴേണ്ടതായിരുന്നു. അസാമാന്യമായ മെയ്‌വഴക്കത്തോടെ രമേശൻ ഉടൻതന്നെ ബാലൻസ് ചെയ്തു. ഇല്ലായിരുന്നുവെങ്കിൽ ഒരു വലിയ ദുരന്തത്തിൽ അത് ചെന്ന് അവസാനിക്കുമായിരുന്നു. പലരുടെയും കൈകളിലും തോളിലും തടിയുരഞ്ഞ് തൊലി പോയിരുന്നു. ഉദ്ദേശം രണ്ടരമണിക്കൂർകൊണ്ട് എല്ലാ തടികളും സുരക്ഷിതമായി ഞങ്ങൾ ജീപ്പിനടുത്ത് എത്തിച്ചു. പിന്നീട് പുലർവെട്ടത്തിനായി ജീപ്പിൽ ഞങ്ങൾ കാത്തിരുന്നു.

മറ്റൊരുനാൾ, ഒട്ടൊക്കെ സമാനമായ ഒരു രാത്രി പട്രോളിങ്ങിനിടയിലാണ് ഒരു സന്ദേശം ലഭിച്ചത്, ''ആരവല്ലിക്കാവ് തേക്ക് തോട്ടത്തിൽ മരംമുറി നടക്കുന്നു.''

നിലമ്പൂർ ടൗണിനോട് ഏറ്റവും അടുത്തുകിടക്കുന്ന തേക്ക് തോട്ടങ്ങളിൽ ഒന്നാണ് ആരവല്ലിക്കാവ്. ജനവാസമേഖലയ്ക്കും ചാലിയാർ പുഴയ്ക്കും ഇടയിലായി ഒരു സ്ട്രിപ്പ് പോലെ നീണ്ടുകിടക്കുന്ന തോട്ടം. മരങ്ങൾ മുറിച്ച് വളരെ എളുപ്പത്തിൽ ചാലിയാറിലൂടെ ഒഴുക്കിക്കൊണ്ടു പോകാനാകും എന്നതിനാൽ ആരവല്ലിക്കാവ് തേക്കുതോട്ടങ്ങളും മരംമുറിക്കാരുടെ ഹിറ്റ്‌ലിസ്റ്റിൽ ഉൾപ്പെട്ടവയായിരുന്നു.

പതിവുപോലെ നസീർ പനോലൻ, സെക്ഷൻ ഫോറസ്റ്റർ ഗംഗാധരനുണ്ണി, അബ്ദുൽ ഖാദർ, റിസർവ് ഫോഴ്സ് സ്റ്റാഫ് എന്നിവരാണ് കൂടെ ഉണ്ടായിരുന്നത്. ആരവല്ലിക്കാവിൽ എത്തുമ്പോൾ ഞങ്ങളെ പ്രതീക്ഷിച്ച് എന്നവണ്ണം മരംകൊള്ളക്കാർ കരുതി നിൽക്കുന്നുണ്ടായിരുന്നു. വലിയൊരു കൂട്ടം. മുപ്പതോളം ആൾക്കാർ. ഞങ്ങൾ ആകെ എട്ടു പേർ മാത്രം. ചാലിയാർ മുക്ക് അനുഭവത്തിനു ശേഷം പട്രോളിങ്ങിന് പോകുമ്പോൾ റിവോൾവറും റൈഫിളും നിർബന്ധമായും കരുതിയിരുന്നു.

പതിവുപോലെ അവർ അസഭ്യവർഷങ്ങളും കല്ലേറും തുടങ്ങി. ആരവല്ലിക്കാവിനോട് ചേർന്ന് ഒരു റോഡ് കടന്നുപോകുന്നുണ്ട്. ആ റോഡ് പണിക്കായി ഇറക്കിയിട്ടിരുന്ന വലിയ മെറ്റലുകൾ ഉണ്ടായിരുന്നത് അവരുടെ കല്ലേറിന്റെ ആക്കംകൂട്ടി. ആവുന്നത്ര മരങ്ങൾക്ക് മറപറ്റി നിന്ന് കല്ലേറിൽനിന്നും രക്ഷപ്പെടാൻ ഞങ്ങൾ ശ്രമിച്ചു. അപ്പോഴാണ് തികച്ചും അപ്രതീക്ഷിതമായി ചീറി വന്ന ഒരു കരിങ്കൽ ചീള് ഉണ്ണി ഫോറസ്റ്ററുടെ നെറ്റിയിൽ പതിച്ചത്. അഗ്രം കൂർത്ത കരിങ്കൽ ചീളിന്റെ ഏറേറ്റ് ഗംഗാധരനുണ്ണിയുടെ നെറ്റിയുടെ ഇടതു ഭാഗത്ത് ആഴത്തിൽ മുറിഞ്ഞു. ഹോസിൽനിന്നും വെള്ളം ചീറ്റും പോലെ ചോര ചിതറിത്തെറിച്ചു. പിന്നെ മറ്റൊന്നും ചിന്തിക്കാൻ സമയമില്ലായിരുന്നു. ആകാശത്തേക്ക് രണ്ടു റൗണ്ട് നിറയൊഴിച്ചു. ഭീതിദമായ വെടിയൊച്ച കേട്ട് അവർ ചാലിയാറിൽ ചാടി അക്കരെയ്ക്ക് നീന്തിക്കയറിപ്പോയി.

ഞങ്ങളുടെ കൂട്ടത്തിലെ ഏറ്റവും പ്രായംചെന്ന ആളായിരുന്നു എല്ലാവരും സ്നേഹത്തോടെ ഉണ്ണിയേട്ടൻ എന്നു വിളിച്ചിരുന്ന ഗംഗാധരനുണ്ണി ഫോറസ്റ്റർ. റേഞ്ച് ഓഫീസിൽനിന്നും ഒട്ടും അകലെയല്ലാതെ നിലമ്പൂരിൽ തന്നെയായിരുന്നു അദ്ദേഹത്തിന്റെ വീട്. എങ്കിലും മിക്കവാറും ദിവസങ്ങളിൽ സെക്ഷൻ ഓഫീസിൽ തന്നെയായിരുന്നു രാവുംപകലും അദ്ദേഹം കഴിച്ചുകൂട്ടിയിരുന്നത്. വിളിച്ചാൽ വിളി കേൾക്കുന്നിടത്ത് വീട് ഉണ്ടായിട്ടും വീട്ടിൽ പോകാതിരുന്ന അച്ഛനെ തേടി പലപ്പോഴും കുട്ടികൾ റേഞ്ച് ഓഫീസിൽ അന്വേഷിച്ചു വരാറുണ്ടായിരുന്നു. തൊഴിലിനോട് 100 ശതമാനം ആത്മാർത്ഥത പുലർത്തിയിരുന്ന ഉണ്ണി ഫോറസ്റ്റർ പരമരസികനും കൂടിയായിരുന്നു. പ്രായമേറിയ ഉണ്ണിയേട്ടന് ഇപ്രകാരം പരിക്കുപറ്റിയതിൽ ഞങ്ങൾക്കെല്ലാവർക്കും വല്ലാത്ത വിഷമം തോന്നി. തോർത്തുമുണ്ട് കൊണ്ട് മുറിവിൽ അമർത്തിപ്പിടിച്ച് ചോര പ്രവാഹം നിയന്ത്രിച്ചുനിർത്താൻ ആയി. ഉടൻതന്നെ വാഹനത്തിൽ കയറ്റി

തൊട്ടടുത്തുതന്നെയുള്ള താലൂക്ക് ആശുപത്രിയിലേക്ക് രണ്ടാളുകൾക്കൊപ്പം അദ്ദേഹത്തെ പറഞ്ഞുവിട്ടു. അഞ്ചോളം തുന്നിക്കെട്ടുകൾ വേണ്ടിവന്നു. സാമാന്യം ആഴത്തിലുള്ള മുറിവായിരുന്നു അത്. ഞങ്ങൾ അവിടെത്തന്നെ നിന്ന് സംഭവസ്ഥലം പരിശോധിച്ച് നിയമനടപടികളിലേക്ക് കടന്നു. ആകെ ഏഴ് തേക്കുമരങ്ങൾ അവർ മുറിച്ചിട്ടിട്ടുണ്ടായിരുന്നു. നിയമ നടപടികൾ പൂർത്തിയാക്കി ഉണ്ണി ഫോറസ്റ്ററെ വീട്ടിലാക്കി ക്വാർട്ടേഴ്സിലേക്ക് മടങ്ങുമ്പോൾ നേരം പരപരാ വെളുത്തു തുടങ്ങിയിരുന്നു.

***

(നിലമ്പൂർ മേഖലയിൽ അക്കാലത്ത് ജോലി ചെയ്തിരുന്ന ഭൂരിഭാഗം വനം ഉദ്യോഗസ്ഥരുടെയും ആത്മാർത്ഥതയും അർപ്പണബോധവും വാക്കുകൾക്കതീതമായിരുന്നു. രാത്രിയെന്നോ പകലെന്നോ മഴയെന്നോ വെയിലെന്നോ നോക്കാതെ സംഘടിതരായ വനം കൊള്ളക്കാരെ അസാമാന്യധീരതയോടെ ചെറുത്ത് നിന്ന് ജോലി ചെയ്തവർ. അവരുടെയെല്ലാം നിസ്വാർത്ഥമായ പരിശ്രമത്തിന്റെ ഫലമായിട്ടാണ് ഒരു വർഷംകൊണ്ട് 400 കേസുകളിൽ നിന്നും വെറും 40 കേസുകൾ എന്ന നിലയിലേക്ക് കുറച്ചു കൊണ്ടുവരുവാൻ കഴിഞ്ഞത് എന്നത് അതീവ ചാരിതാർത്ഥ്യത്തോടെ ഓർക്കുന്നു.)

■

നീതി

നിലമ്പൂർ റേഞ്ചിലെ സേവനകാലം തികച്ചും സംഭവബഹുലമായിരുന്നു. രാത്രിയെന്നോ പകലെന്നോ ഭേദമില്ലാതെ മിക്കവാറും സമയം പ്രൊട്ടക്ഷൻ ജോലികളിൽ മുഴുകിയ കാലം. എന്തിനും ഏതിനും പോന്ന, തികഞ്ഞ ആത്മാർത്ഥതയുള്ള സ്റ്റാഫുകൾ. മരം മുറിക്കാരും ഞങ്ങളും തമ്മിൽ ശരിക്കും ഒരു കള്ളനും പൊലീസും കളി തന്നെയായിരുന്നു. നിലമ്പൂരിൽ നിന്നും ട്രാൻസ്ഫർ ആയി രണ്ടായിരാമാണ്ടിലാണ് തൃശ്ശൂർ ജില്ലയിലെ ചിമ്മിണി റേഞ്ചിൽ ഞാൻ നിയമിതനാകുന്നത്. പീച്ചി വൈൽഡ് ലൈഫ് ഡിവിഷനിൽ രണ്ട് വന്യജീവി സങ്കേതങ്ങളാണ് ഉണ്ടായിരുന്നത് - ചിമ്മിണിയും പീച്ചി -വാഴാനി വന്യജീവി സങ്കേതവും. (ഇപ്പോൾ ചൂലന്നൂർ മയിൽ സങ്കേതം ഉൾപ്പടെ മൂന്ന് എണ്ണം ഉണ്ട്). ചിമ്മിണിയിലേക്കാണ് നിയമിച്ചതെങ്കിലും പീച്ചി-വാഴാനി വന്യജീവി സങ്കേതത്തിൽ റേഞ്ച് ഓഫീസർ ഇല്ലാതിരുന്നതിനാൽ അതിന്റെ അധികച്ചുമതലയും ഉണ്ടായിരുന്നു.

ചിമ്മിണി വന്യജീവിസങ്കേതം അതിമനോഹരമായ ഒരു വനപ്രദേശമാണ്. ദേശീയപാതയിൽനിന്നും വെറും 27 കിലോമീറ്റർ മാത്രം അകലെ കിടക്കുന്ന ചിമ്മിണി പക്ഷേ കേരളത്തിലെ ഇതര വന്യജീവിസങ്കേതങ്ങൾപോലെ മുഖ്യധാരാ ആകർഷണത്തിൽ ഇനിയുമെത്തിയിട്ടില്ല. ഭൂരിഭാഗവും കരുത്താർന്ന അർദ്ധനിത്യഹരിതവന ഭാഗങ്ങളാൽ സമൃദ്ധമായ ചിമ്മിണി, വന്യജീവികളുടെ സാന്നിധ്യംകൊണ്ടും ശ്രദ്ധേയമാണ്. ചാലക്കുടി, നെന്മാറ ഫോറസ്റ്റ് ഡിവിഷനുകളുമായി ചേർന്നുകിടന്ന് പറമ്പിക്കുളംവരെ നീണ്ടു കിടക്കുന്ന വനത്തിന്റെ ഭാഗമാകയാൽ കടുവ ഉൾപ്പെടെയുള്ള വന്യമൃഗങ്ങൾ ചിമ്മിണിയിൽ ഉണ്ട്. കാട്ടുപോത്ത്, പുള്ളിമാൻ, കാട്ടുപന്നി, മലയണ്ണാൻ എന്നിവ ഫീൽഡ് പരിശോധന യാത്രകളിലെ നിത്യക്കാഴ്ചകൾ ആണ്. അതീവ വംശനാശഭീഷണി നേരിടുന്ന

അമൂല്യമായ 'മരമഞ്ഞൾ' എന്ന ഔഷധസസ്യം ചിമ്മിണിയിൽ ചില ഭാഗങ്ങളിൽ സമൃദ്ധമായി കാണാം.

ചിമ്മിണി വന്യജീവിസങ്കേതത്തിലെ മറ്റൊരു ആകർഷണം 1996ൽ കമ്മീഷൻ ചെയ്ത ചിമ്മിണി ഡാം ആണ്. വന്യജീവി സങ്കേതത്തിലെ കിഴക്കൻ മലമടക്കുകളിൽനിന്നും ഉത്ഭവിച്ച് പടിഞ്ഞാറോട്ടൊഴുകി വരുന്ന ചിമ്മിണിപ്പുഴയ്ക്കു കുറുകെയാണ് ഈ ഡാം പണിതിട്ടുള്ളത്. കനാലുകൾ ഇല്ലാത്ത ഡാം എന്ന പ്രത്യേകത ചിമ്മിണി ഡാമിന് ഉണ്ട്. നേരിട്ട് പുഴയിലൂടെയാണ് ജലവിതരണം നടത്തുന്നത്. ചിമ്മിണിപ്പുഴ താഴോട്ട് ഒഴുകി മുപ്ലിപ്പുഴയായും പിന്നീട് കുറുമാലിപ്പുഴയായും മാറുന്നു. കുറുമാലിപ്പുഴയും മണലിപ്പുഴയും ആറാട്ടുപുഴ ഭാഗത്ത് വെച്ച് ഒന്നുചേർന്ന് കരുവന്നൂർപുഴയായി മാറുന്നു.

തൃശ്ശൂരിലെ കോൾ നിലങ്ങളുടെ പ്രധാന ജലസ്രോതസ്സ് കരുവന്നൂർപുഴയാണ്. ചിമ്മിണി വന്യജീവി സങ്കേതത്തിൽ കാര്യമായ സംരക്ഷണ പ്രശ്നങ്ങളൊന്നും ഉണ്ടായിരുന്നില്ല. വല്ലപ്പോഴുമൊക്കെ ഉണ്ടാകാവുന്ന മൃഗവേട്ട മാത്രമായിരുന്നു പ്രധാന പ്രശ്നം. വേനലിൽ ഉണ്ടാകാറുള്ള കാട്ടുതീയും ഏറെ ശ്രദ്ധിക്കേണ്ടതായ ഒരു വിഷയമായിരുന്നു. പക്ഷേ അഡീഷണൽ ചാർജ് ഉണ്ടായിരുന്ന പീച്ചി-വാഴാനി വന്യജീവിസങ്കേതം തികച്ചും വിഭിന്നമായിരുന്നു. അനധികൃത മരംമുറി, നായാട്ട്, വനം കയ്യേറ്റം എന്നിവ കാര്യമായി തന്നെ ഉണ്ടായിരുന്നു എങ്കിലും നിലമ്പൂരുമായി താരതമ്യം ചെയ്യുമ്പോൾ അതൊന്നും ഒട്ടുമേ പ്രശ്നമുള്ളതായി തോന്നിയില്ല.

ചിമ്മിണി വന്യജീവിസങ്കേതത്തിൽ ചാർജെടുത്ത് ഒരു മാസം കഴിഞ്ഞുകാണും. ജൂലൈ മാസത്തിലെ കൊടുംമഴ ദിവസങ്ങളിലൂടെ കടന്നുപോകുന്ന കാലം.

മൂന്നു ദിവസം ഇടമുറിയാതെ പെയ്ത മഴയ്ക്കൊടുവിൽ നാലാം നാൾ മാനം തെളിഞ്ഞു. രാവിലെതന്നെ കാടുകയറാൻ ഞങ്ങൾ തീരുമാനിച്ചു. മഴയിൽ കാട്ടിൽ എന്തെങ്കിലും സംഭവിച്ചിട്ടുണ്ടോ, മരങ്ങൾ കടപുഴകുകയോ ഉരുൾപൊട്ടുകയോ വന്യജീവികൾക്ക് എന്തെങ്കിലും ആപത്തു സംഭവിക്കുകയോ.... അങ്ങനെ ഒരു വിശദ പരിശോധനയായിരുന്നു ലക്ഷ്യം. കാട്ടിൽ കയറി ഉദ്ദേശം ഒരു കിലോമീറ്റർ നടന്നു കാണും, അകലെ ഒരിടത്തു പുക ഉയരുന്നതു കണ്ടു. മഴക്കാലമായതിനാൽ കാട്ടുതീ അല്ല. പിന്നെ? കാട്ടിൽ ക്യാമ്പ് ചെയ്യുന്ന ആരെങ്കിലും ആകാം. ഒന്നുകിൽ നായാട്ടുകാർ. അല്ലെങ്കിൽ വനവിഭവ ശേഖരണത്തിനായി വന്ന ആദിവാസികൾ ആരെങ്കിലും. എന്തായാലും പരിശോധിച്ചു ബോധ്യപ്പെടുകതന്നെ. പുക ഉയരുന്ന ലക്ഷ്യംവെച്ച് നോക്കിയാൽ 'പായംപാറ' എന്ന സ്ഥലമാണ്.

വെളിച്ചാമുക്ക് മലയുടെ അടിവാരം. നല്ല ദൂരമുണ്ട്. ലക്ഷ്യം വ്യക്തമായതിനാൽ നടത്തത്തിന്റെ വേഗവും ആവേശവും കൂടി. പോയ ദിവസങ്ങളിൽ ഇടമുറിയാത്ത മഴ ആയിരുന്നതിനാൽ ഇത് എന്തായാലും ആദിവാസികളാകാൻ തരമില്ല. അപ്പോൾ നായാട്ടുകാർതന്നെ. ഇന്ന് നല്ല ഒരു കോള് ഒത്തുകിട്ടിയേക്കും. കൂടെ ഉണ്ടായിരുന്ന സ്റ്റാഫെല്ലാം വർദ്ധിതവീര്യത്തോടെ അതിവേഗം നടന്നു.

കുറച്ചേറെ നീണ്ട നടത്തത്തിനൊടുവിൽ പുക ഉയരുന്ന ലക്ഷ്യം അടുത്തുവന്നു. പാറയിൽ ഒരു താൽക്കാലിക ഷെഡ്ഡ്. ഷെഡ്ഡ് എന്ന് വിളിക്കാൻ പറ്റില്ല. രണ്ടു കാലുകളിൽ മുൻഭാഗം നാട്ടി നിർത്തി പിൻഭാഗത്തേക്ക് ചരിച്ച് പാറയിൽ മുട്ടിച്ചുള്ള, ഈറ്റയിലകൾകൊണ്ട് മേഞ്ഞ ഒരു ചാച്ചിറക്ക്. ഒരു പുരുഷനും ഒരു സ്ത്രീയും രണ്ടു കുട്ടികളും. സ്ത്രീ പാറപ്പുറത്ത് കൂട്ടിയ തീയിൽ എന്തോ ചുട്ടെടുക്കുന്നു. കുട്ടികൾ ആർത്തിയോടെ എന്തോ കടിച്ചുപറിക്കുന്നു. പുരുഷനും സാവധാനത്തിൽ എന്തോ ഭക്ഷിക്കുന്നുണ്ട്. ആദിവാസികളാണ്. ഞങ്ങൾ അവരെ സമീപിച്ചപ്പോൾ ഒരു ചാവാലി പട്ടി ഞങ്ങൾക്കുനേരെ കുരച്ചു വന്നു. പുരുഷന്റെ ഒരു ആക്രോശത്തിൽ പട്ടി ശാന്തനായി. കുട്ടികൾ ഭയപ്പാടോടെ അച്ഛനോടൊട്ടി നിന്നു.

''നിന്റെ പേരെന്താ?''

''കൃഷ്ണൻ.''

''ഏതു കോളനിയിലെയാ?''

''കാരിക്കടവ്.''

ഈ പെരുമഴ ദിനങ്ങളിൽ ഇവർ ഇവിടെ എന്ത് ചെയ്യുകയാണ് എന്ന സംശയം മനസ്സിൽ മുളപൊട്ടി.

''ഈ മഴയത്തു നിങ്ങൾക്ക് ഇവിടെ എന്താ പരിപാടി?''

കൃഷ്ണൻ അതിനു മറുപടി പറയുന്നതിനു മുൻപ് കൂട്ടത്തിൽ ഏറ്റവും സ്മാർട്ട് ആയ സ്റ്റാഫ് സതീശൻ ഉറക്കെ പറഞ്ഞു.

''ഇത് കണ്ടോ സാർ.''

താൻ കണ്ടെത്തിയ 'സാധനം' വിജയഭാവത്തിൽ സതീശൻ എടുത്തുകൊണ്ടുവന്നു. ഇനിയും ചോരവാർന്നു തീരാത്ത ഒരു ഉടുമ്പിൻ തോൽ.

''ഇത് ആ അടിക്കാട്ടിലേക്കു എറിഞ്ഞു കളഞ്ഞതാ. ഇവൻ നായാട്ടുകാരനാ. ഇവനെ വെറുതെ വിടരുത്. ഷെഡ്യൂൾ 2ൽ ഉൾപ്പെട്ട അനിമലാണ്. മിനിമം മൂന്നു വർഷം അകത്തു കിടക്കേണ്ടി വരും.''

സതീശൻ വന്യജീവിസംരക്ഷണ നിയമത്തിലെ തന്റെ വിജ്ഞാനം ബോധ്യപ്പെടുത്തി.

എല്ലാവരും പരിസരം മുഴുവൻ പരിശോധിക്കാൻ തുടങ്ങി.

ആ സ്ത്രീ പാറപ്പുറത്തെ വിറകടുപ്പിൽ ഉടുമ്പിൻ മാംസം ചുട്ടെടുക്കുകയായിരുന്നു. കുറച്ച് ഉപ്പും മുളകും മാത്രം തേച്ചു പിടിപ്പിച്ചിട്ടുണ്ട്. കൃഷ്ണൻ പതുക്കെ പറഞ്ഞു.

‘‘മഴയ്ക്ക് മുൻപ് കാട്ടില് വന്നതാ സാറേ. വീട്ടില് കഞ്ഞിവെക്കാൻ ഒന്നും ഇല്ല. മഴെല് കുടുങ്ങി. രണ്ടു ദീസായി എന്തെങ്കിലും തിന്നിട്ട്.’’ പട്ടിയെ ചൂണ്ടി കൃഷ്ണൻ തുടർന്നു. ‘‘ഇത് ഈ പട്ടി ഇന്ന് രാവിലെ പിടിച്ചോണ്ട് വന്നതാ.’’

ഞാൻ കുട്ടികളെ ശ്രദ്ധിച്ചു. വയറുന്തി, എല്ലുകൾ എഴുന്ന് കുഴിഞ്ഞ കണ്ണുകളും ചപ്രത്തലമുടിയുമായി മുഷിഞ്ഞ ദേഹം. ജീവിതപാരവശ്യങ്ങളുടെ സഹനചാലുകൾ കീറിയ മുഖത്തോടെ കൃഷ്ണനും ഭാര്യയും.

‘‘സാറേ, ഇവൻ പറയുന്നത് വിശ്വസിക്കരുത്. കേസ്സെഴുതണം സർ. നമുക്ക് ഈ പട്ടിയെ അങ്ങ് തട്ടിയാലോ?’’ സതീശൻ റൈഫിൾ ഒന്നിളക്കി ശബ്ദമുയർത്തി പറഞ്ഞു.

രണ്ടു ദിവസമായി പട്ടിണികിടക്കുന്ന തന്റെ യജമാനനും കുടുംബത്തിനും ഭക്ഷണം തേടിപ്പിടിച്ചു കൊണ്ടുകൊടുത്ത ആ സാധുജീവിയോട് എനിക്ക് പക്ഷേ വലിയ കനിവാണ് തോന്നിയത്. പരിസരപരിശോധനയിൽ ഒന്നും കണ്ടെത്താനായില്ല. ഷെഡ്ഡിനുള്ളിലെ അടുപ്പ് നനഞ്ഞു കിടക്കുന്നു. കുറച്ചു ഉപ്പും മുളക് പൊടിയും അല്ലാതെ മറ്റൊന്നും ഇല്ല.

കൈയിൽ ഉണ്ടായിരുന്ന ബ്രെഡ്ഡും ബിസ്കറ്റും ഞങ്ങൾ അവർക്കു നൽകി. (ഇരുകൈകളും നീട്ടി ബ്രെഡ് എന്റെ കൈയിൽ നിന്നും വാങ്ങുമ്പോൾ ആ കുട്ടികളുടെ കണ്ണിൽ കണ്ട തിളക്കം എന്റെ ഒരുപാടു രാത്രികളിലെ ഉറക്കം കെടുത്തിയിരുന്നു.)

‘‘മഴ ഇനിയും ഉണ്ടാകും. വേഗംതന്നെ കുടിയിലേക്ക് തിരിച്ചു പോകണം’’ എന്ന് നിർദ്ദേശിച്ച് ഞങ്ങൾ മടങ്ങി. മടക്കയാത്രയിൽ എല്ലാവരും മൂകരായിരുന്നു. എന്റെ പ്രവർത്തിയിൽ നീരസം പ്രകടിപ്പിച്ച സതീശനോടായി ഞാൻ പറഞ്ഞു.

‘‘സതീശാ, നിയമത്തിന്റെ മുന്നിൽ കൃഷ്ണൻ തെറ്റുകാരൻ ആയേക്കാം. പക്ഷേ നീതിയുടെ കോടതിയിൽ അയാൾ കുറ്റക്കാരനാണെന്നു ഞാൻ കരുതുന്നില്ല.’’

നിശ്ശബ്ദരായി ഞങ്ങൾ മെല്ലെ കുന്നിറങ്ങി.

■

കാട്ടുനീതി

വന്യജീവി സങ്കേതങ്ങളുടെ ഒരു സവിശേഷ മുഖമുദ്രയാണ് 'പ്രകൃതി പഠനക്യാമ്പു'കൾ. സ്കൂൾ, കോളേജ് വിദ്യാർത്ഥികൾക്കായാണ് പ്രധാനമായും ഇത്തരം ക്യാമ്പുകൾ നടത്താറുള്ളത്. മൂന്നു ദിവസത്തെ ക്യാമ്പിൽ പ്രകൃതി പഠനക്ലാസുകളും വനസന്ദർശനവും ഉണ്ടാകും. കാടിനെക്കുറിച്ച് തികച്ചും ഉപരിപ്ലവമായ അറിവുകൾ മാത്രമുള്ള വിദ്യാർത്ഥികൾക്ക് എന്താണ് വനം, എന്തിനാണ് വനം, വനം എന്തിനു സംരക്ഷിക്കണം, അതിനു നമുക്ക് എന്ത് ചെയ്യാനാകും എന്നെല്ലാം മനസ്സിലാക്കി കൊടുക്കുന്നത് എന്നെ സംബന്ധിച്ചിടത്തോളം തികച്ചും ആഹ്ലാദകരമായ അനുഭവമായിരുന്നു. കഴിയാവുന്നിടത്തോളം അത്തരം പഠനക്ലാസുകൾ ഞാൻ ഒഴിവാക്കാറില്ല.

അങ്ങനെ ഒരു നാൾ പഠനക്യാമ്പിലെ കുട്ടികളും അധ്യാപകരുമൊത്തു ചിമ്മണി വന്യജീവി സങ്കേതത്തിലൂടെ നടക്കുകയായിരുന്നു. ഇരിഞ്ഞാലക്കുടയിലെ പ്രശസ്തമായ ഒരു വനിതാ കോളേജിലെ വിദ്യാർത്ഥിനികളും അദ്ധ്യാപകരും ആയിരുന്നു അവർ. കാടിനെക്കുറിച്ചുള്ള ക്ലാസുകൾ, മുറിക്കുള്ളിലല്ല കാടിന്റെ വിശാലതയിൽ തന്നെയാണ് വേണ്ടത്. സ്ലൈഡുകളിലൂടെ കാട് കാണാൻ കഴിഞ്ഞേക്കാം. പക്ഷേ കാടിന്റെ മണം അനുഭവിക്കണമെങ്കിൽ കാട്ടിനകത്തായിരിക്കുക തന്നെ വേണം.

ഓരോ മരങ്ങളെക്കുറിച്ചും വന്യജീവികളെപ്പറ്റിയും അവരോട് വിശദീകരിക്കുകയായിരുന്നു. ചിമ്മിണി വന്യജീവിസങ്കേതത്തിലെ 'വാവള' ഭാഗത്തേക്ക് പോകുന്ന സാമാന്യം നല്ല വനപ്രദേശത്ത് കൂടെയാണ് ഞങ്ങൾ നടന്നിരുന്നത്. മരുതും ഇരുളും ചടച്ചിയും വെൺതേക്കും പൂവവും ഈട്ടിയും തേക്കും സിന്ദൂരവും ആയി ഒട്ടനവധി മരങ്ങളും മുളകളും വള്ളി ചെടികളും നിറഞ്ഞ് സമൃദ്ധമായ കാട്.

ആനപ്പിണ്ടവും ഇതര മൃഗങ്ങളുടെ വിസർജ്ജ്യങ്ങളും പുള്ളിപ്പുലിയുടെ കാൽപ്പാടുകളും മരത്തൊലിയിൽ കണ്ട കടുവയുടെ

നഖപ്പാടുകളും എല്ലാം വിശദീകരിച്ച് നടക്കുന്നതിനിടയിലാണ് തികച്ചും അപ്രതീക്ഷിതമായി ഒരു പുള്ളിമാൻ പ്രാണരക്ഷാർത്ഥം ഞങ്ങൾക്കു മുന്നിലൂടെ പാഞ്ഞെത്തിയത്. തൊട്ടു പിന്നിൽ ഒരു പുള്ളിപ്പുലി. എല്ലാവരും പെട്ടെന്ന് ഭയന്നുപോയി. കുട്ടികൾ ഫോറസ്റ്റ് സ്റ്റാഫിന് പിന്നിലൊളിച്ചു. ഞങ്ങൾക്ക് മുൻപിൽ ഉദ്ദേശം ഒരു 20 മീറ്റർ അകലെ പുള്ളിപ്പുലി ഒറ്റച്ചാട്ടത്തിന് പുള്ളിമാന്റെ കഴുത്തിൽ പിടിമുറുക്കി. മരണ ഭയത്താൽ ഒരു വികൃത ശബ്ദം മുഴക്കി പുള്ളി മാൻ രക്ഷപ്പെടാനായി കുതറി. കാതരമായ മിഴികളാൽ നിശ്ശൂന്യത യോടെ നോക്കി അതീവ ദയനീയമായി പുള്ളിമാൻ ഉറക്കെ കരഞ്ഞു.

‘‘അതിനെ രക്ഷിക്കൂ സാറേ’’ എന്ന് ഏകസ്വരത്തിൽ കുട്ടികൾ കരഞ്ഞു പറഞ്ഞു. റൈഫിൾ കൈകളിലേന്തിയിരുന്ന വളരെ സ്മാർട്ടായ ഫോറസ്റ്റർ രഘുനന്ദനൻ ഞൊടിയിടയിൽ ആകാശത്തേക്ക് വെടിയുതിർത്തു. കർണ്ണകഠോരമായ വെടിശബ്ദം കേട്ട് കുട്ടികൾ എല്ലാവരും ഭയന്നുവിറച്ചു. വിരണ്ടു പോയ പുലി പിടിവിട്ട് പ്രാണ രക്ഷാർത്ഥം ഓടിമറഞ്ഞു. കഴുത്തിലെ മുറിവിൽ നിന്നും ചോര യൊലിക്കുന്നുണ്ടെങ്കിലും തിരിച്ചുകിട്ടിയ ജീവനുമായി പുള്ളിമാൻ ഓടിരക്ഷപ്പെട്ടു. ഭയം മാറിയ കുട്ടികൾ പാവം പുള്ളിമാനെ രക്ഷിച്ച തിൽ രഘുനന്ദനനെ അഭിനന്ദനങ്ങൾ കൊണ്ട് വീർപ്പുമുട്ടിച്ചു. അഭി നന്ദനങ്ങൾ ഏറ്റുവാങ്ങിയ രഘുനന്ദനൻ ഒരു ഹീറോ പരിവേഷ ത്തിൽ തിളങ്ങി നിന്നു.

***

ആത്മഗതം: കുറച്ചു മാറി ഒരു വലിയ താന്നിമരത്തിന്റെ മറപറ്റി നിന്ന് ആ പുള്ളിപ്പുലി ഈ കാഴ്ചകൾ കണ്ട് അസ്വസ്ഥയായി. പിന്നീട് നിരാശയോടെ മലഞ്ചെരിവിലെ പാറക്കൂട്ടത്തിലേക്ക്, കഴിഞ്ഞ മൂന്ന് ദിവസമായി പട്ടിണി കിടക്കുന്ന തന്റെ കുഞ്ഞുമക്കളുടെ അടു ത്തേക്ക്, ഇന്നും വെറുംകൈയോടെ ആണല്ലോ ചെല്ലുന്നത് എന്നോർത്ത് നെഞ്ചു കലങ്ങി, തല താഴ്ത്തി ആ തള്ളപ്പുലി മെല്ലെ നടന്നു.

***

‘തിന്നുകയും തിന്നപ്പെടുകയും’ (Eat and being eaten) ചെയ്യുക എന്നത് കാടിന്റെ രീതിശാസ്ത്രമാണ്. അനാവശ്യമായി അതിൽ ഇടപെടാൻ മനുഷ്യനെന്തവകാശം?

■

ഓപ്പറേഷൻ സക്സസ്

2001ൽ പീച്ചി റെയിഞ്ച് ഓഫീസറുടെ അധികച്ചുമതലയുടെ ഭാഗമായുള്ള തിരക്ക് പിടിച്ച ജോലികളിൽ മുഴുകിയിരുന്ന ഒരു പതിവ് ദിനം. ഉച്ചതിരിഞ്ഞ് മൂന്നു മണി ആയിക്കാണും. വൈൽഡ്ലൈഫ് വാർഡന്റെ (DFO) ഓഫീസ് ഫോണിലേക്ക് ഒരു വിളി വന്നു. ചീഫ് വൈൽഡ് ലൈഫ് വാർഡൻ ആണ് അങ്ങേത്തലയ്ക്കൽ.

''റേഞ്ച് ഓഫീസർ എ.ഒ. സണ്ണിയോട് നാളെ രാവിലെ തിരുവനന്തപുരത്ത് എത്താൻ പറയണം. യൂണിഫോമും സർവീസ് റിവോൾവറും കൈവശം ഉണ്ടാകണം.''

കാർക്കശ്യക്കാരനായ ചീഫ് വൈൽഡ് ലൈഫ് വാർഡൻ ഉടൻ തന്നെ ഫോൺ കട്ട് ചെയ്തു. അന്ന് എനിക്ക് മൊബൈൽ ഫോൺ ഇല്ല. വൈൽഡ് ലൈഫ് വാർഡൻ അപ്പോൾ തന്നെ ആളെ വിട്ടു എന്നെ വിളിപ്പിച്ചു. വാർഡന്റെ ഓഫീസും റേഞ്ച് ഓഫീസും ഒരേ കോമ്പൗണ്ടിൽ തന്നെ ആയിരുന്നു. ചീഫ് വൈൽഡ് ലൈഫ് വാർഡന്റെ അതേ നാടകീയതയോടെ വൈൽഡ് ലൈഫ് വാർഡൻ എന്നെ കാര്യം ധരിപ്പിച്ചു. ഞാൻ വല്ലാത്ത ആശങ്കയിലായി. എന്നെ ഹെഡ് ക്വാർട്ടേഴ്സിലേക്ക് വിളിപ്പിച്ചു ചർച്ച ചെയ്യേണ്ട എന്തെങ്കിലും സീരിയസ് പ്രശ്നം പീച്ചി റേഞ്ചിൽ അന്നേരം ഉണ്ടായിരുന്നില്ല. യൂണിഫോമും തോക്കും കൈവശം വയ്ക്കാൻ ആവശ്യപ്പെട്ടതിനാൽ ഏതെങ്കിലും റെയ്ഡ് ആയിരിക്കാൻ സാധ്യതയുണ്ട് എന്ന് വാർഡൻ അഭിപ്രായപ്പെട്ടു. അതിന് എന്തിനാണ് ഞാൻ? തിരുവനന്തപുരത്ത് തന്നെ ധാരാളം റേഞ്ച് ഓഫീസർമാർ ഉള്ളപ്പോൾ? എന്താണ്, എന്തിനാണ് എന്ന് അറിയാനുള്ള ആകാംക്ഷ അടക്കി വെയ്ക്കാനായില്ല.

എന്റെ നിർബന്ധത്തിന് വഴങ്ങി വൈൽഡ് ലൈഫ് വാർഡൻ, ചീഫ് വൈൽഡ് ലൈഫ് വാർഡനെ അങ്ങോട്ട് വിളിച്ചു. ''പറയുന്നത്

കേട്ടാൽ മതി. നാളെ തിരുവനന്തപുരത്ത് എത്തി ഏതെങ്കിലും ഒരു ലോഡ്ജിൽ മുറിയെടുത്ത് എന്നെ വിളിക്കുക.''

വീണ്ടും ഫോൺ കട്ട് ചെയ്തു. ഇനി ഒന്നും ചോദിക്കാൻ വയ്യ. എന്തായാലും പിറ്റേന്ന് തിരുവനന്തപുരത്ത് എത്തുക തന്നെ. രാവിലെ തിരുവനന്തപുരത്ത് എത്തണമെങ്കിൽ രാത്രിതന്നെ യാത്ര തുടങ്ങണം. ട്രെയിനിൽ എങ്ങനെ ടിക്കറ്റ് കിട്ടാൻ. ജനറൽ കമ്പാർട്ട്മെന്റിൽ കയറിപ്പറ്റി ഒട്ടേറെ കഷ്ടപ്പെട്ട് പിറ്റേന്ന് നേരം വെളുക്കുന്നതിനു മുൻപുതന്നെ ഞാൻ തിരുവനന്തപുരത്ത് എത്തി. തമ്പാനൂരിൽ തന്നെ ലോഡ്ജിൽ മുറിയെടുത്തു. കുറച്ചുകൂടെ നേരം വെളുത്തപ്പോൾ ചീഫ് വൈൽഡ് ലൈഫ് വാർഡനെ അടുത്ത ടെലിഫോൺ ബൂത്തിൽ നിന്നുവിളിച്ചു. ഏറെ ചങ്കിടിപ്പോടെ.

''എവിടെയാണ് താമസം?'' ഞാൻ ലോഡ്ജിന്റെ പേര് പറഞ്ഞു. ''റൂംനമ്പറും ഫോൺ നമ്പറും.'' ഞാൻ അതും പറഞ്ഞു കൊടുത്തു. ''ഭക്ഷണം കഴിക്കാൻ അല്ലാതെ റൂമിൽ നിന്നും ഒരു കാരണവശാലും പുറത്തു പോകരുത്. ഭക്ഷണം കഴിക്കാൻ പോകുമ്പോഴും കഴിഞ്ഞു തിരിച്ചു വരുമ്പോഴും എന്നെ വിളിക്കണം.'' കട്ട്.

വിശദീകരണങ്ങൾ ഒന്നും ഇല്ല. അങ്ങോട്ട് ഒന്നും ചോദിക്കാൻ സാവകാശം ഇല്ല. കൃത്യമായ, കാച്ചികുറുക്കിയ നിർദ്ദേശങ്ങൾ മാത്രം. ഭാഗ്യത്തിന് എന്റെ ബാഗിൽ ഏതൊക്കെയോ പുസ്തകങ്ങൾ ഉണ്ടായിരുന്നു. (ബാഗിൽ എപ്പോഴും പുസ്തകങ്ങൾ കരുതുക എന്ന ശീലം പണ്ടുമുതലേ ഉള്ളതാണ്). പുസ്തകം വായിച്ചും ടിവി കണ്ടും സമയം തള്ളി നീക്കി. ഏതു സമയത്തും വരാവുന്ന ഫോൺ വിളിക്കായി കാതോർത്ത് ലോഡ്ജ് മുറിയിൽ ചുരുണ്ടുകൂടി.

എന്തിനാണ് വിളിപ്പിച്ചതെന്ന് യാതൊരു സൂചനയും ഇല്ലാതെ, എന്തായിരിക്കാം സംഗതി എന്ന എണ്ണമറ്റ സാധ്യതകളുടെ ദിവാസ്വപ്ന വിശകലനങ്ങളിൽ ഊളിയിട്ട്, റിസപ്ഷനിൽനിന്നും മുഴങ്ങി കേൾക്കുന്ന ഫോണിന്റെ ഓരോ റിങ്ങുകളും എനിക്കായിരിക്കാം എന്ന പ്രതീക്ഷകളോടെ, അടുത്ത നിമിഷം തന്നെ എനിക്കല്ല എന്ന അറിവിന്റെ നിരാശകളിലൂടെ മുറിയിൽ അക്ഷമനായി എരിപൊരി കൊണ്ടിരുന്നു. ഒന്നാംദിനം പ്രത്യേകിച്ചൊന്നും സംഭവിക്കാതെ കടന്നു പോയി.

രണ്ടാം ദിനം. പ്രഭാത ഭക്ഷണത്തിനായി പുറത്തു പോകുന്ന സമയത്ത് പ്രതീക്ഷകളോടെ ചീഫ് വൈൽഡ് ലൈഫ് വാർഡനെ വിളിച്ചു. ''ഓക്കേ, ഭക്ഷണം കഴിച്ച ഉടനെ മുറിയിലേക്ക് തിരിച്ചു വരിക.'' മറ്റൊന്നുമില്ല. ഭക്ഷണസമയത്തെ ഫോൺ വിളികൾ മാത്രം. ''ഓക്കേ ശരി'' എന്നല്ലാതെ മറ്റൊരു മറുപടിയുമില്ല. ഒരു നിർദ്ദേശവും

ഇല്ല. എന്തായിരിക്കാം കാര്യം എന്ന് അറിയാനുള്ള ആകാംക്ഷ അതിന്റെ പരകോടിയിലെത്തി. എന്തിനാണ് വിളിച്ചുവരുത്തിയത് എന്ന് അങ്ങോട്ട് ചോദിക്കാനുള്ള ധൈര്യം ഇല്ല. പിന്നെ, അച്ചടക്ക മുള്ള സംവിധാനത്തിന്റെ ഭാഗമാകയാൽ അത്തരം ചോദ്യങ്ങൾക്ക് ഒട്ടും പ്രസക്തിയില്ലതാനും. അപ്പപ്പോൾ ലഭിക്കുന്ന നിർദ്ദേശങ്ങൾ ക്കനുസരിച്ച് പ്രവർത്തിക്കുക, അത്രമാത്രം. ഉഷസ്സായി... ഉച്ചയായി... സന്ധ്യയായി... ഒന്നാം ദിനത്തിന്റെ തനിയാവർത്തനം.

മൂന്നാം ദിനം. രാവിലെ തന്നെ ചീഫ് വൈൽഡ് ലൈഫ് വാർ ഡന്റെ ഫോൺ വന്നു. തമ്പാനൂർ തന്നെയുള്ള മറ്റൊരു ലോഡ്ജിന്റെ പേര് പറഞ്ഞു. അവിടെ .....നമ്പർ മുറിയിൽ പോവുക. കൃഷ്ണ കുമാർ എന്ന റേഞ്ച് ഓഫീസർ ഉണ്ടാകും. അവിടെ എത്തിയിട്ട് എന്നെ വിളിക്കുക. സാർ പറഞ്ഞ ലോഡ്ജിൽ എത്തിയപ്പോഴാണ് അറിയുന്നത് തേക്കടിയിൽ റേഞ്ച് ഓഫീസർ ആയി ജോലി ചെയ്യുന്ന കൃഷ്ണകുമാർ എന്നെപ്പോലെ രണ്ടുദിവസമായി ലോഡ്ജിൽ അജ്ഞാത വാസത്തിൽ ആയിരുന്നു എന്ന്. ഞങ്ങളെ തമ്മിൽ ഒരു തരത്തിലും പരസ്പരം ബന്ധപ്പെടുത്തിയിരുന്നില്ല. കൃഷ്ണകുമാ റിന്റെ കൈവശം മൊബൈൽ ഫോൺ ഉണ്ടായിരുന്നു. ഉടനെ ചീഫ് വൈൽഡ് ലൈഫ് വാർഡനെ വിളിച്ചു. ‘‘ശശിധരൻ എന്ന ഒരു ഫോറസ്റ്റ് ഗാർഡ് നിങ്ങളുടെ റൂമിൽ വരും. അയാൾ വന്നതിനു ശേഷം എന്നെ വിളിക്കുക.’’ അരമണിക്കൂറിനുള്ളിൽ വയനാട് ജോലി ചെയ്തിരുന്ന ശശിധരൻ റൂമിലെത്തി. ചീഫ് വൈൽഡ് ലൈഫ് വാർഡനെ വീണ്ടും വിളിച്ചു. ‘‘ഓക്കേ, ഉടൻതന്നെ ഞാൻ നിങ്ങ ളുടെ മുറിയിൽ എത്തും.’’ ഞങ്ങളുടെ ചങ്കിടിപ്പു കൂടി.

എന്താണ് കാര്യം എന്നറിയാതെ ഞങ്ങൾ വല്ലാതെ വേവലാതി പ്പെട്ടു. 15 മിനിറ്റിനുള്ളിൽ ചീഫ് വൈൽഡ് ലൈഫ് വാർഡൻ ഞങ്ങ ളുടെ മുറിയിലെത്തി. ‘‘നിങ്ങളെ മൂന്നുപേരെയും പ്രത്യേകമായി വിളിച്ചു വരുത്തിയിട്ടുള്ളത് ഒരു സുപ്രധാന ദൗത്യത്തിനായാണ്.’’ ചെറിയൊരു മുഖവുര. ‘‘ഒരു റെയ്ഡ് നടത്തണം. നിങ്ങൾക്ക് മൂന്നു പേർക്കും ആയി പത്മനാഭസ്വാമി ക്ഷേത്രത്തിനു സമീപം.... ഹോട്ട ലിൽ 232 നമ്പർ മുറി ബുക്ക് ചെയ്തിട്ടുണ്ട്. ഉടനെ അവിടത്തെ മുറിയിൽ എത്തുക. അതിനുശേഷം എന്നെ വിളിക്കുക.’’ അപ്പോഴും എന്താണ്, എന്തിനാണ് എന്നൊന്നും വിശദമാക്കിയില്ല. ഞങ്ങൾ ഉടനെ അദ്ദേഹം പറഞ്ഞ ഹോട്ടലിൽ പോയി. ഒരു നക്ഷത്രഹോട്ടൽ. ഞങ്ങൾക്കായി ഒരു മുറി മുൻകൂട്ടി റിസർവ് ചെയ്തിട്ടുണ്ടായിരുന്നു. മുറിയിലെത്തി സാറിനെ വിളിച്ചു.

"ഇനി ഞാൻ പറയുന്നത് വളരെ ശ്രദ്ധിച്ചു കേൾക്കണം. തൊട്ടപ്പുറത്ത് 233 നമ്പർ മുറിയിൽ രണ്ട് ആളുകളുണ്ട്. ഒരാളുടെ പേര് ശ്രീകൃഷ്ണൻ. മലയാളിയാണ്. രണ്ടാമത്തെയാൾ ബലിൻഡ റൈറ്റ്. പത്ത് മിനിറ്റിനുശേഷം അവരുടെ മുറിയിൽ പോകുക. ഇനി എന്ത് ചെയ്യണം എന്ന് അവർ പറയും."

നാടകീയത മുറ്റി നിൽക്കുന്ന വാക്കുകൾ. ഒരു കാര്യം മനസ്സിലുറപ്പിച്ചു. എല്ലാം തന്നെ വളരെ കൃത്യതയോടെ മുൻകൂട്ടി പ്ലാൻ ചെയ്തിട്ടുണ്ട്. അപ്പപ്പോഴത്തെ നിർദ്ദേശങ്ങൾക്കനുസരിച്ച് പ്രവർത്തിക്കുക എന്ന ദൗത്യം മാത്രമേ ഞങ്ങൾ ചെയ്യേണ്ടതുള്ളൂ.

ശ്രീകൃഷ്ണൻ വന്യജീവി പരിസ്ഥിതി സംരക്ഷണരംഗത്ത് സജീവമായി പ്രവർത്തിക്കുന്ന ഒരു എൻ.ജി.ഒ. ആണ്. പാലക്കാട്ടുകാരൻ. ബലിൻഡാ റൈറ്റ് എന്ന പേര് കേട്ടപ്പോൾ തന്നെ ഞാൻ അമ്പരന്നുപോയി. അന്താരാഷ്ട്രതലത്തിൽ തന്നെ അതി പ്രശസ്തയായ വന്യജീവി സംരക്ഷക. WPSI (Wildlife Preservation Socitey of India)യുടെ സ്ഥാപക. അതിന്റെ എക്സിക്യൂട്ടീവ് ഡയറക്ടർ. സ്വന്തം ജീവൻ പണയം വെച്ച് ഇന്ത്യയുടെ വിവിധ ഭാഗങ്ങളിൽ അതിഗംഭീരമായ ഒട്ടേറെ വന്യജീവി കുറ്റകൃത്യങ്ങൾ കണ്ടെത്തി പിടിച്ചിട്ടുള്ള ധീരവനിത. അണ്ടർ കവർ ഓപ്പറേഷനിൽ അഗ്രഗണ്യ. എമ്മി അവാർഡ് ഉൾപ്പെടെ ഒട്ടേറെ അന്താരാഷ്ട്ര ബഹുമതികൾ കരസ്ഥമാക്കിയ 'നാഷണൽ ജോഗ്രഫിക്കി'ൽ റിലീസ് ചെയ്ത 'Land of The Tiger' എന്ന അതിപ്രശസ്തമായ ഡോക്യുമെന്ററി നിർമ്മിച്ചയാൾ. ബലിൻഡ മേഡത്തിനെ പോലെ ഒരാൾ ഉൾപ്പെടുന്ന റെയ്ഡ് ആണെങ്കിൽ അത് തീർച്ചയായും അത്ര നിസ്സാരമായ ഒന്നായിരിക്കില്ല. എന്തായാലും ബലിൻഡ മേഡത്തിനെ കാണാൻ മനസ്സു വെമ്പി. 10 മിനിറ്റിനു ശേഷം ഞങ്ങൾ 233 നമ്പർ മുറിയിൽ പോയി.

അടുത്ത ഒരു മണിക്കൂറിനുള്ളിൽ, ഞങ്ങളുടെ സർവീസ് ജീവിതത്തിലെ അവിസ്മരണീയമായ ഒരു സംഭവത്തിനാണ് സാക്ഷ്യം വഹിക്കാൻ പോകുന്നതെന്ന് അപ്പോൾ ഞങ്ങൾ സ്വപ്നത്തിൽ പോലും കരുതിയിരുന്നില്ല.

ബലിൻഡ മാഡവും ശ്രീകൃഷ്ണനും ഞങ്ങളെ കാത്തിരിക്കുകയായിരുന്നു. മാഡം ജനിച്ചതും വളർന്നതും ബംഗാളിൽ ആണെങ്കിലും മാതാപിതാക്കൾ ബ്രിട്ടീഷുകാർ ആയിരുന്നതിനാൽ കണ്ടാൽ തികച്ചും ഒരു ബ്രിട്ടീഷുകാരി തന്നെയായിരുന്നു. മാഡം ഹൃദ്യമായി പുഞ്ചിരിച്ച് ഞങ്ങളെ വരവേറ്റു. പരിചയപ്പെട്ടു. ഓരോ വാക്കിലും

തുള്ളിത്തുളുമ്പുന്ന ആത്മവിശ്വാസം, ഊർജ്ജസ്വലത. ഇത്രയേറെ ഊർജ്ജം പ്രസരിപ്പിക്കുന്ന ആളുകളെ അത്രയൊന്നും കാണാൻ കഴിഞ്ഞിരുന്നില്ല. ചിലർ അങ്ങനെയാണ്, അവരോട് സംസാരിക്കുമ്പോൾ അവരുടെ ഊർജ്ജസ്വലത നമ്മളറിയാതെ തന്നെ നമ്മളിലേക്ക് പ്രസരിക്കും. ഞങ്ങൾ മൂന്നുപേരും ആശങ്കകൾ വിട്ടൊഴിഞ്ഞ് കർമ്മനിരതരായി.

എന്താണ് പ്ലാൻ എന്ന് മാഡം ഞങ്ങളോട് വിശദീകരിച്ചു. ''അപ്പുറത്തെ 234 നമ്പർ മുറിയിൽ അല്പസമയത്തിനകം കുറച്ച് ആളുകൾ വരും. ആനക്കൊമ്പിൽ തീർത്ത മൂന്ന് വിഗ്രഹങ്ങളുമായാണ് അവർ വരിക. ഞാൻ അത് വാങ്ങാൻ വന്നിരിക്കുന്ന വിദേശിയാണ്. ശ്രീകൃഷ്ണനൻ എന്റെ ദ്വിഭാഷിയും.'' മൂന്നുദിവസമായി കാത്തിരിക്കുന്ന ഞങ്ങൾ അപ്പോഴാണ്, അപ്പോൾ മാത്രമാണ് എന്താണ് കാര്യം എന്ന് അറിയുന്നത്. മാഡം അവരുടെ വീട്ടിൽ പോയി വിഗ്രഹങ്ങൾ കണ്ടിരുന്നു. വിലപേശി, അവസാനം 10 ലക്ഷം രൂപയ്ക്ക് ഉറപ്പിച്ചു. ഇന്ന് ഈ ഹോട്ടലിൽ തൊട്ടപ്പുറത്തെ മുറിയിൽവെച്ച് പണവും വിഗ്രഹങ്ങളും കൈമാറും. ഇതെല്ലാം അണ്ടർ കവർ ഓപ്പറേഷന്റെ ഭാഗമായി നേരത്തെ കൂട്ടി പ്ലാൻ ചെയ്ത് ഉറപ്പിച്ചിട്ടുള്ളതാണ്. ചീഫ് വൈൽഡ് ലൈഫ് വാർഡനുമായി നേരിട്ട് സംസാരിച്ചാണ് ഇത്തരമൊരു പ്ലാൻ തയ്യാറാക്കിയിട്ടുള്ളത്.

ഇനി ഇത് എങ്ങനെ പിടിച്ചെടുക്കണം എന്നും മാഡം വിശദീകരിച്ചു. വിഗ്രഹവുമായി അവർ മുറിയിൽ എത്തിയാൽ മാഡവും ശ്രീകൃഷ്ണനും അവരുടെ മുറിയിൽ പോകും. വിഗ്രഹങ്ങൾ കണ്ടു ഉറപ്പു വരുത്തും. പിന്നീട് ശ്രീകൃഷ്ണനെ അവരുടെ മുറിയിൽ നിർത്തി പണം എടുത്തു വരാമെന്ന് പറഞ്ഞ് മാഡം പുറത്തുകടക്കും. നേരെ ഞങ്ങളുടെ മുറിയിലേക്ക് വന്ന് മുട്ടി വിളിക്കും. തുടർന്ന് ഞങ്ങൾ നാലു പേരും ഒത്ത് വിഗ്രഹം കൊണ്ടുവന്ന അവരുടെ മുറിയുടെ സമീപത്ത് പോകുക. ഞങ്ങൾ മൂന്നുപേരും അല്പം മാറി നിൽക്കുക. മാഡം കതകിൽ മുട്ടി വിളിക്കുമ്പോൾ ശ്രീകൃഷ്ണൻ വന്നു വാതിൽ തുറക്കും. ആ നിമിഷാർദ്ധത്തിൽ ഞങ്ങൾ മൂന്നു പേരും അവരുടെ മുറിയിലേക്ക് ഇരച്ച് കയറി അവരെ കീഴ്പ്പെടുത്തുക. ഈ ബഹളത്തിനിടയിൽ മാഡവും ശ്രീകൃഷ്ണനും പുറത്തുചാടി രക്ഷപ്പെടുക. ഇതായിരുന്നു പ്ലാൻ. പ്ലാനുകൾ എയും ബിയും സിയും എല്ലാം കൂലങ്കഷമായി ചർച്ച ചെയ്താണ് ഇത്തരം ഒരു പ്ലാനിലേക്ക് അവസാനം എത്തിയതെന്ന് മാഡം പറഞ്ഞു. ഒരിക്കൽ കൂടി വളരെ വ്യക്തതയോടെ അവർ പ്ലാൻ വിശദീകരിച്ചു.

ഞങ്ങൾ അതിന്റെ ഓരോ സാധ്യതകളും ചർച്ച ചെയ്തു. എവിടെ യെങ്കിലും എന്തെങ്കിലും പിഴവുകൾ ഉണ്ടോ എന്നെല്ലാം വിശദമായി തന്നെ പരിശോധിച്ചു. ഒരു ഘട്ടത്തിൽ ഞാൻ ചോദിച്ചു.

"How many persons we can expect from their side Madam."

അങ്ങനെ ഒരു ചോദ്യം പ്രതീക്ഷിച്ചെന്നപോലെ മാഡം മറുപടി പറഞ്ഞു. "Really I don't know. But I expect two, may be more."

ആ തുറന്നു പറച്ചിൽ സത്യസന്ധമായിരുന്നു എങ്കിലും അത് പക്ഷേ ഞങ്ങളുടെ ആശങ്കകൾ ഇരട്ടിയാക്കി. ഞങ്ങൾ വെറും മൂന്നു പേർ. അവർ എത്ര പേരുണ്ടാകും? അവരുടെ കൈയിൽ ആയുധ ങ്ങൾ ഉണ്ടാകുമോ? ഞങ്ങളുടെ കൈയിൽ ആകെ രണ്ടു സർവീസ് റിവോൾവറുകൾ മാത്രമേ ഉള്ളൂ. ഇനി എന്തും വരട്ടെ. മുന്നോട്ടു തന്നെ.

ഞങ്ങൾ ചെയ്യാൻ പോകുന്ന ആക്ഷന്റെ ഓരോ നിമിഷങ്ങളും ഒരിക്കൽ കൂടി ബലിൻഡ മാഡം ആവർത്തിച്ചു.

"Do you have any confusion?" മാഡം അവസാനമായി ചോദിച്ചു.

"No madam" എന്ന ഞങ്ങളുടെ ഉത്തരത്തിന് അപ്പോൾ അത്ര മൂർച്ചയുണ്ടായിരുന്നുവോ? ഉടൻ തന്നെ ഞങ്ങളുടെ 232 നമ്പർ മുറി യിലേക്ക് തിരികെ വന്നു. ചീഫ് വൈൽഡ്ലൈഫ് വാർഡനെ വിളിച്ചു കാര്യങ്ങൾ വിശദീകരിച്ചു. എല്ലാം കേട്ട് കഴിഞ്ഞ് അദ്ദേഹവും ചോദിച്ചു, "Do you have any confusion?"

"No sir" എന്ന ഞങ്ങളുടെ ഉത്തരത്തിന് അപ്പോൾ പക്ഷേ ആവശ്യത്തിൽ കൂടുതൽ മൂർച്ചയുണ്ടായിരുന്നു.

"ഭയപ്പെടേണ്ട, എല്ലാം നിരീക്ഷിച്ചു ഞങ്ങൾ ഇതിനടുത്തു തന്നെ ഉണ്ട്. അവരെ കീഴ്പ്പെടുത്തി കഴിഞ്ഞാൽ ഉടൻ വിളിക്കുക. All the best." സാർ മറുപടി പറഞ്ഞു.

അദ്ദേഹം സമീപത്തു തന്നെ ഉണ്ടെന്ന തിരിച്ചറിവ് നൽകിയ ആത്മധൈര്യം വാക്കുകൾക്കതീതമായിരുന്നു.

സമയം ഉച്ചതിരിഞ്ഞു രണ്ടു മണി. രണ്ടരയ്ക്ക് അവർ വരും എന്നാണ് അറിയിച്ചിട്ടുള്ളത്. ഞങ്ങൾ മൂന്നുപേരും നിശ്ശബ്ദരായി രുന്നു. നിമിഷങ്ങൾ ഇഴഞ്ഞിഴഞ്ഞു പോയി. ഹോട്ടലിന്റെ കോറി ഡോർ ദൈർഘ്യമേറിയതും നിശ്ശബ്ദവും ആയിരുന്നു. ആരെങ്കിലും നടന്നു വരുന്നുണ്ടെങ്കിൽ കാലടി ശബ്ദം വ്യക്തമായി കേൾക്കാമാ യിരുന്നു. ഞങ്ങൾ വേഗം യൂണിഫോം ധരിച്ചു. ചേകവർ കച്ച മുറുക്കുംപോലെ ബെൽറ്റ് മുറുക്കി. റിവോൾവർ ഒന്നുകൂടെ തുടച്ചു

തയ്യാറാക്കി വെച്ചു. പല സിനിമകളിലും കണ്ട് മറന്ന സീൻ പോലെ ക്ലോക്കിന്റെ ടിക്... ടിക് ശബ്ദം മാത്രം. ക്ലോക്കിലെ സൂചികൾ അസാധാരണമാംവിധം മെല്ലെ ഇഴയുന്നതായി തോന്നി. നിശ്ശബ്ദമായ കാത്തിരിപ്പ്. അടുത്ത നിമിഷങ്ങളിൽ സംഭവിക്കാൻ പോകുന്ന കാര്യങ്ങളുടെ ഒരു ഏകദേശ ചിത്രം ഭാവനയിൽ കാണാൻ ശ്രമിച്ചു.

ഠപ്പ്.....ഠപ്പ്..... ഠപ്പ്... കോറിഡോറിൽ നിന്നും കാലടി ശബ്ദം ഉയർന്നു. മുറിയുടെ വാതിൽ തറനിരപ്പിൽനിന്നും അല്പം ഉയർന്നാണ് ഉണ്ടായിരുന്നത്. വേഗം തന്നെ വാതിലിനോട് ചേർന്ന് കമിഴ്ന്നു കിടന്നു. കോറിഡോറിലൂടെ നടന്നുപോകുന്നവരുടെ കാൽപ്പാദങ്ങൾ കാണാം. ഒന്ന്... രണ്ട്... മൂന്ന്... നാല് കാൽപ്പാദങ്ങൾ. അപ്പോൾ രണ്ടുപേർ എന്ന് ഊഹിച്ചു. മാഡത്തിന്റെ മുറിയും കഴിഞ്ഞു പോയി അപ്പുറത്തെ മുറി തുറക്കുന്ന ശബ്ദം. നിശ്ശബ്ദത....

അല്പം കഴിഞ്ഞു മാഡത്തിന്റെ മുറി തുറക്കുന്ന ശബ്ദം. പിന്നീട് മറ്റേ മുറി തുറക്കുന്നു. വീണ്ടും നിശ്ശബ്ദത. ഇനി ഏതുനിമിഷവും മാഡം ഞങ്ങളുടെ വാതിലിൽ മുട്ടാം. ആദ്യം കാണുന്ന ആളെ ഞാൻ കീഴ്പ്പെടുത്തുക. രണ്ടാമനെ കൃഷ്ണകുമാറും. ഡോർ തുറന്നു പുറത്തു പോകാതിരിക്കാൻ ശശിധരൻ ഡോറിന് കാവൽ നിൽക്കുക. ഞങ്ങൾ നേരത്തെതന്നെ ആക്ഷൻ പ്ലാൻ തയ്യാറാക്കിയിരുന്നു. നെഞ്ചിടിപ്പാണോ കാലടിശബ്ദമാണോ കൂടുതൽ ഉച്ചത്തിൽ മുഴങ്ങുന്നതെന്നു തിരിച്ചറിയാനാകാത്ത ഭ്രാന്തൻ നിമിഷങ്ങൾ...

ഡോർ തുറക്കുന്ന ശബ്ദം. കാലടികൾ ഞങ്ങളുടെ ഡോറിന് മുന്നിൽ നിലച്ചു. വളരെ ശബ്ദം കുറച്ച്, അരുമക്കുഞ്ഞിന്റെ കവിളിലെ മൃദുതലോടൽപോലെ മാഡം ഞങ്ങളുടെ വാതിലിൽ തഴുകി. കാതോർത്തിരുന്ന ഞങ്ങൾ വാതിൽ മെല്ലെ തുറന്നു. ഒരക്ഷരം ഉരിയാടാതെ, തന്നെ പിന്തുടരാൻ കൈകളാൽ ആംഗ്യം കാണിച്ചു. കടുവയെപോലെ പതുപതുത്ത നൃത്തച്ചുവടുകളാൽ മാഡം 234 നമ്പർ മുറിയുടെ വാതിക്കൽ നിന്നു. ഞങ്ങൾ അല്പം മാറി തോക്കുകൾ കൈകളിലെടുത്തു തയ്യാറായി നിന്നു. മാഡം ഞങ്ങളെ ഒന്ന് നോക്കി, യുദ്ധമുന്നണിയിലെ സൈന്യാധിപയെപ്പോലെ. പിന്നെ വാതിലിൽ പതുക്കെ മുട്ടിക്കൊണ്ടു ദൃഢസ്വരത്തിൽ പറഞ്ഞു.

‘‘Open the door, it is me.’’

വാതിൽ മലർക്കേ തുറന്നു. നേരത്തെ പറഞ്ഞുറപ്പിച്ചപോലെ ശ്രീകൃഷ്ണനാണ് വാതിൽ തുറന്നത്. പിന്നെയെല്ലാം തനി സിനിമാ സ്റ്റൈലിൽതന്നെ ആയിരുന്നു. ഞങ്ങൾ മൂന്നുപേരും മുറിയിലേക്ക്

ഇരച്ചു കയറി. മാഡവും ശ്രീകൃഷ്ണനനും അപ്രത്യക്ഷരായി, ശൂന്യതയിൽ അലിഞ്ഞില്ലാതാകുന്ന മാന്ത്രികരെപോലെ. (അവർ എങ്ങനെയാണ് അവിടെനിന്നും നിഷ്ക്രമിച്ചതെന്ന് ഇന്നും എനിക്കറിഞ്ഞുകൂടാ)

മുറിയിലേക്ക് ചാടിവീണ ഞങ്ങൾ ആദ്യം കണ്ടത് അരോഗദൃഢഗാത്രനായ ഒരു തടിയൻ ചെറുപ്പക്കാരനെയാണ്. ഞങ്ങളെ മൂന്നുപേരെയും കുടഞ്ഞെറിയാൻ കെൽപ്പുള്ളവൻ. പക്ഷേ യൂണിഫോമും തോക്കും അപ്രതീക്ഷിത ആക്രമണവും കണ്ട് അയാൾ വിരണ്ടു വിറച്ചുപോയി. എന്തെങ്കിലും ചെയ്യാൻ തുനിയുന്നതിനു മുൻപ് തന്നെ ഞാൻ റിവോൾവർ അയാളുടെ കഴുത്തിലമർത്തി ബലമായി ബെഡ്ഡിൽ പിടിച്ചിരുത്തി. ഇതിനിടയിൽ കൃഷ്ണകുമാർ അതേ രീതിയിൽതന്നെ രണ്ടാമനെയും കീഴ്പ്പെടുത്തിക്കഴിഞ്ഞിരുന്നു.

മദ്ധ്യവയസ്സ് പിന്നിട്ട അയാളും ആകെ ഭയന്ന് വിറച്ചുപോയിരുന്നു. ശശിധരൻ വാതിലടച്ചു നിന്നു. എല്ലാം നിമിഷങ്ങൾക്കുള്ളിൽ കഴിഞ്ഞു. അവർക്കൊന്നു ചെറുത്തുനിൽക്കാൻ പോലും ഒരവസരം കൊടുക്കാതെ കടലാസ്സിൽ എഴുതിവെച്ച മാതിരി ഞങ്ങളുടെ പ്ലാൻ കൃത്യമായി ഒരു പഴുതുമില്ലാതെ നടപ്പിലായി. കൈകൾ ബന്ധിച്ചു രംഗം സുരക്ഷിതമാക്കി ചീഫ് വൈൽഡ് ലൈഫ് വാർഡനെ അത്യധികമായ ആഹ്ലാദത്താൽ വിളിച്ചു. നിമിഷങ്ങൾക്കകം അദ്ദേഹവും വനം വകുപ്പിലെ രണ്ട് ഉന്നത ഉദ്യോഗസ്ഥരും മുറിയിലേക്ക് കുതിച്ചെത്തി.

(ഈ ഉന്നത ഉദ്യോഗസ്ഥർ രണ്ടുപേരുംചീഫ് വൈൽഡ്ലൈഫ് വാർഡനോടൊപ്പം ഇടംവലം നിന്ന് ഈ ഓപ്പറേഷനിൽ മുഖ്യപങ്കു വഹിച്ചവർ ആയിരുന്നു എന്ന് അപ്പോൾ മാത്രമാണ് ഞങ്ങൾ അറിയുന്നത്.)

പിടിച്ചെടുത്ത വിഗ്രഹങ്ങൾ പരിശോധിച്ചപ്പോൾ ഞങ്ങളുടെ കണ്ണ് തള്ളിപ്പോയി. ആനക്കൊമ്പിൽ തീർത്ത അതിമനോഹരമായ മൂന്ന് ശിൽപ്പങ്ങൾ. ഒരെണ്ണം 98 സെന്റീ മീറ്റർ പൊക്കമുള്ള തിരുപ്പതി ഭഗവാന്റെ വിഗ്രഹം. അതിന്റെ പീഠത്തിൽ ദശാവതാരങ്ങൾ കൊത്തു പണിചെയ്തിരിക്കുന്നു. 45 സെന്റീ മീറ്റർ വീതം ഉയരമുള്ള അതീവ ചാരുതയാർന്ന രണ്ടു ഗണപതി വിഗ്രഹങ്ങൾ. അതിസൂക്ഷ്മ കൊത്തുപണികളാൽ കടഞ്ഞെടുത്ത ലാവണ്യശിൽപ്പങ്ങളാണവ. നിയമത്തിനു മുൻപിൽ കുറ്റവാളികൾ ആണെങ്കിലും അവരിലെ കലാകാരന്മാർക്ക് മുന്നിൽ നമസ്കരിക്കാതെ വയ്യ. അവർ അച്ഛനും മകനും ആയിരുന്നു. അനധികൃതമായി ആനക്കൊമ്പുകൾ വാങ്ങി,

കൊത്തുപണി ചെയ്തു വിഗ്രഹങ്ങൾ ഉണ്ടാക്കി വിൽപ്പന നടത്തുന്നവർ. നിയമ നടപടികൾ കൈകൊണ്ട്, ബന്ധപ്പെട്ട സ്റ്റാഫിന് പ്രതികളെയും വിഗ്രഹങ്ങളും കൈമാറി. ഏകദേശം രണ്ടു മണിക്കൂറിനുശേഷം ഞങ്ങളെ വിസ്മയിപ്പിച്ചുകൊണ്ടു ബലിൻഡ മാഡത്തിന്റെ വിളി വന്നു.

'Friends,is there everything ok"?

"Yes Mam, everything ok as we planned. Where are you Mam?"

ഹൃദ്യമായ ഒരു പൊട്ടിച്ചിരിയോടെ മാഡം പറഞ്ഞു, "Right now I am flying to Bangalore."

അത്യധികമായ വികാരതള്ളിച്ചയാൽ വാക്കുകൾ മുറിഞ്ഞു. നിരുദ്ധകണ്ഠനായി ഇത്രയും പറഞ്ഞൊപ്പിച്ചു.

"Happy journey Mam."

അന്ന് രാത്രിതന്നെ ഞങ്ങൾ തിരുവനന്തപുരം വിട്ടു.

■

സർവജ്ഞൻ

1992 മുതൽ 1995 വരെയുള്ള മൂന്നു വർഷക്കാലം ഞാൻ വർക്കിംഗ് പ്ലാൻ ഡിവിഷനിൽ ആയിരുന്നു ജോലി ചെയ്തിരുന്നത്. തേക്ക് തോട്ടങ്ങളോടൊപ്പം സ്വഭാവികവനത്തിലെ നിബിഡതകളിൽ ക്യാമ്പ് ചെയ്ത് കാടിനെ അറിഞ്ഞും ആസ്വദിച്ചും അനുഭവിച്ചും കഴിഞ്ഞ അവിസ്മരണീയമായ കാലം. ഇരുപത്തിനാല് ദിവസമൊക്കെ തുടർച്ചയായി പുറംലോകവുമായി ഒരു ബന്ധവും ഇല്ലാതെ ഞാനും നാല് ജോലിക്കാരും മാത്രമായി കൊടുങ്കാട്ടിലെ താൽക്കാലിക ഈറ്റ ഷെഡ്ഡുകളിൽ കഴിഞ്ഞിട്ടുണ്ട്.

ഇത് വായിക്കുന്ന പലർക്കും ഉള്ളിൽ തോന്നുന്ന വികാരം ''ഇവർ എത്ര ഭാഗ്യവാന്മാർ ആണ്. ഞങ്ങൾക്കൊന്നും കാടിനെ ഇങ്ങനെ ആസ്വദിക്കാൻ കിട്ടുന്നില്ലല്ലോ'' എന്നായിരിക്കാം. ഇത്തരത്തിലുള്ള തികച്ചും കാല്പനിക പരിസ്ഥിതിവാദികളായ പലരുമായി പലപ്പോഴും അടുത്ത് ഇടപഴകേണ്ടി വന്നിട്ടുമുണ്ട്. കാട്ടിൽ കയറി ആദ്യത്തെ അട്ടകടിയിൽ, ചെള്ളുകടിയുടെ അസഹ്യമായ ഒരു ചൊറിച്ചിലിൽ, ഒരു പോള കണ്ണടയ്ക്കാൻ അനുവദിക്കാത്ത കാട്ടുപ്രിക്കുകളുടെ സ്വകാര്യം പറച്ചിലുകളിൽ, വാട്സാപ്പ്, ഫെയ്സ്ബുക്ക്, മൊബൈൽ നെറ്റ്‌വർക്ക് എന്നിവ നിലയ്ക്കുമ്പോൾ.... അപ്പോൾ, ഇവരിൽ 99 ശതമാനത്തിനും ആ പൂതി അവസാനിക്കും. 12 മണിക്കൂറിനപ്പുറം ഇങ്ങനെ ബാഹ്യലോകബന്ധമില്ലാതെ കഴിച്ചുകൂട്ടാൻ കഴിയാത്ത 'കൊടും പരിസ്ഥിതിസംരക്ഷകരെ' ഒട്ടേറെ ഞാൻ കണ്ടിട്ടുണ്ട്.

'സഹ്യന്റെ മകനെ'ക്കുറിച്ച് പ്രബന്ധം അവതരിപ്പിച്ചിട്ടുണ്ടെങ്കിലും അകലെ താഴ്‌വാരത്തിൽനിന്നും കാറ്റ് മാടിക്കൊണ്ടുവരുന്ന ആനച്ചൂര് അനുഭവിച്ച നിമിഷം വിദ്യുത്തരംഗമേറ്റപോലെ സ്തംഭിച്ചു നിന്നുപോയ 'സർഗ്ഗ പ്രതിഭയെയും' കണ്ടിട്ടുണ്ട്. നഗരപരിഷ്കാരത്തിന്റെ സകലമാന സൗകര്യങ്ങളിലും മുഴുകി ഏമ്പക്കം വിട്ടിരിക്കുമ്പോൾ ചുമ്മാ തോന്നേണ്ടുന്ന ഉൾവിളിയല്ല യഥാർത്ഥ

കാടനുഭവങ്ങൾ. അവിടെ കവിതയിലെയും കഥയിലെയും കാട്ടാറിന്റെ സംഗീതവും കിളിപ്പാട്ടും വനപുഷ്പ സുഗന്ധവും മഞ്ഞും കുളിരും മാത്രമല്ല ഉള്ളത്. അട്ടയും ചെള്ളും പ്രിക്കും വിഷപ്പാമ്പുകളും വന്യജീവികളും മുൾപ്പടർപ്പുകളും ദുർഗന്ധവാഹിയായ പൂക്കളും തീ ചൂടും എല്ലാം ഉണ്ട്. ഈ തിരിച്ചറിവുകളില്ലാത്ത 'ഉപരിപ്ലവ കാല്പനിക വനസ്നേഹി'കളുടെ കൂടെ നടത്തുന്ന വനയാത്രകൾ പലപ്പോഴും നല്ല കോമഡിയായി ആസ്വദിക്കാൻ കഴിയാറുണ്ട്.

അങ്ങനെ ഒരു ടീമിനോടൊപ്പം ചിമ്മിണി വന്യജീവി സങ്കേതത്തിലൂടെ ഒരിക്കൽ യാത്ര നടത്തി. (നടത്തേണ്ടി വന്നു). 'ഉന്നതങ്ങളിൽ പിടിയുള്ളവർ' ആയിരുന്നതിനാൽ ആര്, എന്ത്, എന്തിന് എന്ന ചോദ്യങ്ങൾക്ക് പ്രസക്തിയില്ലായിരുന്നു. കാടിനെക്കുറിച്ചെല്ലാം 'അഗാധമായ' അറിവുള്ള അഞ്ചംഗസംഘം. കൂട്ടത്തിൽ ഒരാൾ പരിസ്ഥിതി എഴുത്തുകാരൻ ആയിരുന്നു. എല്ലാ ജാട പരിസ്ഥിതി എഴുത്തുകാരെയുംപോലെ അദ്ദേഹത്തിനും എല്ലാം അറിയാമായിരുന്നു! അട്ടകടി ഏൽക്കാതിരിക്കാനുള്ള Leech proof സോക്സ്, ഒന്നാംതരം ട്രക്കിങ് ഷൂസ്, പട്ടാളക്കാരുടെ യൂണിഫോം നിറത്തിലുള്ള കമാണ്ടോ ജാക്കറ്റ്സ്, ഒരുപാട് പോക്കറ്റുകളും വള്ളിച്ചരടുകളും ഉള്ള പാന്റ്, പുട്ടുകുറ്റി കാമറകൾ, വിലയേറിയ ബൈനോക്കുലറുകൾ, ബ്രാൻഡഡ് ബാക്ക് പാക്ക്, കൗബോയ് തൊപ്പി ഇത്യാദി വേഷഭൂഷാദികളാൽ മൂന്നാം ലോക മഹായുദ്ധത്തിനുള്ള തയ്യാറെടുപ്പോടെ സംഘം നടക്കാൻ ആരംഭിച്ചു. ഒരുനാൾ കാട്ടിൽ ടെൻഡിൽ കിടന്ന് പിറ്റേന്ന് തിരിച്ചെത്താനാണ് പ്ലാൻ.

തന്റെ സ്വതസിദ്ധമായ ദോഷൈകദൃക്കോടെ എഴുത്തുകാരൻ സുഹൃത്ത് ഓരോന്നും ചോദ്യം ചെയ്യാൻ തുടങ്ങിയിരുന്നു. "എന്തിനാണ് കാട്ടിലൂടെ ഇങ്ങനെ റോഡ് ഉണ്ടാക്കിയത്. സ്വാഭാവികപരിസ്ഥിതിയെ നശിപ്പിച്ചുകൊണ്ട്."

അത് ട്രക്ക് പാത്ത് ആണെന്നും ഉൾക്കാടുകളിലേക്ക് നടന്നു ചെല്ലാൻ അത് ആവശ്യമാണെന്നും പറഞ്ഞത് പക്ഷേ സംഘാംഗങ്ങൾക്ക് തീരെ ദഹിച്ചില്ല. ഞങ്ങൾ കഠിനപാതകളിലൂടെ നടക്കാൻ വന്നവരാണെന്നും ഇത്തരം റോഡുകൾക്കുപകരം നമുക്ക് കാട്ടിലൂടെ പോകാമോ എന്നും അവർ തിരക്കി. അങ്ങനെ ഞങ്ങൾ ട്രക്ക് പാത്ത് വിട്ട് ഒറ്റയടിപ്പാതയിലേക്ക് ചുവടുമാറ്റി.

കാടിന്റെ മാസ്മരികതയിൽ സ്വയം മറന്ന് സംഘം അങ്ങനെ നടന്നു. പറന്നുപോകുന്ന ഓരോ ശലഭത്തിന്റെയും ഫോട്ടോ എടുത്ത് ഓരോ കാട്ടുപൂക്കളെയും കൗതുകത്തോടെ ആസ്വദിച്ച്, മരക്കൂണുകൾ കണ്ട് വാൻഗോഗ് ചിത്രങ്ങളോട് ഉപമിച്ച്, കൈത്തോട്ടിലെ മിനുസമേറിയ വെള്ളാരംകല്ല് കൈയിലെടുത്ത് 'പ്രകൃതി ഒരു മഹാ

ശില്പി' എന്ന മഹത്‌വചനം ഉരുവിട്ട് സംഘം പതുക്കെ നീങ്ങവേ യാണ് കാതു തുളയ്ക്കുന്ന ഒരു ചിലുചിലപ്പൻ ശബ്ദം കേട്ടത്. കൂട്ട ത്തിൽ പക്ഷിനിരീക്ഷകൻ എന്ന് സ്വയം വിശേഷിപ്പിച്ച വ്യക്തി ഉടൻ തന്നെ അഭിപ്രായപ്പെട്ടു. 'മലമുഴക്കി വേഴാമ്പൽ'. ഞങ്ങൾ പെട്ടെന്ന് ചിരിച്ചുപോയി.

''അത് മലയണ്ണാൻ ആണ്'' എന്ന് ഞാൻ വിനയത്തോടെ പറഞ്ഞു.

''മലമുഴക്കിയുടെ ശബ്ദവും ഇതുപോലെ തന്നെയാണ്'' എന്ന പക്ഷിനിരീക്ഷകന്റെ അഭിപ്രായത്തോട് ഞങ്ങൾ (ഞാനും സ്റ്റാഫും) ഒഴികെ ബാക്കിയെല്ലാവരും യോജിച്ചു. പലരുടെയും പാന്റിന്റെ അനാ വശ്യമായി തൂങ്ങിക്കിടക്കുന്ന വള്ളികൾ വശങ്ങളിൽ നിൽക്കുന്ന ഓരില ചെടിയിൽ ഉടക്കാൻ തുടങ്ങി. ഊരക്കായകൾ ഡ്രസ്സിൽ തലങ്ങും വിലങ്ങും പറ്റിപിടിച്ചു. ഇളകിക്കിടക്കുന്ന ഉരുളൻകല്ലു കളിൽ ചവുട്ടി അടിതെറ്റി പലരും വീണു. ഇഞ്ചമുള്ളും ആനത്തൊട്ടാ വാടിയും കൈകളിൽ പോറലേൽപ്പിച്ചു. 'ആന ചൊറിയണം' കൈ യിൽ തട്ടി പലരും ചൊറിയാൻ തുടങ്ങി. 'അറിയാത്ത പുള്ളയ്ക്ക് ചൊറിച്ചൽ' തുടങ്ങിയപ്പോൾ ചോദ്യം വന്നു.

''നമുക്ക് ട്രക്ക് പാത്ത് വഴി പോയാൽ മതി.''

''അതിനു നമ്മൾ ഒരുപാട് വഴി മാറി പോന്നു'' എന്ന മറുപടി അവരിൽ വലിയ നിരാശയാണുണ്ടാക്കിയത്.

അപ്പോഴാണ് ചെറിയൊരു കയറ്റം തുടങ്ങിയത്. അഞ്ചു മിനിറ്റി നുള്ളിൽതന്നെ സംഘം തളർന്നു. ഫസ്റ്റ് ഗിയറിൽ കയറ്റം വലിപ്പി ക്കുന്ന ഭാരവണ്ടിപോലെ വലിമുട്ടിനിന്ന എഴുത്തുകാരൻ സുഹൃത്ത് ഒരു കമേർഷ്യൽ ബ്രേക്കിട്ട് തളർന്ന് ഇരുന്നു.

വേവലാതിയോടെ ചോദിച്ചു. ''ഇനിയും കയറ്റം ഉണ്ടോ?''

വടിക്കു പോയിട്ടേയുള്ളൂ. അടി ഇനിയും തുടങ്ങിയിട്ടില്ല എന്ന് പറയാനാണ് വന്നതെങ്കിലും നിരുത്സാഹപ്പെടുത്തേണ്ടെന്നു കരുതി പറഞ്ഞു.

''ആ ചെറുതായിട്ട്.''

പുട്ട് കുറ്റിയും ബൈനോയും വേഗംതന്നെ ബാക്ക്പാക്കിൽ കയറ്റി കൂടെ വന്ന വാച്ചറിന്റെ കൈയിൽ കൊടുത്തു. 55 വയസ്സ് പിന്നിട്ട വാച്ചർ, തന്റെ തലയിലെ കീറച്ചാക്കഴിച്ച് കലവും പ്ലേറ്റും ചീനച്ചട്ടിയും (ഞങ്ങൾക്കു ഭക്ഷണം പാകം ചെയ്യാൻ കരുതിയ താണ്) വകഞ്ഞു മാറ്റി സ്ഥലമുണ്ടാക്കി ആ 'അമേരിക്കൻ ടൂറിസ്റ്റർ' അകത്തിട്ട് കെട്ടി തലയിലേറ്റി. മുണ്ട് മടക്കിക്കുത്തി, വള്ളിച്ചെരിപ്പിട്ട വാച്ചർ വേഗത്തിൽ നടന്നു.

അല്പം നീണ്ട, ഭേദപ്പെട്ട ഒരു കയറ്റമായിരുന്നു അടുത്തത്. കാട്ടിലെ കൂപ്പു റോഡിലൂടെ വരുന്ന ലോഡ് കയറ്റിയ ഈറ്റ ലോറി പോലെ ഞരങ്ങിയും മൂളിയും ഇഴഞ്ഞും ആടിയുലഞ്ഞും വളരെ വളരെ സാവധാനത്തിൽ സംഘം നീങ്ങി. ഓരോ അഞ്ചു മിനിറ്റിലും ഇരുന്ന്, വെള്ളം കുടിച്ച് ബിസ്കറ്റും പഴവും തിന്ന് ഏറെ കഷ്ട പ്പെട്ടാണ് നടന്നത്.

"ഈ കാട്ടിൽ എന്തെങ്കിലും വന്യജീവികൾ ഉണ്ടോ? ഒന്നിനെയും കാണുന്നില്ലല്ലോ." അല്പമൊരു പുച്ഛത്തോടെ എഴുത്തുകാരൻ സുഹൃത്ത് ചോദിച്ചു.

ചിമ്മിണി കാട്ടിലെ മൃഗങ്ങളെക്കുറിച്ചും പ്രധാന സസ്യങ്ങളെ ക്കുറിച്ചും ഒരു ചെറുവിവരണം നൽകി.

"ഇത് നിങ്ങൾ ഫണ്ട് കിട്ടാൻ പറയുന്നതല്ലേ. ഇവിടെയൊന്നും ഒന്നിനെയും കാണുന്നില്ലല്ലോ."

"നമ്മൾ വഴിയിൽ കണ്ട ആനപ്പിണ്ടങ്ങൾ കാട്ടിൽ ഉത്സവത്തിന് എഴുന്നള്ളിപ്പിന് കൊണ്ടുവന്നതല്ല."

അല്പം നീരസത്തോടെ പറയേണ്ടിവന്നു. പ്രത്യക്ഷത്തിൽ കണ്ടല്ല, (Direct Sighting) പരോക്ഷമായ അടയാളങ്ങളിലൂടെ (Indirect Sighting) ആണ് വന്യമൃഗസാന്നിധ്യം മനസ്സിലാക്കേണ്ടത് എന്ന ബാലപാഠം വിസ്തരിക്കേണ്ടി വന്നു.

ഉൾക്കാട്ടിൽ 'ആനപ്പോര്' എന്ന ഒരു സ്ഥലമുണ്ട്. അവിടെ ഒരു സ്ഥിരം ക്യാമ്പ് ഷെഡ്ഡ് ഉണ്ട്. തുറസ്സായ ഈ ഷെഡ്ഡിൽ ടെന്റ് അടിച്ചു കിടക്കാനാണ് ഞങ്ങൾ പ്ലാൻ ചെയ്തത്. ഏറെ വലഞ്ഞ് ഒരുപാട് നേരമെടുത്ത് ഞങ്ങൾ ആനപ്പോര് എത്തി. ഷെഡ്ഡിന് ചുറ്റും ട്രഞ്ച് ഉണ്ട്.

"എന്തിനാണ് ഈ ട്രഞ്ച്, ഇനി ഇപ്പോൾ ആനകളെ എങ്ങനെ അടുത്ത് കാണും?" എന്ന് എഴുത്തുകാരൻ സുഹൃത്ത് പരിഭവം പറഞ്ഞു.

"ട്രഞ്ച് ഇല്ലെങ്കിൽ ആനകൾ ഷെഡ്ഡ് തകർക്കും."

"ഇവിടെ അതിന് ഒരു കുഴിയാന പോലും ഇല്ലല്ലോ" എന്ന അദ്ദേഹത്തിന്റെ പരിഹാസത്തിൽ അവരെല്ലാവരും ഉറക്കെ ചിരിച്ചു. അവരുടെ പുച്ഛത്തിനും പരിഹാസത്തിനും തക്കതായ മറുപടി കൊടുക്കാൻ വന്യമൃഗങ്ങൾ അപ്പോൾ തയ്യാറെടുക്കുകയായിരുന്നു എന്ന കാര്യം ഞങ്ങൾക്കാർക്കും അന്നേരം അറിയില്ലായിരുന്നു.

ആനപ്പോര് ട്രഞ്ച് കടക്കാൻ രണ്ടു മരത്തടികൾ ചേർത്ത് കെട്ടിയ ഒരു ചെറിയ പാലം ഉണ്ടായിരുന്നു. ഞങ്ങൾ സ്റ്റാഫ് സ്വാഭാവികമായി

നടന്ന് അപ്പുറത്തേക്ക് കടന്നു. പക്ഷേ കഠിനപാതകൾ ഏറെ താണ്ടി പരിചയസമ്പന്നരായ യാത്രാസംഘം, ഉരുളൻതടികളിൽ കാലു തെന്നുമോ, പിടിക്കാൻ ഒന്നുമില്ലല്ലോ, ട്രെഞ്ചിൽ വീണാൽ കാലൊടി യില്ലേ... എന്നിങ്ങനെയുള്ള ആത്മഗതങ്ങളാൽ ആശങ്കപ്പെട്ട് അപ്പുറം അറച്ചുനിന്നു. പിന്നെ ഞങ്ങൾ ഏറെ പണിപ്പെട്ട് ഓരോരുത്തരു ടെയും കൈപിടിച്ച്, പിച്ച വെക്കാൻ പഠിക്കുന്ന കുട്ടികളെപ്പോലെ മെല്ലെ നടത്തി ട്രഞ്ച് കടത്തി.

ട്രഞ്ചിനാൽ ചുറ്റപ്പെട്ട സ്ഥലം സാമാന്യം വിസ്തൃതമായിരുന്നു. ഏകദേശം മദ്ധ്യഭാഗത്തുള്ള ഷെഡ്ഡ് ലക്ഷ്യമാക്കി നടക്കാൻ തുട ങ്ങവെ മുന്നിൽ നടന്നിരുന്ന വാച്ചർ മാധവേട്ടൻ പെട്ടെന്ന് നിന്നു. ഒറ്റയടിപ്പാതയിലെ അല്പം നനവാർന്ന മണ്ണിലേക്ക് തലകുനിച്ചു നോക്കി. എന്നെ അരികിലേക്ക് വിളിച്ചു. വളരെ ഫ്രഷ് ആയ ഒരു 'പഗ്' മാർക്ക്. സൂക്ഷ്മനിരീക്ഷണത്തിൽ അത് പുള്ളിപ്പുലിയുടേതാ ണെന്ന് മനസ്സിലായി. ഷെഡ്ഡ് ലക്ഷ്യമാക്കിയാണ് പോയിട്ടുള്ളത്.

''എന്താണത്?'' ഒരു സുഹൃത്ത് ചോദിച്ചു.

''ലെപ്പേർഡിന്റെ പഗ് മാർക്കാണ്.''

പ്രതീക്ഷിച്ചപോലെ എഴുത്തുകാരൻ സുഹൃത്തിന്റെ ചോദ്യ മുയർന്നു.

''അത് ലെപ്പേർഡിന്റെ ആണെന്ന് എങ്ങനെ മനസ്സിലായി?''

''ഇതാണ് ഞാൻ നേരത്തെ പറഞ്ഞത്. 'ഇൻഡയറക്ട് സൈറ്റിംഗ്' കളിലൂടെ വന്യജീവിയെ കണ്ടറിയണമെന്ന്.''

സ്വതസിദ്ധമായ പുച്ഛഭാവത്തിൽ അദ്ദേഹം അത് അവഗണിച്ചു. പഗ് മാർക്ക് ഫ്രഷ് ആണെന്നതിനാലും ഷെഡ്ഡ് ലക്ഷമാക്കിയാണ് പോയിട്ടുള്ളത് എന്നതിനാലും ഞങ്ങൾ അല്പം ജാഗരൂകരായി. ഊഹം തെറ്റിയില്ല. ഞങ്ങളുടെ വരവുകണ്ട് നല്ല മുതിർന്ന ഒരു പുള്ളിപ്പുലി ഷെഡ്ഡിൽനിന്നും ചാടിയിറങ്ങി ട്രഞ്ച് വട്ടം ചാടി കാട്ടി ലേക്കു ഓടിപ്പോയി. സംഘം ആകെ ഞെട്ടിവിറച്ചു.

മാധവേട്ടൻ പറഞ്ഞു, ''അവൻ മിക്കവാറും ഇവിടെയാ കിടപ്പ്. നമ്മൾ വരുമ്പോൾ മാറിത്തരും.''

''അത് ആക്രമിക്കില്ലേ?'' വേവലാതിപൂണ്ട ചോദ്യം എഴുത്തു കാരൻ സുഹൃത്തിന്റെ തന്നെയായിരുന്നു.

''സാധാരണ വന്യമൃഗങ്ങൾ മനുഷ്യരെ കണ്ടാൽ ഓടിമാറുക യാണ് പതിവ്. ആക്രമിക്കാൻ നിൽക്കാറില്ല.''

എന്റെ മറുപടിയിൽ പക്ഷേ അദ്ദേഹം തൃപ്തനായില്ല. മുഖത്തെ പുച്ഛഭാവം തുലാവർഷ മേഘംപോലെ ഓടിയൊളിച്ചു. ഭയം

കീഴടക്കിയ കൊടിയ നിശ്ശബ്ദത മുഖപേശികളെ വക്രീകരിച്ചു. ഒരടി നടക്കാനാകാതെ സംഘം സ്തംഭിച്ചു നിന്നു.

''കുഴപ്പമില്ല, ഇനി അവൻ വരില്ല.'' മാധവേട്ടൻ ചെറുചിരിയോടെ പറഞ്ഞു.

''ഇനി വന്നാലോ?''

''വരില്ല.''

''എന്താ ഉറപ്പ്?''

ഇതിനൊക്കെ എന്ത് ഉറപ്പ് കൊടുക്കാൻ. തൽക്കാലം വരില്ല എന്ന വാക്ക് വിശ്വസിക്കാതെ തരമില്ല. ഷെഡ്ഡിൽ വിശദപരിശോധന നടത്തി മാധവേട്ടൻ പറഞ്ഞു. ''അവിടെ ഇനി ഒന്നും ഇല്ല. ധൈര്യ മായി പോന്നോളൂ.''

ഓരോ കാൽച്ചുവടിലും ഭീതിദമായ എന്തോ കാത്തിരിക്കുന്നുണ്ട് എന്ന ആശങ്കകളോടെ നാലുപാടും ചകിതനോട്ടമെറിഞ്ഞ് സംഘം മെല്ലെ ഷെഡ്ഡ് ലക്ഷ്യമാക്കി നടന്നു.

ഷെഡ്ഡിൽ എത്തി കുറച്ച് സമയം കഴിഞ്ഞ് ഭയാശങ്കകൾ വിട്ടൊ ഴിഞ്ഞ് സ്വാസ്ഥ്യം വീണ്ടെടുത്തപ്പോൾ എഴുത്തുകാരൻ സുഹൃത്ത് പറഞ്ഞു. ''ഈ കാട്ടിൽ അറ്റ്ലീസ്റ്റ് ഒരു പുള്ളിപ്പുലി ഉണ്ട് എന്ന് ഞാൻ സമ്മതിക്കാം.''

അപ്പോഴും വിട്ടുമാറാത്ത സർവ്വജ്ഞഭാവത്തെ ഇനിയും ഇങ്ങനെ വിട്ടാൽ ശരിയാകില്ല എന്ന ഉറച്ച തീരുമാനത്തിൽ ഞാൻ എത്തി.

''സുഹൃത്തേ, നമ്മൾ നടന്നുവരുമ്പോൾ ആനപ്പോര് എത്തുന്ന തിനു തൊട്ടുമുൻപ് ഒരു മുളങ്കൂട്ടം കണ്ടത് ഓർക്കുന്നുണ്ടോ?''

അദ്ദേഹം അത് ഓർക്കാത്ത ഭാവത്തിൽ കൺമിഴിച്ചു.

''അവിടെ എത്തിയപ്പോൾ വാച്ചർ കുട്ടൻ മുൻപേ നടന്ന് മുള ങ്കൂട്ടം ശ്രദ്ധാപൂർവ്വം പരിശോധിച്ചിരുന്നു. അവിടെ ഒരു രാജവെമ്പാല കൂടുണ്ടാക്കി മുട്ടയിട്ട് അടയിരിക്കുന്നുണ്ടായിരുന്നു. കൂടുണ്ടാക്കി അതിൽ മുട്ടയിടുന്ന ഏകപാമ്പാണ് രാജവെമ്പാല. അത് അവിടെ ഉണ്ടോന്ന് നോക്കാനാണ് കുട്ടൻ പോയത്. അത് അവിടെ ഉണ്ടാ യിരുന്നു. നിങ്ങളോട് പറയാൻ തുനിഞ്ഞപ്പോൾ നിങ്ങൾ ആഗോള താപനത്തെക്കുറിച്ചുള്ള ഗഹനമായ ചർച്ചയിലായിരുന്നു. രാജ വെമ്പാലയെ അലോസരപ്പെടുത്താതെ വഴി അല്പം മാറിയാണ് നമ്മൾ നടന്നത്.'' ഞാൻ തെല്ലു നിർത്തി. അവിശ്വസനീയമായ ഒരു വാർത്ത കേൾക്കുമ്പോലെ അവരിരുന്നു. ''വെള്ളാരം കല്ലെടുത്ത് പ്രകൃതി എന്ന മഹാശില്പി എന്നുപറഞ്ഞ കൈത്തോട് ഓർമ്മ യുണ്ടോ?''

അത് ഓർമ്മയുണ്ട് എന്ന് അദ്ദേഹം സമ്മതിച്ചു.

''ആ കൈത്തോടിന്റെ കരയിൽ 'ചോലവേങ്ങ' എന്ന വലിയ ഒരു മരം നിൽപ്പുണ്ട്. അതിൽ കടുവ മാന്തിയ പാടുണ്ട്. ഓരോ കടുവയും അവരവരുടെ 'ടെറിട്ടറി' അടയാളപ്പെടുത്തും. സാധാര ണയായി കടുവകൾ മാന്തി അടയാളപ്പെടുത്താൻ തെരഞ്ഞെടുക്കുന്ന മരമാണ് ചോലവേങ്ങ. അതിനാൽ അവയെ 'നരിവേങ്ങ' എന്നും വിളിക്കാറുണ്ട്. Bischofia javanica എന്നാണ് ശാസ്ത്രനാമം. നിങ്ങൾ ആരും അത് ശ്രദ്ധിച്ചില്ല.''

നഷ്ടബോധം ഓർത്താവണം സംഘം നിശ്ശബ്ദവും കൂടുതൽ ശ്രദ്ധാലുക്കളുമായി.

''നമ്മുടെ നടപ്പുവഴികൾക്കിരുപുറവും ആയി നിന്നിരുന്ന പല മരങ്ങളുടെയും തൊലികൾ നിങ്ങൾ ശ്രദ്ധിച്ചിരുന്നുവോ? നമ്മളേ ക്കാൾ പൊക്കത്തിൽ അവയിൽ പലതിന്റെയും തൊലികൾ അതീവ മിനുസപ്പെട്ട് ഇരിക്കുന്നതായി കാണാം. ആനകൾ അവരുടെ ശരീരം ഉരയ്ക്കുന്നതാണ്. അവരുടെ ചൊറിച്ചിൽ മാറ്റാൻ കണ്ടെത്തുന്ന ഉപാധി. നിങ്ങൾ ആരും അത് കണ്ടില്ല.''

''ഞാൻ അത് കണ്ടിരുന്നു. പക്ഷേ എന്താണെന്ന് മനസ്സിലാ യില്ല.'' കൂട്ടത്തിലെ ചിത്രകാരൻ സുഹൃത്ത് പറഞ്ഞു.

''അത് എന്താണെന്ന് നിങ്ങൾ എന്തുകൊണ്ട് ചോദിച്ചില്ല?''

മറുപടി ഉണ്ടായില്ല. പ്രതീക്ഷിച്ചുമില്ല.

''വലിയ കയറ്റം കഴിഞ്ഞ് ഇറങ്ങുന്ന ഭാഗത്ത് നമ്മുടെ നടപ്പു വഴിയിൽനിന്നും ഏകദേശം 30 മീറ്റർ മാറി ഒരു ചതുപ്പ് ഉണ്ട്. അവിടെ കാട്ടുപോത്തുകൾ ഉണ്ടായിരുന്നു. നിങ്ങൾ പക്ഷേ തീരെ അവശരാ യിരുന്നു. അതിനാൽ അവിടെ നിൽക്കാതെ നേരെ നടന്ന് തോട്ടു വക്കിലാണ് നമ്മൾ ഇരുന്നത്.''

എല്ലാവരും മുത്തശ്ശിക്കഥ കേൾക്കുന്നതുപോലെ ജിജ്ഞാസു ക്കളായി വാ പൊളിച്ചിരുന്നു.

''നമ്മൾ ഇരുന്ന തോട്ടുവക്കിൽ ഒരു കൂറ്റൻ വെള്ളകിൽ മരം ഉണ്ട്. അതിന്റെ കടഭാഗത്ത് പൊത്തിൽ ഒരു പാമ്പ് ഉണ്ടായിരുന്നു. ചുരുട്ട. (Malabar pit Viper). സാമാന്യം നല്ല വിഷമുള്ള പാമ്പ്. കൈയെത്തും ദൂരത്ത് ഉണ്ടായിരുന്നിട്ടും നിങ്ങളാരും അത് കണ്ടില്ല. ആരും ഡിസ്റ്റർബ് ചെയ്തില്ലെങ്കിൽ അത് ശാന്തമായി അവിടെത്തന്നെ തുടരും.''

കൂട്ടത്തിലെ ഏറ്റവും ചെറുപ്പക്കാരനായിരുന്ന ജേർണലിസം വിദ്യാർത്ഥിയോടായി പറഞ്ഞു. ''താങ്കൾ മൂത്രമൊഴിക്കാൻ ചവിട്ടു

വഴിയിൽനിന്നും അല്പം മാറി നിന്നപ്പോൾ അവിടെ മൂത്രമൊഴി ക്കേണ്ട, അല്പം കൂടി മാറിനിൽക്കാൻ മാധവേട്ടൻ നിങ്ങളോട് പറഞ്ഞത് ഓർമ്മയുണ്ടോ?''

''ഉണ്ട് അത് എന്തിനാണെന്ന് മനസ്സിലായില്ല. അവരുടെ വല്ല മലദൈവങ്ങളുടെ സ്ഥലമാണെന്ന് ഞാൻ കരുതി.''

''മലദൈവങ്ങൾ ഒന്നുമല്ല. അവിടെ കരിങ്കുറിഞ്ഞി ചെടിയിൽ പടർന്നുകയറി കുലകുലയായി കായ്കൾ തൂക്കിയിട്ട 'നായ്ക്കുരുണ' വള്ളിച്ചെടി ഉണ്ടായിരുന്നു. നായ്ക്കുരുണ കായകളുടെ പുറത്തുള്ള രോമങ്ങൾ മാരകമായ ചൊറിച്ചിൽ ഉണ്ടാക്കാൻ കഴിയുന്നവയാണ്. നിങ്ങൾ അവിടെത്തന്നെ നിന്ന് മൂത്രം ഒഴിച്ചിരുന്നുവങ്കിൽ ഒരുപക്ഷേ നിങ്ങൾ മലദൈവത്തെ കണ്ടേനേ. മാത്രവുമല്ല, ഇപ്പോൾ ഇവിടെ ഇങ്ങനെ ഇത്ര സമാധാനത്തോടെ ഇരിക്കാൻ കഴിയുമായിരുന്നു മില്ല.''

''നമ്മുടെ വഴിത്താരയിൽ എത്രയോ മൃഗങ്ങളുടെ കാൽപ്പാടു കൾ, കാഷ്ഠങ്ങൾ എന്നിവ ഉണ്ടായിരുന്നു എന്നറിയാമോ. കരടി, കരിങ്കുരങ്ങ്, മരപ്പട്ടി, കാട്ടുപോത്ത്, മ്ലാവ്, പുള്ളിമാൻ, കാട്ടുപന്നി... എന്നിങ്ങനെ നിരവധി മൃഗങ്ങളുടെ അടയാളങ്ങൾ. മുള്ളൻപന്നി യുടെ മുള്ള് തന്നെ മൂന്നിടത്ത് കണ്ടു. നിങ്ങൾ പക്ഷേ കാലാവസ്ഥാ വ്യതിയാനത്തെക്കുറിച്ചും യുണൈറ്റഡ് നാഷൻസ് ഫ്രെയിംവർക്ക് കൺവെൻഷൻ ഓൺ ക്ലൈമറ്റ് ചേഞ്ച് (UNFCCC) പരാജയത്തെ സംബന്ധിച്ചും ഒക്കെ തീവ്രമായ ചർച്ചയിലായിരുന്നു.''

നിശ്ശബ്ദം. എഴുത്തുകാരൻ സുഹൃത്തിന്റെ കാറ്റ് അയഞ്ഞ് പെരുത്ത മസിലുകൾ അല്പം ചുരുങ്ങാൻ തുടങ്ങിയിരുന്നു.

കൂടെയുള്ള വാച്ചർമാരെ ചൂണ്ടിക്കാട്ടി ഞാൻ തുടർന്നു. ''നോക്കൂ, ഞാൻ ഒരു വർഷത്തെ ഫോറസ്റ്റർ ട്രെയിനിങ്ങും രണ്ടു വർഷത്തെ റേഞ്ചർ ട്രെയിനിങ്ങും കഴിഞ്ഞ ആളാണ്. പക്ഷേ ഇവർക്ക് ഈ കാട് അറിയുന്നതിന്റെ നാലിലൊന്നുപോലും എനിക്കറിയില്ല. അവർക്ക് ജിം കോർബെറ്റ്, ആൻഡേഴ്സൺ, റാത്തോർ, വാത്മീകി ഥാപ്പർ, വന്ദനാശിവ, മേധാപട്കർ എന്നിവരെ ആരെയും അറിയില്ല. അവരുടെ ഒരു പുസ്തകംപോലും ഇവർ വായിച്ചിട്ടില്ല. പക്ഷേ ഇവർ വായിച്ചിട്ടുള്ള വലിയ പുസ്തകം നിങ്ങളാരും വായിച്ചിട്ടുണ്ടാകില്ല.''

അല്പം നാടകീയതയോടെ ഞാൻ പറഞ്ഞു നിർത്തി.

''അത് ഏത്?'' ഒരുമിച്ചാണത് ചോദിച്ചത്.

''കാട് എന്ന പുസ്തകം. ഇവരുടെ കൂടെയുള്ള ഓരോ യാത്ര യിലും എത്രയോ പുതുകാര്യങ്ങൾ ഇപ്പോഴും ഞാൻ പഠിക്കുന്നു.''

ഞാൻ അല്പനേരം നിർത്തി. ഇരുട്ടു വീഴാൻ തുടങ്ങിയിരുന്നു. ആ നിശ്ശബ്ദ നിമിഷങ്ങളിൽ ആണ് മാധവേട്ടൻ പരിഭ്രാന്തനായി ഓടി വന്നു പറഞ്ഞത്.

''സാറേ, ആന. വടക്കുഭാഗത്ത് ട്രഞ്ചിന്റെ അരികിൽ നിന്നിരുന്ന വലിയ മരുത് കഴിഞ്ഞയാഴ്ച കാറ്റിൽ കടപുഴകി വീണിരുന്നു. അവിടെ ട്രഞ്ച് ഇടിഞ്ഞു. വേണമെങ്കിൽ ആനയ്ക്ക് ഇറങ്ങി കടക്കാം. ആനക്കൂട്ടം അവിടെ എത്തിയിട്ടുണ്ട്.''

ട്രഞ്ചിന്റെ സുരക്ഷിതത്വം ഇനി ഇല്ല എന്ന തിരിച്ചറിവിൽ സ്തബ്ധരായി ഞങ്ങൾ അവിടെ തരിച്ചിരുന്നു.

ട്രഞ്ചിൽ ഇറങ്ങി ആനകൾ ഇപ്പുറം കയറിയാൽ സ്ഥിതിഗതികൾ ആകെ നിയന്ത്രണാതീതമാകും. ആനകളെ അപ്പുറം തന്നെ തടഞ്ഞു നിർത്തണം. അതിന് എന്താണുപായമെന്ന് ആലോചിക്കവേ പരിഭ്രാന്തനായി എഴുത്തുകാരൻ സുഹൃത്ത് ചോദിച്ചു.

''അപ്പോൾ, ട്രഞ്ച് കടന്ന് ആനകൾ അകത്തു വരുമോ?''

''വന്നേക്കാം, സാരമില്ല നിങ്ങൾക്ക് ആനകളെ അടുത്തു കാണാൻ പറ്റുമല്ലോ.''

എന്റെ മുനവെച്ച മറുപടിയിൽ, കൈയോടെ പിടിക്കപ്പെട്ട മോഷ്ടാവിന്റെ ജാള്യം നിറഞ്ഞ ദൈന്യഭാവത്തോടെ അദ്ദേഹം എന്റെ മുഖത്തേക്ക് നോക്കി.

''മാധവേട്ടാ, ട്രഞ്ച് ഇടിഞ്ഞ ഭാഗത്ത്, ഇപ്പുറം വേഗംതന്നെ തീ കൂട്ടുക. ആനകൾ ഇപ്പുറം കടക്കരുത്.''

ഞാൻ മുഴുവനാക്കും മുൻപുതന്നെ കുട്ടനും മാധവേട്ടനും പണി തുടങ്ങിയിരുന്നു. ഷെഡ്ഡിൽ പാചക ആവശ്യത്തിനായി കുറച്ച് വിറക് ശേഖരിച്ച് വെച്ചിരുന്നു. ഞങ്ങൾ മൂന്നുപേരുംകൂടി അതിവേഗം ട്രഞ്ചിനരികിലേക്ക് അത് നീക്കാൻ തുടങ്ങി. പറയാതെതന്നെ അവരും ഞങ്ങളോടൊപ്പം കൂടും എന്നു ഞാൻ കരുതി. പക്ഷേ ഒന്നും ചെയ്യാതെ, ചെയ്യാനാകാതെ അവരാകെ സ്തംഭിച്ചു നിൽക്കുകയായിരുന്നു.

അപ്പുറം ഏഴെട്ട് ആനകൾ ഉണ്ടായിരിക്കണം. മങ്ങിയ വെളിച്ചത്തിൽ അവരുടെ കാഴ്ചകളും നീക്കങ്ങളും വ്യക്തമായിരുന്നില്ല. എങ്കിലും ഒരു കാര്യം എന്നെ അത്ഭുതപ്പെടുത്തി. അവരുടെ പെരുമാറ്റം സാധാരണയിൽനിന്നും കുറച്ചു വിഭിന്നമായിരുന്നു. മാധവേട്ടനും കുട്ടനും കൂടി വിറകിന് തീ പിടിപ്പിച്ചു. ഷെഡ്ഡിൽനിന്നും യാത്രാസംഘം മടിച്ചുമടിച്ചാണെങ്കിലും ഞങ്ങൾക്കരികിലേക്ക് വന്നു. അവർ

മാത്രമായി ഷെഡ്ഡിൽ നിൽക്കുന്നതിന്റെ അരക്ഷിതാവസ്ഥയായിരിക്കാം ഒരുപക്ഷേ അവരെ ഞങ്ങൾക്കരികിലേക്ക് എത്തിച്ചത്. ഉണങ്ങിയ വിറകിന് തീപിടിച്ചാളിയപ്പോൾ ട്രഞ്ചിന് തൊട്ടപ്പുറം നിശ്ചലമായി നിന്ന് ഞങ്ങളെ സാകൂതം വീക്ഷിക്കുന്ന ഒരു മുഴുത്ത പിടിയെ കണ്ട് അക്ഷരാർത്ഥത്തിൽ ഞങ്ങൾ ഞെട്ടി. ദൈവമേ, ആനകൾ ഇത്രയും അടുത്ത്, ഉണ്ടായിരുന്നുവോ? കത്തുന്ന ഒരു വിറകുകൊള്ളി കൈയിലെടുത്ത് ഉയർത്തിപ്പിടിച്ച് ഒരു തെയ്യം കലാകാരനെപോലെ മാധവേട്ടൻ ആനയെ നോക്കി. തീവെട്ടി വെളിച്ചത്തിൽ തിളങ്ങി ആ പിടി ഒരു ചുവട് പിന്നോക്കംവെച്ചു.

''ഇവരെന്താണ് ഇവിടെനിന്നും പോകാത്തത്?''

ആനകളുടെ പെരുമാറ്റത്തിൽ അല്പം അസ്വാഭാവികത തോന്നിയതിനാൽ ഞാൻ മാധവേട്ടനോട് ചോദിച്ചു.

''കഴിഞ്ഞ രണ്ടാഴ്ച ഈ ഷെഡ്ഡിൽ ട്രക്ക് പാത്ത് പണിക്കാർ താമസിച്ചിരുന്നു. അപ്പോഴാണ് മരുത് വീണു ട്രഞ്ച് ഇടിഞ്ഞത്. ഒരു ദിവസം പണി കഴിഞ്ഞ് അവർ തിരിച്ചെത്തിയപ്പോൾ ആനകൾ വന്നു ഷെഡ്ഡിൽനിന്നും അരിയും ഉപ്പും ശർക്കരയും എല്ലാം എടുത്തു തിന്നിരുന്നു. ആ കോള് കണ്ടു വന്നതായിരിക്കും.''

അപ്പോൾ അതാണ് ഇവരുടെ ഈ വരവിന് കാരണം. ആനകൾ സവിശേഷമായ ബുദ്ധിയുള്ള മൃഗങ്ങളാണ്. ശർക്കരയും ഉപ്പും അവർക്ക് ഏറെ ഇഷ്ടമാണ്. സ്വാദ് തിരിച്ചറിയാനുള്ള ആനകളുടെ കഴിവിനെപ്പറ്റി ഇപ്പോഴും നമുക്ക് കാര്യമായ അറിവില്ല. പക്ഷേ ഗന്ധം തിരിച്ചറിയാനുള്ള ആനകളുടെ കഴിവ് അപാരമാണ്. 12 മൈൽ (19.2 km) ദൂരെയുള്ള ജലസാന്നിധ്യംപോലും മണത്തറിയാൻ ആനകൾക്ക് കഴിയും എന്ന് പഠനങ്ങൾ തെളിയിച്ചിട്ടുണ്ട്. യഥാർത്ഥത്തിൽ സ്വാദിനേക്കാൾ ഇത്തരം ഗന്ധങ്ങളാണ് ആനകളെ കൂടുതലായി ആകർഷിക്കുന്നത്.

മനുഷ്യസാന്നിധ്യത്താൽ സവിശേഷമായ തീറ്റസാധനങ്ങൾ ലഭിച്ചേക്കാം എന്ന് കൊതിമൂത്ത് വന്നവരാണിവർ. അതുകൊണ്ടാണ് അത്ര പെട്ടെന്നൊന്നും അവർ അവിടംവിട്ടു പോകാത്തത്.

അടുത്ത വലിയൊരു പ്രശ്നം, രാത്രി മുഴുവൻ തീ കത്തിച്ചു നിർത്താൻ ആവശ്യമായ വിറക് ഞങ്ങൾ വശം സ്റ്റോക്ക് ഇല്ലായിരുന്നു എന്നതാണ്. അടിയന്തിരമായി വിറക് ഉണ്ടാക്കിയേ പറ്റൂ. തീ അണഞ്ഞുപോകാതെ നോക്കാൻ കുട്ടനെയും സംഘത്തിലെ മൂന്നു പേരെയും കൂടി ഏൽപ്പിച്ച് മാധവേട്ടനും മറ്റു രണ്ടുപേരും ഒത്തു വിറക് തേടി ഇറങ്ങി. അൽപസമയത്തിനു മുൻപ് പുള്ളിപ്പുലി ഓടി

മറഞ്ഞ വഴിയിലൂടെ നടക്കാൻ ആദ്യം അവർ മടിച്ചെങ്കിലും ഞങ്ങൾക്ക് മറ്റു മാർഗങ്ങൾ ഇല്ലായിരുന്നു.

ഇരുട്ടിലെ ഓരോ ഇലയനക്കങ്ങളിലേക്കും പരിഭ്രാന്തമായി ടോർച്ചടിച്ച്, എപ്പോൾ വേണമെങ്കിലും ചാടി വീഴാവുന്ന പുലിപ്പേടിയിൽ അവർ പകച്ചുനിന്നു. (മനുഷ്യസാന്നിധ്യത്തിലേക്ക് ആ പുലി ഒരിക്കലും വരില്ല എന്നത് അവർക്ക് അറിഞ്ഞുകൂടല്ലോ.) ഉണങ്ങി വീണ വിറകുകൾ കഴിയാവുന്നത്ര ഞങ്ങൾ ശേഖരിച്ചു. എല്ലാവരും തളർന്നു പോയിരുന്നു. ഭക്ഷണമുണ്ടാക്കാൻ മാധവേട്ടനെയും കുട്ടനെയും ഷെഡ്ഡിലേക്ക് പറഞ്ഞുവിട്ട് തീയുടെ ചുമതല ഏറ്റെടുത്തു.

അവർ അഞ്ചുപേരും തികച്ചും നിശ്ശബ്ദരും ഭയചകിതരുമായിരുന്നു. ട്രഞ്ചിനപ്പുറം തൊട്ടടുത്ത് കാട്ടിൽ ഇരുട്ടിൽ ആനകളുടെ സാന്നിധ്യം വ്യക്തമാണ്. കമ്പുകൾ ഒടിക്കുന്ന ശബ്ദം കേൾക്കാം. ഇടയ്ക്കൊക്കെ ആനകൾ ഉണ്ടാക്കുന്ന വിറപ്പിക്കൽ ശബ്ദങ്ങളും (അവർ തമ്മിൽ തമ്മിൽ ആശയവിനിമയം ചെയ്യുന്നതാണ്) കേൾക്കുന്നുണ്ട്. എന്നാൽ ഒന്നിനെയും കാണുന്നില്ല. അതാണ് കൂടുതൽ ഭീകരമായി തോന്നിയത്. ശബ്ദത്തിന്റെ ഓരോ ഉറവിട ദിശകളിലേക്കും ഭ്രാന്തമായി അവർ ടോർച്ച് തെളിയിച്ചു. ''ടോർച്ചടിച്ച് അവരെ കൂടുതൽ പ്രകോപിപ്പിക്കേണ്ട.'' എന്റെ നിർദ്ദേശം പക്ഷേ അവർക്ക് ഉൾക്കൊള്ളാൻ ആയില്ല.

ഇരുട്ടിൻമറയിൽനിന്നും ആനകൾ കൂട്ടത്തോടെ ആർത്തലച്ച് ഞങ്ങൾക്ക് നേരെ വരുമോ എന്നായിരുന്നു അവരുടെ ഭയം. അങ്ങനെയൊന്നും ഉണ്ടാകില്ല എന്നും തീ അണയാതെ നോക്കണം, അതാണ് ഏറ്റവും മുഖ്യം എന്നും അവരെ ബോധ്യപ്പെടുത്തി. വിറക് അടുപ്പിക്കാനും തീ പെരുക്കാനും അതുവരെ കാണിക്കാത്ത ഒരു ഉത്സാഹം അപ്പോൾ അവരിൽ ഉണ്ടായി.

''ഈ ട്രഞ്ച് എത്രയും പെട്ടെന്ന് ശരിയാക്കണം.''

എഴുത്തുകാരൻ സുഹൃത്താണ് അത് പറഞ്ഞത്. സാഹചര്യങ്ങളുടെ സമ്മർദ്ദങ്ങൾ നമ്മളെ കൊണ്ടെത്തിക്കുന്ന നിലപാടുകളിലെ വൈരുദ്ധ്യമോർത്ത് ഞാൻ ഉള്ളാലെ ചിരിച്ചു.

''ഉടനെ ശരിയാക്കും. ഞാൻ ഇത് അറിഞ്ഞിരുന്നില്ല. അറിഞ്ഞിരുന്നുവെങ്കിൽ നിങ്ങളെ എത്ര സമ്മർദ്ദമുണ്ടായിരുന്നാലും ഇവിടെ കൊണ്ടുവരില്ലായിരുന്നു. സാധാരണയായി ഇവിടെ വരാൻ സന്ദർശകർക്ക് അനുവാദം ഇല്ലാത്തതാണ്. (അന്ന് ആനപ്പോര് ഇക്കോ ടൂറിസം തുടങ്ങിയിട്ടില്ലായിരുന്നു). 'ഉന്നതർ' മുഖേന നിങ്ങൾ ചെലുത്തിയ സമ്മർദ്ദങ്ങൾക്ക് വഴങ്ങിയാണ് ഇവിടെ വരേണ്ടിവന്നത്.

സന്ദർശകരുടെ സുരക്ഷിതത്വമാണ് ഏറ്റവും മുഖ്യം. എന്തെങ്കിലും ദുരന്തം സംഭവിച്ചാൽ ഞങ്ങൾ മാത്രമായിരിക്കും കുറ്റക്കാർ. അപ്പോൾ ഈ പറഞ്ഞ 'ഉന്നതർ' ഒന്നും കാണില്ല. അതുകൊണ്ടാണ് ഞങ്ങൾ സാധാരണ ഇത്തരം കാര്യങ്ങൾക്ക് അനുവാദം നൽകാത്തത്. അല്ലാതെ നിങ്ങളോട് ആരോടും എന്തെങ്കിലും വൈരാഗ്യം ഉള്ളതു കൊണ്ടല്ല.''

അവരുടെ മുഖങ്ങളിൽ കുറ്റബോധം കലർന്ന ഭയം സ്ഫുരിച്ചു.

അതൊരു വല്ലാത്ത രാത്രിയായിരുന്നു. ഞങ്ങളെ സംബന്ധിച്ചിടത്തോളം അത്തരം രാത്രി ക്യാമ്പുകൾ പുതിയ കാര്യമൊന്നുമല്ല. രാത്രി പലപ്പോഴും തുറസ്സായ പാറപ്പുറങ്ങളിലോ കാട്ടുപുഴയോരങ്ങളിലോ ആണ് കഴിച്ചുകൂട്ടാറുള്ളത്. എല്ലായിടത്തും ക്യാമ്പ് ഷെഡ്ഡുകൾ ഉണ്ടാകില്ല. തീ കൂട്ടുക എന്നത് മാത്രമാണ് സുരക്ഷ. സാധാരണയായി തീ കണ്ടാൽ മിക്കവാറും വന്യമൃഗങ്ങൾ ഒഴിഞ്ഞുപോകും. ഇവിടെ പക്ഷേ വി.ഐ.പി. അതിഥികളുടെ സാന്നിധ്യമായിരുന്നു ഞങ്ങളുടെ വേവലാതി. ഉൾക്കാട്ടിലെ രാത്രിയുറക്കം ഒരിക്കലും അത്ര സുഖകരമാകാറില്ല. എത്രയൊക്കെ ഉറങ്ങിയാലും ഉറങ്ങാതിരിക്കുന്ന ഒരു അകമനസ്സ് ഉണ്ടായിരിക്കും.

എല്ലാവരും വല്ലാതെ വിശന്നു തളർന്നിരുന്നു. അതുകൊണ്ടു തന്നെ ചൂട് കഞ്ഞിയും ചെറുപയർ തോരനും ഉണക്കമീൻ പൊരിച്ചതും (ഇത്തരം ക്യാമ്പിങ്ങുകളിലെ യൂണിവേഴ്സൽ ഭക്ഷണമാണത്) എല്ലാവരും വളരെ രുചിയോടെ കഴിച്ചു. രാത്രി ഉറങ്ങാനായില്ലായെങ്കിലും മറ്റു അനിഷ്ടസംഭവങ്ങൾ ഒന്നുമുണ്ടായില്ല. പുലരും വരെ ആനകൾ ആ പരിസരത്തുതന്നെ ഉണ്ടായിരുന്നു. ഇരുട്ടിൽ നിന്നും ഇടയ്ക്കിടെ ഉയർന്നുകേട്ട വലിയ ശബ്ദങ്ങൾ അവയുടെ സാന്നിധ്യം ഉറപ്പിച്ചിരുന്നു. നേരം പുലരാൻ തുടങ്ങിയപ്പോൾ പക്ഷേ അവർ അകന്നു പോയി.

''നമ്മൾ തിരിച്ചുപോകുന്നത് വന്ന വഴിയിൽകൂടി തന്നെയാണോ?'' എഴുത്തുകാരൻ സുഹൃത്ത് ചോദിച്ചു.

''അതെ.''

''വേറെ വഴിയിലൂടെ പൊയ്ക്കൂടേ? അപ്പോൾ ആ ഭാഗവും കാണാല്ലോ.''

ഗ്രീക്ക് തത്ത്വചിന്തകൻ ഹീറോക്ലിറ്റസിനെ കൂട്ടുപിടിച്ച് ഞാൻ അദ്ദേഹത്തോട് പറഞ്ഞു

''സുഹൃത്തേ, നമ്മൾ ഒരിക്കലും ഒരു കാട് രണ്ടുതവണ കാണുന്നില്ല. നമ്മൾ ഇന്നലെ നടന്നു വന്നതിനുശേഷം ആ വഴിയിലൂടെ

ഒരു കടുവ നടന്നിട്ടുണ്ടാകാം. ഒരു ആനക്കൂട്ടം കടന്നുപോയിട്ടുണ്ടാകാം. വഴിയരികിൽ കണ്ട കദളിപ്പൂക്കളിൽനിന്നും തേൻകുടിച്ച ശലഭം പരാഗണം നടത്തിയിട്ടുണ്ടാകാം. ഗർഭം ധരിച്ച കാട്ടുമന്ദാര പൂക്കൾ സംതൃപ്തിയോടെ ഇതൾ പൊഴിച്ചിട്ടുണ്ടാകാം, ഒരു ചക്കര ശലഭം (Crimson Rose) വഴിയരികിൽ നിൽക്കുന്ന 'അല്പ'ത്തിന്റെ (Thottea siliquosa ഒരു ഔഷധസസ്യം) ഇലയുടെ അടിയിൽ പ്രതീക്ഷകളോടെ മുട്ടയിട്ടിട്ടുണ്ടാകാം, ഓരില ചെടിയിൽ ഒരു കാട്ടുചിലന്തി വല കെട്ടിയിട്ടുണ്ടാകാം, മലയണ്ണാൻ അലക്ഷ്യമായി ഉപേക്ഷിച്ച ഒരു വെടിപ്ലാവിൻ കുരുവിന് മുളപൊട്ടിയിട്ടുണ്ടാകാം, അടയിരിക്കുന്ന രാജവെമ്പാല ഒരു മൂർഖൻപാമ്പിനെ ഇന്നലെ വിഴുങ്ങിയിട്ടുണ്ടാകാം. ഇന്നലെ കണ്ട കാടല്ല ഇന്നത്തെ കാട്."

ഒറ്റ രാത്രിയിലെ അനുഭവത്താൽ ഒട്ടൊക്കെ പതം വന്ന മനസ്സുമായി എന്റെ വാക്കുകൾ അവർ ശ്രദ്ധാപൂർവ്വം കേട്ടു.

മടക്കയാത്ര രസകരമായിരുന്നു. മുളങ്കൂട്ടത്തിലെ രാജവെമ്പാലയെ കണ്ടു, വെള്ളകിൽ മരപ്പൊത്തിലെ ചുരുട്ടയെ കണ്ടു, ചോല വേങ്ങയിലെ നരിമാന്തൽ കണ്ടു, കാറ്റിലിളകിയാടുന്ന നായ്ക്കുരണ കണ്ടു, ആന മിനുസപ്പെടുത്തിയ മരങ്ങൾ കണ്ടു. അങ്ങനെ ശരിക്കും കാട് കണ്ട് ഞങ്ങൾ തിരിച്ചെത്തി.

***

രണ്ടാഴ്ചയ്ക്കുശേഷം എഴുത്തുകാരൻ സുഹൃത്തിന്റെ 'Sunday supplement'ൽ വന്ന അതിസാഹസിക ചിമ്മണിയാത്രയെക്കുറിച്ചുള്ള സചിത്രലേഖനം വായിച്ച് ഞങ്ങൾ ഒരുപാട് ചിരിച്ചു.

■

മാക്കാച്ചിക്കാട
(Sri Lankan frogmouth)

വന്യജീവി പരിപാലനത്തിലെ (Wildlife Management) സുപ്രധാനമായ ഒരു പ്രക്രിയയാണ് വന്യജീവി കണക്കെടുപ്പ് (Wildlife Census). വന്യജീവികളുടെ കാര്യത്തിൽ 'Census' എന്ന വാക്ക് ഉപയോഗിക്കുന്നത് ശാസ്ത്രീയമായി ശരിയല്ലാത്തതാണ്. മനുഷ്യരുടെ എണ്ണം എടുക്കുന്നതുപോലെ കൃത്യമായി എണ്ണി തിട്ടപ്പെടുത്തുക എന്നതിലുപരി 'Population estimation' എന്ന വിശാലമായ കാഴ്ചപ്പാടിൽ ആണ് വന്യജീവി സെൻസസ്സിനെ മനസ്സിലാക്കേണ്ടത്. തുടർച്ചയായി നടത്തപ്പെടുന്ന ഇത്തരം 'എസ്റ്റിമേഷ'നുകളിലൂടെ ഓരോ ജീവി വർഗ്ഗത്തിന്റെയും 'പോപ്പുലേഷൻ ട്രെൻഡ്' ആണ് വിലയിരുത്തുന്നത്. അതായത് പോപ്പുലേഷൻ വർദ്ധിക്കുകയാണോ അതോ കുറഞ്ഞു വരികയാണോ? കുറയുകയാണെങ്കിൽ കാരണങ്ങൾ എന്ത്? പോപ്പുലേഷൻ മെച്ചപ്പെടുത്താൻ എന്തു മാറ്റമാണ് വന്യജീവി പരിപാലനത്തിൽ വരുത്തേണ്ടത് തുടങ്ങിയ സമഗ്രമായ ഒരു അപഗ്രഥനമാണ് യഥാർത്ഥത്തിൽ വൈൽഡ് ലൈഫ് സെൻസസ്.

ഓരോ ജീവി വർഗ്ഗത്തിനനുസരിച്ചും സെൻസസ് രീതികളിൽ മാറ്റം ഉണ്ടാകാം. ഇന്ന് ആധുനിക മാർഗങ്ങളായ ക്യാമറ ട്രാപ്പ്, ഡി.എൻ.എ അനാലിസിസ് എന്നിവയിലൂടെ വലിയ സസ്തനികളായ ആന, കടുവ, വരയാടുകൾ മുതലായവയുടെ ഏറെക്കുറെ കൃത്യമായ രേഖപ്പെടുത്തൽ സാധ്യമായിട്ടുണ്ട്.

ചിമ്മിണി വന്യജീവിസങ്കേതത്തിൽ ജോലിനോക്കുന്ന കാലത്താണ് സംസ്ഥാനത്തൊട്ടാകെയുള്ള വന്യജീവി സെൻസസിനു സമയമാകുന്നത്. ക്യാമറ ട്രാപ്പോ, DNA അനാലിസിസ് മാർഗ്ഗങ്ങളോ ഒന്നുംതന്നെ അക്കാലത്ത് ഉപയോഗിച്ചു തുടങ്ങിയിരുന്നില്ല. ആകെ വനമേഖലയെ വിവിധ ബ്ലോക്കുകളായി തിരിച്ച് ഓരോ ബ്ലോക്കിലും

പ്രത്യേകമായാണ് ഡാറ്റ ശേഖരിക്കുന്നത്. നാലുദിവസം തുടർച്ച യായി ഓരോ ബ്ലോക്കിൽനിന്നും ഡാറ്റ ശേഖരിക്കും. നേരിട്ട് കണ്ടും (Direct Sighting), പരോക്ഷ തെളിവുകളിലൂടെയും (Indirect sightings) ആണ് ഇത്തരം ഡാറ്റാ ശേഖരണം. കേവലം വനംവകുപ്പ് ജീവന ക്കാരെക്കൊണ്ട് മാത്രം ഇത്തരം ഡാറ്റാ ശേഖരണം ഫലപ്രദമായി നടപ്പിലാക്കാൻ കഴിയില്ല എന്നതിനാൽ വന്യജീവി സംരക്ഷണ രംഗത്ത് താല്പര്യമുള്ള ഒട്ടനവധി സന്നദ്ധ സംഘടനകളുടെയും പരിസ്ഥിതി സ്നേഹികളുടെയും വിദ്യാർത്ഥികളുടെയും സ്ഥാപന ങ്ങളുടെയും സഹകരണത്തോട് കൂടിയാണ് അതിവിപുലമായ സെൻസസ് നടത്തിയിരുന്നത്. KFRIയിലെ മുതിർന്ന ശാസ്ത്രജ്ഞൻ ഡോ.പി. എസ്. ഈസ സാറിന്റെ നേതൃത്വത്തിൽ സംസ്ഥാന വ്യാപകമായി ഇക്കാര്യത്തിൽ ആവശ്യമായ പരിശീലനം നൽകി യിരുന്നു.

ചിമ്മിണി വന്യജീവിസങ്കേതത്തിലേക്ക് സെൻസസിനായി നിയോ ഗിച്ചത് വെള്ളാനിക്കര ഫോറസ്ട്രി കോളേജിലെ മിടുക്കരായ വിദ്യാർ ത്ഥികളെ ആയിരുന്നു. എന്റെ അടുത്ത സുഹൃത്തും അന്ന് ഫോറ സ്ട്രി കോളേജിലെ അസിസ്റ്റന്റ് പ്രൊഫസറും ആയിരുന്ന ഡോക്ടർ പി.ഒ. നമീറിന്റെ വിദ്യാർത്ഥികൾ. അവർക്ക് കൃത്യമായ പരിശീലനം നേരത്തെ തന്നെ നൽകിയിരുന്നു. ഒരു ബ്ലോക്കിലേക്ക് ഒരു വിദ്യാർ ത്ഥിയെയും ഒരു വാച്ചറേയും നിയോഗിക്കും. സ്റ്റാഫിന്റെ ലഭ്യത യ്ക്കനുസരിച്ച് അവരെയും നിയോഗിക്കും. വിവിധ ഡാറ്റ ഷീറ്റുകൾ, കോമ്പസ്, ടേപ്പ്, ഗ്ലാസ് ട്രേ, പ്ലാസ്റ്റർ ഓഫ് പാരീസ്, ബക്കറ്റ്, കപ്പ്, പെൻസിൽ, ട്രെയ്സിംഗ് പേപ്പറുകൾ, ലഘുഭക്ഷണം മുതലായ സാമഗ്രികളുമായാണ് ഓരോ ഗ്രൂപ്പും യാത്രയാകുക. ഫീൽഡിൽ 'Pug' മാർക്കുകൾ കണ്ടാൽ അതിന്റെ ചിത്രം വരച്ചെടുക്കുന്നതി നാണ് ഗ്ലാസ് ട്രെയും ട്രെയിസിങ് പേപ്പറും. തുടർന്ന് അതിന്റെ കാസ്റ്റിംഗ് ഉണ്ടാക്കിയെടുക്കാൻ ആണ് പ്ലാസ്റ്റർ ഓഫ് പാരീസ്. Pug മാർക്കിന്റെ അളവുകൾ കടുവകളെ തിരിച്ചറിയുന്നതിൽ വളരെ പ്രാധാന്യമർഹിക്കുന്ന ഒന്നാണ്. അതിരാവിലെ യാത്രയാകുന്ന സംഘം ഉച്ചതിരിഞ്ഞ് വൈകിയാണ് തിരിച്ചെത്തുക. എല്ലാ ദിവ സവും വൈകീട്ട് ചിമ്മിണി ഡോർമിറ്ററിയിൽ വച്ച് അതാത് ദിവ സത്തെ പ്രവർത്തികളുടെ വിലയിരുത്തലും അവലോകനവും ഉണ്ടാകും. അങ്ങനെ വളരെ സിസ്റ്റമാറ്റിക് ആയാണ് സെൻസസ് പുരോഗമിച്ചു വന്നത്.

ചിമ്മിണിയിലേക്ക് വന്ന എല്ലാവിദ്യാർത്ഥികളും നല്ല മിടുക്ക ന്മാരും മിടുക്കികളും ആയിരുന്നു. കാര്യങ്ങൾ എളുപ്പം ഗ്രഹിച്ചെടു ക്കാനുള്ള അവരുടെ കഴിവും ഒട്ടും തളരാതെയുള്ള ഫീൽഡിലെ

അലച്ചിലും കുറ്റമറ്റ രീതിയിലുള്ള ഫീൽഡ് ഡാറ്റ ശേഖരണവും അവരെക്കുറിച്ച് വല്ലാത്ത മതിപ്പുളവാക്കി. അക്കൂട്ടത്തിൽ ഹരി എന്ന അതിസമർത്ഥനായ ഒരു വിദ്യാർത്ഥി ഉണ്ടായിരുന്നു. വന്യജീവി നിരീക്ഷണത്തിൽ അപാരമായ സിദ്ധിയുള്ള ഒരു മിടുക്കൻ. ചിമ്മിണി വന്യജീവിസങ്കേതത്തിലെ ഏറ്റവും ഉയരം കൂടിയ 'പൊന്മുടി' ബ്ലോക്കിലാണ് ഹരിയെ നിയോഗിച്ചിരുന്നത്. മൂന്നാം ദിവസം ഡാറ്റാ ശേഖരണം കഴിഞ്ഞ് തിരിച്ചു വന്ന ഹരി ഒരു ഗംഭീരൻവാർത്തയുമായാണ് വന്നത്. പൊന്മുടിയിൽ ഒരു ഇറക്കം ഇറങ്ങി ചെറിയൊരു കയറ്റം കയറുകയായിരുന്നു ഹരി. കാലു തെന്നി മലർന്നടിച്ചു വീണു. വീണ കിടപ്പിൽ തൊട്ടരികിൽ നിൽക്കുന്ന ഒരു ചെറുമരത്തിന്റെ അധികം ഉയരത്തിലല്ലാതെയുള്ള ഒരു ശിഖരത്തിൽ ആണ് നോട്ടം ചെന്നു തറച്ചത്. സൂക്ഷിച്ചുനോക്കി. ഹരി ആഹ്ലാദത്താൽ തുള്ളിച്ചാടി. അവിടെ ആ ചെറുമരത്തിന്റെ ശിഖരത്തിൽ അതാ ഒരു പക്ഷി ഉറങ്ങിയിരിക്കുന്നു. അപൂർവമായ 'മാക്കാച്ചിക്കാട'. (Sri Lankan Frogmouth). മാക്കാച്ചിക്കാട സൈറ്റിംഗ് അക്കാലത്ത് തികച്ചും അപൂർവ്വം തന്നെയായിരുന്നു.

വിവരം ഉടൻതന്നെ നല്ലൊരു പക്ഷിഗവേഷകൻ കൂടിയായ ഡോ. നമീറിനെ അറിയിച്ചു. വൈകുന്നേരത്തോടെ നമീർ ചിമ്മിണിയിൽ എത്തി. ക്യാമറയും മറ്റു സന്നാഹങ്ങളുമായി ഞാനും നമീറും ഹരിയും വാച്ചർ കുട്ടനും കൂടി പൊന്മുടിയിലേക്ക് യാത്രതിരിച്ചു. ഇരുട്ട് വീണു തുടങ്ങിയിരുന്നു. രാത്രിഞ്ചരൻമാർ പുറത്തിറങ്ങി തുടങ്ങിയിരുന്നു.

ഓരോ സമയത്തും കാടിന് ഓരോ സ്വഭാവമാണ്. പകലിലെ കാഴ്ചകളും ശബ്ദങ്ങളും ഗന്ധങ്ങളും പൂർണമായും വഴിമാറുന്ന രാത്രിയിൽ കാട് മറ്റൊരു ലോകമാണ്. ഉറക്കമുണർന്ന് ഉച്ചത്തിൽ പാടുന്ന ചീവീടുകളുടെ സിംഫണി, ശബ്ദായമാനമായ പുറംലോകത്തിന്റെ ചടുലവേഗങ്ങളിൽനിന്നും വന്യമായ ഏകാന്തതയിലേക്ക് പൊടുന്നനെ അവ നമ്മളെ കൊണ്ടുചെന്നെത്തിക്കും. രാച്ചുക്കുകളുടെ ഭീതിദമായ നിലവിളി മുത്തശ്ശിക്കഥകളുടെ ബാല്യത്തിലേക്ക് ഒരുപക്ഷേ നമ്മളെ കൊണ്ടു പോയേക്കാം.

ഏറെ ശ്രദ്ധയോടെ ആ കൊടുങ്കാട്ടിലൂടെ ഞങ്ങൾ നടന്നു. രണ്ടു മണിക്കൂറിലേറെ നീണ്ട വിശ്രമമില്ലാത്ത നടത്തത്തിലൂടെ ഞങ്ങൾ ഹരി പറഞ്ഞ സ്ഥലത്തെത്തി. ഞങ്ങളെ അത്ഭുതപ്പെടുത്തിക്കൊണ്ട് മാക്കാച്ചിക്കാട അവിടെത്തന്നെ ഇരിപ്പുണ്ടായിരുന്നു. കൈ എത്തിച്ച് തൊടാവുന്ന പൊക്കത്തിൽ. ചെറുമരത്തിന്റെ തൊലിയുടെ നിറവും മാക്കാച്ചിക്കാടയുടെ നിറവും ഒരുപോലെയായിരുന്നു. ശിഖരത്തിന്റെ ഒരു തുടർച്ചപോലെ ഇരുന്നിരുന്ന ആ പക്ഷിയെ

ശാഖയിൽനിന്നും വേറിട്ട് കാണുക എന്നത് തികച്ചും ദുഷ്കരമായിരുന്നു. (Camouflage). ഹരിയുടെ വന്യജീവി നിരീക്ഷണ കണ്ണുകൾക്ക് മുൻപിൽ ശരിക്കും നമിച്ചു പോയി.

പക്ഷിയെ സൂക്ഷ്മമായി നിരീക്ഷിച്ചു. ഉദ്ദേശ്യം 20 സെന്റീമീറ്റർ നീളം. ചുവപ്പു കലർന്ന തവിട്ടുനിറം. ഉണങ്ങിയ കരിയിലപോലെ. 'തവള വായ്' പോലെ പരന്ന വലിയ ചുണ്ടുകൾ. സാമാന്യം വലിയ തലയിൽ മുന്നിലേക്ക് ലക്ഷ്യമിട്ടു നിലകൊള്ളുന്ന കണ്ണുകൾ. രണ്ടു ചെറിയ പിളർപ്പ് പോലത്തെ നാസാരന്ധ്രങ്ങൾ. അതെ, മാക്കാച്ചിക്കാടതന്നെ. പെൺപക്ഷിയാണ്. ആൺപക്ഷിക്ക് ചാരം കലർന്ന തവിട്ടുനിറമാണ്. അപൂർവ പക്ഷിയിനമായ മാക്കാച്ചിക്കാട പശ്ചിമഘട്ടത്തിലും ശ്രീലങ്കയിലും മാത്രമാണ് കണ്ടുവരുന്നത്. '

ആ പക്ഷി, കൂടിനു മുകളിൽ നിറഞ്ഞിരിക്കുകയാണ്. ഒന്നുകിൽ മുട്ടയോ അല്ലെങ്കിൽ കുഞ്ഞോ ഉണ്ടാകും. ഞങ്ങൾ അതിസൂക്ഷ്മതയോടെ ഒട്ടും അലോസരപ്പെടുത്താതെ ആ പക്ഷിയെ നിരീക്ഷിച്ചു. ഒരു തുണ്ടു വെളിച്ചംപോലും ഉപയോഗിക്കാതെ ഇൻഫ്രാ റെഡ് വീഡിയോ ക്യാമറ മാത്രം ഉപയോഗിച്ച് മാക്കാച്ചിക്കാടയുടെ ഓരോ ഭാവങ്ങളും നിശ്ശബ്ദമായി ഒരു തൂവൽസ്പർശംപോലെ ഒപ്പിയെടുത്തു. ആവശ്യമായ ചിത്രങ്ങളും വീഡിയോയും ക്യാമറയിൽ പകർത്തി നമീർ അടക്കം പറഞ്ഞു.

''കേരളത്തിൽനിന്നും മാക്കാച്ചികാടയുടെ കൂടും പ്രജനനവും അപൂർവ്വമായി മാത്രമേ റിപ്പോർട്ട് ചെയ്യപ്പെട്ടിട്ടുള്ളൂ. ഇത് ഗംഭീരമായ ഒരു കണ്ടെത്തലാണ്. നമുക്ക് കാത്തിരിക്കാം. തള്ളപ്പക്ഷി ഇര തേടി പോകും. എല്ലാം നമുക്ക് ക്യാമറയിൽ പകർത്തണം.''

ഒട്ടും ശല്യപ്പെടുത്താതെ, തെല്ലു മാറി, ആ കൊടുംവനത്തിലെ ഒരു കൽക്കൂട്ടത്തിൽ, നിറഞ്ഞ ഇരുട്ടിൽ, നിശ്ശബ്ദരായി ഞങ്ങളിരുന്നു. തീ കൂട്ടാതെ, ഒന്നും സംസാരിക്കാതെയുള്ള ആ കാത്തിരിപ്പ് വല്ലാത്ത ഒരു അനുഭവം തന്നെയായിരുന്നു. തൊട്ടടുത്ത ആളെപോലും കാണാൻ കഴിയാത്ത ആ കൂരിരുട്ടിൽ ഇരുണ്ട വനഗർഭങ്ങളിൽനിന്നും മുഴങ്ങിക്കേൾക്കുന്ന വൈവിധ്യമാർന്ന ശബ്ദങ്ങൾക്ക് കാതോർത്ത് നിമിഷങ്ങൾ എണ്ണി എണ്ണി ഞങ്ങൾ കാത്തിരുന്നു. പെട്ടെന്നാണ് ഒരു ചിറകടി ശബ്ദം കേട്ടത്. ആ അമ്മപ്പക്ഷി പറന്നുയർന്നു. അത് ഇരുന്നിരുന്ന മരച്ചില്ലയിലേക്ക് ഇൻഫ്രാറെഡ് ക്യാമറ കണ്ണിലൂടെ ഞങ്ങൾ നോക്കി. അവിശ്വസനീയമായിരുന്നു ആ മനോഹര കാഴ്ച! പായലും മരത്തൊലികളുംകൊണ്ട് ഉണ്ടാക്കിയ ഒരു ചെറിയ കൂട്ടിൽ അതാ, ഒരു കുഞ്ഞൻ മാക്കാച്ചികാട. കൈകളിലെടുത്ത് ഓമനിച്ച് അരുമയോടെ ഉമ്മ വയ്ക്കാൻ തോന്നിപ്പോയ ഒരു

ഉണ്ടപ്പൻ കുട്ടിപ്പക്ഷി. കണ്ണിമയ്ക്കാതെ ഞങ്ങൾ ആ അസുലഭകാഴ്ച യിൽ ലയിച്ചുനിന്നു. നിശ്ശബ്ദമായി ആ കുഞ്ഞിനെ ആവോളം ക്യാമറയിൽ പകർത്തി. അൽപസമയം കഴിഞ്ഞുകാണും. അമ്മപ്പക്ഷി കൊക്കിൽ ഒരു കുഞ്ഞുപാറ്റയുമായി തിരിച്ചെത്തി. അതീവശ്രദ്ധ യോടെ കുഞ്ഞിന്റെ മലർക്കെ പിളർന്ന വായിലേക്ക് പാറ്റയെ വെച്ചു കൊടുത്തു. വാക്കുകളാൽ വരച്ചിടാൻ കഴിയാത്ത അതീവചാരുത യാർന്ന ദൃശ്യം! അത് പലതവണ ആവർത്തിച്ചു. ഓരോ തവണയും ഡോ. നമീർ അത് ഇൻഫ്രാറെഡ് ക്യാമറക്കണ്ണുകളാൽ ഒപ്പിയെ ടുത്തു.

സ്ലീപ്പിങ് ബാഗിന്റെ ഇത്തിരി ചൂടിൽ ചുരുണ്ടൊളിച്ച്, കൊടും തണുപ്പിൽ നേരം പുലരുംവരെ ഞങ്ങൾ അവിടെ ചിലവഴിച്ചു. കിഴക്കേ മലവാരത്ത്, വെളിച്ചാമുക്ക് മലയ്ക്കപ്പുറം നിന്ന് സൂര്യൻ എത്തിനോക്കാൻ തുടങ്ങവേ, അപ്പോഴും ആ കൊച്ചുശിഖരത്തിൽ കുഞ്ഞിനെ പുതപ്പിച്ച് ഉറങ്ങിയിരിക്കുന്ന ആ അമ്മപ്പക്ഷിയോട് നിശ്ശ ബ്ദമായി യാത്രപറഞ്ഞ് അതീവ സംതൃപ്തിയോടെ ഞങ്ങൾ സാവ ധാനം മലയിറങ്ങി.

■

ഗജമോക്ഷം

ചിമ്മിണി വന്യജീവി സങ്കേതത്തിൽനിന്നും 2002ൽ പറമ്പിക്കുളം വന്യജീവി സങ്കേതത്തിലേക്കാണ് എനിക്ക് സ്ഥലംമാറ്റം ലഭിച്ചത്. ദക്ഷിണേന്ത്യയിലെതന്നെ പ്രശസ്തമായ പറമ്പിക്കുളം വന്യജീവി സങ്കേതം ജനവാസമേഖലകളിൽ നിന്നെല്ലാം അകന്ന് ചുറ്റിനും ഇതര വനം ഡിവിഷനുകളിലെ സമൃദ്ധമായ വനമേഖലകളുമായി ചേർന്ന് കിടന്നിരുന്നതിനാൽ വലിയതോതിലുള്ള സംരക്ഷണ പ്രശ്നങ്ങൾ ഒന്നുംതന്നെ അഭിമുഖീകരിച്ചിരുന്നില്ല. പക്ഷേ വന്യജീവി സങ്കേതത്തിനുള്ളിൽതന്നെ ആറ് ആദിവാസി സെറ്റിൽമെന്റുകളും PAP കോളനി (Parmbikulam Aliyar Project) എന്ന പേരിൽ അറിയപ്പെടുന്ന നാട്ടുകാരുടെ ഒരു ജനവാസമേഖലയും ഉണ്ടായിരുന്നു.

പറമ്പിക്കുളത്ത് മൂന്ന് ഡാമുകൾ ഉണ്ട് പറമ്പിക്കുളം, തൂണക്കടവ്, പെരുവാരി പള്ളം ഡാമുകൾ. ഈ ഡാം പണികൾക്കായി വന്ന, പ്രധാനമായും തമിഴ്നാട്ടുകാരായ ആളുകൾ ഡാം പണിക്ക് ശേഷവും അവിടെ തുടർന്നു. അവരാണ് PAP കോളനിവാസികൾ എന്നറിയപ്പെടുന്നത്. വന്യജീവി പരിപാലനത്തോടൊപ്പം ഈ മനുഷ്യരുടെ ഉപജീവനവും വനംവകുപ്പിന്റെ ഉത്തരവാദിത്വമായിരുന്നു. പറമ്പിക്കുളത്ത് വിസ്തൃതമായ തേക്ക് തോട്ടങ്ങൾ ഉണ്ട്. തേക്കുമരങ്ങൾ മുറിച്ചുകൊണ്ട് ഡെപ്പോകളിലേക്ക് കൊണ്ടുപോകുന്ന ജോലികളിലാണ് ഇവരിൽ മിക്കവരും ഏർപ്പെട്ടിരുന്നത്. അതിനാൽതന്നെ പരമ്പരാഗത വനവിഭവശേഖരണം മുതലായ കാര്യങ്ങളിൽ അവർ വ്യാപരിച്ചിരുന്നില്ല. പക്ഷേ തൊണ്ണൂറുകളുടെ അവസാനത്തിൽ സംരക്ഷിത വനമേഖലകളിൽനിന്നുള്ള മരംമുറി പാടേ നിരോധിച്ചുകൊണ്ട് സുപ്രീം കോടതി ഉത്തരവ് പുറപ്പെടുവിച്ചു. പൊടുന്നനെ പറമ്പിക്കുളത്തെ മരംമുറിയും നിന്നു.

ഒരു സുപ്രഭാതത്തിൽ ആദിവാസികളും നാട്ടുകാരും തൊഴിൽ രഹിതരായി. ആയിരത്തിനുമേൽ ജനസംഖ്യയുണ്ടായിരുന്ന ഈ

മനുഷ്യരുടെ നിലനിൽപ്പ് വനംവകുപ്പിനെമാത്രം ആശ്രയിച്ചായി. പറമ്പിക്കുളത്തെ ടൂറിസം അല്ലാതെ മറ്റൊരു മാർഗവും മുന്നിൽ ഇല്ലായിരുന്നു. അവിടെനിന്നാണ് വൈൽഡ് ലൈഫ് വാർഡന്റെയും വൈൽഡ് ലൈഫ് അസിസ്റ്റന്റ് ശ്രീ. തോമസ് നെൽസന്റെയും നേതൃത്വത്തിൽ ശരിയായ ദിശാബോധത്തിലൂന്നിയ 'ഇക്കോ ഡെവ ലപ്മെന്റ്' പ്രവർത്തനങ്ങൾക്ക് തുടക്കം കുറിക്കുന്നത്. ഈയൊരു കാലത്താണ് പറമ്പിക്കുളം റേഞ്ച് ഓഫീസർ ആയി ഞാൻ നിയ മിതനാകുന്നത്. പറമ്പിക്കുളം വന്യജീവി സങ്കേതത്തിൽ നാല് ഫോറസ്റ്റ് റേഞ്ചുകൾ ഉണ്ട്. സുങ്കം, പറമ്പിക്കുളം, ഒരുക്കൊമ്പൻ, കരിമല. ഇക്കോ ഡെവലപ്മെന്റ് പ്രവർത്തനങ്ങൾക്ക് റേഞ്ച് ഓഫീ സർമാർ എല്ലാവരും പരമാവധി നേതൃത്വം നൽകി. അക്കാലത്ത് തുടങ്ങിവച്ച ഇക്കോ ഡവലപ്പ്മെന്റ് പ്രവർത്തനങ്ങളും ഇക്കോ ടൂറി സവും പടിപടിയായി വികസിച്ച് ഇന്നിപ്പോൾ ലോകഭൂപടത്തിൽ തന്നെ പറമ്പിക്കുളം കടുവാസങ്കേതം തങ്കലിപികളാൽ അടയാള പ്പെട്ടിരിക്കുന്നു.

പറമ്പിക്കുളം സേവനകാലം അവിസ്മരണീയമായ അനുഭവ ങ്ങളുടെ പെരുമഴക്കാലം ആയിരുന്നു. ആ അനുഭവങ്ങളിലേക്ക്....

ഡിസംബർ മാസത്തിലെ മഞ്ഞുറഞ്ഞ ഒരു പ്രഭാതം. നേരം വെളുത്തു വരുന്നതേയുള്ളൂ. പതിവ് പ്രഭാതസവാരിക്കായി ഇറങ്ങാൻ തുടങ്ങു മ്പോഴാണ് വാച്ചർ മണികണ്ഠൻ പരിഭ്രാന്തനായി ഓടിവന്നു പറ ഞ്ഞത്.

''സാർ, ടണലിൽ ഒരു ആന വീണു കിടക്കുന്നു.''

പെട്ടെന്ന് ഒരു വിദ്യുത്തരംഗം നട്ടെല്ലിലൂടെ മിന്നി കടന്നുപോയി.

''ചത്തിട്ടില്ല, മീൻപിടിത്തക്കാരാണ് വന്നു പറഞ്ഞത്.'' മണി കണ്ഠൻ തുടർന്നു.

പറമ്പിക്കുളം ആളിയാർ പദ്ധതി പ്രകാരം പറമ്പിക്കുളത്ത് നിന്നും വെള്ളം തമിഴ്നാട്ടിലേക്ക് കൊണ്ടുപോയി വൈദ്യുതി ഉത്പാദന ത്തിനും ജലസേചനത്തിനുമായി ഉപയോഗിക്കുന്നു. പറമ്പിക്കുളം ഡാമിൽനിന്നും തൂണക്കടവ് ഡാമിലേക്കും അവിടെനിന്ന് തമിഴ്നാട് ഏരിയയിലേക്കും വെള്ളം കൊണ്ടുപോകുന്നതിനായിട്ടാണ് ടണൽ നിർമ്മിച്ചിട്ടുള്ളത്. പറമ്പിക്കുളം റിസർവോയറിൽനിന്നും ആരംഭി ക്കുന്ന ഈ ടണലിന് ആകെ 8165 അടി നീളവും 16 അടിയിൽ കൂടു തൽ വ്യാസവും ഉണ്ട്. ഈ ടണൽ പലയിടത്തും തുറന്നതും ചില യിടങ്ങളിൽ ഭൂമി തുരന്നും ആണ് ഉണ്ടാക്കിയിട്ടുള്ളത്. ടണൽ

തുടങ്ങുന്ന പറമ്പിക്കുളം ഡാമിൽ നിന്നും ഉദ്ദേശം 200 മീറ്ററോളം നീളത്തിലുള്ള ഭാഗം തുറന്ന് കിടക്കുന്നതാണ്. ഇവിടെയാണ് ആന വീണിട്ടുള്ളത്. സാധാരണയായി ടണലിൽ വീണ ആന രക്ഷപ്പെടണ മെങ്കിൽ അത്ഭുതങ്ങൾ സംഭവിക്കണം. ഇതിനോടകം ഒട്ടനവധി ആനകൾ ടണലിൽ വീണു മൃതിയടഞ്ഞിട്ടുണ്ട്. പെട്ടെന്നുതന്നെ സ്റ്റാഫിനെ അറിയിച്ച് എല്ലാവരോടും ഉടൻ റിപ്പോർട്ട് ചെയ്യാനാ വശ്യപ്പെട്ടു. കരിമല റെയിഞ്ച് ഓഫീസറും ആത്മാർത്ഥ സുഹൃത്തു മായ സാബി വർഗീസിനെ വിളിച്ചുവരുത്തി.

അരമണിക്കൂറിനുള്ളിൽതന്നെ എല്ലാവരും ഒത്തു ബോട്ടിൽ നേരെ സംഭവസ്ഥലത്തേക്ക് കുതിച്ചു. ടണലിൽ കണ്ട കാഴ്ച അതീവ ദയനീയമായിരുന്നു. ആനകൾ ഒന്നല്ല, രണ്ടെണ്ണം. ഒരു തള്ളആനയും ഉദ്ദേശം മൂന്ന് നാല് വയസ്സ് പ്രായമുള്ള ഒരു ചില്ലി കൊമ്പനും.

പറമ്പിക്കുളം റിസർവോയറിൽനിന്നും ഉത്ഭവിക്കുന്ന തുറന്ന ടണലിൽകൂടി വെള്ളം അതിശക്തിയായാണ് ഒഴുകുന്നത്. ഇങ്ങനെ ഒഴുകിവരുന്ന വെള്ളം 'Tunnel Entry' എന്ന് വിളിക്കുന്ന ഭാഗത്തു വച്ച് വളരെ ആഴമുള്ള ഒരു കിണറിൽ പതിക്കുന്നു. അവിടെ നിന്നും വീണ്ടും ടണൽ മാർഗ്ഗംവെള്ളം തൂണക്കടവ് ഡാമിലേക്ക് പോകും.

ടണൽ എൻട്രിയിൽ കിണറിലേക്ക് വെള്ളം വീഴുന്നതിനു മുൻപ് വളരെ ബലമേറിയ കമ്പികൾകൊണ്ട് തീർത്ത ഒരു ഗ്രില്ല് ഉണ്ട്. വെള്ളത്തിലൂടെ ഒഴുകിവരുന്ന തടികളും മൃഗങ്ങളുടെ ജഡങ്ങളും മറ്റും കിണറ്റിൽവീണ് തടസ്സം ആകാതിരിക്കാൻ ആണ് ഈ ഗ്രിൽ സ്ഥാപിച്ചിട്ടുള്ളത്. ഒഴുകിവരുന്ന ഇത്തരം വലിയ വസ്തുക്കൾ എന്തും ഈ ഗ്രില്ലിൽ തങ്ങിനിൽക്കും.

തള്ളആനയും കുട്ടിക്കൊമ്പനും ടണലിലെ ഈ ഗ്രില്ലിൽ തങ്ങി നിൽക്കുകയാണ്. തീരെ അവശരായിട്ടുണ്ട്. നിലയില്ലാ വെള്ളത്തിൽ തുഴഞ്ഞു തുഴഞ്ഞാണ് നിൽപ്പ്. റിസർവോയറിൽ ടണൽ തുടങ്ങുന്ന ഭാഗത്ത് അബദ്ധത്തിൽ ഇറങ്ങിയ കുട്ടിക്കുറുമ്പൻ ഒഴുക്കിൽപെട്ടു കാണും. അരുമമകനെ രക്ഷിക്കാനായി ആ അമ്മ ടണലിലേക്ക് എടുത്തുചാടിയിട്ടുണ്ടാകണം. പരിസരനിരീക്ഷണത്തിൽനിന്നും ഇങ്ങനെയാണ് ഞങ്ങൾ ഗ്രഹിച്ചെടുത്തത്. ഒരു രാത്രി മുഴുവൻ ആനക്കൂട്ടം ഇവരെ രക്ഷിക്കാനായി അവിടെ തിമിർത്തതിന്റെ അവ ശേഷിപ്പുകൾ തെളിഞ്ഞു കാണാമായിരുന്നു. ഞങ്ങൾ വരുന്നതു കണ്ട് അവർ പിന്മാറിയതാണ്. എങ്കിലും കുറച്ചു മാറി ടണലിന്റെ പടിഞ്ഞാറുഭാഗത്തെ കാട്ടിൽനിന്നും അവരുടെ പ്രതിഷേധശബ്ദ ങ്ങൾ ഉയർന്നു കേൾക്കാമായിരുന്നു.

അവശനായ കുട്ടിക്കൊമ്പൻ അമ്മയുടെ പുറത്ത് തന്റെ കുഞ്ഞിക്കൊമ്പുകൾ ചുമട്ടുതൊഴിലാളികൾ ചാക്കിൽ ഹൂക്ക് ഉപയോഗിക്കുന്നതുപോലെ ദൃഢമായി ഊന്നിയാണ് നിന്നിരുന്നത്. കൊമ്പിന്റെ അഗ്രം കുത്തിക്കയറി അമ്മയുടെ മുതുകിൽനിന്നും ചോര വാർന്നു കിടക്കുന്നുണ്ടായിരുന്നു. എങ്കിലും തന്റെ പ്രിയമകനെ കഴിയുന്നിടത്തോളം ചേർത്തുനിർത്തി, വാത്സല്യനിധിയായ ആ അമ്മ. കുഞ്ഞിനെ കൂടി താങ്ങിപ്പിടിച്ച് ഒരു രാത്രി മുഴുവൻ നിലയില്ലാവെള്ളത്തിൽ ഇങ്ങനെ തുഴഞ്ഞുനിൽക്കാൻ ഈ അമ്മയ്ക്ക് എങ്ങനെ കഴിഞ്ഞു എന്നതിൽ ഞങ്ങൾ അത്ഭുതംകൂറി. ഒരുപക്ഷേ കുഞ്ഞ് ഇല്ലായിരുന്നുവെങ്കിൽ ഇതിനോടകം അമ്മ കുഴഞ്ഞ് എപ്പോഴേ താഴെ പോയേനെ. ഒഴുക്കിന്റെ ശക്തിയിൽ രൂപപ്പെട്ട ചുഴികളിൽപെട്ട് കുട്ടിയാന പലപ്പോഴും വട്ടംകറങ്ങി. അപ്പോഴൊക്കെ പരിഭ്രാന്തമായ മിഴികളോടെ അമ്മ കുഞ്ഞുമകനെ വാരിപ്പുണർന്നു. ഈ കാഴ്ച ഞങ്ങളുടെ കണ്ണുകളെ ഈറനണിയിച്ചു. എന്തുവിലകൊടുത്തും അമ്മയേയും കുട്ടിയേയും രക്ഷിച്ചേ അടങ്ങൂ എന്ന് ഞങ്ങൾ തീർച്ചപ്പെടുത്തി.

ടണലിലൂടെ പിന്നിലേക്ക് ഉദ്ദേശം 200 മീറ്റർ തിരിച്ചുനീന്തിയാൽ ടണൽ അവസാനിച്ച് റിസർവോയറിന്റെ തുറസ്സിലേക്ക് എത്തിച്ചേരാം. അവിടെനിന്നും വശങ്ങളിലെ കാട്ടിലേക്ക് കയറി രക്ഷപ്പെടാം. ഇതായിരുന്നു ഞങ്ങളുടെ ആക്ഷൻ പ്ലാൻ. വശങ്ങളിൽ വടികൊണ്ടടിച്ച് ഉച്ചത്തിൽ ശബ്ദമുണ്ടാക്കി ആനകളെ പിന്തിരിപ്പിക്കാൻ ശ്രമം നടത്തി. പക്ഷേ ഒട്ടും വിജയിച്ചില്ല. തൊട്ടടുത്ത മുളങ്കൂട്ടത്തിൽനിന്നും നീളമേറിയ ഒരു ഉണങ്ങിയ മുള വാച്ചർ മണികണ്ഠൻ മുറിച്ചെടുത്തു. അതുകൊണ്ട് തള്ളയെ പതുക്കെ കുത്തി പിന്നിലേക്ക് പായിക്കാം എന്നതായിരുന്നു പ്ലാൻ.

ആന മുളയിൽ കയറിപ്പിടിക്കും എന്ന് മുന്നറിയിപ്പ് കൊടുക്കും മുമ്പ് മണികണ്ഠൻ മുളകൊണ്ട് തള്ളയാനയെ കുത്താൻ ശ്രമിച്ചു. മുങ്ങിച്ചാകാൻ പോകുന്നവന് കച്ചിത്തുരുമ്പ് എന്നപോലെ തള്ളയാന മുളയറ്റം പിടിച്ചു അതിശക്തിയായി വലിച്ചു. മണികണ്ഠൻ നിലതെറ്റി ടണലിലേക്ക് വീണു. പക്ഷേ തന്നിൽ സ്വതസിദ്ധമായി ഉരുവംകൊണ്ട വന്യജീനിന്റെ ആന്തരികചോദനയാൽ ഗ്രില്ലുകൾ തമ്മിൽ വെൽഡ് ചെയ്ത് പിടിപ്പിച്ചിട്ടുള്ള അല്പം വീതിയുള്ള ഇരുമ്പുപട്ടയിലേക്കാണ് മണികണ്ഠൻ കമിഴ്ന്നു വീണത്. താഴെ ടണലിലേക്ക് വീഴാതെ ഉടുമ്പിനെപ്പോലെ ഇരുമ്പുപട്ടയിൽ അള്ളിപ്പിടിച്ചു കിടന്ന മണികണ്ഠന്റെ താഴേക്ക് തൂങ്ങി കിടന്ന കാലുകളിൽ പിടുത്തമിടാൻ തള്ളയാന തുമ്പിക്കൈ ഉയർത്തി. പക്ഷേ ഒരു

അഭ്യാസിയുടെ മെയ്‌വഴക്കത്തോടെ കാൽ ഉയർത്തിപ്പിടിച്ചു മണികണ്ഠൻ അത് വിഫലമാക്കി. കരയിൽനിന്ന മറ്റുള്ളവർ വളരെ വേഗം കയറിട്ടു കൊടുത്തു മണികണ്ഠനെ വലിച്ചുകയറ്റി.

ശക്തിയേറിയ ഒഴുക്ക് മൂലമാണ് ആനകൾക്ക് തിരിച്ചു നീന്താൻ ആകാത്തത്. അടിയന്തിരമായി ഒഴുക്ക് നിർത്തണം. അതിനു താൽക്കാലികമായി ഷട്ടർ അടക്കണം. അല്ലാതെ മറ്റൊരു വഴിയുമില്ല.

ടണലിന്റെയും ഡാമുകളുടെയും ചുമതലയുള്ള ഉദ്യോഗസ്ഥൻ തമിഴ്നാടിന്റെ ഇറിഗേഷൻ ഡിപ്പാർട്ട്മെന്റ് സബ് ഡിവിഷണൽ ഓഫീസറായ ഇളങ്കോവൻ സാർ ആണ്. അദ്ദേഹം എന്റെ തൊട്ടടുത്ത ക്വാർട്ടേഴ്സിലാണ് താമസിച്ചിരുന്നത്. അല്പം പ്രായമുള്ള അദ്ദേഹം പരമരസികനും സഹൃദയനും എന്റെ വളരെ അടുത്ത സുഹൃത്തുമായിരുന്നു. ഇളങ്കോവൻ സാറിനെ വിവരമറിയിച്ചു. സാർ തന്റെ അർമാഡ ജീപ്പിൽ രണ്ടു ജോലിക്കാരുമായി ഉടൻതന്നെ സ്ഥലത്തെത്തി. മുൻകൂട്ടി അറിയിക്കാതെ ടണൽ അടച്ചാൽ തന്നോട് വിശദീകരണം ചോദിച്ചേക്കും എന്നും ചിലപ്പോൾ സസ്പെൻഷൻ പോലും ഉണ്ടാകുമെന്നും അറിയിച്ചു. വീണ്ടും പ്രതിസന്ധി.

ഇളങ്കോവൻ സാർ കുറച്ചുനേരം ടണലിൽ ജീവനുവേണ്ടി പിടയുന്ന അമ്മയെയും കുട്ടിയാനയെയും നോക്കി നിന്നു. പിന്നെ ഉറച്ച സ്വരത്തിൽ പറഞ്ഞു. ''എന്ത് മണ്ണാങ്കട്ടയും വരട്ടെ, ഈ ജീവനുകളെ രക്ഷിക്കണം. കടവുൾ നമ്മളെ കാക്കും.''

ഇളങ്കോവൻ സാറും ജോലിക്കാരും ചേർന്ന് ഉദ്ദേശ്യം 15 മിനിറ്റ് കൊണ്ട് ടണലിന്റെ ഷട്ടർ അടച്ചു. ഒഴുക്ക് നിലച്ചു. മാത്രമല്ല അല്പം വെള്ളം പൊങ്ങുകയും ചെയ്തു. വലിയ ആയാസമില്ലാതെ അമ്മയ്ക്കും കുട്ടിക്കും ഗ്രില്ലിൽ തങ്ങിനിൽക്കാം എന്നായി. പിന്നെ വളരെ കരുതലോടെ മുളവടിയും മറ്റും ഉപയോഗിച്ച് വശങ്ങളിൽ തട്ടി ഒച്ചയുണ്ടാക്കി അമ്മയേയും കുട്ടിയേയും പിന്തിരിപ്പിക്കാൻ ശ്രമം തുടങ്ങി. പെട്ടെന്ന് അമ്മയാന ഒന്ന് തിരിഞ്ഞു. ആ ആയത്തിൽ അല്പം പിന്നോട്ട് നീങ്ങാനായി. പിന്നിലേക്ക് നീങ്ങാൻ ആകുമെന്ന് മനസ്സിലാക്കിയപ്പോൾ അമ്മയാന പതുക്കെ നീന്താൻ തുടങ്ങി. പരിഭ്രാന്തനായ കുട്ടിക്കൊമ്പൻ അമ്മയുടെ വാലിൽ പിടിച്ചു നീന്താൻ ശ്രമിച്ചു. വെപ്രാളത്തിനിടയിൽ വാലിൽനിന്നും പിടിവിട്ട് അവൻ നിസ്സഹായനായി കാലിട്ടടിച്ചു. അമ്മയാന അതിവേഗം തിരിഞ്ഞു കുട്ടിക്കൊമ്പന്റെ പിന്നിലേക്ക് നീന്തിവന്ന് പതുക്കെ പിന്നിൽനിന്നും തള്ളാൻ തുടങ്ങി. അങ്ങനെ കുഞ്ഞിനെ തള്ളിത്തള്ളി പതുക്കെ മുന്നേറി. കുറച്ചു ദൂരം നീന്തി, കിതച്ച് തളർന്നു വശങ്ങളിൽ പരുങ്ങി

പിടിച്ചുനിന്ന് വീണ്ടും നീന്തി പയ്യെ പയ്യെ നീങ്ങി. ഏകദേശം 150 മീറ്റർ നീങ്ങിക്കാണും. അമ്മയും കുഞ്ഞും ആകെ തളർന്നു. ക്ഷീണ മകറ്റാൻ തെല്ലിട ടണൽ ചുവരിൽ അള്ളി പിടിച്ചു. ടണലിന്റെ പരു ക്കൻ പാറമുനകളിൽ അള്ളിപ്പിടിച്ച് അമ്മയാനയുടെ തുമ്പിയിൽ നിന്നും ചോര പൊടിഞ്ഞു. ഇനി വെറും 50 മീറ്റർ... ''പ്രിയപ്പെട്ട അമ്മേ ദയവായി നീന്തൂ' കരയിൽനിന്നും ഞങ്ങളുടെ പ്രാർത്ഥനകൾ മുഴങ്ങി. തലയൊന്ന് ചെരിച്ച്, കരയിൽ ആർത്തു നിൽക്കുന്ന ഞങ്ങളെ ഒന്ന് നോക്കി, ഗാലറിയിലെ ആരവങ്ങൾ കാലിൽ ആവാഹിച്ചു കുതിക്കുന്ന ഫുട്ബോൾ മാന്ത്രികനെപ്പോലെ ഞെട്ടിത്തിരിഞ്ഞു, തുളഞ്ഞു കയറുന്ന ഒരു ശീൽക്കാരശബ്ദം മുഴക്കി അമ്മ നീന്തി. ഇനി 40 മീറ്റർ... 30... 20... 10. ദൈവമേ! അമ്മയും കുഞ്ഞും തളരു ന്നുവോ. കരയിൽനിന്നും ഞങ്ങൾ സർവശക്തിയുമെടുത്ത് അപ്പ്... അപ്പ്.... അപ്പ് എന്ന് താളത്തിൽ പറഞ്ഞു പ്രോത്സാഹിപ്പിച്ചു. മാര ത്തോൺ ഓട്ടക്കാരന്റെ അന്തിമലാപ്പിലെ അവസാന കുതിപ്പുപോലെ ശ്വാസംമുട്ടി ചോരത്തെറിക്കുന്ന കണ്ണുകളാൽ ലക്ഷ്യത്തിലേക്കു ഒരു ദൃഢനോട്ടമെറിഞ്ഞു തന്റെ ജീവൽകോശങ്ങളിലെ അവസാന തുള്ളി ഊർജ്ജവും ഊറ്റി സർവ്വശക്തിയുമെടുത്ത് തന്റെ അരുമയെ മാറോടുചേർത്ത് ആ അമ്മ നീന്തി. നീന്തി... നീന്തിക്കയറി. ജീവിത ത്തിലേക്ക്.

ടണൽ കടന്ന് റിസർവോയറിൽ തുറസ്സായ ഭാഗത്ത് എത്തി. പിന്നീട് കിഴക്കുഭാഗത്തെ കാട്ടിലേക്ക് ഊർജ്ജസ്വലരായി ഓടി ക്കയറി. കരയിൽനിന്ന് ഞങ്ങൾ ആഹ്ലാദാരവം മുഴക്കി. നീളമേറിയ മുളവടി കുത്തിപ്പിടിച്ചു ഹിമാലയമുകളിൽ കൊടിനാട്ടി നിന്ന ടെൻ സിങ്ങിനെപോലെ മണികണ്ഠൻ നിന്ന് ചിരിച്ചു. പലരുടെയും കണ്ണു കളിൽ അശ്രു പൊടിഞ്ഞു.

ഇതിനകം വൈൽഡ് ലൈഫ് വാർഡൻ (ഡി.എഫ്.ഒ) സംഭവസ്ഥല ത്തേക്ക് വരുന്നുണ്ടെന്ന് വയർലെസ് സന്ദേശം ലഭിച്ചിരുന്നു. അത്ര നേരമായിട്ടും സാർ വന്നിരുന്നില്ല. എല്ലാവരും വല്ലാതെ ക്ഷീണിച്ചി രുന്നു. പലരും ഒരു ചായപോലും കുടിച്ചിട്ടില്ലായിരുന്നു. ഇളങ്കോവൻ സാറും പണിക്കാരും ഷട്ടർ തുറക്കാനുള്ള പണിയിൽ മുഴുകി. സ്റ്റാഫിനെ എല്ലാവരെയും തിരിച്ചയച്ചു. ഞാനും സാബിയും ഡി.എഫ്. ഒയെ കാത്തു ടണൽ എൻട്രി അവസാനിക്കുന്ന റോഡിന്റെ വലതു വശത്തെ തിട്ടയിൽ സംസാരിച്ചിരുന്നു. ഇത്രയും കാലത്തെ സർ വീസിനിടയിൽ ചെയ്ത ഏറ്റവും വലിയ പുണ്യപ്രവർത്തി എന്ന സന്തോഷത്തിൽ സംസാരിച്ചിരുന്ന ഞങ്ങൾ പക്ഷേ, അടുത്തനിമിഷം

ഞങ്ങളെ കാത്തിരിക്കുന്ന അപകടത്തെക്കുറിച്ച് അപ്പോൾ തികച്ചും അജ്ഞർ ആയിരുന്നു.

വിജയകരമായ ഒരു ദൗത്യത്തിനുശേഷമുള്ള സ്വാഭാവികമായ ആലസ്യത്തിലും സമാധാനത്തിലും ലയിച്ച് റോഡിലെ തിട്ടയിൽ ഇരുന്ന് ഞാനും സാബിയും ആ ഓപ്പറേഷന്റെ ഓരോ നിമിഷങ്ങളും ഓർത്തെടുക്കാൻ ശ്രമിച്ചു. ഞങ്ങൾ വലിയ ആഹ്ലാദത്തിലായിരുന്നു. അതിന്റെ ഒരു മതിമറക്കൽ ഞങ്ങളുടെ സംസാരത്തിൽ ഉണ്ടായിരുന്നു. നമ്മൾ എത്ര പരിചയസമ്പന്നർ ആയിരുന്നാലും വന്യജീവികളാൽ നിബിഡമായ ഒരിടത്തിരിക്കുമ്പോൾ കടമ്മനിട്ട പറഞ്ഞതുപോലെ,

> ''കണ്ണ് വേണമിരുപുറമെപ്പോഴും,
> കണ്ണ് വേണം മുകളിലും താഴെയും.''

ഇക്കാര്യം സൗകര്യപൂർവം മറന്നതിനാണ് അടുത്ത നിമിഷത്തിൽ തന്നെ ഞങ്ങൾക്കു വലിയ വിലകൊടുക്കേണ്ടി വന്നത്.

ഇളങ്കോവൻ സാറും പണിക്കാരും ചേർന്ന് 'ടണൽ എൻട്രി' കെട്ടിടത്തിനുള്ളിൽ ഷട്ടർ തുറക്കുന്ന ജോലികളിൽ മുഴുകി ഇരിക്കുകയായിരുന്നു.

ഈ പ്രദേശത്തിന്റെ ഭൂമിശാസ്ത്രം ഒന്ന് മനസ്സിലാക്കേണ്ടതുണ്ട്. റോഡിന്റെ വലതു ഭാഗത്താണ് (തെക്ക് ഭാഗം) പറമ്പിക്കുളം റിസർവോയർ. അവിടെ നിന്നും വടക്കു ഭാഗത്തേക്ക് നീണ്ടുകിടക്കുന്ന ടണൽ. ടണലിന്റെ തുറന്ന ഭാഗം അവസാനിക്കുന്നത് ടണൽ എൻട്രിയിൽ ആണ്. ടണൽ എൻട്രിയിൽ അഗാധമായ കിണറ്റിൽ വീഴുന്ന വെള്ളം വീണ്ടും വടക്കോട്ട് ടണൽ തുടർച്ചയിലൂടെ ഒഴുകി തൂണക്കടവ് ഡാമിൽ എത്തിച്ചേരുന്നു. പറമ്പിക്കുളം റിസർവോയറിൽ നിന്നും ആരംഭിച്ച് 'ടണൽ എൻട്രി' വരെ എത്തുന്ന ടണൽ വനത്തിനെ കിഴക്കും പടിഞ്ഞാറുമായി വേർതിരിക്കുന്നു. പടിഞ്ഞാറു ഭാഗത്തുനിന്നും ടണൽ എൻട്രി വരെ എത്തിനിൽക്കുന്ന ഒരു റോഡ് ഉണ്ട്. ഈ റോഡിന്റെ വലതുവശത്തെ തിട്ടിലാണ് ഞങ്ങൾ സംസാരിച്ചിരുന്നത്. ഞങ്ങളുടെ നേരെ റോഡിന്റെ അപ്പുറത്തെ വശത്ത് ഇളങ്കോവൻ സാറിന്റെ അർമാഡ കാറ്റുകൊണ്ട് ആലസ്യത്തിൽ കിടക്കുന്നുണ്ടായിരുന്നു.

പടിഞ്ഞാറുഭാഗത്തെ കാട്ടിൽനിന്നും ആനകളുടെ ശബ്ദം ഉയർന്നു കേൾക്കാൻ തുടങ്ങിയിട്ട് കുറച്ച് ഏറെ നേരമായി. സംഭാഷണത്തിനിടയിൽ ഞാൻ സാബിയോട് പറഞ്ഞു, ''കുറച്ചു നേരമായി അവരുടെ ബഹളം തുടങ്ങിയിട്ട്. നമുക്കൊന്നു പോയി നോക്കിയാലോ?''

ഞങ്ങൾ രണ്ടുപേർ മാത്രമേ ഉള്ളൂ എന്നതുകൊണ്ടും മറ്റ് സന്നാഹ ങ്ങൾ ഒന്നുമില്ല എന്നതുകൊണ്ടും ആ ആശയം ഉടൻതന്നെ ഞങ്ങൾ വേണ്ടെന്നുവെച്ചു. ഡി.എഫ്.ഒ അത്ര നേരമായിട്ടും എത്തിയിരു ന്നില്ല. ഞങ്ങളുടെ കാത്തിരിപ്പു തുടർന്നു.

വീണ്ടും അന്നത്തെ ഓപ്പറേഷന്റെ ഓരോ രംഗങ്ങളും ഞങ്ങൾ അയവിറക്കി. നമ്മൾ ഒരു പ്രതിസന്ധിയിൽ അകപ്പെടുമ്പോഴാണ് അപ്രതീക്ഷിതമായി ചില മനുഷ്യർ അവരുടെ മനോധൈര്യവും പ്രായോഗിക പ്രതിവിധികളുംകൊണ്ട് നമ്മളെ വിസ്മയിപ്പിക്കാ റുള്ളത്. വാച്ചർ മണികണ്ഠൻ, ബോട്ട് ഡ്രൈവർ ചന്ദ്രൻ, കരിമല വാച്ചർ കുഞ്ചുമണി, ഫോറസ്റ്റർ മുജീബ് റഹ്മാൻ.... അവർ ആ നിമിഷങ്ങളിൽ വേറെ ആരൊക്കെയോ ആയി മാറി. ഒരേസമയം നേതാക്കളും അണികളും ആയി. ഒരു സിംഫണിയിലെ ഘടക വാദ്യോപകരണങ്ങളുടെ സമന്വയംപോലെ അവരെല്ലാം ഒറ്റ സ്വര മായി. ഒറ്റ മനുഷ്യരായി. ഒറ്റ ലക്ഷ്യം ആയി മാറി. (അല്ലെങ്കിലും പ്രതിസന്ധികളും ദുരന്തങ്ങളും ആണല്ലോ നമ്മളെ പലപ്പോഴും ഒറ്റ മനുഷ്യനാക്കുന്നത്)

പടിഞ്ഞാറു ഭാഗത്തെ കാട്ടിൽനിന്നും ആനകളുടെ ആരവം പൊടുന്നനേ നിലച്ചു. ഞങ്ങൾക്ക് സമാധാനമായി. ഡി.എഫ്.ഒ. അപ്പോഴും എത്തിച്ചേരാത്തതിൽ ഞങ്ങൾ അല്പം അസ്വസ്ഥരായി. അടിവയറ്റിൽനിന്നും വിശപ്പിന്റെ വിളി ഉയർന്നുതുടങ്ങിയിട്ട് നേരം കുറച്ചായി. ഇളങ്കോവൻ സാർ തന്റെ ജോലിയുടെ അവസാനഘട്ട ത്തിലേക്ക് എത്തിയിരുന്നു. പെട്ടെന്നാണ് ഒരു പാറക്കല്ല് അതിവേഗം തെറിച്ചുപോകുന്ന ശബ്ദം കേട്ട് ഞങ്ങൾ ഞെട്ടിത്തിരിഞ്ഞു റോഡി ലേക്ക് നോക്കിയത്. റോഡിൽ കണ്ട കാഴ്ചയിൽ ഞങ്ങൾ നടുങ്ങി പ്പോയി. പടിഞ്ഞാറുഭാഗത്തുനിന്നും ഒരു മുഴുത്ത കൊമ്പൻ ഞങ്ങൾക്ക് നേരെ പാഞ്ഞടുക്കുന്നു. വെറും പത്തു മീറ്റർ മാത്രം. 'ഓടിക്കോ' എന്ന് ഞങ്ങളൊരുമിച്ചാണ് പറഞ്ഞത്. അതിനു മുൻപേ ഉപബോധ മനസ്സിന്റെ ഒരു റിഫ്ളക്സ് ആക്ഷൻപോലെ ഞങ്ങൾ ഓടിത്തുടങ്ങി യിരുന്നു. (ഇത്രയും വലിയ ഈ ജന്തു ഞങ്ങളുടെ രണ്ടുപേരുടെയും ശ്രദ്ധയിൽപ്പെടാതെ ഇത്രയും അടുത്തെത്തിയത് എങ്ങനെ എന്ന് ഞങ്ങൾ ആശ്ചര്യപ്പെട്ടു)

തുറന്നുകിടക്കുന്ന ടണൽ എൻട്രി കെട്ടിടത്തിന്റെ വാതിലിലൂടെ ഞങ്ങൾ അകത്തേക്ക് ഓടിക്കയറി. നേരെ ചെന്നത് ആഴമേറിയ കിണർ മുഖത്തേക്ക്. ജീവനുംകൊണ്ടുള്ള ഓട്ടത്തിൽ തുറന്നുകിട ക്കുന്ന കിണറിന്റെ വക്കിൽ സഡൻ ബ്രേക്കിട്ടു നിൽക്കാൻ ഞങ്ങൾ ക്കായില്ല. അങ്ങനെ ഒന്ന് അവിടെ ഉണ്ടായിരുന്നു എന്ന കാര്യം

പോലും ആ ഓട്ടത്തിൽ ഞങ്ങളുടെ മനസ്സിൽ തെളിഞ്ഞുപോലുമില്ല. ജീവിതത്തിനും മരണത്തിനുമിടയിൽ വെറും പത്തു മീറ്റർ മാത്രം അവശേഷിക്കേ ലക്ഷ്യത്തേക്കാൾ പ്രയാണവേഗതയിൽ മാത്രമായിരിക്കും നമ്മുടെ ശ്രദ്ധ. ഭീകരമായിരുന്നു ആ അവസ്ഥ. ആനയിൽ നിന്നും ഓടിക്കയറിയത് വാ പിളർന്നു കിടക്കുന്ന മരണക്കിണറിലേക്ക്. മറ്റൊന്നും ചെയ്യാൻ പറ്റുമായിരുന്നില്ല. എടുത്തുചാടി രണ്ടു പേരും.

കിണറിന്റെ നടുഭാഗത്ത് ഗർഡറുകളിൽ ഉറപ്പിച്ച ഒരു ചെറിയ തറയുണ്ട്. ഈ തറയിലാണ് ഷട്ടറുകൾ ഉയർത്താനും താഴ്ത്താനുമായുള്ള പൽചക്രങ്ങൾ ഘടിപ്പിച്ചിട്ടുണ്ടായിരുന്നത്. കിണർവക്കിൽ നിന്നും മധ്യഭാഗത്തെ ഈ തറയിലേക്ക് സാമാന്യം നല്ല അകലം ഉണ്ടായിരുന്നു. അത് ഞങ്ങൾ ചാടി. ഒരു ക്രാഷ് ലാൻഡിങ്ങോടെ ഗർഡറുകളിൽ ചെന്നലച്ചു പിടിച്ചുനിന്നു. (എങ്ങനെയാണ് ഞങ്ങൾ അത് ചാടിയത് എന്ന് വർഷങ്ങൾക്കിപ്പുറം ഇപ്പോൾ ഈ വരികൾ കുറിക്കുമ്പോഴും ഒരു ഉൾക്കിടിലം ചങ്കിലൂടെ കടന്നുപോകുന്നുണ്ട്).

ടണൽ എൻട്രി കെട്ടിടത്തിനുള്ളിൽ ആയിരുന്ന ഇളങ്കോവൻ സാറും പണിക്കാരും ആകെ പരിഭ്രമിച്ചു പോയി. ഞങ്ങളുടെ ഓട്ടത്തിനിടയിൽ പിന്നിൽനിന്നും വലിയ ഒരു ശബ്ദം കേട്ടിരുന്നു. എന്തോ തകർക്കുന്ന ശബ്ദം. ഞങ്ങളെ കിട്ടാത്ത അരിശത്തിന് ആ കൊമ്പൻ അർമാഡയിൽ ഒരു തട്ട്. വണ്ടി വശം ചെരിഞ്ഞു വീണു ആമയെപ്പോലെ നിസ്സഹായമായി കൈകാലിട്ടടിച്ചു. കൊമ്പൻ ഒരു കൊടുങ്കാറ്റുപോലെ കാട്ടിലേക്ക് പാഞ്ഞു കയറി. ഇളങ്കോവൻ സാർ ഒരു ചെറുചിരിയോടെ പറഞ്ഞു, ‘‘ആണ്ടവൻ തുണച്ചു.’’

അടുത്ത പ്രശ്നം കിണർമദ്ധ്യത്തിലെ തറയിൽനിന്നും കിണർ കരയിലേക്ക് എങ്ങിനെ തിരിച്ചു കടക്കും എന്നതായിരുന്നു. അങ്ങോട്ട് ചാടാൻ ഞങ്ങൾക്ക് പിന്നിൽ അപ്പോൾ ആന ഇല്ലല്ലോ. ഗർഡറിന്റെയും പൽചക്രങ്ങളുടെയും അറ്റകുറ്റപ്പണികൾക്കായി അങ്ങോട്ടുമിങ്ങോട്ടും കടക്കാനായി ഒരു ഇരുപ്പ് പലക ഉണ്ടായിരുന്നു. ഓട്ടത്തിന്റെ വ്യഗ്രതയിൽ ഞങ്ങൾ അത് കണ്ടിരുന്നില്ല. കണ്ടാലും അതിലൂടെ വേഗത്തിൽ ഓടിക്കടക്കാനും ആകുമായിരുന്നില്ല. ആ പലകയിലൂടെ ഏറെ സൂക്ഷിച്ചു പിച്ചവെച്ച് പിച്ചവെച്ച് ഞങ്ങൾ തിരിച്ചു കടന്നു. മദ്ധ്യഭാഗത്ത് വെച്ച് കിണറാഴത്തിലേക്ക് ഒന്നു നോക്കി. ഇരുണ്ട് ഭീകരമായ, അറ്റം കാണാത്ത ഒരു തുരങ്കക്കിണർ. ഒന്നേ നോക്കിയുള്ളൂ.

വേവലാതികൾ ഒടുങ്ങി സ്വസ്ഥമായപ്പോൾ ഞങ്ങൾ എന്താണ് സംഭവിച്ചത് എന്ന് വിലയിരുത്തി. ടണലിൽനിന്നും രക്ഷപ്പെട്ട അമ്മ

ആനയും കുഞ്ഞും കിഴക്കുഭാഗത്തെ കാട്ടിലേക്കാണ് കയറിപ്പോയത്. അവരുടെ കൂട്ടം പക്ഷേ പടിഞ്ഞാറു ഭാഗത്തായിരുന്നു.

അവിടെനിന്നും കിഴക്കുഭാഗത്തുള്ള അമ്മയ്ക്കും കുഞ്ഞിനുമൊപ്പം ചേരാൻ ഞങ്ങൾ ഇരുന്നിരുന്ന വഴിയല്ലാതെ മറ്റൊരു മാർഗവും അവർക്കുണ്ടായിരുന്നില്ല. ''വഴിമാറടാ..'' എന്ന സൂചനകൾ ആയിരുന്നു അവരുടെ ആക്രോശങ്ങൾ. അത് അപ്രകാരം വായിച്ചെടുക്കാൻ അന്നേരം ഞങ്ങൾക്കായില്ല. ഞങ്ങളെ ഉപദ്രവിക്കണം എന്ന് ആ കൊമ്പന് ഒരു ഉദ്ദേശ്യവും ഉണ്ടായിരിക്കില്ല. (ആവശ്യമില്ലാതെ മറ്റുള്ളവരെ ഉപദ്രവിക്കാൻ അത് മനുഷ്യനല്ലല്ലോ). അവരുടെ വഴിയിൽ തടസ്സമായി നിന്ന ഞങ്ങളെയും വാഹനവും തട്ടിമാറ്റി കടന്നുപോകാൻ അവൻ ശ്രമിച്ചതാണ്. അതെ, ഞങ്ങളാണ് യഥാർത്ഥ കുറ്റവാളികൾ.

ഞങ്ങൾ അഞ്ചുപേരുംകൂടി ഒരുകണക്കിന് അർമാഡയെ നേരെ നിർത്തി. മുൻ ഗ്ലാസും സൈഡ് മിററും പൊട്ടിപ്പോയി. ബോഡി സാമാന്യം നന്നായി ഞളുങ്ങിപ്പോയി. ഭാഗ്യത്തിന് സ്റ്റാർട്ടായി. ഡി. എഫ്.ഒയെ കാത്തുനിൽക്കാതെ ഞങ്ങൾ അതിവേഗം തിരിച്ചുപോന്നു. കിഴക്കുഭാഗത്തേക്ക് കടന്നുപോകാൻ കാട്ടിൽനിന്നും ഇറങ്ങി റോഡിലേക്ക് നടന്നടുക്കുന്ന ആനക്കൂട്ടത്തെ പിന്നിട്ട് ഞങ്ങൾ കുതിച്ചുപാഞ്ഞു.

■

അക്ഷമയുടെ വില

പറമ്പിക്കുളം റേഞ്ചിലെ ഒരു പഴയ ഒ.എസ്. കേസ് (ഒറിജിനൽ സ്യൂട്ട്) പാലക്കാട് കോടതിയിൽ വിചാരണയ്ക്കെടുത്തു. അടിയന്തിരമായി അതിൽ കൗണ്ടർ ഫയൽ ചെയ്യണം. പാലക്കാട് ഗവൺമെന്റ് പ്ലീഡർ വിളിച്ചുപറയുന്നത് തലേന്ന് രാത്രിയാണ്. (അതെപ്പോഴും അങ്ങനെയാണ്. പതിനൊന്നാം മണിക്കൂറിൽ മാത്രമാണ് ഇത്തരം അറിയിപ്പുകൾ ലഭിക്കുക). പിറ്റേന്ന് രാവിലെ ഒമ്പതു മണിക്ക് GPയെ പാലക്കാട് ഓഫീസിൽ ചെന്ന് കാണണം. ഫയൽ പഠിച്ച് കൗണ്ടർ തയ്യാറാക്കണം. ജീർണിച്ചു തുടങ്ങിയ തടിയൻ ഫയൽ രാത്രി ഉറക്കമൊളിച്ചിരുന്ന് പരീക്ഷക്കുട്ടിയെപ്പോലെ കഷ്ടപ്പെട്ട് പഠിച്ചു.

രാവിലെ ഏഴു മണിയോടുകൂടി പാലക്കാട്ടേക്ക് വാഹനത്തിൽ പുറപ്പെട്ടു. എന്റെ ഡ്രൈവർ കണ്ണൻ എന്തോ അത്യാവശ്യ കാര്യം പ്രമാണിച്ച് ലീവിലായിരുന്നതിനാൽ കരിമല റേഞ്ച് ഓഫീസറുടെ താൽക്കാലിക ഡ്രൈവർ രാജനാണ് വണ്ടിയെടുത്തത്. മഞ്ഞിൻമറ പൂർണ്ണമായും മാറിയിട്ടില്ലായിരുന്നു. വളവു തിരിവുകൾ ഏറെ കഴിഞ്ഞ് വാഹനം കുറെ ചെന്നപ്പോൾ അതാ നടുറോഡിൽ ആറ് ആനകൾ. രണ്ടു കുഞ്ഞുങ്ങളും നാല് മുതിർന്നവരും. വഴിക്ക് തടസ്സമായി അവർ നിൽക്കുകയാണ്.

പരിസരം ഒന്ന് വീക്ഷിച്ചു. ഇടതുഭാഗം അഗാധമായ താഴ്‌വാരം ആണ്. സുരക്ഷയ്ക്കായി റോഡിന്റെ ആ ഭാഗത്ത് ചെറിയ Rataining wall കെട്ടിയിട്ടുണ്ട്. വലതുഭാഗം ചെങ്കുത്തായ പാറക്കെട്ട് ആണ്. ആനകൾക്ക് വഴിമാറിപ്പോകാൻ ഒരിടവും ഇല്ല. ഏകദേശം അര കിലോമീറ്റർ എങ്കിലും മുന്നോട്ടുപോയെങ്കിൽ മാത്രമേ ഇടതുഭാഗത്തേക്ക് ഇറങ്ങിപ്പോകാൻ ആനകൾക്ക് വഴിതെളിയുകയുള്ളൂ. ഞങ്ങൾക്കാണെങ്കിൽ ഒമ്പതു മണിക്ക് പാലക്കാട് എത്തണം. ആനകൾ വശങ്ങളിൽ നിന്നിരുന്ന മരച്ചില്ലകൾ ഒടിച്ചുതിന്ന് ആസ്വദിച്ച് നിൽക്കുകയാണ്. കുറച്ചുനേരം ക്ഷമയോടെ കാത്തുനിന്നു. ഒരു രക്ഷയുമില്ല.

കേസ്സിന്റെ പ്രാധാന്യവും, GPയുടെ മുഖവും മനസ്സിൽ തെളിഞ്ഞപ്പോൾ ഞാൻ രാജനോട് പറഞ്ഞു.

''എങ്ങനെയെങ്കിലും അവരെ ഒന്ന് മുന്നിലേക്ക് തുരത്തി വിടണം.''

അങ്കം കുറിക്കുന്ന ചേകവരെപോലെ രാജൻ തയ്യാറെടുത്തു. അല്പം മുന്നിലേക്ക് നീങ്ങിയിരുന്നു. വണ്ടി ന്യൂട്രലിലേക്ക് ഇട്ടു. ആക്സിലറേറ്ററിൽ കാലമർത്തി ഇരമ്പിപ്പിച്ചു. വണ്ടിയുടെ ശബ്ദം കേട്ട് ആനക്കൂട്ടം ഒന്ന് ഭയന്നു. ഒരു ശീൽക്കാരശബ്ദം ഉയർത്തി അവർ അല്പം മുന്നോട്ടു നീങ്ങി. കുഞ്ഞന്മാർ കോഴിക്കുഞ്ഞുങ്ങൾ അമ്മ ചിറകിൽ ഒളിക്കുംപോലെ ഭയചകിതരായി മുതിർന്ന ആനകളുടെ കാൽക്കൂട്ടിലേക്കു പലുങ്ങി. രാജൻ വാഹനം അല്പം മുന്നോട്ടെടുത്തു. ഒരു നിമിഷം... ഞങ്ങളെ സ്തബ്ധരാക്കിക്കൊണ്ട് ഏറ്റവും മുതിർന്ന പിടിയാന അതിവേഗം ഞങ്ങൾക്ക് നേരെ തിരിഞ്ഞു. ചെവികൾ രണ്ടും വിടർത്തിപ്പിടിച്ച് തല ശക്തിയിൽ ഇളക്കിയാട്ടി, വാല് കുന്തം പോലെ തിരശ്ചീനമായി വിറപ്പിച്ച് നിർത്തി, വലിയ ഒരു അലർച്ചയോടെ തുമ്പിക്കൈ ചുരുട്ടി അതിശക്തമായി നിലത്തടിച്ച്, മിന്നൽപ്പിണർ കണക്കെ ഞങ്ങൾക്കു നേരെ പാഞ്ഞടുത്തു.

ആന അടുത്തേക്കു കുതിച്ചെത്തുകയാണ്. വണ്ടി റിവേഴ്സ് എടുക്കാൻ ഞാൻ രാജനോട് അലറി. പാഞ്ഞുവരുന്ന ആനയുടെ മുഖത്തുനിന്നും കണ്ണെടുക്കാതെ അചഞ്ചലനായി രാജൻ ആക്സിലറേറ്ററിൽ കാൽ കൂടുതൽ അമർത്തി, വണ്ടിയുടെ ഇരമ്പം ഉച്ചസ്ഥായിയിലാക്കി. ഡാഷ്ബോർഡിനു മുകളിലെ കമ്പിയിൽ ഇരു കൈകളാലും മുറുക്കി പിടിച്ചിരുന്ന് വിറച്ചുകൊണ്ട് ഞാൻ ആനയെ നോക്കി. ഞങ്ങളുടെ വാഹനത്തിന്റെ ബോണറ്റ് തൊട്ടു തൊട്ടില്ല എന്ന വണ്ണം നിലയുറപ്പിച്ച്, തുമ്പിക്കൈയാൽ വീണ്ടും ശക്തിയായി നിലത്തടിച്ച്, ഞങ്ങളുടെ ചെവിക്കല്ല് പൊട്ടുമാറുച്ചത്തിൽ ചിഹ്നം വിളിച്ച് ആന ഒരു നിമിഷം നിന്നു. മലർക്കെ തുറന്ന ആന വായിൽ നിന്നും പുറത്തേക്കു തള്ളിനിന്ന ചുവന്നുതുടുത്ത നാവ് പ്രകമ്പനം കൊണ്ടു. ക്രോധം കത്തുന്ന കണ്ണുകളോടെ ഞങ്ങളുടെ വാഹനത്തെ നോക്കി.

സകലമാന നാഡീഞരമ്പുകളെയും നിശ്ചലമാക്കിയ വല്ലാത്തൊരു ആനച്ചൂര് എന്റെ മൂക്കിലേക്ക് ഇരച്ചുകയറി. വെറും രണ്ടു മീറ്റർ അപ്പുറം കലിതുള്ളി നിൽക്കുന്ന ആന. ജീപ്പിലിരുന്ന് ഞാൻ വിറച്ചു വിയർത്തു. ആക്സിലറേറ്ററിൽനിന്നും കാൽ അനക്കാതെ കൂസലില്ലാതെ രാജൻ. ഒരു നിമിഷം... ആന വന്ന അതേ വേഗതയിൽ പിന്തിരിഞ്ഞു പാഞ്ഞു. ആശ്വാസത്തിന്റെ നെടുവീർപ്പുതിർന്നുവീണു തീർന്നില്ല. അതേ വേഗതയിൽ വീണ്ടും ആന ഞങ്ങൾക്ക് നേരെ

പാഞ്ഞടുത്തു. ഇത്തവണ ഞങ്ങളെ തട്ടിയതുതന്നെ. ഞാൻ കണ്ണുകൾ ഇറുക്കിയടച്ചു.

വണ്ടി റിവേഴ്സ് എടുക്കാൻ ഞാൻ വീണ്ടും രാജനോട് കെഞ്ചി. രാജനാകട്ടെ, ഞാൻ പറഞ്ഞത് ശ്രദ്ധിക്കാതെ തന്റെ ശ്രദ്ധ മുഴുവൻ ആനയിൽ കേന്ദ്രീകരിച്ചിരിക്കുകയായിരുന്നു. ഒന്നും സംഭവിച്ചില്ല. ആദ്യത്തേതിന്റെ തനിയാവർത്തനം. ഒരിക്കൽകൂടി ഇത് ആവർത്തിച്ചു. അപ്പോഴേക്കും ഞാൻ അല്പം ധൈര്യം സംഭരിച്ച് ആനയുടെ ചെയ്തികളെ നോക്കിക്കണ്ടു. മറ്റ് ആനകൾ ഇതിനകം അൽപദൂരം മുന്നോട്ടു പോയിരുന്നു.

ഞങ്ങളെ വിരട്ടി ഓടിക്കാൻ കഴിയില്ലെന്ന് മനസ്സിലാക്കിയിട്ടോ (അതോ പാവം തോന്നിയിട്ടോ) പിടിയാന വേഗത്തിൽ മുന്നോട്ടു കുതിച്ചു. ഞങ്ങൾ സാവധാനത്തിൽ അവർക്ക് പുറകെ പോയി. ഇടതുഭാഗത്തേക്ക് നടന്നിറങ്ങാൻ കഴിയുന്ന ഭാഗത്തെത്തിയപ്പോൾ അവർ ഒന്നൊന്നായി ഇറങ്ങിപ്പോയി. പക്ഷേ, അമ്മ പിടിയാന അല്പം മാറി റോഡരികിൽ തന്നെ നിലയുറപ്പിച്ചു. കിട്ടിയ ചാൻസിൽ രാജൻ ജീപ്പ് അതിശീഘ്രം മുന്നോട്ട് എടുത്തു. വഴിയരികിൽ മാറിനിൽക്കുന്ന ആനയെ കടന്നുപോകവേ ഉച്ചത്തിൽ ശീൽക്കാര ശബ്ദം പുറപ്പെടുവിച്ച് ആ കുടുംബനാഥ തന്റെ ശക്തമായ പ്രതിഷേധം ഞങ്ങളെ അറിയിച്ചു.

പറമ്പിക്കുളത്തെ ഡ്രൈവർമാർ ഇത്തരം ഒരുപാട് നേരനുഭവങ്ങൾക്ക് സാക്ഷ്യം വഹിച്ചവരാണ്. അതുകൊണ്ടുതന്നെ അവർ അങ്ങനെ ഭയന്നു പിന്മാറുന്നവർ അല്ലായിരുന്നു. രാജൻ ആ പ്രതിസന്ധിഘട്ടത്തിൽ പ്രകടിപ്പിച്ച നിശ്ചയദാർഢ്യം വാക്കുകൾക്കും അപ്പുറം ആയിരുന്നു.

അതിനും കുറച്ചു നാളുകൾക്കു മുൻപ് മറ്റൊരു സംഭവം പറമ്പിക്കുളത്ത് ഉണ്ടായി. പറമ്പിക്കുളത്തെ സ്കൂൾകുട്ടികളുമായി ഒരു ബസ് എന്നും രാവിലെ ആനമലയിലുള്ള സ്കൂളിൽ പോകും. വൈകീട്ട് തിരിച്ചുവരും. തമിഴ്നാട് സർക്കാരാണ് ഇക്കാര്യം ഏർപ്പാട് ചെയ്തിരുന്നത്. വഴിയിൽ ആന, കാട്ടുപോത്ത് മാനുകൾ മുതലായ മൃഗങ്ങളെ കണ്ടുമുട്ടുയെന്നത് ഈ കുട്ടികൾക്ക് സാധാരണ കാഴ്ചകളായിരുന്നു. ഒരു ദിവസം ഒരു കൊമ്പനാന റോഡിൽവെച്ച് ഈ സ്കൂൾ ബസ് തടഞ്ഞു. പരിചയസമ്പന്നനായ ഡ്രൈവർ ക്ഷമയോടെ ബസ് ഒതുക്കി കാത്തു നിന്നു. കുട്ടികളും പുതുമയൊന്നും ഇല്ലാതെ ആനയെ നോക്കി രസിച്ചു. പക്ഷേ പതിവിനു വിപരീതമായി അപ്രതീക്ഷിതമായി ആ ആന ബസ്സിന് നേർക്ക് ഓടിയടുത്തു.

ഡ്രൈവർ ഇരിക്കുന്ന ഭാഗത്ത് ആഞ്ഞു കുത്തി. ബസിന്റെ ബോഡി തുളച്ച് കൊമ്പുകൾ ഡ്രൈവറുടെ കാലുകൾക്കിടയിലൂടെ അകത്തേക്ക് ആഴ്ന്നിറങ്ങി. കൊമ്പുകൾ ബോഡിയിൽ കുടുങ്ങിപ്പോയി. ഊരിയെടുക്കാൻ ആകാതെ വന്നപ്പോൾ ആനയും ഭയന്നു. ഡ്രൈവർ അപ്പോഴും സീറ്റിൽനിന്നും അനങ്ങാതിരുന്നു. ആനയുടെ മസ്തകം ഡ്രൈവറുടെ ചുമലിനോട് ഉരുമി നിന്നു. കുട്ടികൾ ആർത്തു കരഞ്ഞു. എങ്ങനെയോ ആന കൊമ്പുകൾ വലിച്ചൂരി എടുത്തു. ആ ആയത്തിൽ ആന അൽപം പിന്നോട്ട് മാറി. ഒരു നിമിഷാർദ്ധം....

ഡ്രൈവർ അതിസാഹസികമായി ബസ് മുന്നോട്ടെടുത്തു രക്ഷപ്പെട്ടു. ആന കുറച്ചുദൂരം ബസ്സിനെ പിന്തുടർന്ന് ഓടിയെങ്കിലും ഡ്രൈവറുടെ അസാമാന്യമായ മനസ്സാന്നിധ്യംമൂലം അപകടം ഇല്ലാതെ രക്ഷപ്പെട്ടു. (ഡ്രൈവർക്ക് പിന്നീട് വലിയ സ്വീകരണവും അവാർഡും ഒക്കെ നൽകുകയുണ്ടായി)

ആ ആനയുടെ പ്രവർത്തി തികച്ചും അപ്രതീക്ഷിതമായിരുന്നു. തുടർന്നുള്ള അന്വേഷണത്തിലാണ് മനസ്സിലായത്, ആ ആന തമിഴ്നാട് ഫോറസ്റ്റ് ഡിപ്പാർട്ട്മെന്റിന് കീഴിൽ ടൂറിസ്റ്റുകളുടെ സഫാരിക്കായി ഉപയോഗിക്കാറുള്ള നാട്ടാന ആയിരുന്നു എന്ന്. അത് കാട്ടാന ആയിരുന്നില്ല. അവരുടെ ക്യാമ്പിൽനിന്നും അഴിഞ്ഞുപോന്നതായിരുന്നു. 'കാട്ടാന സ്വഭാവം' മാറി, നാട്ടാനയായി, മനുഷ്യനുമായി ഇണങ്ങിക്കഴിഞ്ഞതിനാലാകാം അത് അങ്ങനെ അക്രമകാരിയായത്.

(രണ്ടു ദിവസത്തെ ശ്രമകരമായ ദൗത്യത്തിനുശേഷം അവർ ആ ആനയെ തിരിച്ചുപിടിച്ചു)

ഞങ്ങൾ ചെയ്തത് ഒട്ടും ശരിയായിരുന്നില്ല എന്ന് എനിക്ക് അറിയാമായിരുന്നു. അത് അവരുടെ, വന്യജീവികളുടെ നാടാണ്. ഞങ്ങളാണ് അവിടെ അതിക്രമിച്ചു വന്നവർ. അതിനാൽ അവർക്ക് ആവശ്യമായ സമയവും സൗകര്യവും കൊടുക്കേണ്ടത് ഞങ്ങളായിരുന്നു. ഇതെല്ലാം ഞങ്ങൾക്കറിയാമായിരുന്നു. പക്ഷേ കേസ്, സർക്കാരിന് ലക്ഷക്കണക്കിന് രൂപയുടെ നഷ്ടം ഉണ്ടാകുമായിരുന്ന ഒരു ഡാമേജ് സ്യൂട്ട് ആയിരുന്നു. സമയത്തിന് കോടതിയിൽ കൗണ്ടർ ഫയൽ ചെയ്തില്ലെങ്കിൽ ഉണ്ടാകുമായിരുന്ന ഭവിഷ്യത്ത് ഓർത്തപ്പോൾ വന്യജീവി മാനേജ്മെന്റിന്റെ ബാലപാഠങ്ങൾ ഞാൻ സൗകര്യപൂർവ്വം മറന്നു. അതൊരു വലിയ പാഠമായിരുന്നു. പറമ്പിക്കുളംപോലെയുള്ള ഒരു വന്യജീവിസങ്കേതത്തിൽ സമയം കൈയിൽ പിടിച്ച് ഒരിക്കലും യാത്ര ചെയ്യാനാകില്ല.

പാലക്കാട്ടേക്കുള്ള യാത്രയിലാണ് രാജൻ അത് പറഞ്ഞത്. കുറച്ചു വർഷങ്ങൾക്ക് മുൻപ് ഒരു ഡി.എഫ്.ഒയെ ആന റോഡിൽ തടഞ്ഞു. വണ്ടി റിവേഴ്സ് എടുത്തു. രണ്ടു കിലോമീറ്ററോളം ആന വാഹനത്തെ പിന്നിലേക്ക് ഓടിച്ചു. അതിനിടയിൽ ഒരു ഹെയർപിൻ വളവിൽ വണ്ടി മറിഞ്ഞു. ഡ്രൈവറും ഡി.എഫ്.ഒയും ഓടി രക്ഷപ്പെട്ടു. അരിശം തീർക്കാൻ ആന വണ്ടി തകർത്തുകളഞ്ഞു.

വന്യജീവികളോട് ഇടപഴകുമ്പോൾ നമ്മൾ അവരെ ശരിക്കും ബഹുമാനിക്കണം. ഒരിക്കലും അവരെ പ്രകോപിപ്പിക്കരുത്. 99 ശതമാനം അവസരങ്ങളിലും വന്യജീവികൾ നിരുപദ്രവകാരികളാണ്. നമ്മുടെ അശ്രദ്ധയും അതിരുവിട്ട ചെയ്തികളുമാണ് പലപ്പോഴും അപകടം ക്ഷണിച്ചുവരുത്തുന്നത്.

(കേസിൽ കൗണ്ടർ ഫയൽ ചെയ്തു. പിന്നീട് കേസ് സർക്കാർ ഭാഗം വിജയിക്കുകയും ചെയ്തു. രാജൻ പറമ്പിക്കുളത്തുനിന്നും വിട്ടു പോയി. സേലത്ത് എന്തോ ബിസിനസുമായി കഴിഞ്ഞു കൂടുന്നു എന്നാണ് അറിവ്)

■

ആനക്കൽ വയൽ

പറമ്പിക്കുളം വന്യജീവിസങ്കേതത്തിനുള്ളിൽ ധാരാളം 'വയലുകൾ' ഉണ്ട്. കാടിനുള്ളിൽ പലയിടങ്ങളിലായി നല്ല ഈർപ്പമുള്ള ചതുപ്പു നിലങ്ങൾ കാണാം. ഇത്തരം ഇടങ്ങളിൽ സാധാരണയായി വൃക്ഷങ്ങൾ ഒട്ടും കാണുകയില്ല. മറിച്ച് ധാരാളം പുല്ലുണ്ടാകും. അങ്ങനെയുള്ള പുൽപ്രദേശങ്ങൾ ആണ് വയലുകൾ. ഇവ പ്രത്യേകതരം ആവാസവ്യവസ്ഥകൾ ആണ്. ജൈവ വൈവിധ്യത്താൽ സമ്പന്നമായ വയലുകൾ വന്യജീവി പരിപാലനത്തിൽ അതീവ പ്രാധാന്യമർഹിക്കുന്ന മേഖലകളാണ്.

സസ്യഭുക്കുകളായ മൃഗങ്ങൾ, പ്രധാനമായും വിവിധയിനം മാനുകൾ, കാട്ടുപോത്ത്, ആന എന്നിവ ഇത്തരം വയലുകളെയാണ് ഭക്ഷണത്തിനായി പ്രധാനമായും ആശ്രയിക്കുന്നത്. സമൃദ്ധമായി വളർന്നു നിൽക്കുന്ന പുല്ലുകൾ സസ്യഭുക്കുകളുടെ ഇഷ്ടഭോജ്യം ആയതിനാൽ വയലുകളിൽ ഇവയുടെ നിത്യസാന്നിധ്യം ഉണ്ടാകും. അതുകൊണ്ടുതന്നെ മാംസഭുക്കുകളായ കടുവ, പുള്ളിപ്പുലി, കാട്ടുനായ് (Wild dog) എന്നിവയും വയലുകളെ ചുറ്റിപ്പറ്റി കാണും. വേനലിൽ ഇത്തരം വയലുകളാണ് വന്യജീവികളുടെ ഒരു പ്രധാനപ്പെട്ട കുടിവെള്ള സ്രോതസ്സ്. വയൽസംരക്ഷണം എന്നത് അതുകൊണ്ടുതന്നെ വന്യജീവി പരിപാലനത്തിൽ വലിയ പ്രാധാന്യമുള്ള ഒന്നാണ്.

വയലിൽ മേഞ്ഞുനടന്ന്, വയറു നിറച്ച്, ചുറ്റുമുള്ള മരത്തണലുകളിൽ കിടന്ന് വിശ്രമിക്കുക എന്നത് വന്യമൃഗങ്ങളുടെ ശീലമാണ്. ചുറ്റുമുള്ള വൃക്ഷങ്ങളുടെ മറ പിടിച്ചു വന്ന് വയലിൽ മേയുന്ന ഇരയെ പിടിച്ചു ഭക്ഷിക്കാൻ എളുപ്പം കഴിയുമെന്നതിനാൽ മാംസഭുക്കുകളായ മൃഗങ്ങളും വയലുകളെ തങ്ങളുടെ വിഹാരരംഗമായി കണക്കാക്കുകയും ചെയ്യുന്നു.

വയലുകൾ നേരിടുന്ന ഏറ്റവും വലിയ പ്രശ്നം അധിനിവേശ സസ്യങ്ങളുടെ (Invasive species) കടന്നുകയറ്റമാണ്. കമ്മ്യൂണിസ്റ്റ്

പച്ച, കൊങ്ങിണി, ധൃതരാഷ്ട്രപച്ച, പാർത്തീനിയം, ഐപ്പോമിയ മുതലായ ഭക്ഷ്യയോഗ്യമല്ലാത്ത സസ്യങ്ങളുടെ അധിനിവേശം വയലുകളുടെ സ്വാഭാവിക ആവാസവ്യവസ്ഥയെ തകിടം മറിക്കുന്നു. ഭക്ഷ്യ-യോഗ്യമായ പുൽവർഗ്ഗങ്ങളെ ഉന്മൂലനം ചെയ്യുന്ന, വളരെ വേഗം വയൽ മുഴുവനായി നിറയുന്ന ഇത്തരം അധിനിവേശസസ്യങ്ങളെ തുടർച്ചയായി നീക്കം ചെയ്യേണ്ടതുണ്ട്. 'വയൽ മെയിന്റനൻസ്' എന്നാണ് വന്യജീവി പരിപാലനത്തിൽ ഇത്തരം ജോലികളെ പറയുന്നത്.

പറമ്പിക്കുളം വന്യജീവിസങ്കേതത്തിൽ ഒട്ടേറെ വയലുകൾ ഉള്ളവയിൽ 12 ഹെക്ടറോളം വിസ്തൃതി വരുന്ന 'ആനക്കൽ' വയലാണ് ഏറ്റവും വലുത്. പറമ്പിക്കുളം ഫോറസ്റ്റ് റേഞ്ചിൽ വരുന്ന ഈ മനോഹരമായ വയൽ വന്യജീവികളുടെ ഒരു ഏദൻതോട്ടമാണെന്ന് പറയാം. ഈ വയലിന്റെ കരയിലെ വന്മരത്തിലുള്ള ഏറുമാടത്തിൽ നിലാവുള്ള രാത്രിയിൽ തങ്ങി, വയലിൽ എത്തുന്ന വന്യമൃഗങ്ങളെ നിരീക്ഷിക്കുകയെന്നത് വാക്കുകൾക്കതീതമായ ഒരനുഭൂതിയാണ്. പറമ്പിക്കുളം വന്യജീവിസങ്കേതത്തിൽ ഏറ്റവും നന്നായി മെയിന്റനസ് ചെയ്തിട്ടുള്ളതും ഏറ്റവും കൂടുതൽ പഠനങ്ങൾ നടന്നിട്ടുള്ളതും 'ആനക്കൽ' വയലിനെ സംബന്ധിച്ചായിരുന്നു.

ഈ ആനക്കൽ വയൽ മെയിന്റനൻസ് ജോലികൾ പരിശോധിക്കുന്നതിനായിട്ടാണ് ഞാൻ അന്ന് ഫീൽഡിൽ പോയത്. പറമ്പിക്കുളത്ത് ഇത്തരം ജോലികൾ എല്ലാം ചെയ്തിരുന്നത് ആദിവാസി കോളനി നിവാസികൾ ആയിരുന്നു. EDCകൾ (Eco Development Committee) രൂപീകരിച്ച് പ്രവർത്തനം തുടങ്ങി വരുന്നതേ ഉണ്ടായിരുന്നുള്ളൂ. അധിനിവേശ സസ്യങ്ങളെയും ഭക്ഷ്യയോഗ്യമല്ലാത്ത കളസസ്യങ്ങളെയും പിഴുതെടുത്ത് കളയുക എന്നതാണ് മുഖ്യമായ ജോലി. സമീപത്തെ വനഭാഗത്തുനിന്നും കാറ്റിൽ പാറിവരുന്ന വൃക്ഷങ്ങളുടെ വിത്തുകളും ചിലപ്പോൾ മുളച്ചുവന്ന് തൈകൾ ആയിട്ടുണ്ടാകും. അവയും പിഴുതു മാറ്റും. വിലയേറിയ ചന്ദന തൈ ആണെങ്കിൽപോലും വയലിൽനിന്ന് പിഴുതു കളയും. കാരണം വയലിനെ വയലായി നിലനിർത്തണമെങ്കിൽ വൃക്ഷത്തൈകൾ വളരാൻ അനുവദിച്ചുകൂടാ. ഓരോ ആവാസവ്യവസ്ഥയും പരിപാലിക്കേണ്ടത് ആ ആവാസവ്യവസ്ഥയുടെ പാരിസ്ഥിതിക സേവനം നിറവേറ്റാൻ ഉതകും വിധത്തിൽ ആകണം.

വയലിൽ ജോലികൾ പുരോഗമിച്ചു വരികയാണ്. എല്ലായിടവും ഒന്ന് ചുറ്റിക്കറങ്ങി ജോലികൾ നടന്നുകൊണ്ടിരിക്കുന്ന ഭാഗത്തെത്തിയപ്പോൾ ആണ് വല്ലാത്തൊരു ദുർഗന്ധം മൂക്കിൽ തുളച്ചു കയറി വന്നത്. തൊട്ടടുത്ത വനഭാഗത്തുനിന്നാണ് ഗന്ധം വരുന്നത്.

'എന്താണത്' എന്ന എന്റെ ചോദ്യത്തിന് അത് 'പന്നിയെ പുലി പിടിച്ചതാ' എന്ന് വാച്ചർ കുമാരേട്ടൻ മറുപടി പറഞ്ഞു. കുറച്ചു ദൂരെ മാറി നിന്നിരുന്ന ഫോറസ്റ്റ് ഗാർഡുമാരോട് തിരക്കിയപ്പോൾ ലഭിച്ച മറുപടി 'മാനിനെ കടുവ പിടിച്ചതാ' എന്നായിരുന്നു.

''നിങ്ങൾ പോയി നോക്കിയോ?''

അവർ നിന്ന് പരുങ്ങി. കൂടെയുള്ള ഫോറസ്റ്ററോട് ചോദിച്ചു

''നിങ്ങളോ?''

ഇല്ലെന്ന് ഫോറസ്റ്റർ പ്രതിവചിച്ചു.

നിങ്ങൾ പോയി നോക്കിയോ എന്ന എന്റെ ചോദ്യത്തിന് മുന്നിൽ കുമാരേട്ടൻ തെല്ലും കൂസാതെ മറുപടി പറഞ്ഞു.

''അത് പന്നി ചത്തു ചീഞ്ഞ മണം ആണ് സാറേ.''

എനിക്കെന്തോ അത്തരം പറച്ചിലുകളിൽ തൃപ്തി വന്നില്ല. വന സഞ്ചാരങ്ങൾക്കിടയിൽ പലപ്പോഴും ഇത്തരം ദുർഗന്ധങ്ങൾ അനുഭവപ്പെടാറുണ്ട്. പറമ്പിക്കുളം പോലെയുള്ള ഒരു പ്രദേശത്ത് അത് സർവ്വസാധാരണവുമാണ്. മിക്കവാറും സ്റ്റാഫ്, അത് പന്നി ആകാം, മാൻ ആകാം, കുരങ്ങൻ ആകാം എന്ന മുൻവിധികളോടെ, പരിശോധിച്ച് ഉറപ്പുവരുത്താൻ മെനക്കെടാതെ അവഗണിക്കുകയാണ് പതിവ്. ഫീൽഡ് ഉദ്യോഗസ്ഥന്മാർ ഒരിക്കലും അത്തരം സൂചനകളെ നിസ്സാരമായി കാണരുത്. ദുർഗന്ധത്തിന്റെ ഉറവിടം കണ്ടെത്തി ഉറപ്പുവരുത്തുകതന്നെ വേണം.

തീർച്ചയായും അത് അൽപം ബുദ്ധിമുട്ടേറിയതാണ് എന്നറിയാം. ഒന്നാമത് ദുർഗന്ധം. പിന്നെ ജീർണിച്ച ഒരു ജഡകാഴ്ച അത്ര സുഖകരവും അല്ലല്ലോ.

എന്തായാലും ദുർഗന്ധത്തിന്റെ ഉറവിടം കണ്ടുപിടിക്കാൻ തീരുമാനിച്ചു. ഗന്ധം വരുന്ന ദിശ ലക്ഷ്യമാക്കി നടന്നു. ഫോറസ്റ്ററും ഗാർഡുമാരും കുമാരേട്ടനും എന്നെ അനുഗമിച്ചു. ഒറ്റയടിപ്പാതയിലൂടെ 20 മീറ്റർ നടന്നു കാണും. ഈച്ചകൾ പൊതിഞ്ഞ ജീർണിച്ച ഒരു ജഡം കുറച്ച് മുന്നിലായതാ കിടക്കുന്നു. ദൂരക്കാഴ്ചയിൽ എന്താണെന്ന് മനസ്സിലായില്ല. അത്യാവശ്യം വലിപ്പമുണ്ട്. അസഹ്യമായ നാറ്റം. കൂടെ വന്നവർ ഇനിയും മുന്നോട്ടു പോകണമോ എന്ന് സംശയിച്ച് അറച്ചു നിന്നു. എന്തിന്റെ ജഡമാണെന്ന് ദൂരക്കാഴ്ചയിൽ വ്യക്തമാകാതിരുന്നതിനാൽ നാറ്റം സഹിച്ചു മുന്നോട്ടു പോകാൻ തീരുമാനിച്ചു. പാന്റിന്റെ പോക്കറ്റിൽനിന്നും ടവൽ എടുത്തു മുഖം മറച്ചു കെട്ടി. ജഡത്തിനു നേർക്ക് പതുക്കെ നടന്നു. ഞങ്ങളുടെ

സാമീപ്യം തീർത്ത അലോസരത്തിൽ ശക്തമായി പ്രതിഷേധിച്ച് വമ്പൻ ഈച്ചകൾ ഉച്ചത്തിൽ മൂളി പറന്നു. ജഡം ഞങ്ങൾ വ്യക്തമായി കണ്ടു. ആ കാഴ്ച കണ്ടു ഞങ്ങൾ ഞെട്ടിത്തെറിച്ചു വിറങ്ങലിച്ചു നിന്നുപോയി. ഒരു കടുവ!

അതീവദയനീയമായിരുന്നു ആ കാഴ്ച. വയറിന്റെ അടിഭാഗം മുതൽ കഴുത്തിനു താഴെ വരെ വെട്ടിപ്പിളർന്നപോൽ പൊളിഞ്ഞിരിക്കുന്നു. വാരിയെല്ലുകൾ പൊട്ടിപ്പിളർന്ന് പുറത്തേക്കു തുറിച്ചു നിൽക്കുന്നു. ഒരു യുദ്ധം നടന്ന പ്രതീതി ജനിപ്പിക്കുന്ന പരിസരം. അടിക്കാടുകൾ ഞെരിഞ്ഞമർന്നിരുന്നു. കുറ്റിച്ചെടികളുടെ ഇലപ്പടർപ്പിനു മുകളിൽ രക്തം ഉണങ്ങി കട്ട പിടിച്ചിരുന്നു. കാട്ടുപോത്തിന്റെ ചാണകം തറയിൽ ചിതറിക്കിടന്നിരുന്നു. കാട്ടുപോത്തുമായുള്ള ദ്വന്ദയുദ്ധത്തിൽ നിർഭാഗ്യവശാൽ കൊമ്പ് കടുവയുടെ വയറിനടിയിൽ കൊളുത്തിപ്പോയിക്കാണണം. അതിശക്തമായ ഒരു കൊളുത്തിവലിയിൽ വയറും നെഞ്ചിൻപലകയും പൊട്ടിപ്പിളർന്നു ദാരുണമായ അന്ത്യം ആയിരിക്കാം ഇവിടെ സംഭവിച്ചിട്ടുള്ളത്. സാധാരണയായി കടുവകൾ ഇത്തരം അപകടങ്ങളിൽ അകപ്പെടാറില്ല. ഊർജ്ജസ്വലരായ ഇവർ അസാമാന്യ മെയ്‌വഴക്കത്തോടെ ചടുല നീക്കങ്ങളുമായി ഇത്തരം ആക്രമണങ്ങളിൽനിന്നും ഒഴിഞ്ഞുമാറുകയാണ് പതിവ്.

ഉടൻതന്നെ നിയമപരമായ നടപടിക്രമങ്ങൾ ആരംഭിച്ചു. വെറ്ററിനറി ഡോക്ടറെ വിവരമറിയിച്ച് സ്ഥലത്ത് കൊണ്ടുവന്നു. ഡോക്ടറോടൊത്ത് പോസ്റ്റുമോർട്ടത്തിൽ പങ്കാളിയായി. ആമാശയത്തിന് ഉള്ളിൽ അപ്പോഴും പൂർണ്ണമായി ജീർണിക്കാത്ത വലിയ മാംസക്കഷണങ്ങൾ ഉണ്ടായിരുന്നു. സൂക്ഷ്മനിരീക്ഷണത്തിൽ കാട്ടുപോത്തിന്റേതാണ് എന്നാണ് ഡോക്ടർ അഭിപ്രായപ്പെട്ടത്. മുതിർന്ന ഒരു കടുവയുടെ വായിൽ ആകെ 30 പല്ലുകൾ ഉണ്ടാകും. 16 എണ്ണം മേൽ താടിയിലും 14 എണ്ണം കീഴ്ത്താടിയിലും. മനുഷ്യരെപ്പോലെ ചവച്ചരച്ച് തിന്നാൻ പറ്റുന്ന വിധമുള്ള അണപ്പല്ലുകൾ കടുവകൾക്ക് ഇല്ല. കടുവകൾക്കു മാത്രമല്ല, മാംസഭുക്കുകളായ മിക്കവാറും എല്ലാ ജീവികളുടെയും സ്ഥിതി ഇതുതന്നെയാണ്. ഇരയുടെ മാംസം കടിച്ചു പറിച്ച് വലിയ കഷണങ്ങളായി വിഴുങ്ങുകയാണ് കടുവകൾ ചെയ്യുന്നത്.

പറമ്പിക്കുളത്ത് ഒരു ടൈഗർ മോണിറ്ററിംഗ് സെൽ കാര്യക്ഷമമായിതന്നെ പ്രവർത്തിച്ചിരുന്നു. വൈൽഡ് ലൈഫ് അസിസ്റ്റന്റും എന്റെ സുഹൃത്തും ആയിരുന്ന തോമസ് നെൽസൺ ആയിരുന്നു ഈ സെല്ലിന്റെ പ്രവർത്തനങ്ങൾക്ക് നേതൃത്വം നൽകിയിരുന്നത്.

കൊടുംവനത്തിൽ മിക്കവാറും ഏകനായി അലഞ്ഞുനടന്ന് കൃത്യമായി ഡാറ്റ ശേഖരിക്കുന്ന, തന്റെ ജോലിയോട് ഇത്രമാത്രം ഡെഡിക്കേറ്റഡ് ആയ നെൽസനെപ്പോലെയുള്ള ഉദ്യോഗസ്ഥർ അപൂർവ്വങ്ങളിൽ അപൂർവ്വം ആയിരുന്നു.

ക്യാമറ ട്രാപ്പ്, ആധുനികമായ മറ്റ് ഉപകരണ സംവിധാനങ്ങൾ എന്നിവയൊന്നും ഇല്ലാതിരുന്ന കാലത്ത് പഗ് മാർക്കുകളും വിസർജ്യങ്ങളും ടെറിട്ടറി അടയാളങ്ങളും കണക്കിലെടുത്ത് ടൈഗർ എസ്റ്റിമേഷൻ ഏറെക്കുറെ കൃത്യമായി തന്നെ നെൽസന്റെ നേതൃത്വത്തിൽ ചെയ്തുവന്നിരുന്നു. ആനക്കൽ വയലിലെ കടുവയുടെ ദാരുണാന്ത്യത്തെക്കുറിച്ച് ഞാൻ നെൽസനോട് പറഞ്ഞു.

“നമുക്ക് ഏറ്റവും കൂടുതൽ ഡാറ്റ ഉണ്ടായിരുന്ന കടുവ ആയിരുന്നു.”

നെൽസൺ ദുഃഖത്തോടെ മെല്ലെ പറഞ്ഞു. ഏറെക്കാലം ആ കടുവയ്ക്ക് പിന്നാലെ അലഞ്ഞ അദ്ദേഹത്തിന്റെ വാക്കുകളിൽ സ്വന്തം കുടുംബാംഗം നഷ്ടപ്പെട്ടപോലെ കൊടിയ വേദന തുളുമ്പി നിന്നിരുന്നു. കടുവയുടെ ദാരുണമായ ആ കിടപ്പ് വർഷങ്ങൾക്കിപ്പുറം ഇപ്പോഴും മനസ്സിൽ നീറ്റൽ ഉണ്ടാക്കുന്നു.

■

കരിമല

പറമ്പിക്കുളം വന്യജീവിസങ്കേതത്തിൽ പുതുതായി ചാർജെടുത്ത ഡി.എഫ്.ഒ. ചെറുപ്പക്കാരനായ ഒരു ഉത്തരേന്ത്യക്കാരൻ IFS ഓഫീസർ ആയിരുന്നു. അദ്ദേഹത്തിന്റെ പ്രഥമ പോസ്റ്റിങ്ങ് ആയിരുന്നതിനാൽ ഒരു കൊച്ചുകുട്ടിയുടെ കൗതുകക്കണ്ണുകളോടെയാണ് അദ്ദേഹം എല്ലാം നോക്കിക്കണ്ടത്. കാടിനെ അടുത്തറിയാനുള്ള ഒരു ത്വരകൊണ്ടാകണം ചാർജ്ജെടുത്ത ഉടനെ അദ്ദേഹം ഒരു ട്രക്കിങ്ങ് പ്ലാൻ ചെയ്തു. അദ്ദേഹത്തിനും ഞങ്ങൾക്കും ജീവിതത്തിൽ ഒരിക്കലും മറക്കാൻ കഴിയാത്ത ദുരിതപൂർണ്ണമായ ഒട്ടനവധി വനപാഠങ്ങൾ ആ ട്രക്കിങ്ങിൽ ഞങ്ങളെ കാത്തിരിക്കുന്നുണ്ടായിരുന്നു എന്ന് അപ്പോൾ ഞങ്ങൾ സ്വപ്നത്തിൽപോലും കരുതിയിരുന്നില്ല.

പറമ്പിക്കുളം വന്യജീവിസങ്കേതത്തിലെ ഏറ്റവും ഉയരം കൂടിയ മല, 'കരിമല ഗോപുരം' ആണ്. കരിമല ഫോറസ്റ്റ് റേഞ്ചിൽ വന്യജീവിസങ്കേതത്തിന്റെ തെക്കുകിഴക്കേ അതിരിനോട് ചേർന്ന് സമുദ്രനിരപ്പിൽനിന്നും 1439 മീറ്റർ ഉയരത്തിൽ തല ഉയർത്തി നിൽക്കുന്ന 'കരിമല ഗോപുരം' ഒരു മനോഹര കാഴ്ചയാണ്. കോടമഞ്ഞിനോട് കിന്നരിച്ചു നിൽക്കുന്ന മലത്തലപ്പ് മിക്കവാറും സമയങ്ങളിൽ ദർശനം തരാറില്ല. ഈ മല കയറിയിറങ്ങുന്നതായിരുന്നു ട്രക്കിംഗിലെ പ്രധാന ഭാഗം.

പറമ്പിക്കുളം സെന്ററിൽനിന്നും വാഹനങ്ങളിൽ പുറപ്പെട്ട് പറമ്പിക്കുളം ഡാം, എർത്ത് ഡാം വഴി വാഹനത്തിൽ പോകാവുന്നിടത്തോളം യാത്ര ചെയ്തു, പിന്നെ നടത്തം ആരംഭിക്കും. കരിമല ഗോപുരം കയറി പിന്നീട് തിരിച്ച് വടക്ക്പടിഞ്ഞാറ് ദിശയിൽ നടന്ന് പറമ്പിക്കുളം റിസർവോയറിൽ എത്തിച്ചേരുക. അവിടെനിന്നും ബോട്ടിൽ തിരിച്ചുപോരുക. ഇതായിരുന്നു പ്ലാൻ. രാവിലെ പുറപ്പെട്ടാൽ ഉച്ചതിരിഞ്ഞ് 2-3 മണിയോടെ ബോട്ടിൽ തിരിച്ചെത്താം. പ്ലാനിങ് എല്ലാം കിറുകൃത്യം ആയിരുന്നു.

വിലയേറിയ ട്രക്കിംഗ് ഷൂസും ഇറക്കം കുറഞ്ഞ ട്രൗസറും ടീ ഷർട്ടും തൊപ്പിയുമായി സാമാന്യം ഉയരമുള്ള ഡി.എഫ്.ഒ സമയത്തിനുതന്നെ തയ്യാറായി വന്നു. ട്രക്കിങ് സ്ഥലം കരിമല റേഞ്ചിൽ ആയിരുന്നതിനാൽ കരിമല റേഞ്ച് ഓഫീസറായ സാബി വർഗീസ്സാണ് ആവശ്യമായ തയ്യാറെടുപ്പുകളെല്ലാം ചെയ്തിരുന്നത്. റൂട്ട് കൃത്യമായി അറിയുന്ന വാച്ചർ കൃഷ്ണൻകുട്ടി നേരത്തെതന്നെ ഹാജർ ഉണ്ടായിരുന്നു. ഒരു ഡി.എഫ്.ഒ, രണ്ടു റേഞ്ച് ഓഫീസർമാർ (ഞാനും സാബിയും) ഇരുപതോളം വരുന്ന സ്റ്റാഫ്, അഞ്ചെട്ട് വാച്ചർമാർ അങ്ങനെ ഏകദേശം മുപ്പതോളം പേരടങ്ങുന്ന സംഘം നേരത്തെതന്നെ യാത്ര ആരംഭിച്ചു. വയർലെസ് (വാക്കിടോക്കി), ബ്രഡ്,പഴം, ബിസ്കറ്റ്, വാട്ടർബോട്ടിൽ അങ്ങനെ ട്രക്കിംഗിന്റെ പരമ്പരാഗത ചമയങ്ങളെല്ലാം ആവശ്യത്തിന് കരുതിയിരുന്നു. ഉച്ചയ്ക്ക് ശേഷം ബോട്ടിൽ തിരിച്ചെത്തുമ്പോൾ ഉച്ചഭക്ഷണം ഞങ്ങൾക്കായി അവിടെ കരുതിയിട്ടുണ്ടാകും.

വാഹനയാത്രയുടെ പരിധി കഴിഞ്ഞ് എല്ലാവരും ഇറങ്ങി നടക്കാൻ ആരംഭിച്ചു. എല്ലാ ട്രക്കിങ്ങിന്റെയും ആദ്യ മണിക്കൂറിൽ പ്രകടമാകാറുള്ള സ്ഥായിയായ ഉത്സാഹം എല്ലാവരിലും കാണാമായിരുന്നു. പതുക്കെപ്പതുക്കെ കരിമല ഗോപുരം തന്റെ തനിനിറം പുറത്തെടുക്കുവാൻ തുടങ്ങി. നീണ്ടുനീണ്ടു കിടക്കുന്ന ചെങ്കുത്തായ കയറ്റങ്ങൾ. അക്ഷരാർത്ഥത്തിൽ താടിയിൽ കാൽമുട്ട് ഇടിക്കുന്ന എടിപിടി കയറ്റങ്ങൾ. വിശ്രമിക്കാനായി ഇരിക്കണമെങ്കിൽ പോലും നിർത്തിയിട്ട വണ്ടിക്ക് ഊട് വെക്കുന്നപോലെ ഏതെങ്കിലും മരത്തിൽ ചാരി നിൽക്കണം.

ആരും ഒന്നും മിണ്ടുന്നില്ല. എങ്ങനെയെങ്കിലും ഇതൊന്നു കയറിക്കഴിഞ്ഞാൽ മതിയായിരുന്നു എന്ന ഒരേയൊരു ആഗ്രഹം മാത്രം. പലരുടെയും വാട്ടർബോട്ടിലുകൾ കാലിയായി. ബിസ്കറ്റും പഴവുമെല്ലാം പോകുന്ന വഴിപോലും കാണുന്നില്ല. അതിമനോഹരമായ വനകാഴ്ചകൾ മിക്കവരും ഗൗനിക്കുന്നേ ഇല്ല. മണിക്കൂറുകൾ നീണ്ട അതികഠിനമായ കയറ്റത്തിനുശേഷം ഞങ്ങൾ കരിമലയുടെ മുകളിൽ എത്തി. മൂന്ന് വരയാടുകൾ ഞങ്ങളെ വരവേൽക്കാൻ എന്നവണ്ണം മലമുകളിലെ കൊച്ചുപാറയ്ക്ക് മുകളിൽ കയറി നിന്നിരുന്ന കാഴ്ച മനംമയക്കുന്നതായിരുന്നു. കരിമല കയറി വന്ന ഞങ്ങൾക്ക് ലഭിച്ച പുണ്യദർശനം ആയിരുന്നു, പറമ്പിക്കുളത്ത് ഒട്ടൊക്കെ അപൂർവ്വമായ വരയാടുകളുടെ ആ നിറ കാഴ്ച.

സമയം ഉച്ചയ്ക്ക് 12 മണിയോടടുത്തിരുന്നു. കഴിഞ്ഞ നാല് മണിക്കൂറായി ഞങ്ങൾ നടക്കാൻ തുടങ്ങിയിട്ട്. ഉച്ചവെയിലിലും

കരിമലമുകളിൽ തണുപ്പനുഭവപ്പെട്ടു. വെയിലിൽ വഴിമാറിപ്പോയ കോടമഞ്ഞിൻ ശകലങ്ങൾ അങ്ങകലെ തണുത്ത താഴ്വാരങ്ങളിൽ പിണങ്ങി മാറിനിന്നു.

അവശേഷിച്ച ബ്രഡ്ഡും ബിസ്കറ്റും പഴവും എല്ലാം തിന്ന് അവസാനിപ്പിച്ച് കരിമലയുടെ വശ്യതയിൽ കുറച്ചേറെ നേരം വിശ്രമിച്ച് ക്ഷീണമകറ്റി ഞങ്ങൾ തിരിച്ചിറങ്ങാൻ ആരംഭിച്ചു. വന്ന വഴിയിൽ നിന്നും മാറി വടക്ക് പടിഞ്ഞാറ് ദിശയിൽ നേരെ പറമ്പിക്കുളം റിസർവോയറിൽ നിറയെ ഭക്ഷണവുമായി ഞങ്ങളെ കാത്ത് കിടക്കുന്ന ബോട്ടിനെ ലക്ഷ്യമാക്കി ഞങ്ങൾ നടന്നു. വഴി കൃത്യമായി അറിയാവുന്ന വാച്ചർ കൃഷ്ണൻകുട്ടി മുന്നിൽനിന്നും നയിച്ചു.

തിരിച്ചിറക്കം അത്ര കഠിനമായിരുന്നില്ലെങ്കിലും അടിതെറ്റിയാൽ ഉണ്ടായേക്കാവുന്ന വീഴ്ച അതിഭീകരമായിരുന്നു. ഏറെ സൂക്ഷ്മതയോടെ, പലപ്പോഴും തെന്നിപ്പോയെങ്കിലും കാര്യമായി വീഴാതെ ഞങ്ങൾ മലമുകളിൽനിന്നും നിരപ്പിലേക്ക് എത്തി. വീണ്ടും നടത്തം തുടർന്നു.

''ബോട്ടിൽ എത്താൻ ഇനി എത്ര സമയമെടുക്കും?''

വിശന്നു തളർന്ന ആരുടെയോ ഈ ചോദ്യത്തിന് ''ഒരു ഒന്നൊന്നര മണിക്കൂർ'' എന്ന കൃഷ്ണൻകുട്ടിയുടെ ഉത്തരം വലിയ ആഹ്ലാദമാണ് സംഘാംഗങ്ങൾക്ക് നൽകിയത്. വനയാത്രകളിൽ ദൂരത്തെക്കുറിച്ചുള്ള ചോദ്യങ്ങൾ തികച്ചും നിരർത്ഥകമാണ്. സമയത്തെക്കുറിച്ച് മാത്രമാണ് ധാരണ വേണ്ടത്. ചിലപ്പോൾ മണിക്കൂറിൽ അഞ്ച് കിലോമീറ്റർ താണ്ടാൻ കഴിഞ്ഞേക്കും. എന്നാൽ ചിലപ്പോൾ ഒരു കിലോമീറ്റർ പോലും സഞ്ചരിക്കാൻ ആകാതെ വരും. സഞ്ചരിക്കുന്ന സ്ഥലത്തിന്റെ ഭൂമിശാസ്ത്രമാണ് അതിൽ നിർണായകം. അതിനാൽ വനയാത്രയിൽ ദൂരത്തേക്കാൾ സമയത്തെക്കുറിച്ചാണ് നമ്മൾ ബോധവാന്മാരാകേണ്ടത്.

നടത്തം തുടർന്നു. നടന്നിട്ടും നടന്നിട്ടും തീരുന്നില്ല.

''എത്താറായില്ലേ കൃഷ്ണൻകുട്ടി?''

''ദിപ്പോ എത്തും.'' വെള്ളാനകളുടെ നാട്ടിലെ പപ്പുവിനെപോലെ കൃഷ്ണൻകുട്ടി പറഞ്ഞു.

പോകെപ്പോകെ കൃഷ്ണൻകുട്ടിയുടെ മുഖം മങ്ങി. കണ്ണുകളിൽ അന്ധാളിപ്പ് പടർന്നു. ഞങ്ങളുടെ നടപ്പുവഴിയുടെ കുറുകെ ഒരു വെള്ളച്ചാൽ കണ്ടു. വെള്ളം ഇടതുഭാഗത്തുനിന്നും വലതുഭാഗത്തേക്ക് ആണ് ഒഴുകുന്നത്. സാബിയുടെ ചെവിയിൽ ഞാൻ പതുക്കെ പറഞ്ഞു, ''നമുക്ക് വഴി തെറ്റിയിട്ടുണ്ട്.''

പറമ്പിക്കുളം റിസർവോയർ ഇടതുവശത്താണ് വരേണ്ടത്. ഞങ്ങൾ ശരിയായ വഴിയിൽ ആയിരുന്നുവെങ്കിൽ വെള്ളം വലത്തുനിന്നും ഇടതുവശത്തേക്കാണ് ഒഴുകേണ്ടിയിരുന്നത്. ആരുടെയും കൈയിൽ മാപ്പ് ഇല്ലായിരുന്നു (അത് മറ്റൊരു പാഠമാണ്. ഇത്തരം യാത്രകളിൽ മാപ്പ് അനിവാര്യമായും കൈയിൽ കരുതണം). ചെറിയൊരു ഊഹം വെച്ച് തമിഴ്നാട് ആനമല വന്യജീവി സങ്കേതത്തിലെ ഏതോ ഭാഗത്താണ് ഞങ്ങൾ എത്തിപ്പെട്ടിരിക്കുന്നത് എന്ന് മനസ്സിലായി. കൃഷ്ണൻകുട്ടി ഒരക്ഷരം ഉരിയാടാൻ ആകാതെ നിശ്ചേഷ്ടനായി. പലരും അയാളെ വഴക്ക് പറയാൻ തുടങ്ങി. അയാളുടെ നില കൂടുതൽ പരുങ്ങലിലായി. ഇനി അയാളോട് ഒന്നും ചോദിക്കരുതെന്ന് കർശനമായ നിർദ്ദേശം കൊടുത്തു. ഇടതുവശത്തോട് ചേർന്ന് വടക്ക് പടിഞ്ഞാറ് ദിശ ലക്ഷ്യമാക്കി നടക്കാൻ നിർദ്ദേശം നൽകി.

നിബിഡവനത്തിൽ നടവഴികളിലൂടെ അല്ലാതെ വഴികൾ ഉണ്ടാക്കി നടക്കുക അത്ര എളുപ്പമല്ല. ലഭ്യമായ നടവഴികളിലൂടെ ഞങ്ങൾ നടന്നു. പലപ്പോഴും തലങ്ങും വിലങ്ങും. ലക്ഷ്യം ആർക്കും നിശ്ചയമില്ലാത്ത ആ നടത്തത്തിൽ സ്വഭാവികമായും ഒരാൾ ലീഡർ ആയേ പറ്റൂ. കാരണം എല്ലാവരുടെ പ്രതീക്ഷയും അങ്ങനെ ഒരാളിൽ സ്വാഭാവികമായി വന്നുചേരും. നടത്തം തുടർന്നു. വഴിതെറ്റിപ്പോയെന്ന് സംഘാംഗങ്ങൾക്ക് എല്ലാവർക്കും മനസ്സിലായി. അത് വേവലാതികൾ വർദ്ധിപ്പിച്ചു. നേരം രണ്ട് മണി, മൂന്ന് മണി, നാല് മണി... ലക്ഷ്യമില്ലാതെ ഞങ്ങൾ കാട്ടിൽ അലയുകയാണ്. അവസാനത്തെ ബ്രേക്ഫാസ്റ്റും കരിമലമുകളിൽവെച്ച് അവസാനിപ്പിച്ചിരുന്നു. രണ്ടു മണിക്കൂറിനുള്ളിൽ ബോട്ടിൽ ഞങ്ങളെ കാത്തിരിക്കുന്ന ഭക്ഷണമായിരുന്നു അന്നേരം എല്ലാവരുടെയും മനസ്സിൽ. എല്ലാവരും വിശന്നു തളർന്നു. ഡി.എഫ്.ഒ സാറിനു മലയാളം കാര്യമായി വശമില്ലാതിരുന്നതിനാൽ അദ്ദേഹത്തിന്റെ ശാപവചനങ്ങൾ ഞാനും സാബിയും മാത്രമായി പങ്കിട്ടു. വനത്തിൽ ഇരുട്ട് വേഗം പടരുകയും പ്രഭാത വെളിച്ചം മെല്ലെമെല്ലെ ഒളിച്ചു നോക്കുകയും ആണ് പതിവ്.

ഞങ്ങൾ എങ്ങുമെത്തിയില്ല. ഒന്നുറക്കെ നിലവിളിക്കാൻപോലും കഴിയാത്തവിധം മിക്കവാറും എല്ലാവരും അവശരായി കഴിഞ്ഞിരുന്നു. എങ്ങും ഇരുട്ട് വ്യാപിക്കാൻ തുടങ്ങി. നടന്നുചെല്ലുന്ന വഴികൾ എല്ലാം അടഞ്ഞുപോകുന്നു. പല ദിക്കുകളിലേക്ക്, വഴിയെന്നു തോന്നിയ ഇടങ്ങളിലേക്ക് ഒക്കെ നടന്നു നോക്കി. കൂടുതൽ കൂടുതൽ ഇരുളടഞ്ഞ വനനിബിഡതയിൽ ചെന്ന് മുട്ടിനിന്നു. വാക്കിടോക്കികൾ പണിമുടക്കിയിട്ട് ഏറെ നേരമായി (പതിവുപോലെ). ആരൊക്കെയോ ഉറക്കെ കൂക്കി വിളിച്ചു. കരിങ്കുരങ്ങിന്റെ ഭീതിദമായ മറുകൂക്കൽ അല്ലാതെ മറ്റൊന്നും കേട്ടില്ല. ഇരുട്ടിൻ മറയിൽ

മുഖക്കാഴ്ച മറഞ്ഞു നിഴൽരൂപങ്ങൾ മാത്രമായി മാറിയ ഞങ്ങൾ ഇനിയെന്ത് എന്ന ഉത്തരം കിട്ടാത്ത ചോദ്യമെറിഞ്ഞ് നിസ്സഹായ രായി, നിശ്ചലരായി വന്യമൃഗങ്ങളാൽ സമൃദ്ധമായ ആ കൊടും കാട്ടിൽ തരിച്ചുനിന്നു.

ദിക്കറിയാതെ, വഴിയറിയാതെ ഇനി എന്ത് ചെയ്യണമെന്ന് കൃത്യ മായ ഒരു ധാരണയുമില്ലാതെ ആ ഉൾവനത്തിൽ ഞങ്ങൾ നിന്നുരുകി. അരക്ഷിതമായ ആ സന്ദിഗ്ദ്ധാവസ്ഥയിൽ പക്ഷേ അധികനേരം തുടരാനാകില്ല എന്നറിയാമായിരുന്നു. എന്തെങ്കിലും ഒരു തീരുമാന ത്തിൽ എത്തിയേ പറ്റൂ. ഇരുട്ടിനു കട്ടി കൂടിക്കൂടി വരികയാണ്. ലക്ഷ്യമില്ലാതെ തലങ്ങും വിലങ്ങും നടന്നിട്ട് കാര്യമില്ല എന്ന നിഗ മനത്തിൽ ഞങ്ങൾ എത്തിച്ചേർന്നു.

നമുക്കേറെ പരിചയമുള്ള കാടാണെങ്കിൽപോലും ഇരുട്ടുവീണ കാട് മറ്റൊരു ലോകമാണ്. കാടുണരുന്നത് പലപ്പോഴും രാത്രിയി ലാണ്. അതുവരെ കാണാത്ത ഒരു തിരയിളക്കം രാത്രിയിൽ കാട്ടിൽ ഉറപൊട്ടും. ഇരയെ തേടി, ഇണയെ തേടി പലരും പുറത്തിറങ്ങും. ഇരുട്ടിൽ നമുക്കവർ അദൃശ്യരാണെങ്കിലും അവർക്കെല്ലാം നമ്മളെ കാണാനാകും. മനുഷ്യന്റെ രാത്രി പല മൃഗങ്ങളുടെയും പകലാണ്. അല്ലെങ്കിലും വെളിച്ചത്തിനു പകൽ എന്നും ഇരുട്ടിനു രാത്രി എന്നും നമ്മൾ മനുഷ്യരിട്ട പേരല്ലേ. എന്തായാലും രാത്രിയിൽ കാട്ടിൽ അലഞ്ഞുതിരിഞ്ഞു നടക്കുന്നത് ഒട്ടും സുരക്ഷിതമല്ല.

എന്തുവന്നാലും ആ രാത്രി കാട്ടിൽ കഴിഞ്ഞേ പറ്റൂ. അതിനു പറ്റിയ സുരക്ഷിതമായ ഒരിടം കണ്ടെത്തണം. സാധാരണയായി ഒരരുവിയുടെ തീരമോ പാറക്കെട്ടോ ആണ് ഇത്തരം സന്ദർഭങ്ങളിൽ അത്താണി ആവുക. നിർഭാഗ്യവശാൽ ഞങ്ങൾ എത്തി നിൽക്കുന്ന പ്രദേശം ഇടതൂർന്ന കാടാണ്. ഒരു കുഞ്ഞുനീർച്ചാലോ ഒരു പാറ ക്കെട്ടോ സമീപത്തെങ്ങും കണ്ടെത്താനായില്ല. ഒരു വലിയ മരം വീണുകിടപ്പുണ്ട്. ആരും പറയാതെതന്നെ പലരും ആ മരത്തിൽ ഇരിപ്പുറപ്പിച്ചു. എല്ലാവരും നിശ്ശബ്ദരായിരുന്നു.

ഡി.എഫ്.ഒയും സാബിയും മറ്റ് നാലുപേരുംകൂടി ഏതെങ്കിലും വഴി കണ്ടെത്താനാകുമോ എന്നറിയാനായി വടക്കുഭാഗം എന്ന് ഞങ്ങൾ കരുതിയിരുന്ന ദിക്കിലേക്ക് പോയി. ബാക്കിയുള്ളവർ അവിടെത്തന്നെ തങ്ങി. തുള്ളി വെള്ളമില്ല. ഒരു ബിസ്കറ്റുകഷ്ണം പോലുമില്ല. ദാഹിച്ച് പൊരിഞ്ഞ്, വിശന്നു വലഞ്ഞ് ഇരുപത്തിയ ഞ്ചോളം മനുഷ്യജീവികൾ തികഞ്ഞ അനിശ്ചിതാവസ്ഥയിൽ കൂരി രുട്ടിൽ കൊടുങ്കാട്ടിൽ അങ്ങനെ...

അത്തരം അനിശ്ചിതാവസ്ഥകളിൽ തീയാണ് ഏറ്റവും വലിയ സുരക്ഷ. യാത്രയ്ക്കിടയിൽ മാറിനിന്ന് ബീഡി വലിക്കാറുള്ള വാച്ചർ രാമൻകുട്ടിയുടെ കൈയിൽ ലൈറ്റർ ഉണ്ടായിരുന്നു. 'പുകവലി ആരോഗ്യത്തിന് ഗുണകരമാകുന്ന' അപൂർവ്വം സന്ദർഭങ്ങളിൽ ഒന്ന്. വിറക് സംഘടിപ്പിക്കലായിരുന്നു അതീവ ദുഷ്കരം. നല്ല പച്ചക്കാട് ആയിരുന്നതിനാൽ വിറകിന്റെ ലഭ്യത തീരെ കുറവായിരുന്നു. ഉണങ്ങിയ മരത്തൊലികളും ഒടിഞ്ഞുവീണ കമ്പുകളും ഒക്കെ പെറുക്കിക്കൂട്ടി ഞങ്ങളൊരു തീ പെരുക്കി. വെളിച്ചം വീണപ്പോൾ എല്ലാവരുടെ മുഖത്തും വലിയൊരു ആശ്വാസം തെളിഞ്ഞു.

വെള്ളവും ഭക്ഷണവുമില്ലാതെ എല്ലാവരും തളർന്നു കഴിഞ്ഞിരുന്നു. പലരും വെറും മണ്ണിൽ നിവർന്നു കിടന്നു. അട്ടക്കടിയേറ്റ് മിക്കവാറും എല്ലാവരുടെയും യൂണിഫോമിൽ രക്തക്കറ പടർന്നിരുന്നു. രക്തം കുടിച്ചു വീർത്ത അട്ടകൾ അലങ്കാരബൾബുകൾപോലെ ശരീരത്തിൽ തൂങ്ങിക്കിടന്നിട്ടും അവയെ ഒന്ന് എടുത്തുമാറ്റാൻ പോലും ശ്രമിക്കാതെ സുബ്രഹ്മണ്യൻ ചെളിമണ്ണിൽ വീണു. വാട്ടർ ബോട്ടിലിലെ അടിത്തട്ടിൽ ഉണ്ടായേക്കാവുന്ന അവസാനതുള്ളി നനവും പിളർന്ന വായിലേക്ക് ശക്തിയായി കുടഞ്ഞിട്ട് രാഘവൻ ചുണ്ട് നുണഞ്ഞു. നിർജ്ജീവമായ മിഴികളോടെ നിശ്ശബ്ദരായി പലരും ഉറക്കത്തിലേക്ക് വഴുതിവീണു.

അപ്രതീക്ഷിതമായി മഴ പെയ്തു. ഒരു ചാറ്റൽമഴ. ദാഹജലത്തിനായുള്ള ഞങ്ങളുടെ പൊരിച്ചലിനു ചെറുശമനം കിട്ടി. വാട്ടർ ബോട്ടിലിന്റെ അടിഭാഗം മുറിച്ചു കളഞ്ഞ് മലർത്തിപ്പിടിച്ച് ഇലത്തുമ്പുകളിൽനിന്നും ഇറ്റിറ്റുവീഴുന്ന വെള്ളം പരമാവധി ശേഖരിച്ചു. പലരും വേഴാമ്പലിനെപോലെ വാ പിളർന്നു ഇലച്ചാർത്തുകളിൽ നിന്നും ഉതിർന്നുവീഴുന്ന മഴവെള്ളം നേരിട്ട് നുണഞ്ഞിറക്കി. പരിമിതമായിട്ടെങ്കിലും ദാഹപൊരിച്ചിൽ മാറ്റാൻ ഉപകരിച്ചെങ്കിലും മഴ ഞങ്ങളുടെ അവിടുത്തെ തങ്ങൽ ദുരിതപൂർണ്ണമാക്കി. മണ്ണ് കുഴഞ്ഞു ചെളിയായി. തീ കെട്ടുപോയി.

ആ ചെളിയിലും തണുപ്പിലും അട്ടകളെ മെത്തയാക്കി മിക്കവാറും എല്ലാവരും തളർന്നു മയങ്ങി. ചാറ്റൽ മഴക്കൊടുവിൽ ഏറെ പണിപ്പെട്ടു വീണ്ടും തീയൊരുക്കി.

ഡി.എഫ്.ഒയും സാബിയും കൂട്ടരും ഇനിയും തിരിച്ചെത്തിയില്ല. സമയം ഏകദേശം രാത്രി പത്ത് മണി കഴിഞ്ഞിരുന്നു. അവർക്ക് എന്തുപറ്റി? വല്ലാത്തൊരു അസ്വസ്ഥത മനസ്സിൽ പടർന്നു. ആ പ്രതിസന്ധിയിലും തളരാത്ത മനസ്സുമായി ഫോറസ്റ്റർ മുജീബ് റഹ്മാൻ എന്റെ ഒപ്പം നിന്നു. മുജീബിന്റെ ചെവിയിൽ ഞാൻ പതുക്കെ മന്ത്രിച്ചു.

''നമ്മൾ ഒരു കാരണവശാലും തളർന്നു പോകരുത്. ഇവരുടെ മൊത്തം പ്രതീക്ഷ നമ്മളിൽ മാത്രമാണ്.''

മുജീബ് അവസരത്തിനൊത്തുയർന്നു. മുജീബ് പറഞ്ഞു, ''ഞാനും സുന്ദരനുംകൂടി ഒന്നു പോയി നോക്കിയിട്ട് വരാം. വല്ല വഴിയും കണ്ടെത്താൻ പറ്റുമോ എന്ന് നോക്കാം.''

രാത്രിയിൽ കാട്ടിൽ തങ്ങേണ്ടി വരുമെന്ന് ഒട്ടും പ്രതീക്ഷിച്ചിരുന്നില്ല. അതിനാൽ ആരും കാര്യമായി ടോർച്ച് കരുതിയിരുന്നില്ല. ആരുടെയോ പക്കൽ ഉണ്ടായിരുന്ന ഒരു കുഞ്ഞുപെൻടോർച്ചിന്റെ നാണയവെട്ടത്തിന്റെ പിൻബലത്തിൽ മുജീബും സുന്ദരനും ഇരുട്ടിലേക്ക് നടന്നു മറഞ്ഞു. നിശ്ശബ്ദമായ നിമിഷങ്ങൾ കനം വെച്ച് പതുങ്ങി നിന്നു.

സാധാരണയായി ഉൾക്കാട്ടിൽ കഴിച്ചുകൂട്ടുന്ന അത്തരം രാത്രികൾ എല്ലാവരും വട്ടംകൂടിയിരുന്ന് ഔപചാരികതകൾ ഇല്ലാത്ത സന്തോഷഭരിതമായ കൂടിച്ചേരൽ ആവുകയാണ് പതിവ്. പാട്ടും പലരുടെ വീരകഥകളും വെടിവട്ടവുമായി അത്തരം രാത്രികൾ ആസ്വാദ്യകരമാകും. അന്തരീക്ഷത്തിന് ഒട്ടൊരു അയവു വരുത്താൻ ഏറെ പണിപ്പെട്ട് ഞാൻ എന്തോ തമാശ പറഞ്ഞു. 'തളത്തിൽ ദിനേശനേ'ക്കാൾ പരിതാപകരമായി ആ ഉദ്യമത്തിൽ ഞാൻ പരാജയപ്പെട്ടു. കുറച്ചുകഴിഞ്ഞ് നോഹയുടെ പെട്ടകത്തിൽനിന്നും പറത്തിവിട്ട പ്രാവിനെപ്പോലെ മുജീബും സുന്ദരനും തിരിച്ചുവന്നു. ഒരു വഴിയും കണ്ടെത്താനായില്ല. ഇനി ഒന്നും ചെയ്യാനില്ല. നേരം വെളുപ്പിച്ചെടുക്കുക തന്നെ.

വീണ്ടും മരണവീടിനെ തോൽപ്പിക്കും വിധമുള്ള നിശ്ശബ്ദത പരന്നു. ആ നിശ്ശബ്ദതയിൽ അകലെനിന്നും റോഡിൽ കൂടെ വാഹനങ്ങൾ പോകുന്ന ശബ്ദം കേട്ടു. വാൽപ്പാറ ആനമല റോഡ് ആയിരിക്കാം അത് എന്ന് ഊഹിച്ചു. വാഹനത്തിന്റെ ശബ്ദം അങ്ങ് ദൂരെ നിന്നാണെങ്കിലും മനുഷ്യസാമീപ്യം അനുഭവിപ്പിക്കുന്നതിൽ അത് വിജയിച്ചു. അത് സംഘാംഗങ്ങളിൽ എന്തെന്നില്ലാത്ത ഒരു ആശ്വാസം ജനിപ്പിച്ചു. ബാഹ്യലോകത്തു നിന്നെല്ലാം ഒറ്റപ്പെട്ട്, പ്രതീക്ഷയറ്റ്, ഇനിയെന്ത് എന്ന ഉത്തരം കിട്ടാത്ത ചോദ്യവുമായി സ്തംഭിച്ചു നിൽക്കുമ്പോൾ അനുഭവപ്പെടുന്ന മനുഷ്യന്റെ ചെത്തവും ചൂരും നമുക്ക് നൽകുന്ന അനന്തമായ സാന്ത്വനം, അത് അനുഭവിച്ചുതന്നെ അറിയണം.

വീണ്ടും നിശ്ശബ്ദത. പെട്ടെന്ന് അടുത്തെവിടെയോ നിന്ന് അടിക്കാടുകൾ ഞെരിഞ്ഞമരുന്ന ശബ്ദം കേട്ടു. ഞാനും മുജീബും ജാഗരൂകരായി. കൃഷ്ണൻകുട്ടി തീ പരമാവധി ആളിക്കത്തിക്കാൻ ശ്രമിച്ചു.

ഭൂരിഭാഗം പേരും അത് കേൾക്കുകപോലും ചെയ്യാതെ ഒരുതരം മയക്കത്തിലായിരുന്നു. അത് ഒരു കണക്കിന് നന്നായി എന്ന് തോന്നി. ശബ്ദം മെല്ലെ മെല്ലെ അടുത്തടുത്തുവന്നു. ശബ്ദം വരുന്ന ദിക്കിലേക്ക് കഴിയുന്നിടത്തോളം കണ്ണുതുറിപ്പിച്ചു ഞങ്ങൾ നോക്കിയിരുന്നു. ഒന്നും കാണുന്നില്ല. ഇരുട്ട്, ഇരുട്ടു മാത്രം. പെട്ടെന്ന് ആ ശബ്ദം നിലച്ചു. നിശ്ശബ്ദത പടർന്നു. ചങ്കിടിപ്പ് ഞങ്ങൾക്കുതന്നെ കേൾക്കാമായിരുന്നു. ഞങ്ങൾ തികച്ചും നിരായുധരായിരുന്നു. നല്ലൊരു തീക്കൊള്ളിപോലും എടുക്കാൻ ഉണ്ടായിരുന്നില്ല. ഒന്ന് ഓടിമാറാൻപോലും കഴിയാത്ത നിസ്സഹായാവസ്ഥ.

നിമിഷങ്ങൾ അരിച്ചരിച്ചു നീങ്ങി. വീണ്ടും ശബ്ദമുയർന്നു. പക്ഷേ ഞങ്ങളെ വിസ്മയിപ്പിച്ചുകൊണ്ട് ആ ശബ്ദം ഞങ്ങളിൽനിന്നും അകന്നകന്നു പോയി. എന്തായിരിക്കാം ആ ശബ്ദം?

“അത് വല്ല കരടിയോ കടുവയോ ആകാം.” കൃഷ്ണൻകുട്ടി നിസ്സംഗമായി പറഞ്ഞു.

വീണ്ടും നിശ്ശബ്ദത. നിമിഷങ്ങൾ ഇഴഞ്ഞുനീങ്ങി. ഒന്നു നേരം വെളുത്തിരുന്നെങ്കിൽ. ഞങ്ങൾ എല്ലാവരുടെയും അപ്പോഴത്തെ ഏറ്റവും വലിയ ജീവിതാഭിലാഷം സൂര്യോദയം എന്നത് മാത്രമായിരുന്നു. സാഹചര്യങ്ങൾ നമ്മെ കൊണ്ടെത്തിക്കുന്ന ആഗ്രഹങ്ങളുടെ ലാളിത്യം ഓർത്ത് ഞാൻ ഉള്ളിൽ വെറുതെ ചിരിച്ചു. ‘പുലരിയാകാൻ കാത്തിരിക്കുന്ന കാവൽക്കാരെ പോലെ’ ആ കൊടുങ്കാട്ടിൽ ഓരോ യാമങ്ങളും എണ്ണിയെണ്ണി ഞങ്ങൾ സൂര്യനെ കാത്തിരുന്നു.

പുലർവെട്ടത്തിനായുള്ള കാത്തിരിപ്പ് അനന്തമായി നീണ്ടുപോയി. അതെപ്പോഴും അങ്ങനെയാണ്. നമ്മൾ എന്തിനു വേണ്ടിയെങ്കിലും അക്ഷമയോടെ കാത്തിരുന്നുവോ അത് എത്തിച്ചേരാൻ ആവശ്യത്തിൽ കൂടുതൽ സമയമെടുത്തിരിക്കും. മൂകമായ യാമങ്ങൾ പയ്യെ പയ്യെ കൊഴിഞ്ഞുവീണു. എങ്ങനെയെങ്കിലും ഒന്ന് നേരം വെളുത്തിരുന്നെങ്കിൽ...

എല്ലാവരുടെ അഭിലാഷങ്ങളും പ്രാർത്ഥനകളും ആ ഒരേ ഒരു വിഷയത്തിൽ മാത്രം കേന്ദ്രീകരിച്ചു. ദുസ്സഹവും അസ്വസ്ഥജനകവും ഭീകരവുമായ കാത്തിരിപ്പ്. അവസാനം ഞങ്ങൾ പ്രതീക്ഷിച്ചിരുന്ന ഭാഗത്തുതന്നെ വളരെ സാവധാനം ഒരു വെളിച്ചക്കീറ് പ്രത്യക്ഷമായി. ഉറക്കത്തിൽനിന്നും ബലമായിവിളിച്ചുണർത്തിയപോലെ ഉറക്കച്ചടവോടെ, കെറുവിച്ച മുഖവുമായി ബാലസൂര്യൻ മടിച്ചുമടിച്ചു ഉണർന്നു. ഇരുട്ടു മാറി കാട് കുറെശ്ശേയായി തെളിയാൻ തുടങ്ങിയപ്പോൾ സംഘാംഗങ്ങൾ പുതിയ പ്രതീക്ഷകളോടെ

ഉണർന്നെണീറ്റു. സർവ്വസാക്ഷിയായ സൂര്യന്റെ സ്ഥാനം തിട്ടപ്പെടുത്തി ഞങ്ങൾക്ക് പോകേണ്ട വടക്കുപടിഞ്ഞാറു ദിശ അവിടെനിന്നും ഏകദേശം കണക്കുകൂട്ടി. ഒരുകാരണവശാലും ആരും ദിശ മാറി സഞ്ചരിക്കരുതെന്ന് കർശനനിർദ്ദേശം കൊടുത്തു. ഏറെ ക്ഷീണിതരെങ്കിലും പകൽ തെളിച്ചം നൽകിയ ആത്മവിശ്വാസം പുത്തൻ കരുത്തായി എല്ലാവരിലും സ്ഫുരിച്ചിരുന്നു. അങ്ങനെ ഒരു രാത്രിയിൽ ഞങ്ങൾക്ക് അഭയം തന്ന ആ വൻമരത്തോട് യാത്ര പറഞ്ഞ് ഞങ്ങൾ നടത്തം തുടങ്ങി.

നടപ്പുവഴികൾ ഇല്ലാതിരുന്നതിനാൽ അടിക്കാടുകൾ വകഞ്ഞ് മാറ്റിയുള്ള ആ നടത്തം ഏറെ ആയാസകരവും സാവധാനവും ആയിരുന്നു. അത് ക്ഷീണം പതിന്മടങ്ങ് വർദ്ധിപ്പിച്ചു. അപ്പോഴാണ് തികച്ചും യാദൃശ്ചികമായി ഞങ്ങൾ ആ കാഴ്ച കണ്ടത്. ഒരു കാട്ടുപ്ലാവിൽ അല്പം മുകളിലായി രണ്ടു ചക്കകൾ. തുമ്പിക്കൈ പൊക്കത്തിന് മുകളിൽ ആയിരുന്നതിനാൽ എങ്ങനെയോ രക്ഷപ്പെട്ടു നിന്നതാണ്. ആരൊക്കെയോ ആ പ്ലാവിൽ വലിഞ്ഞു കയറി. ഒന്ന് പഴുത്തതും മറ്റേത് മൂപ്പെത്താത്തതും ആയിരുന്നു. ചക്കയിൽ പഴുത്തത് താഴെ വീണു പൊട്ടി പിളർന്നു. ഈച്ചകളെപ്പോലെ മിക്കവരും അതിനുമേൽ ആർത്തലച്ചു. മൂക്കാത്ത ചക്കയും തുണ്ടുതുണ്ടായി വിഭജിക്കപ്പെട്ടു.

സാധാരണ ഇത്തരം സന്ദർഭങ്ങളിൽ യൂണിഫോം സ്റ്റാഫിനിടയിൽ പാലിച്ചുപോരുന്ന ഒരു കീഴ്‌വഴക്കം ഉണ്ട്. ആദ്യം ഏറ്റവും മുതിർന്ന ഉദ്യോഗസ്ഥനു നല്കും. പക്ഷേ വിശപ്പ് എന്ന യാഥാർത്ഥ്യത്തിനു മുൻപിൽ കീഴ്‌വഴക്കങ്ങൾക്കും ഔദ്യോഗിക സ്ഥാന പെരുമകൾക്കും എന്തു പ്രസക്തി. ചക്കച്ചുളയ്ക്കു വേണ്ടിയുള്ള സഹപ്രവർത്തകരുടെ വെപ്രാളങ്ങൾ തെല്ലൊരു വേദനയോടെ ഞാൻ നോക്കി നിന്നു. എങ്ങനെയോ സംഘടിപ്പിച്ച ഒരു കുഞ്ഞുതുണ്ടം മുജീബ് എനിക്ക് കൊണ്ടുവന്നു തന്നു. മൂക്കാത്ത രണ്ട് ചുളകൾ. ആർത്തിയോടെ ഞാനത് തിന്നു. പിന്നെ സാമാന്യം മുഴുത്ത ചവിണികളും ചവച്ചിറക്കി. ചക്കമടലിന്റെ മാംസളഭാഗം കാരിത്തിന്നു. അവസാനത്തെ കാരലിൽ ചക്കമുള്ളും കൂടി വായിലേക്ക് വന്നപ്പോളാണ് ആ ഉദ്യമം ഞാൻ അവസാനിപ്പിച്ചത്.

കുട്ടിക്കാലത്തെ വറുതിയുടെ നാളുകൾക്കുശേഷം ഇത്രയേറെ രുചിയോടെ ചക്കമടൽ ഞാൻ തിന്നിട്ടില്ലായിരുന്നു. തന്റെ കട്ടിമീശയിൽ ചക്കമുളഞ്ഞീനോടൊപ്പം ഒട്ടിപ്പിടിച്ചിരുന്ന ഒരു മുഴുത്ത ചവിണി വേദന സഹിച്ച് പറിച്ചെടുത്ത് ചവച്ചിറക്കുന്ന സുജീഷിനെ കണ്ടപ്പോൾ ചിരിക്കണോ അതോ കരയണോ എന്നറിയാതെ ഞാൻ തല

കുനിച്ചിരുന്നു. വെടിക്കെട്ടിനുശേഷം പടക്കം പെറുക്കുന്ന കുട്ടികളെപ്പോലെ പലരും ഉപേക്ഷിച്ചിട്ട ചക്കക്കുരുവിന്റെ പോള എടുത്ത് ചവയ്ക്കാൻ തുടങ്ങി. നിമിഷങ്ങൾക്കകം കാട്ടുനായ്ക്കളാൽ വേട്ടയാടപ്പെട്ട മ്ലാവിന്റെ അവശേഷിച്ച കൊമ്പും കുളമ്പും പോലെ ചക്കഞെട്ടും കൂഞ്ഞയും ഏതാനും മടലുകളും മാത്രം ബാക്കിയായി. ആർക്കും ഒന്നും തികഞ്ഞില്ലെങ്കിലും ചെറിയൊരു ഊർജ്ജം നൽകാൻ ആ ചക്കകൾക്കായി.

അല്പനേരത്തെ വിശ്രമത്തിനുശേഷം ഞങ്ങൾ നടത്തം തുടർന്നു. ഒരു കിലോമീറ്റർകൂടി നടന്നുകാണും. ഞങ്ങളെ ആഹ്ലാദഭരിതരാക്കിക്കൊണ്ട് സാമാന്യം നല്ല വെള്ളമുള്ള ഒരു കൈത്തോട് കണ്ടു. മരുപ്പച്ച കണ്ട മരുയാത്രികരെപോലെ എല്ലാവരും ഒച്ചവെച്ച് ഓടിച്ചെന്നു. ധാരാളം വെള്ളം കുടിച്ചു. കൈയും മുഖവും കഴുകി. അട്ട കടിച്ചു കറുത്ത് കട്ടപിടിച്ചിരുന്ന ചോരക്കാലുകൾ കഴുകി വൃത്തിയാക്കി. അത് പ്രശ്നമായി. രക്തം ക്ലോട്ട് ആയി കിടന്നിരുന്ന കറുത്ത പാടുകളാണ് കഴുകിക്കളഞ്ഞത്. മുറിവുകൾ ഉണർന്നു വീണ്ടും ചോര ഒലിക്കാൻ തുടങ്ങി. അത്തരം സന്ദർഭങ്ങളിൽ കടലാസുതുണ്ടുകൾ മുറിവിൽ ഒട്ടിച്ചുവെക്കുകയാണ് ഞങ്ങൾ സാധാരണ ചെയ്യാറുള്ളത്. ആരുടെയോ ഒരു ബാക്ക്പാക്കിൽ ഒരു ഷീറ്റ് ന്യൂസ് പേപ്പർ ഉണ്ടായിരുന്നു. എല്ലാവർക്കും പക്ഷേ അത് തികഞ്ഞില്ല.

ചക്കയ്ക്കുശേഷം പേപ്പർ തുണ്ടിനായും പിടിവലി ആയി. എന്തായാലും എല്ലാവർക്കും വല്ലാത്തൊരു ഉന്മേഷം കൈവന്നു. വെള്ളം വടക്കുപടിഞ്ഞാറ് ദിശയിലേക്കാണ് ഒഴുകിയിരുന്നത്. അതെ, ഞങ്ങൾക്ക് തെറ്റിയിട്ടില്ല. ഈ നീർച്ചാലിന്റെ അരികുപിടിച്ച് പോയാൽ മതി. പറമ്പിക്കുളം റിസർവോയറിൽ എത്തും. തലേന്ന് രാത്രി ഡിഎഫ് ഒയും കൂട്ടരും ഈ ദിശയിൽ തന്നെയാണ് പോയിരുന്നത്. ആയതിനാൽ ഇതിനോടകംതന്നെ അവർ പറമ്പിക്കുളത്ത് എത്തിക്കാണുമെന്ന് ആശ്വസിച്ചു. അങ്ങനെയെങ്കിൽ ഞങ്ങളെ കൂട്ടാൻ ഉടൻതന്നെ ആളുകൾ എത്തും. എല്ലാവരിലും ആശ്വാസത്തിന്റെ നവോന്മേഷം നുരഞ്ഞുപൊന്തി.

നീർച്ചാലിനു അരികുപറ്റി ഞങ്ങൾ നടന്നു. ഏകദേശം ഒരു മണിക്കൂർ കൂടി നടന്നുകാണും. ഒരു കൂപ്പ് റോഡ് കാണാനായി. അപ്പോഴേക്കും കൃഷ്ണൻകുട്ടി ഉണർന്നു.

''ഈ റോഡ് എനിക്കറിയാം, ഇനി ഇതിലെ പോയാൽ മതി.'' കൃഷ്ണൻകുട്ടി പറഞ്ഞു.

സംശയനിവൃത്തിക്കായി പലരും ചോദിച്ചു.

''തനിക്ക് ശരിക്കും വഴി അറിയുമോ?''

ചോദ്യംചെയ്യലിന്റെ കാർക്കശ്യത്തിൽ കൃഷ്ണൻകുട്ടി നിന്നു പരുങ്ങി. കൃഷ്ണൻകുട്ടിയെ അരികിൽ വിളിച്ച് ഞാൻ സാവകാശം ചോദിച്ചു. അയാൾക്ക് ശരിക്കും വഴി അറിയാമായിരുന്നു. അപ്പോഴാണ് ഞങ്ങൾ അകലെനിന്നും ഒരു കൂവൽ കേട്ടത്. ഒരു മനുഷ്യ ശബ്ദം. ദൈവമേ, അന്യന്റെ ശബ്ദം സംഗീതം പോലെ കേൾക്കാൻ കഴിഞ്ഞ ഒരു ധന്യമുഹൂർത്തം. ഞങ്ങൾ മുറുകൂവൽ മുഴക്കി.

മറുപടിയായി ഒട്ടനവധി കൂവലുകൾ ഞങ്ങളുടെ മനം കുളിർപ്പിച്ചുകൊണ്ട് പെയ്തിറങ്ങി. കൂവൽ ശബ്ദം ലക്ഷ്യമാക്കി ഞങ്ങൾ നടന്നു. പലരും ഓടി. കുറച്ചു ദൂരം കൂടി കഴിഞ്ഞപ്പോൾ ഒരു തേക്ക് തോട്ടത്തിലെത്തി. അതൊരു നല്ല ലക്ഷണമായിരുന്നു. കാരണം മിക്കവാറും തേക്ക് തോട്ടങ്ങൾ ജനവാസമേഖലയോട് ചേർന്നാണ് ഉണ്ടാക്കിയിട്ടുള്ളത്. അവസാനം ഞങ്ങൾ കണ്ടുമുട്ടി. കൂട്ടം തെറ്റിപ്പോയ കുഞ്ഞാടുകളെ കണ്ടെത്തിയ ഇടയന്മാരെപോലെ അവർ ഞങ്ങളെ എതിരേറ്റു. ഞങ്ങളെ തേടിയിറങ്ങിയ സെർച്ച് പാർട്ടി ആയിരുന്നു അവർ. തെല്ലുമാറി ഞങ്ങളെ കാത്തുകിടന്ന വാഹനങ്ങളിൽ കയറി ഞങ്ങൾ യാത്രയായി.

ഡി.എഫ്.ഒയും സാബിയും കൂട്ടരും കുറെ നേരത്തെതന്നെ എത്തിയിരുന്നു. രാത്രി പക്ഷേ അവരും കാട്ടിൽ മറ്റൊരിടത്ത് കുടുങ്ങിപ്പോയിരുന്നു. അവരുടെ കാര്യം ഞങ്ങളേക്കാൾ കഷ്ടമായിരുന്നു. ഒന്ന്, ആളുകൾ കുറവ്. മറ്റൊന്ന് അവർക്ക് തീ കൂട്ടാൻ പറ്റിയിരുന്നില്ല. അതിഭീകരമായ ഒരു രാത്രി അവരും ആ കാട്ടിൽ കഴിച്ചുകൂട്ടി.

പറമ്പിക്കുളത്ത് തിരിച്ചെത്തുമ്പോൾ ഒരു മഹാസംഭവത്തിന് സാക്ഷ്യം വഹിക്കാനെന്നവണ്ണം നിരവധിപേർ തടിച്ചുകൂടിയിരുന്നു. ഞങ്ങളുടെ വരവ് ശരിക്കും ഒന്ന് കാണേണ്ടതുതന്നെയായിരുന്നു. കാക്കിയൂണിഫോമിന്റെ പാന്റിലും ഷർട്ടിലും എല്ലാം ചോരയും ചെളിയും പൊടിമണ്ണും കൂടി കലർന്ന് ഒരു കൊളാഷ് പോലെയായിരുന്നു. പലരും പാന്റ് തെറുത്തു കയറ്റി വച്ചിരുന്നു. തോർത്തു മുണ്ട് അരയിൽ കെട്ടിയിരുന്നു. ഇൻ ചെയ്ത ഷർട്ട് പുറത്തിട്ട് അരയിൽനിന്നും ബെൽറ്റ് ഊരി ചുമലിൽ ഇട്ടിരുന്നു. അട്ടയെ തുരത്താൻ തുമ്പത്ത് കെട്ടിവെച്ച ഉപ്പ് കിഴിയോടുകൂടിയ ഊന്നുവടികൾ ഉപേക്ഷിക്കാതെ അപ്പോഴും പലരും കൈയിൽ വെച്ചിരുന്നു. കാലിലും കൈയിലും ദേഹത്തിന്റെ ഇതരഭാഗങ്ങളിലും അട്ട കടിച്ച് ഉണ്ടായ മുറിവുകളിൽ ന്യൂസ്പേപ്പർ തുണ്ടുകൾ ഒട്ടിച്ചുവെച്ചിരുന്നു. (മുടിയുള്ളവരുടെ) തലമുടി എല്ലാം ചപ്രചിപ്രയായി പ്രാകൃതരൂപം കൈവരിച്ചിരുന്നു. ആകപ്പാടെ നോക്കിയാൽ ഏതോ ഒരു പുണ്യപുരാണ

ബാലെ ട്രൂപ്പിലെ കഥാപാത്രങ്ങളെ പോലെയാണ് ഞങ്ങളവിടെ പ്രത്യക്ഷപ്പെട്ടത്.

നിമിഷങ്ങൾക്കകം തട്ടുകടയിലെയും പറമ്പിക്കുളത്തെ ഏക 'പഞ്ചനക്ഷത്ര' ഹോട്ടലായ സ്വാമിയുടെ കടയിലെയും ഭക്ഷ്യയോഗ്യമായ എല്ലാം തീർന്നു. ഡി.എഫ്.ഒയ്ക്ക് എന്ത് സംഭവിച്ചു എന്ന അന്വേഷണത്തിന് രസകരമായ മറുപടിയാണ് ലഭിച്ചത്. അദ്ദേഹം ഇറക്കം കുറഞ്ഞ വെള്ള ട്രൗസറും വെള്ളയിൽ വരകളുള്ള ടീ ഷർട്ടുമാണ് ധരിച്ചിരുന്നത്. ചോരയിൽ കുതിർന്ന ട്രൗസറും ബനിയനും പെയിന്റ് പണിക്കാരൻ 'എളേപ്പന്റെ' ഡ്രസ്സിനു തുല്യമായി മാറിക്കഴിഞ്ഞിരുന്നു. അത്തരം അവസ്ഥാവിശേഷങ്ങൾ ഒട്ടും പരിചിതമല്ലാതിരുന്നതിനാൽ അദ്ദേഹം ആകെ തകർന്നുപോയിരുന്നു.

വാഹനത്തിൽ കയറി അതേ വേഷത്തിൽ നേരിട്ട് പൊള്ളാച്ചിയിലെ ആശുപത്രിയിൽ പോയി. ടി ടി ഇഞ്ചക്ഷൻ എടുത്തു. ട്രിപ്പ് കയറ്റി. അല്പം ഒന്ന് ഉഷാർ ആയപ്പോൾ ഡിസ്ചാർജ് ചെയ്തു. ഞങ്ങൾ എത്തുന്നതിന് കുറച്ചു മുൻപ് അദ്ദേഹം ആശുപത്രിയിൽ നിന്നും തിരിച്ചെത്തിയതേ ഉണ്ടായിരുന്നുള്ളൂ. രസികനായ ഒരു സഹപ്രവർത്തകൻ പറഞ്ഞു.

''ഡി.എഫ്.ഒ സാറിന്റെ ആശുപത്രിയിൽ നിന്നുള്ള വരവ് ഒന്ന് കാണേണ്ടതായിരുന്നു. ചോരപുരണ്ട ഡ്രസ്സ് മാറ്റി, വേറെ ഉടുക്കാൻ ഡ്രസ്സ് ഇല്ലാതിരുന്നതിനാൽ ആശുപത്രിക്കാർ കൊടുത്ത പച്ചനിറമുള്ള 'നൈറ്റി'യിൽ ഏതോ സിനിമയിൽ ജഗതിച്ചേട്ടൻ വന്നമാതിരി ഒരു ഒന്നൊന്നര വരവായിരുന്നു അത്.''

എല്ലാവരും അറിയാതെ പൊട്ടിച്ചിരിച്ചു.

പറമ്പിക്കുളം സെന്ററിൽനിന്നും ഞാൻ കരിമല ഗോപുരത്തെ ഒന്നു നോക്കി. കോടമഞ്ഞിനാൽ മുഖം പാതി മറച്ച്, ഒരു കള്ളച്ചിരിചിരിച്ച് കടക്കണ്ണിനാൽ ഒരു കുസൃതിനോട്ടമെറിഞ്ഞ് കരിമല എന്നെ മാടി വിളിച്ചു. ഒരു ചെറുമന്ദഹാസത്തോടെ ഞാൻ ക്വാർട്ടേഴ്സ് ലക്ഷ്യമാക്കി മെല്ലെ നടന്നു.

■

കടുവയെ തേടി

വന്യജീവി സങ്കേതങ്ങളിലെ സന്ദർശകരിൽ ബഹുഭൂരിപക്ഷവും വെറും 'ടൂറിസ്റ്റുകൾ' മാത്രമാണ്. പരിസ്ഥിതി സംരക്ഷണത്തെക്കുറിച്ചോ വന്യജീവികളുടെ പ്രാധാന്യത്തെ സംബന്ധിച്ചോ യാതൊരു വിധ സാമാന്യധാരണകളും ഇല്ലാത്തവരാണ് മിക്കവാറും സന്ദർശകർ. ഇന്നത്തെ ഭാഷയിൽ പറഞ്ഞാൽ രണ്ടു മൂന്നു ദിവസം 'അടിച്ചു പൊളിക്കാൻ' വരുന്ന ഇക്കൂട്ടർക്ക് രണ്ട് കാര്യങ്ങളിൽ മാത്രമാണ് താല്പര്യം. ആദ്യത്തേത് ഒന്ന് അർമാദിക്കണം. രണ്ടാമത് വന്യമൃഗങ്ങളെ കാണണം. കുറെ സെൽഫി എടുത്ത് fbയിൽ പോസ്റ്റ് ചെയ്യണം.

വന്യജീവി സങ്കേതങ്ങളിൽ ഇവർ വരുമ്പോൾ ഇവർക്ക് കാണാൻ പാകത്തിൽ മൃഗങ്ങൾ റോഡരികിൽ വരിവരിയായി നിൽക്കുന്നുണ്ടായിരിക്കും എന്നാണിവർ ധരിച്ചുവെച്ചിരിക്കുന്നത്. ഒന്നിനെയും കണ്ടില്ലെങ്കിൽ ''അവിടെ പോയിട്ട് ഒരു കാര്യവും ഇല്ല, ഒറ്റ മൃഗത്തിനെയും കാണാൻ പറ്റില്ല'' എന്ന് വന്യജീവി വിഷയപണ്ഡിതരാകും ഇക്കൂട്ടർ. തൊട്ടപ്പുറത്ത്, മരങ്ങളുടെ മറപറ്റി നിന്ന് ഇക്കൂട്ടരുടെ പേക്കൂത്തു കണ്ട് ചിരിച്ചു നിൽക്കുന്ന കാട്ടുപോത്തിനെയോ ആനയെയോ പക്ഷേ ഇവർ കണ്ടെന്നുവരില്ല. ഇതിനിടയിൽ വളരെ അപൂർവമായി മാത്രമേ യഥാർത്ഥ 'ഇക്കോടൂറിസ്റ്റു'കളെ കണ്ടുമുട്ടാറുള്ളൂ.

2002ൽ പറമ്പിക്കുളത്തു ജോലി ചെയ്യുന്ന കാലത്ത് ഇ.ഡി.സി (Eco Development Committe) പ്രവർത്തനങ്ങൾ തുടങ്ങുന്നേ ഉണ്ടായിരുന്നുള്ളു. EDC എന്താണെന്നും അതിന്റെ ഗുണങ്ങൾ എന്തൊക്കെയാണെന്നും വിശദീകരിക്കുന്നതിനായി തദ്ദേശീയരുടെ ഒരുപാട് മീറ്റിംഗുകൾ വിളിച്ച് ചേർത്തിരുന്നു. ആകെയുള്ള ഏഴ് കോളനികളിൽ ഒന്നൊഴികെ ബാക്കിയെല്ലാം ആദിവാസികളുടേതായിരുന്നു. വൈൽഡ്‌ലൈഫ് വാർഡൻ (DFO) തമിഴ്നാട്ടുകാരനായ ഒരു IFS ഓഫീസർ ആയിരുന്നു. ഇത്തരം മീറ്റിംഗുകളിൽ അദ്ദേഹം തമിഴിൽ

ആണ് സംസാരിക്കുക. വാക്കുകളിൽ സംഗീതം കിനിയുന്ന മനോഹരമായ തമിഴ് ഭാഷ അദ്ദേഹത്തിന്റെ പതിഞ്ഞ താളത്തിൽ കേൾക്കുക എന്നത് അതിസുന്ദരമായ ഒരു അനുഭൂതിയാണ്. അങ്ങനെ ഒരു മീറ്റിങ്ങിൽ സാറിന്റെ സംസാരത്തിനുശേഷം എന്റെ ഊഴമായി. അദ്ദേഹത്തിൽനിന്നും ലഭിച്ച ഊർജം കൈമുതലാക്കി ഞാനും തമിഴിൽ സംസാരിച്ചു തുടങ്ങി. ഒരു മിനിറ്റ് പിന്നിടുമ്പോഴേക്കും അദ്ദേഹം കൈകൾ കൂപ്പി എന്നോട് പറഞ്ഞു.

''സണ്ണി, ഞങ്ങളുടെ മനോഹര ഭാഷയെ കൊല്ലരുത്.''

പറമ്പിക്കുളത്തുനിന്നും ട്രാൻസ്ഫർ ആയി പോകുംവരേയ്ക്കും പിന്നീടൊരു മീറ്റിംഗിലും ഞാൻ തമിഴ് സംസാരിച്ചിട്ടില്ല. എനിക്ക് ആ ഭാഷയോട് അത്രയ്ക്ക് സ്നേഹമായിരുന്നു. (അതിപ്പോഴും ഉണ്ട് കേട്ടോ.)

EDC പ്രവർത്തനങ്ങൾ കാര്യക്ഷമമായി തുടങ്ങുന്നതിന്റെ ഭാഗമായി ടൂറിസ്റ്റ് ഗൈഡുമാരായി കുറച്ചു പേർക്ക് പരിശീലനം കൊടുക്കാൻ തീരുമാനിച്ചു. മുഖ്യചുമതല വൈൽഡ് ലൈഫ് അസിസ്റ്റന്റ് ആയിരുന്ന നെൽസന്. റേഞ്ച് ഓഫീസർമാരായിരുന്ന ഞാനും സാബി വർഗീസും കൂടെ ഉണ്ട്. പരിശീലനത്തിനായി കുറെ പേരെ തെരഞ്ഞെടുത്തു. മിക്കവരും ആദിവാസി വിഭാഗത്തിൽപെട്ടവർ. കൂടുതൽ പേർക്കും അടിസ്ഥാന വിദ്യാഭ്യാസം പോലുമില്ല. ഇവർക്കാണ് പരിശീലനം കൊടുക്കേണ്ടത്.

സിലബസ് തയ്യാറാക്കിയത് നെൽസൺ ആയിരുന്നു. വന്യജീവി പരിപാലനം, വന്യജീവികളുടെ ജീവശാസ്ത്രം, തിരിച്ചറിയൽ, സസ്യശാസ്ത്രം എന്നു വേണ്ട സർവതല സ്പർശിയായ ശാസ്ത്രീയമായ സമഗ്ര സിലബസ്. ഇത്രയും ശാസ്ത്രീയമായി ഇവരെ പഠിപ്പിക്കണോ? അതിന്റെ ആവശ്യമുണ്ടോ? അതിലുപരി ഇതൊക്കെ അവരെ എങ്ങനെ പഠിപ്പിച്ചെടുക്കും? ഞങ്ങൾ ആശങ്കപ്പെട്ടു. പക്ഷേ നെൽസൺ കടുത്ത തീരുമാനത്തിൽ തന്നെ ആയിരുന്നു.

''നമ്മൾ പറഞ്ഞുകൊണ്ടേയിരിക്കുക, അവർ മനസ്സിലാക്കുന്ന കാലംവരേയ്ക്കും.''

അതായിരുന്നു അദ്ദേഹത്തിന്റെ നിലപാട്. അത് എത്രമാത്രം ശരിയായിരുന്നു എന്ന് കാലം തെളിയിച്ചു. ഇന്ന് പറമ്പിക്കുളത്ത് തികഞ്ഞ പ്രൊഫഷണൽ സ്കിൽ ഉള്ള ഒട്ടേറെ EDC ഗൈഡുകളുണ്ട്. അന്ന് തുടങ്ങിവെച്ചതിന്റെ സാർത്ഥകമായ പരിണതി. ഇത് പറയുന്നത്ര എളുപ്പമായിരുന്നില്ല. ഹോമിയോ മരുന്നുപോലെ ആവർത്തിച്ചാവർത്തിച്ചു വളരെ ക്ഷമയോടെ നേടിയെടുത്തതാണ്.

നെൽസനെപ്പോലെ ഒരാളില്ലായിരുന്നുവെങ്കിൽ ഇതിത്ര കണ്ട് ഫല പ്രാപ്തിയിൽ എത്തുമായിരുന്നോ എന്ന് സംശയമാണ്.

പറമ്പിക്കുളത്തെ ജീവനകാലത്ത് വിദേശികൾ ഉൾപ്പെടെ ഒട്ടേറെ ടൂറിസ്റ്റുകളെ കണ്ടുമുട്ടിയിട്ടുണ്ട്. തദ്ദേശീയ ടൂറിസ്റ്റുകളേക്കാൾ വിദേശീയർ കുറേക്കൂടെ 'ഇക്കോ ഫ്രണ്ട്‌ലി' സന്ദർശകരായി അനു ഭവപ്പെട്ടിട്ടുണ്ട്. അതെപ്പോഴും അങ്ങനെയാണല്ലോ. വിദേശീയർ എല്ലാ കാര്യത്തിലും ഒരു 'പണതൂക്കം' മുൻപിൽ ആണല്ലോ!

അങ്ങനെ 'ഇക്കോ ഫ്രണ്ട്‌ലി' ആയ ഒരു സ്വീഡൻകാരൻ ഒരു ദിവസം എന്റെ ഓഫീസിലേക്ക് കയറിവന്നു. പറമ്പിക്കുളം ഭാഗത്തെ ടൂറിസത്തിന്റെ ചുമതല പറമ്പിക്കുളം റേഞ്ച് ഓഫീസർ ആയിരുന്ന എനിക്കായിരുന്നു. ചെമ്പൻമീശയും സ്വർണ്ണ തലമുടിയും ഉള്ള അല്പം തടിച്ച് ഉയരം കൂടിയ അരോഗദൃഢഗാത്രനായ ഒരു ടിപ്പി ക്കൽ സായിപ്പ്. അദ്ദേഹത്തിന് കാട്ടിലൂടെ ട്രക്ക് ചെയ്യണം.എനിക്ക് വലിയ സന്തോഷമായി. പറമ്പിക്കുളത്ത് വന്നു വാഹനത്തിൽനിന്നും ഇറങ്ങാതെ രണ്ടടി പോലും നടക്കാതെ വെറുതെ അർമാദിച്ചു തിരിച്ചുപോകുന്ന നമ്മുടെ നാടൻ ധ്വരമാർ ഈ സായിപ്പന്മാരെ കണ്ട് പഠിക്കണം. ഇത്ര ദൂരം യാത്ര ചെയ്തു വന്ന് അവർ ഇതാ വനഗന്ധമറിഞ്ഞു കാടിനെ പരിണയിച്ച് കാട്ടിലലിഞ്ഞു ചേരുന്നു.

അന്ന് ഇന്നത്തെപോലെ പാക്കേജ് ടൂറിസം ആരംഭിച്ചിട്ടില്ലായി രുന്നു. എങ്കിലും ചില ട്രക്കിങ് റൂട്ടുകൾ നിർണയിച്ചിട്ടുണ്ടായിരുന്നു. അദ്ദേഹം തെരഞ്ഞെടുത്തത് 'ആനക്കൽ വയൽ' റൂട്ട് ആയിരുന്നു. ഞാൻ അല്പം തിരക്കിലായതിനാൽ തിരിച്ചു വരുമ്പോൾ തീർച്ച യായും കാണണം എന്ന് പറഞ്ഞുറപ്പിച്ച് അത്യാവശ്യം ഭാഷ കൈ കാര്യം ചെയ്യാൻ അറിയുന്ന ഒരു വാച്ചറെയും കൂട്ടി, അദ്ദേഹത്തെ പറഞ്ഞയച്ചു. ഞാൻ എന്റെ പതിവ് ജോലികളിൽ മുഴുകി.

ഉച്ചതിരിഞ്ഞു ഒരു രണ്ടുമണിയോടുകൂടിയാണ് വിയർത്തൊലിച്ച് ആ 'ഇക്കോ ഫ്രണ്ട്‌ലി' സായിപ്പ് എന്റെ ഓഫീസിലേക്ക് കയറി വന്നത്. അദ്ദേഹം ഭയങ്കര ചൂടിലായിരുന്നു. ഗൈഡ് എങ്ങാനും മോശമായി പെരുമാറിയോ എന്ന് സംശയിച്ച് എന്താണ് കാര്യം എന്ന് ഞാൻ തിരക്കുന്നതിനു മുൻപ് തന്നെ ഇക്കോ ഫ്രണ്ട്‌ലി ക്രുദ്ധ നായി എന്നോട് ചോദിച്ചു:

"Where is the Tiger?"

ആ ഒരൊറ്റ ചോദ്യത്തിൽ നിന്നുതന്നെ ഈ 'ഇക്കോ ഫ്രണ്ട് ലിക്ക്' വന്യജീവികളെക്കുറിച്ച് ഒരു ചുക്കും ചുണ്ണാമ്പും അറിയി ല്ലെന്നെനിക്ക് ബോധ്യമായി. ഈ വനത്തിൽ ആനയും കാട്ടുപോത്തും

കരടിയും പുലിയും കടുവയും എല്ലാം ഉണ്ടെന്നും വന്യജീവികളെ കാണാൻ കഴിയുക എന്നത് തികച്ചും ഒരു ഭാഗ്യം മാത്രമാണെന്നും ഞാൻ അദ്ദേഹത്തെ മനസ്സിലാക്കിക്കാൻ പരമാവധി ശ്രമിച്ചു. പറമ്പിക്കുളത്തു വന്നാൽ കടുവയെ കാണാൻ പറ്റുമെന്നും (അങ്ങനെ അദ്ദേഹത്തെ ആരോ ധരിപ്പിച്ചിട്ടുണ്ട്.) അതിനാണ് താൻ ഇത്രയും ദൂരം വന്നതെന്നും ഞങ്ങൾ അദ്ദേഹത്തിനെ പറ്റിക്കുകയാണ് എന്നും അദ്ദേഹം ശബ്ദം ഉയർത്തി ആക്രോശിച്ചു.

അദ്ദേഹത്തിന്റെ സംസാരത്തിൽ ഒട്ടും സംസ്കാരം തൊട്ടുതീണ്ടിയിട്ടില്ലായിരുന്നു. മാത്രമല്ല ട്രക്കിങ്ങിനായി അദ്ദേഹം നൽകിയ 500 രൂപ തിരിച്ചുതരണമെന്നും ആ ഇക്കോ ഫ്രണ്ട്ലി എന്നോട് കയർത്തു. സായിപ്പുമാർ ഇങ്ങനെയും ഉണ്ടോ എന്ന് ഞാൻ അതിശയിച്ചുപോയി. അദ്ദേഹത്തിന്റെ ശബ്ദം ഉയർന്നത് കേട്ടിട്ട് എന്റെ സഹപ്രവത്തകർ ഓടിവന്നു. ടിയാൻ നിർത്താതെ ഷൗട്ട് ചെയ്യുകയാണ്. എന്ത് പറഞ്ഞിട്ടും മനസ്സിലാക്കുന്നില്ല. ‘You cheated me’ എന്ന് പലവട്ടം ആവർത്തിച്ചു. ഇത്രയുമായപ്പോൾ ഇനി ഇദ്ദേഹത്തെ വെറുതെ വിടുന്നത് ശരിയല്ല എന്ന് ഞങ്ങൾക്ക് തോന്നി. ഞാൻ അദ്ദേഹത്തോട് ചോദിച്ചു.

“Did you really want to see a tiger?”

“Yes ofcourse.”

മറുപടി അല്പം കടുപ്പത്തിൽ തന്നെയായിരുന്നു. ഞാൻ വളരെ സീരിയസ് ആയി മേശപ്പുറത്തുനിന്നും ഒരു വൈറ്റ് പേപ്പർ എടുത്തു. സ്കെച്ച് പെൻ എടുത്തു. കുറച്ചു നേരം ചിന്തയിൽ മുഴുകി. പിന്നീട് എന്നാൽ കഴിയാവുന്നിടത്തോളം മനോഹരമായി ഒരു റൂട്ട് വരയ്ക്കാൻ തുടങ്ങി. ആകാംക്ഷാഭരിതനായ അദ്ദേഹം എന്നോട് ചോദിച്ചു.

“What are you doing?”

താങ്കൾക്ക് കടുവയെ തീർച്ചയായും കാണാൻ കഴിയുന്ന റൂട്ട് മാപ്പ് തയ്യാറാക്കുകയാണ് എന്ന് അദ്ദേഹത്തെ അറിയിച്ചു. അദ്ദേഹം ശരിക്കും വിസ്മയിച്ചുപോയി. കടുവകളെക്കുറിച്ചുള്ള എന്റെ ‘അവഗാഹം’ കണ്ട് അദ്ദേഹം അത്ഭുതം കൂറി. എന്റെ സഹപ്രവർത്തകരും ഞാൻ എന്താണ് ചെയ്യുന്നത് എന്നറിയാതെ സംശയദൃഷ്ടിയാൽ എന്നെ നോക്കി. നാടകീയമായ ആലോചനാചലനങ്ങളിലൂടെ ഞാൻ മനപ്പൂർവം അന്തരീക്ഷത്തിന്റെ ഗൗരവം വർദ്ധിപ്പിച്ചു.

ആധികാരികമായി ഞാൻ അദ്ദേഹത്തോട് ചോദിച്ചു, “Did you want to see only one tiger or more?”

അത്ഭുതം തുടിച്ച കണ്ണുകളോടെ അദ്ദേഹം പറഞ്ഞു. "More."

ഞാൻ ആവശ്യത്തിൽ കൂടുതൽ സമയമെടുത്തു. കടുവയെ അത്ര എളുപ്പത്തിൽ കാണാൻ പറ്റില്ലെന്ന് അദ്ദേഹത്തെ മനസ്സിലാക്കിക്കണമല്ലോ. എന്റെ റൂട്ട് മാപ്പിന്റെ വര അദ്ദേഹം നിറഞ്ഞ സംതൃപ്തിയോടെ കണ്ടു നിന്നു. അതുവരെ പറഞ്ഞ ശാപവാക്കുകൾ പക്ഷേ അന്തരീക്ഷത്തിൽ അപ്പോഴും തങ്ങിനിൽക്കുന്നതായി ഞങ്ങൾക്ക് തോന്നി. വരയെല്ലാം തീർത്ത് എല്ലാ സ്ഥലനാമങ്ങളും അടയാളപ്പെടുത്തി അവസാനം ഞാൻ കടുവയെ സ്പോട്ട് ചെയ്ത് 'Tiger' എന്ന് മാർക്ക് ചെയ്തു. പേപ്പർ അദ്ദേഹത്തിന്റെ കൈയിൽ കൊടുത്ത് ഞാൻ റൂട്ട് വിശദീകരിച്ചു കൊടുത്തു.

"പറമ്പിക്കുളം, ആനമല, ഗോവിന്ദാപുരം, കൊല്ലങ്ങോട്, നെന്മാറ, വടക്കഞ്ചേരി, തൃശ്ശൂർ, ചെമ്പുക്കാവ്. അവിടെയാണ് കേരളത്തിലെ രണ്ടാമത് സൂ (Zoo) ഉള്ളത്. "You can definitely see a number of tigers there."

എന്താണ് കാര്യം എന്ന് പെട്ടെന്ന് അദ്ദേഹത്തിന് മനസ്സിലായില്ല. എന്റെ സഹപ്രവർത്തകരുടെ ചിരി കണ്ടപ്പോൾ അദ്ദേഹം എന്തോ പന്തികേട് മണത്തു. ഞാൻ അല്പം പരുക്കനായിത്തന്നെ കാര്യങ്ങൾ വിശദമാക്കി.

"Sighting a tiger in the wild is a matter of luck only sir. You are not lucky this time. May be lucky next time."

ഉള്ളിൽ നുരഞ്ഞുവന്ന രോഷം പരമാവധി കടിച്ചമർത്തി ഒരു ചിരിയോടുകൂടി അദ്ദേഹത്തെ ഞങ്ങൾ പറഞ്ഞു വിട്ടു.

* * *

ഈ എപ്പിസോഡിൽ നിന്നും രണ്ടു കാര്യങ്ങൾ ഞാൻ പഠിച്ചു. ഒന്ന്, എല്ലാ വിദേശയാത്രികരും 'ഇക്കോഫ്രണ്ട്‌ലി' അല്ല. രണ്ട്, സായിപ്പിനെ കാണുമ്പോൾ കവാത്ത് മറക്കേണ്ട കാര്യമില്ല. ■

പ്ലീസ് കമോൺ ദി ലൈൻ

അവിസ്മരണീയമായ പറമ്പിക്കുളം ദിനങ്ങൾക്കുശേഷം രണ്ടായിരത്തി മൂന്നിൽ തൃശ്ശൂർ ഫോറസ്റ്റ് ഡിവിഷനിലെ മച്ചാട് റേഞ്ചിലേക്കാണ് അടുത്ത നിയമനം ലഭിച്ചത്. വന്യജീവി സാന്നിധ്യത്താൽ സമൃദ്ധമായ പറമ്പിക്കുളത്തെ നിബിഡ വനഭൂമികയിൽനിന്നും ആനയും കടുവയും ഇല്ലാത്ത മച്ചാട് റേഞ്ചിലേക്ക് ഒരു കൂട് മാറ്റം. വന്യജീവി സങ്കേതങ്ങളിൽനിന്നും തികച്ചും വിഭിന്നമായ വനപരിപാലനരീതികൾ ഉള്ള ഒരു ടെറിട്ടോറിയൽ റേഞ്ച്. മ്ലാവ്, പുള്ളിമാൻ, കാട്ടുപന്നി, മലയണ്ണാൻ, മുള്ളൻപന്നി എന്നിവയായിരുന്നു മുഖ്യമായും കണ്ടുവന്നിരുന്ന വന്യമൃഗങ്ങൾ. മിക്കവാറും ഇടങ്ങളിൽ ജനവാസമേഖലയുമായി ചേർന്നു കിടന്നിരുന്നതിനാൽ മച്ചാട് റേഞ്ചിൽ കാര്യമായ സംരക്ഷണപ്രശ്നങ്ങൾ ഉണ്ടായിരുന്നു. മരംമുറി, നായാട്ട്, കാട്ടുതീ എന്നിവ നിരന്തരമായി ഞങ്ങളുടെ ഉറക്കം കെടുത്തിക്കൊണ്ടിരുന്നു.

അക്കാലത്ത് പാലക്കാട് ജില്ലയിലുള്ള മണ്ണാർക്കാട് ഫോറസ്റ്റ് ഡിവിഷനിലെ അട്ടപ്പാടി മലനിരകളിൽ കഞ്ചാവ്കൃഷി തകൃതിയായി നടക്കുന്ന കാലമായിരുന്നു. കഞ്ചാവ്കൃഷി നശിപ്പിക്കുന്നതിനായി നിരന്തരമായി റെയ്ഡുകൾ നടത്തിക്കൊണ്ടേയിരുന്നു. നിരന്തരമായുള്ള ഇത്തരം റെയ്ഡുകൾ മണ്ണാർക്കാട് ഫോറസ്റ്റ് ഡിവിഷനിലെ സ്റ്റാഫിനെ കൊണ്ടുമാത്രം ഫലപ്രാപ്തിയിൽ എത്തിക്കാനാകില്ല എന്നതിനാൽ പാലക്കാട്, തൃശ്ശൂർ, നിലമ്പൂർ മേഖലകളിൽനിന്നുമുള്ള റേഞ്ച് ഓഫീസർമാരെയും സ്റ്റാഫിനെയും ഇത്തരം റെയ്ഡുകൾക്കായി നിയോഗിച്ചിരുന്നു. ഓരോരുത്തരും അവരവരുടെ ഊഴം വരുന്നതിനനുസരിച്ച് റെയ്ഡുകൾ നടത്തി തിരിച്ചുപോരും. നിരന്തരമായ റെയ്ഡുകൾ. സംഘടിതവും വ്യാപകവും ആയിരുന്ന കഞ്ചാവ്കൃഷി പൂർണമായും ഉന്മൂലനം ചെയ്യാൻ ഇതല്ലാതെ മറ്റൊരു മാർഗവും ഇല്ലായിരുന്നു. അങ്ങനെ ഒരുനാൾ മച്ചാട് റേഞ്ചിന്റെ ഊഴം വന്നെത്തി.

തലേന്ന് രാത്രി തന്നെ ഞങ്ങൾ എല്ലാ തയ്യാറെടുപ്പുകളുമായി, സൈലന്റ്‌വാലിയുടെ പ്രവേശനകവാടമെന്നു വിളിക്കാവുന്ന മുക്കാലിയിൽ എത്തി. രാത്രി അവിടെ തങ്ങി. പിറ്റേന്ന് മൂന്നു നാല് ദിവസത്തേക്കുള്ള ഭക്ഷണസാധനങ്ങളും മറ്റ് അത്യാവശ്യസാമഗ്രഹികളും തോക്കും വയർലെസ്സും ഒക്കെയായി 30 പേരോളമുള്ള സംഘം അതിരാവിലെതന്നെ കാടുകയറി.

നിരനിരയായി പടർന്നുകിടക്കുന്ന മനോഹരമായ മലമടക്കുകൾ. ചെങ്കുത്തായ കയറ്റങ്ങൾ, പിടിവിട്ടാൽ തെന്നിവീഴാവുന്ന അഗാധമായ കൊക്കകൾ. തുടക്കമൊക്കെ ഏറെ രസകരമായിരുന്നെങ്കിലും നടന്നിട്ടും നടന്നിട്ടും തീരാത്ത മലതുടർച്ചകൾ എല്ലാവരെയും തളർത്തി.

അകമ്പടിയായി വന്ന വനസ്നേഹിയായ ഒരു പൊലീസുകാരൻ കഠിനമായ ഒരു മലകയറി തളർന്ന് പുല്ലിൽ വീണമർന്നു. ഒന്നും കണ്ടെത്താതെ ഒന്നാംദിനം കഴിഞ്ഞു. തെളിനീരുമായി ഒഴുകുന്ന ഒരു കൊച്ചരുവിയോരത്തു രാത്രി കഴിച്ചുകൂട്ടി.

രണ്ടാംദിനം നേരത്തെതന്നെ നടത്തം തുടങ്ങി. കൂട്ടത്തിൽ വളരെ രസികനും സ്മാർട്ടുമായ സ്റ്റാഫ് ആയിരുന്നു മണികണ്ഠൻ. വയർലെസ് (Walkie talkie) മണികണ്ഠനാണ് ഓപ്പറേറ്റ് ചെയ്തിരുന്നത്. പുതുകളിപ്പാട്ടം കിട്ടിയ കുട്ടിയുടെ കൗതുകത്തോടെ ആവശ്യത്തിനും അനാവശ്യത്തിനും ടിയാൻ വിളിച്ചുകൊണ്ടിരുന്നു.

..... മുക്കാലി പ്ലീസ് കമോൻ ദി ലൈൻ.....

ഒലവക്കോട് പ്ലീസ് കമോൺ ദി ലൈൻ.........

നിലമ്പൂർ പ്ലീസ് കമോൺ ദി ലൈൻ......

ഇങ്ങിനെ വയർലെസ്സ് വിളികൾ നീണ്ടുപോയി. കാട്ടിൽ കയറി കുറച്ചു കഴിഞ്ഞപ്പോഴേക്കും ഒട്ടും റേഞ്ച് ഇല്ലാതെയായി. ടവറുകൾ തീരെ ഇല്ലാത്ത കാലം. വ്യർത്ഥമെങ്കിലും ടിയാൻ വിളിച്ചുകൊണ്ടേയിരുന്നു.

നടന്നുനടന്ന് എല്ലാവരും തളർന്നു. ഒന്നും കാണാനില്ല. മടുപ്പ് എല്ലാവരെയും ബാധിച്ചു. അട്ടകളും ചെള്ളും അവരുടെ പണി നല്ല ശുഷ്കാന്തിയോടെതന്നെ ചെയ്യുന്നുണ്ടായിരുന്നു. ഇടയിൽ കണ്ട ആനക്കൂട്ടമോ മേഞ്ഞുനിൽക്കുന്ന കാട്ടുപോത്തിന്റെ മനോഹര കാഴ്ചകളോ ആരെയും സ്പർശിച്ചില്ല. എല്ലാവരും അത്രമാത്രം തളർന്നുകഴിഞ്ഞിരുന്നു.

അല്പം ഒന്ന് വിശ്രമിക്കാനായി ഒരു കൽക്കൂട്ടത്തിൽ ഞങ്ങൾ ഇരുന്നു. ആകെ തളർച്ചയുടെ മൂകത. മണികണ്ഠൻ വയർലെസ്

എടുത്തു വിളിച്ചു. ഒട്ടും റേഞ്ച് ഇല്ല. ആരെയെങ്കിലും ലൈനിൽ കിട്ടിയിട്ട് ഒന്നിനും അല്ല. പക്ഷേ നിബിഡവനത്തിൽ പുറംലോകത്തു നിന്നും ഒറ്റപ്പെട്ട് ആകെ തളർന്ന് അവശരായി നിൽക്കുമ്പോൾ കേൾക്കുന്ന പുറംലോകശബ്ദം നിങ്ങൾക്ക് തരുന്ന ഊർജം, അത് അനുഭവിച്ചുതന്നെ അറിയണം.

മണികണ്ഠൻ വിളിച്ചുകൊണ്ടേയിരുന്നു.

മുക്കാലി പ്ലീസ് കമോൻ ദി ലൈൻ...

ഒലവക്കോട് പ്ലീസ് കമോൺ ദി ലൈൻ...

നിലമ്പൂർ പ്ലീസ് കമോൺ ദി ലൈൻ...

മറുപടി ഇല്ല. ഒരു മറുശബ്ദത്തിനായി ഏവരും പ്രതീക്ഷയോടെ കാതോർത്തു.

ക്ഷമയുടെ നെല്ലിപ്പലക കണ്ട മണികണ്ഠൻ അവസാനമായി വിളിച്ചത് കേട്ട് എല്ലാ തളർച്ചയും മറന്നു ഞങ്ങൾ തലതല്ലി ചിരിച്ചു.

..... ദൈവം പ്ലീസ് കമോൺ ദി ലൈൻ...

* * *

(മൂന്നാംദിനം വിസ്തൃതമായ ഒരു തോട്ടം കണ്ടെത്തി നശിപ്പിച്ചാണ് ഞങ്ങൾ കാടിറങ്ങിയത്)

■

മിഥ്യ

റേഞ്ച് ഓഫീസിൽ തിരക്കുപിടിച്ച ജോലികളിൽ മുഴുകി ഇരിക്കുമ്പോഴാണ് ഫോൺ ശബ്ദിച്ചത്. പരിചയമില്ലാത്ത നമ്പർ. തിരക്കിനിടയിലും ഫോൺ അറ്റൻഡ് ചെയ്തു. തൃശ്ശൂർ നഗരത്തിലെ പ്രശസ്തമായ ഒരു വനിതാകോളേജിലെ ബോട്ടണി വിഭാഗം എച്ച്.ഒ.ഡി. ആണ് വിളിക്കുന്നത്.ആവശ്യത്തിൽ കൂടുതൽ വിനയം പ്രകടിപ്പിച്ച് ഇമ്പമുള്ള സ്ത്രീശബ്ദത്തിൽ അവർ കാര്യം അവതരിപ്പിച്ചു. ബി. എസ്.സി അവസാന വർഷ വിദ്യാർത്ഥിനികൾക്ക് കാട് സന്ദർശിക്കണം. അവരുടെ പഠനയാത്രയുടെ ഭാഗമായാണ്.

ഒരു ബോട്ടണിക്കാരൻ എന്ന നിലയിലും എത്രതന്നെ മൂടിവയ്ക്കാൻ ശ്രമിച്ചാലും ഒരു അധ്യാപക മനസ്സ് എപ്പോഴും കൂടെ ഉള്ളതിനാലും അപേക്ഷ നിരസിക്കാനായില്ല. രണ്ടുദിവസം കഴിഞ്ഞ് ഞങ്ങൾ ഒരു ട്രക്കിംഗ് നേരത്തെ കൂട്ടി തീരുമാനിച്ച് വെച്ചിരുന്നു. 'അസുരൻകുണ്ട്' വഴി കാട്ടിൽ കയറി 'തിരുമണി' വഴി ഇറങ്ങുക. സാധാരണയായി സ്റ്റാഫ് ആ വഴി അങ്ങനെ നടക്കാറില്ലാത്തതാണ്. അവിടെ എന്താണ് സംഭവിക്കുന്നതെന്ന അന്വേഷണവും കൂടി യാത്രയുടെ ഉദ്ദേശ്യങ്ങളിൽ ഒന്നായിരുന്നു. ഈ ട്രക്കിങ്ങിനോടൊപ്പം ഉച്ചവരെ ഇവരെയും കൂട്ടുക. അതിനുശേഷം അവരെ മടക്കി അയച്ച് ഞങ്ങൾ യാത്ര തുടരുക. അതായിരുന്നു പ്ലാൻ.

ശനിയാഴ്ച എട്ടു മണിക്ക് വരാൻ പറഞ്ഞവർ എത്തിയപ്പോൾ ഒമ്പത് മണിയായി. ഒരു മണിക്കൂർ വൈകിയെത്തിയതിൽ എന്റെ മുഖത്തെ നീരസം കണ്ടിട്ടാകണം കൂട്ടത്തിലെ ഒരു കന്യാസ്ത്രീ എന്നെ സമീപിച്ചു പറഞ്ഞു. ഞാനാണ് എച്ച്.ഒ.ഡി. സിസ്റ്റർ .... അല്പം വൈകി, റെയിൽവേഗേറ്റിൽ കുടുങ്ങിയതുകൊണ്ടാണ്. വടക്കാഞ്ചേരിയിൽ മേൽപ്പാലം വരുന്നതുവരെ അതിലൂടെ യാത്ര ചെയ്തു വൈകിയെത്തുന്ന എല്ലാവരുടെയും ഒഴികഴിവുകൾ ഇതു തന്നെയായിരുന്നു. (ഇത് പലതവണ പ്രയോഗിച്ചിട്ടുള്ള ഞങ്ങളോടാ

കളി). വൈകാതെതന്നെ വാഹനങ്ങളിൽ ഞങ്ങൾ അസുരൻകുണ്ട് ഡാം പ്രദേശത്തേക്ക് യാത്രയായി.

എന്റെ കൂടെ സ്റ്റാഫും വാച്ചർമാരും ഉണ്ടായിരുന്നു. വൈകീട്ട് വരെയുള്ള ട്രക്കിംഗ് ആണ് ഞങ്ങൾ പ്ലാൻ ചെയ്തിട്ടുള്ളത്. ആയതിനാൽ അതിനാവശ്യമായ എല്ലാം ഞങ്ങൾ കരുതിയിരുന്നു. സിസ്റ്ററെ കൂടാതെ മറ്റൊരു ടീച്ചറും കൂടെയുണ്ടായിരുന്നു. 35ഓളം പെൺകുട്ടികളും. എല്ലാവരും വലിയ ഉത്സാഹത്തിൽ. മിക്കവാറും എല്ലാവരും ആദ്യമായി കാട് കാണാൻ വരുന്നവർ.

മറ്റ് കന്യാസ്ത്രീകളിൽനിന്നും രണ്ടു കാര്യങ്ങളിൽ ഈ സിസ്റ്റർ വ്യത്യസ്തയായിരുന്നു. ഒന്ന് അവർ കുട്ടികളോട് നല്ല കമ്പനിയായിരുന്നു. ആവശ്യമില്ലാത്ത തലക്കനം കാട്ടി അകലം പാലിക്കാതെ കുട്ടികളിൽ ഒരാളായി തോന്നിച്ചു. രണ്ടാമത്തെ കാര്യം അവർ തികച്ചും ഒരു ശുദ്ധഗതിക്കാരി ആയിരുന്നു എന്നതാണ്. ഉള്ളിലുള്ളതെന്തും മറച്ചുവയ്ക്കാതെ വെട്ടിത്തുറന്ന് ചോദിക്കുന്ന പ്രകൃതം. അസുരൻകുണ്ട് ഡാം പ്രദേശത്തെത്തി ഞങ്ങൾ ഇറങ്ങി നടക്കാൻ ആരംഭിച്ചു.

പരമാവധി പത്തുപേരിൽ കൂടുതൽ ഉള്ള ഒരു ഗ്രൂപ്പിനെയും കൊണ്ട് കാട്ടിൽ പോയാൽ എല്ലാവരുമായി ആശയവിനിമയം നടക്കില്ല. പ്രത്യേകിച്ച് നടക്കാൻ വെറും ഒറ്റയടിപ്പാത മാത്രമാകുമ്പോൾ. വനജാഥയുടെ രണ്ട് അറ്റങ്ങൾ തമ്മിൽ വലിയ ദൂരം ഉണ്ടാകും. നമ്മുടെ അടുത്തുനിൽക്കുന്നവരുമായി മാത്രമേ എന്തെങ്കിലും ആശയവിനിമയം നടക്കുകയുള്ളൂ. ബോട്ടണി പഠിച്ചിട്ടുള്ള ഒരാളുടെ കൂടെ പ്രത്യേകിച്ച് ടോക്സോണമിയിൽ അല്പം താല്പര്യം ഉള്ള ആളുടെ കൂടെ കാട്ടിലൂടെ നടക്കുന്നത് ഭയങ്കര ബോറാണ്. എത്രതന്നെ അമർത്തിവെച്ചാലും അവരുടെ ബോട്ടണി വിജ്ഞാനം പുറത്തുചാടും. ഇക്കാര്യങ്ങളിൽ താല്പര്യമുള്ളവർ മാത്രം അടുത്തുകൂടും. ഞങ്ങളുടെ സ്ഥിരം ട്രക്കിംഗിൽ ഇക്കാര്യം അറിയാവുന്ന എന്റെ സ്റ്റാഫിൽ താല്പര്യമില്ലാത്തവർ എന്നിൽനിന്നും ഒരു വള്ളപ്പാട് അകലെയാണ് എപ്പോഴും സഞ്ചരിക്കാറുള്ളത്.

മരങ്ങളെക്കുറിച്ച് മാത്രമുള്ള വിവരണത്തിന്റെ മടുപ്പ് മാറ്റാൻ വന്യമൃഗങ്ങളെപ്പറ്റിയും കുട്ടികളോട് പറയുന്നുണ്ടായിരുന്നു. കാൽപ്പാടുകളിലൂടെ വിസർജ്യങ്ങളിലൂടെ ശബ്ദങ്ങളിലൂടെ എല്ലാം എങ്ങനെയാണ് ഓരോ വന്യജീവികളെയും മനസ്സിലാക്കേണ്ടത് എന്നെല്ലാം വിസ്തരിച്ച് ഞങ്ങൾ പതുക്കെ മുന്നേറി. കുട്ടികൾ വലിയ ആവേശത്തിലായിരുന്നു. അവർ നിർത്താതെ ഓരോന്നായി ചോദിച്ചുകൊണ്ടേയിരുന്നു.

“ഈ കാട്ടിൽ ആനയുണ്ടോ, കടുവയുണ്ടോ, പുലിയുണ്ടോ, കരടിയുണ്ടോ, മലമ്പാമ്പുണ്ടോ’ തുടങ്ങിയ സാധാരണ കുട്ടിത്ത ചോദ്യങ്ങളുമായി പോകുമ്പോഴാണ് കുസൃതിക്കണ്ണുകളുള്ള ഒരു ചുരുളൻമുടിക്കാരി പെട്ടെന്ന് ചോദിച്ചത്.

“ഈ കാട്ടിൽ സിംഹം ഉണ്ടോ?”

ഒരു നിമിഷത്തെ നിശ്ശബ്ദതയ്ക്ക് ശേഷം എല്ലാവരുംകൂടി പൊട്ടിച്ചിരിച്ചു.

അവളുടെ കൂട്ടുകാരി പറഞ്ഞു. “എടീ പൊട്ടി, സിംഹം ഗുജറാത്തിലെ ഗീർവനങ്ങളിൽ മാത്രമേ ഉള്ളൂ എന്ന് നമ്മൾ പഠിച്ചിട്ടില്ലേ?”

അല്പം ഒന്ന് ആലോചിച്ച് ചുരുളൻമുടിക്കാരി ഒരു ചോദ്യം തൊടുത്തു.

“അതെന്താ, നമ്മുടെ കാട്ടില് സിംഹം ഇല്ലാത്തത്?”

അതൊരു ഗംഭീരചോദ്യമായിരുന്നു. എല്ലാവരുടെ ചിരിയും പെട്ടെന്നു നിന്നു. ആ ചോദ്യത്തിന് ഉത്തരം ആർക്കെങ്കിലും അറിയുമോ എന്ന് ഞാൻ തിരക്കി. എല്ലാവരും മൗനം പാലിച്ചു. നമ്മുടെ പഠനരീതികൾ അങ്ങനെയാണ്. ഭൂമിയുടെ ആകൃതി ഉരുണ്ടതാണ് എന്ന് പഠിക്കുന്ന നമ്മൾ എന്തുകൊണ്ടാണ് ഭൂമി ഉരുണ്ടതായത്? അതിന് പരക്കാനോ, ചതുരം ആകാനോ, ത്രികോണാകൃതി കൈവരിക്കാനോ എന്തുകൊണ്ട് കഴിഞ്ഞില്ല, എന്ന് ചോദ്യങ്ങൾ ചോദിച്ചില്ല. അല്ലെങ്കിൽ അങ്ങനെ ചോദിക്കാൻ നമ്മുടെ വിദ്യാഭ്യാസം നമ്മളെ ശീലിപ്പിച്ചില്ല. അതിനെല്ലാം കൃത്യമായ ശാസ്ത്രീയമായ വിശദീകരണം ഉണ്ടെന്ന് നമുക്കറിയാമെങ്കിലും. ന്യൂട്ടന്റെ തലയിൽ വീഴുന്നതിനു മുൻപ് എത്രയോ ആളുകളുടെ തലയിൽ ആപ്പിളുകൾ വീണിട്ടുണ്ടായിരുന്നു.

ഏഷ്യൻ സിംഹങ്ങൾ എങ്ങനെയാണ് ഗീർവനങ്ങളിലേക്ക് മാത്രമായി ഒതുങ്ങിപ്പോയത് എന്ന് വളരെ വിശദമായി തന്നെ വ്യക്തമാക്കി കൊടുക്കാൻ ആ ഒരു ചോദ്യംകൊണ്ട് കഴിഞ്ഞു. (ഇക്കാര്യം നേരത്തെ വിശദമാക്കിയിട്ടുണ്ട്.) നിഷ്കളങ്കവും ബാലിശവുമായ ഇത്തരം ചോദ്യങ്ങളാണ് അർത്ഥവത്തായ ഉത്തരങ്ങളിലേക്ക് പലപ്പോഴും വഴിനടത്തുന്നത്.

ഒരു മണിക്കൂർ നടത്തം കഴിഞ്ഞപ്പോഴേക്കും കുട്ടികൾ മിക്കവരും തളർന്നുകഴിഞ്ഞിരുന്നു. പലയിടത്തും ഇരുന്ന് വിശ്രമിച്ച് വളരെ സാവധാനമാണ് ഞങ്ങൾ നടന്നത്. കന്യാസ്ത്രീകൾ യാത്ര

ചെയ്യുമ്പോൾ ധാരാളം ഭക്ഷ്യവസ്തുക്കൾ ഉറപ്പായും കൂടെയുണ്ടാകും. ഓറഞ്ച്, പലതരം മിഠായികൾ, അലുവ, ബ്രഡ്, കേക്ക് അങ്ങനെ സമൃദ്ധമായിരുന്നു ഈ യാത്രാസംഘവും. ഇതൊക്കെ തിന്നാൻ വേണ്ടി ആയിരുന്നു ആ പഠനയാത്ര എന്ന് തോന്നിപ്പോകും പല പ്പോഴും അവരുടെ മട്ടു കണ്ടാൽ. അങ്ങനെ കുറച്ചൊക്കെ പഠിച്ചും കൂടുതൽ ഭക്ഷിച്ചും സംഘം പതുക്കെ മുന്നോട്ടു നീങ്ങി. സമയം ഉച്ചയ്ക്ക് 12 മണിയോടടുത്തു.

ഞങ്ങൾ ഒരു വിരിഞ്ഞ പാറപ്പുറത്ത് എത്തി. ഞാൻ സിസ്റ്ററോട് പറഞ്ഞു. ''നമുക്ക് ഇവിടെ നിർത്താം. നിങ്ങൾ വാച്ചർ മൊയ്തീൻ കുട്ടിയോടൊത്തു തിരിച്ചുപോയിക്കോളൂ. ഞങ്ങൾക്ക് കുറെ ദൂരം കൂടി പോകേണ്ടതുണ്ട്.''

ഞങ്ങൾ പോകാൻ തയ്യാറെടുത്തു. സിസ്റ്റർ പറഞ്ഞു. ''നമുക്ക് ഭക്ഷണം കഴിച്ചിട്ട് പിരിയാം.''

സമയം 12 ആകുന്നതേയുള്ളൂ. മാത്രമല്ല ഞങ്ങൾക്കുള്ള ഭക്ഷണം ഞങ്ങൾ കരുതിയിട്ടും ഉണ്ട്.

''വേണ്ട. ഞങ്ങൾ കുറച്ചു കഴിഞ്ഞു കഴിച്ചോളാം'' എന്ന് എത്ര പറഞ്ഞിട്ടും സിസ്റ്ററും കുട്ടികളും സമ്മതിച്ചില്ല. ആ സാഹചര്യത്തിൽ നിന്നും രക്ഷപ്പെടാൻ ഞാൻ വലിയൊരു തത്ത്വജ്ഞാനം വിളമ്പുന്ന മാതിരി പറഞ്ഞു.

''ഞങ്ങൾ ഫോറസ്റ്റുകാർക്ക് പ്രഭാതഭക്ഷണം എന്നു പറഞ്ഞാൽ പലപ്പോഴും ഒരു സങ്കൽപ്പവും ഉച്ചഭക്ഷണം മിഥ്യയും ആണ്.''

അല്പനേരത്തെ മൗഢ്യം നിറഞ്ഞ ആലോചനയ്ക്കുശേഷം സിസ്റ്റർ വളരെ നിഷ്കളങ്കമായി ചോദിച്ചു.

''സാറേ, സങ്കൽപ്പം എന്ന് പറഞ്ഞത് മനസ്സിലായി. ഈ മിഥ്യ എന്ന് പറഞ്ഞത് മനസ്സിലായില്ല. ഞാൻ അത് ഇതുവരെ കഴിച്ചി ട്ടില്ല.''

ഞങ്ങൾ തലതല്ലി ചിരിച്ചു. കാര്യം എന്താണെന്ന് പിടികിട്ടിയി ല്ലെങ്കിലും ആ പാവം സിസ്റ്ററും ഞങ്ങളുടെ ചിരിയിൽ പങ്കുചേർന്നു.

■

നിരീക്ഷണം

അധ്യാപനം എനിക്കേറെ ഇഷ്ടപ്പെട്ട മേഖലയാണ്. അധ്യാപകനാവുക എന്ന സ്വപ്നം ഒരുപാട് കൊണ്ടുനടന്നെങ്കിലും ക്ലാസ്മുറികൾക്ക് പകരം കാടാണ് എനിക്കായി കാലം കരുതിവെച്ചത്. ആഗ്രഹങ്ങൾക്ക് അനുസൃതമായ ഒരു തെരഞ്ഞെടുപ്പിന് സാധ്യതയില്ലാത്ത ജീവിതസാഹചര്യങ്ങളിൽ, 'ജോലിയും ബസ്സും കാത്തുനിൽക്കരുത്, കിട്ടിയതിൽ കയറി പോകണം'' എന്ന പഴഞ്ചൊല്ല് ഒട്ടുമേ പതിരില്ലാത്തത് തന്നെയാണ്. പക്ഷേ ഒരു അധ്യാപകമനസ്സ് നിങ്ങൾക്ക് ഉണ്ടെങ്കിൽ ഏത് മേഖലയിലായാലും അതിനുള്ള സാധ്യതകൾ നിങ്ങളെ തേടിയെത്തും. മച്ചാട് റേഞ്ചിൽനിന്നും പിന്നീട് അത്തരം ഒരു നിയോഗത്തിലേക്കാണ് ഞാൻ എത്തിച്ചേർന്നത്.

ഫോറസ്റ്റർ, ഫോറസ്റ്റ് ഗാർഡ് എന്നിവർക്ക് പരിശീലനം നൽകുന്നതിനായി കേരളത്തിൽ രണ്ട് ട്രെയിനിങ് സ്കൂളുകൾ ഉണ്ട്. പാലക്കാട് ജില്ലയിലെ കേരള ഫോറസ്റ്റ് സ്കൂൾ വാളയാറും തിരുവനന്തപുരം ജില്ലയിലെ അരിപ്പയും (ഇപ്പോൾ ഇത് സ്റ്റേറ്റ് ഫോറസ്റ്റ് ട്രെയിനിങ് ഇൻസ്റ്റിറ്റ്യൂട്ട് എന്നാക്കി ഉയർത്തിയിട്ടുണ്ട്). മച്ചാട് റേഞ്ചിൽനിന്നും കേരള ഫോറസ്റ്റ് സ്കൂൾ അരിപ്പയിൽ ഇൻസ്ട്രക്ടർ ആയാണ് അടുത്ത നിയമനം ലഭിച്ചത്. ഒരു വർഷത്തിനു ശേഷം അരിപ്പയിൽനിന്നും നേരെ വാളയാർ ഫോറസ്റ്റ് സ്കൂളിലേക്കും.

വാളയാറിലെ ഇൻസ്റ്റിറ്റ്യൂട്ടിൽ അഞ്ച് വർഷത്തിൽ ഏറെക്കാലം ഞാൻ ഇൻസ്ട്രക്ടർ ആയിരുന്നു. അതിരാവിലെ തുടങ്ങുന്ന പി.ടി. പിന്നെ ക്ലാസുകൾ. ഉച്ചതിരിഞ്ഞ് പ്രാക്ടിക്കൽ ക്ലാസുകൾ. വൈകീട്ട് ഗെയിംസ്. കൂടാതെ കൃത്യമായ ഇടവേളകളിലെ നിരവധി പഠനയാത്രകൾ എന്നിങ്ങനെ തികച്ചും സംഭവബഹുലമായിരുന്നു ട്രെയിനിങ് ദിനങ്ങൾ. ട്രെയിനിങ്ങിന്റെ അവിഭാജ്യഘടകമായിരുന്നു പഠനയാത്രകൾ. ഇത്തരം പഠനയാത്രകളിൽ കേരളത്തിലെ വിവിധ

വനമേഖലകൾ സന്ദർശിച്ച് അവിടുത്തെ പ്രധാന പരിപാലന പ്രവർത്തനങ്ങൾ നേരിൽ കണ്ട് പഠിക്കുക എന്നത് അനിവാര്യമായ ഒന്നായിരുന്നു. ക്ലാസ്മുറികളുടെ പരിമിതികൾക്ക് പുറത്ത് കാട് തന്നെ പാഠപുസ്തകം ആകുന്ന ഇത്തരം പഠനയാത്രകൾ ഒരു നല്ല വനം ഉദ്യോഗസ്ഥനെ വാർത്തെടുക്കുന്നതിൽ നിർണായക പങ്കുവഹിക്കുന്നു. അത്തരം ഒരു പഠനയാത്രയുടെ ഭാഗമായാണ് മൂന്നുദിവസത്തെ പരിപാടിയുമായി കേരള ഫോറസ്റ്റ് സ്കൂൾ വാളയാറിലെ ട്രെയിനിമാരുമൊത്ത് പറമ്പിക്കുളം വന്യജീവിസങ്കേതത്തിൽ ഞങ്ങൾ എത്തിച്ചേർന്നത്.

ഒരു വനംവകുപ്പ് ഉദ്യോഗസ്ഥന്റെ ഏറ്റവും വലിയ ഗുരു എന്നത് അവന്റെ നിരീക്ഷണപാടവം തന്നെയാണ് എന്നാണ് ഞാൻ കരുതുന്നത്. ചുറ്റുമുള്ള കാടിനെ നിരീക്ഷിക്കുവാൻ ആവശ്യമായ നിരീക്ഷണപാടവം വളർത്തിയെടുക്കുക എന്നത് അതുകൊണ്ടു തന്നെ ട്രെയിനിങ്ങിന്റെ മുഖ്യലക്ഷ്യങ്ങളിൽ ഒന്നാണ്. പഠനയാത്രകളാണ് അതിനുള്ള ഫലപ്രദമായ മൂശകൾ. സാധാരണ ടൂറിസ്റ്റുകളിൽനിന്നും വനംവകുപ്പ് ഉദ്യോഗസ്ഥന്മാർ വ്യതിരിക്തരാകുന്നതും ഇത്തരം ഉൾക്കാഴ്ചകൾകൊണ്ടു തന്നെയാണ്.

അന്നുരാവിലെ വെങ്കോളി മലയിലേക്കുള്ള ഒരു ട്രക്കിംഗ് ആയിരുന്നു ഞങ്ങളുടെ പരിപാടി. കരിമല ഗോപുരം കഴിഞ്ഞാൽ പറമ്പിക്കുളത്തെ തലയെടുപ്പുള്ള മലനിരകളിൽ ഒന്നാണ് 1120 മീറ്റർ ഉയരമുള്ള വെങ്കോളി മല. പറമ്പിക്കുളം കടുവ സങ്കേതത്തിന്റെ കിഴക്കുഭാഗത്ത് കിടക്കുന്ന വെങ്കോളി മല, 'തമിഴ്നാട് ആനമല കടുവ സങ്കേതവു'മായി അതിർത്തി പങ്കിടുന്നു. യാത്രയിൽ ഞങ്ങളോടൊപ്പം ഒരു ഗവേഷകകൂടി വരട്ടെ എന്ന് അനുവാദം ചോദിച്ചിരുന്നു. Widlife Biologyയിൽ എം.എസ്സി കഴിഞ്ഞ, കരിങ്കുരങ്ങുകളെപ്പറ്റി ഗവേഷണം നടത്തുന്ന മീര എന്ന ചുറുചുറുക്കുള്ള ഒരു പെൺകുട്ടി. അവരെക്കൊണ്ട് ട്രെയിനികൾക്ക് ഒരു ഫീൽഡ് ക്ലാസ്സ് തരപ്പെടുത്താമല്ലോ എന്നതിനാൽ ഞാൻ ഉടൻ സമ്മതം മൂളി.

വെങ്കോളി മലയുടെ വിശാലമായ മുകൾപ്പരപ്പിൽവച്ച് മീര മാഡം ട്രെയിനികളെ അഭിസംബോധന ചെയ്തു. ഒരു ഒന്നാന്തരം ക്ലാസ് ആയിരുന്നു അത്.

''കരിങ്കുരങ്ങുകൾ (Nilgiri Langur) തെക്കൻ പശ്ചിമഘട്ടത്തിൽ കർണാടകയിലെ കുടക്, തമിഴ്നാട്ടിലെ കൊടയാർ കുന്നുകൾ, തമിഴ്നാട്ടിലെയും കേരളത്തിലെയും വിവിധ മലനിരകൾ എന്നിവിടങ്ങളിലെ നനവാർന്ന ഉഷ്ണമേഖല കാടുകളിൽ മാത്രമാണ്

കണ്ടുവരുന്നത്. അവ 100 ശതമാനവും 'മരവാസി'കളാണ് (Arboreal). വളരെ അപൂർവ്വമായി മാത്രമേ നിലത്തിറങ്ങാറുള്ളൂ. ഇലകളും പൂക്കളും മൊട്ടുകളും വിത്തുകളും ഒക്കെയാണ് പ്രധാന ഭക്ഷണം. സാധാരണയായി 8-10 പേർ അടങ്ങുന്ന ഓരോ ട്രൂപ്പു(Troop)കൾ ആയാണ് സഞ്ചാരം. ഓരോ കരിങ്കുരങ്ങ് ട്രൂപ്പുകളും വനത്തിൽ കൃത്യമായ ഇടങ്ങൾ (Territory) കാത്തുസൂക്ഷിക്കാറുണ്ട്. ഇത്തരം ടെറിട്ടറികളിൽ അതിക്രമിച്ചു വരുന്ന ഇതര ട്രൂപ്പുകളുമായി നിരന്തര മായ ശണ്ഠ കരിങ്കുരങ്ങുകളുള്ള ഇടങ്ങളിലെ നിത്യകാഴ്ചകളാണ്. ഇണ ചേരുന്നതിന് ഒരു പ്രത്യേക കാലമില്ല. വർഷം മുഴുവനും ഇണചേരലും പ്രസവവും നടക്കും. ഉദ്ദേശം 200 ദിവസമാണ് ഗർഭ കാലം. ഒരു പ്രസവത്തിൽ ഒരു കുഞ്ഞു മാത്രമാണ് ഉണ്ടാകുക. ഒരു വർഷക്കാലം അമ്മ കുഞ്ഞിനെ പരിപാലിക്കും.''

മീര കരിങ്കുരങ്ങുകളെ അതീവ രസകരമായി അവതരിപ്പിക്കുക യായിരുന്നു. അപ്പോഴാണ് സ്ഥിരം സംശയാലുവായ ട്രെയിനി വേണു ഗോപാൽ ഒരു ചോദ്യം ചോദിച്ചത്.

''മാഡം, കരിങ്കുരങ്ങുകൾ എപ്പോഴും മരത്തിൽ മാത്രം വസി ക്കുന്നവർ ആണല്ലോ. അവർ കൂടുകൾ ഉണ്ടാക്കുന്നവരും അല്ല. എങ്കിൽ പിന്നെ അവർ എവിടെയാണ് പ്രസവിക്കുന്നത്? മരക്കൊമ്പു കളിലോ അതോ താഴെ ഇറങ്ങി നിലത്തോ?''

പെട്ടെന്ന് എല്ലാവരും ചിരിച്ചു എങ്കിലും ആർക്കും അക്കാര്യം അറിയില്ലായിരുന്നു. കുറച്ചു നിമിഷം നിശ്ശബ്ദയായി നിന്ന് മീര പറഞ്ഞു.

''അതിനെക്കുറിച്ച് കൃത്യമായ അറിവ് ഇപ്പോഴില്ല.'' നമ്മുടെ ഗവേഷണങ്ങളുടെ പോരായ്മയായി പലപ്പോഴും തോന്നിയിട്ടുള്ള ഒരു കാര്യമാണിത്. അതിവിദഗ്ധമായി പഠനം നടത്തുമ്പോഴും സാധാരണക്കാരന്റെ തികച്ചും ലളിതമായ ഒരു സംശയത്തിന് തൃപ്തി കരമായ ഉത്തരം കണ്ടെത്താൻ പലപ്പോഴും കഴിയാതെ പോകുന്നു എന്നുള്ളത്.

വെങ്കോളി മലയുടെ വിശാലതയിൽ കുറച്ചുനേരം വിശ്രമിച്ച് ഞങ്ങൾ തിരിച്ചിറങ്ങാൻ തുടങ്ങി. ട്രക്ക് പാത്തിലൂടെ കുറച്ചു ദൂരം പിന്നിട്ടു കാണും. ഇളകിയ മണ്ണിൽ വളരെ വ്യക്തതയോടെ 'പഗ്' മാർക്കുകൾ തെളിഞ്ഞു കണ്ടു. അതെ, സംശയമില്ല കടുവയുടേത് തന്നെ. ഒട്ടും പഴക്കമില്ലാത്ത ഏറെ തെളിഞ്ഞ പുത്തൻ കാൽപ്പാടു കൾ. പഗ് മാർക്കുകളെക്കുറിച്ച് ട്രെയിനികൾക്ക് വിശദമാക്കി കൊടു ക്കാൻ അത് സഹായിച്ചു. ഞങ്ങൾക്ക് മുന്നിലായാണ് കടുവ നടന്നു

പോയിട്ടുള്ളത്. അതിനാൽ തുടർന്നുള്ള ഞങ്ങളുടെ നടത്തം കൂടുതൽ ജാഗ്രതയോടെ ആയി. അപ്പോഴാണ് തൊട്ടു മുന്നിൽ ട്രക്ക് പാത്തിനു നടുവിൽതന്നെ കടുവയുടെ കാഷ്ഠം (Scat) കണ്ടത്. നാടൻഭാഷയിൽ പറഞ്ഞാൽ 'ആവിപറക്കുന്ന scat'. അപ്പോഴും നല്ല ഈർപ്പം ഉണ്ടായിരുന്നു. മാംസഭോജി ആയതിനാൽ കടുവയുടെ കാഷ്ഠത്തിന് നല്ല ദുർഗന്ധം ഉണ്ടാകും. ഇരയാക്കപ്പെട്ട മൃഗങ്ങളുടെ രോമവും എല്ലിൻതുണ്ടുകളും കടുവ കാഷ്ഠത്തിൽ കാണാം. നല്ല വലിപ്പമുള്ള കാഷ്ഠങ്ങൾ കടുവയുടെ ആണോ അതോ പുള്ളിപ്പുലിയുടെ ആണോ എന്ന് അല്പമൊരു പരിശീലനത്തിലൂടെ വ്യക്തമായി മനസ്സിലാക്കാൻ കഴിയും. ചൂട് മാറാത്ത കാഷ്ഠം കണ്ടപ്പോൾ ഞങ്ങൾക്ക് തൊട്ടുമുന്നിലായിതന്നെ കടുവയുണ്ട് എന്ന് മനസ്സിലായി. അതീവജാഗ്രതയോടെ ചുറ്റുപാടും നിരീക്ഷിച്ചു ഞങ്ങൾ വളരെ പതുക്കെ മുന്നോട്ടു നീങ്ങി.

കുറച്ചുദൂരം നടന്നു കാണും, സമീപത്തായി ഒരു ചെക്ക് ഡാം ഉണ്ട്. വന്യജീവികൾക്ക് കുടിവെള്ളം ലഭ്യമാക്കുന്നതിനായി വനത്തിനകത്ത് ചെക്ക്ഡാമുകൾ ഉണ്ടാക്കാറുണ്ട്. ചെക്ക്ഡാമിന് സമീപത്തെത്തിയപ്പോൾ ട്രക്ക് പാത്തിന് ഒരു പത്തു മീറ്റർ മാറി ഇടതുഭാഗത്തുള്ള കൊങ്ങിണി പൊന്തക്കാടിനുള്ളിൽനിന്നും പ്രതിഷേധസൂചകമായ മുറുമുറുപ്പോടെ ഒരു ഗംഭീരൻ കടുവ ഞൊടിയിടയിൽ ചാടി ഉൾവനത്തിലേക്ക് ഊളിയിട്ടു മറഞ്ഞു. സിരകളിലൂടെ പെട്ടെന്ന് ഒരു വിദ്യുത്തരംഗം കടന്നുപോയെങ്കിലും അതിമനോഹരമായ കാഴ്ചയായിരുന്നു അത്. അവിടെ കൊങ്ങിണി പൊന്തക്കാട്ടിൽ ഒരു കാട്ടുപോത്തിന്റെ പാതി തിന്ന ജഡം കിടപ്പുണ്ടായിരുന്നു. കടുവ അത് തിന്നാൻ വന്നതായിരുന്നു. ഞങ്ങൾ പുള്ളിക്കാരനെ ശല്യപ്പെടുത്തി. കുറച്ചു മാറിനിന്ന് അദ്ദേഹം ഞങ്ങളെ വീക്ഷിക്കുന്നുണ്ടായിരിക്കും എന്ന് അറിയാമായിരുന്നു.

''കടുവകൾ ഒരു ഇരയെ പിടിച്ചാൽ മൂന്നുനാല് ദിവസം തിന്നും. പിന്നീട് നാലഞ്ചു ദിവസത്തിനുശേഷം മാത്രമേ വീണ്ടും ഇര പിടിക്കുകയുള്ളൂ. ശരാശരി ആഴ്ചയിൽ ഒന്ന് എന്ന കണക്കിൽ ഒരു പുള്ളിമാനിനെയോ മ്ലാവിനെയോ കാട്ടുപോത്തിനെയോ കാട്ടുപന്നിയെയോ കടുവ ഭക്ഷണമാക്കും. അവയൊന്നും ലഭ്യമായില്ലെങ്കിൽ ചിലപ്പോൾ മാംസജന്യമായതെന്തും ഭക്ഷിച്ചെന്നിരിക്കും. സമൃദ്ധമായി ലഭ്യമാണെങ്കിൽ ഒരൊറ്റ തീറ്റയിൽ 35-45 കിലോ വരെ മാംസം ഒരു കടുവ ഭക്ഷിക്കും. ആഴ്ചയിൽ ശരാശരി ഒരു പുള്ളിമാൻ എന്ന കണക്ക് വച്ച് നോക്കിയാൽ വർഷത്തിൽ അമ്പതോളം

മാനുകൾ ഒരു കടുവയ്ക്കുതന്നെ വേണം. ഒരു വനപ്രദേശത്ത് പത്ത് കടുവകൾ ഉണ്ടെങ്കിൽ ശരാശരി 500 മാനുകൾ. 500 മാനുകൾ ലഭ്യമാകണമെങ്കിൽ അതിന്റെ എത്രയോ ഇരട്ടി മാനുകൾ അവിടെ ഉണ്ടാകണം. അത്രയും മാനുകളെ പോറ്റി സംരക്ഷിക്കണമെങ്കിൽ ആ കാട് എത്രമാത്രം ജൈവസമ്പന്നം ആയിരിക്കണം.

കടുവ ഒരു കാട്ടിൽ ഉണ്ടെങ്കിൽ ആവാസവ്യവസ്ഥ തികച്ചും സമ്പന്നമായ ഒന്നായിരിക്കും. കടുവകളെ സംരക്ഷിക്കുവാൻ ഇരമൃഗങ്ങൾ ആയ സസ്യഭോജികളെ സംരക്ഷിക്കണം. പുല്ലും പച്ചപ്പും സംരക്ഷിച്ചെങ്കിലേ സസ്യഭുക്കുകളെ സംരക്ഷിക്കാനാകു. കാടിന്റെ പച്ച നിലനിർത്തണമെങ്കിൽ അവിടുത്തെ മണ്ണും ജലവും സംരക്ഷിച്ചേ മതിയാകൂ. അങ്ങനെ ആവാസവ്യവസ്ഥയിൽ ഉന്നതശ്രേണിയിൽ വരുന്ന കടുവകളെ സംരക്ഷിക്കുന്നതിലൂടെ നമ്മുടെ മണ്ണും കുടിവെള്ളവും തന്നെയാണ് ആത്യന്തികമായി സംരക്ഷിക്കപ്പെടുന്നത്.''

അധികനേരം അവിടെ നിൽക്കുന്നത് അത്ര പന്തിയല്ല എന്നതിനാൽ വിശദീകരണത്തിന് വിരാമമിട്ടു ഞങ്ങൾ വീണ്ടും നടത്തം തുടർന്നു. ചുറ്റുപാടും എങ്ങനെ നിരീക്ഷിക്കണമെന്നും നിരീക്ഷണത്തിലൂടെ കാടിനെ എങ്ങനെ വായിച്ചെടുക്കണമെന്നും യാത്രയിലുടനീളം ട്രെയിനികളോട് വിശദീകരിക്കുന്നുണ്ടായിരുന്നു. എത്രയൊക്കെ ആവർത്തിച്ചു പറഞ്ഞാലും മുൻവിധിയാൽ നിർണയിക്കപ്പെട്ട കാഴ്ചപ്പാടുകളിൽ നിന്ന് വ്യതിചലിക്കാൻ തയ്യാറാകാത്ത കുറച്ചുപേർ കൂട്ടത്തിൽ ഉണ്ടാകും. ഒരു മരപ്പണിക്കാരൻ മരത്തെ തടിയായി മാത്രം കാണുന്നതുപോലെ. എന്തായാലും കാടിനെ പരമാവധി പരിചയപ്പെടുത്തിക്കൊടുത്ത് നടന്നു നടന്ന് ഞങ്ങൾ പുറത്തെത്തി.

റോഡിൽ ഞങ്ങളെ കാത്ത് ഞങ്ങളുടെ ബസ്സ് കിടപ്പുണ്ടായിരുന്നു. ആനപ്പാടി ഡോർമിറ്ററിയിലേക്കുള്ള മടക്കയാത്രയിൽ ഒരു വലിയ വളവ് തിരിഞ്ഞപ്പോൾ അതാ നടുറോഡിൽ ഒരു വമ്പൻ കാട്ടുപോത്ത് (Gaur). എണ്ണയിട്ടു മിനുക്കി കറുപ്പിച്ചെടുത്തപോലത്തെ ഒരു കൂറ്റൻ ബുൾ. ഡ്രൈവർ ബസ്സ് ബ്രേക്കിട്ടു നിർത്തി. ഇത് ഏത് ജീവിയാണ് എന്ന സംശയദൃഷ്ടിയോടെ കാട്ടുപോത്ത് തലയുയർത്തി ബസ്സിനെ നോക്കി റോഡിൽ അനങ്ങാതെ നിന്നു. മനംകുളിർപ്പിക്കുന്ന കാഴ്ച.

പതിവുപോലെ തൊട്ടടുത്തിരിക്കുന്ന ട്രെയിനിയോട് ഞാൻ ചോദിച്ചു, "comment on it."

ഇത്തരം കാഴ്ചകൾ കാണുമ്പോൾ സാധാരണ ചെയ്യാറുള്ള ഒന്നായിരുന്നു അത്. ആ ജീവിയെക്കുറിച്ച് അവർക്കറിയാവുന്ന

വിവരങ്ങൾ അവർ കമന്റ്ചെയ്യണം. എന്റെ തൊട്ടടുത്ത് ഇരുന്നിരുന്നത് വയനാട്ടുകാരൻ ആയിരുന്ന ട്രെയിനി സന്ദീപ് ആയിരുന്നു. രണ്ടു കാര്യങ്ങളിൽ സന്ദീപ് അഗ്രഗണ്യനായിരുന്നു. വാചകവും പാചകവും. വാ തുറന്നാൽ അടയ്ക്കാത്ത സന്ദീപിന്റെ പാചകം പക്ഷേ അതീവരുചികരം ആയിരുന്നു. വിശേഷദിവസങ്ങളിൽ മെസ്സിലെ പാചകത്തിന്റെ ചുമതല സന്ദീപ് ഏറ്റെടുക്കുമായിരുന്നു. എന്റെ ചോദ്യം കേട്ട് സന്ദീപ് ബസ്സിന്റെ വിശാലമായ മുൻചില്ലിലൂടെ കാട്ടുപോത്തിനെ സൂക്ഷ്മമായി നിരീക്ഷിച്ചു. ഗൗരവംപൂണ്ട മുഖത്തോടെ വിടർത്തിപ്പിടിച്ച കണ്ണുകളാൽ കാട്ടുപോത്തിനെ അടിമുടി ഒന്നുഴിഞ്ഞുകൊണ്ട് ദൃഢസ്വരത്തിൽ പറഞ്ഞു.

''സാറേ, എങ്ങനെ പോയാലും എല്ലാം കഴിച്ച് ഒരു 750 കിലോ കിട്ടും.'

ഇടിവെട്ടുപോലെ ബസ്സിനുള്ളിൽ മുഴങ്ങിയ കൂട്ടച്ചിരി കേട്ടു പരിഭ്രമിച്ച കാട്ടുപോത്ത് വനത്തിനുള്ളിലേക്ക് ഓടിമറഞ്ഞു.

■

മോഴ

മറ്റൊരു പഠനയാത്രയുടെ ഭാഗമായാണ് ഫോറസ്റ്റ് ഗാർഡ് ട്രെയിനിമാരുമൊത്ത് ഞങ്ങൾ അന്ന് നിലമ്പൂരിൽ എത്തിയത്. ഒരു ദിവസം നീണ്ടുനിൽക്കുന്ന ട്രക്കിംഗ് ആയിരുന്നു അന്നത്തെ ഞങ്ങളുടെ പരിപാടി. നിലമ്പൂരിലെ നെടുങ്കയത്തുനിന്നും ആരംഭിച്ച് ഉൾക്കാട്ടിലെ വട്ടിക്കല്ല്, ഗജമുഖം, പാട്ടക്കരിമ്പ് വഴി ചക്കിക്കുഴിയിൽ എത്തുക. അതായിരുന്നു അന്നത്തെ ട്രക്കിങ് പ്ലാൻ. കാളികാവ് ഫോറസ്റ്റ് റെയിഞ്ചിലെ ഡെപ്യൂട്ടി റേഞ്ചർ മോഹൻദാസ്, കരുളായി റേഞ്ചിലെ ഫോറസ്റ്റർ സുരേന്ദ്രൻ, ഫോറസ്റ്റ് ഗാർഡ് ശരത് ബാബു, വാച്ചർമാർ ആയിരുന്ന കുഞ്ഞുട്ടി, മാധവൻ, 36 ഗാർഡ് ട്രെയിനിമാർ, പിന്നെ ഞാനും. അതായിരുന്നു ട്രക്കിംഗ് ടീം. ലഘുഭക്ഷണവും ഉച്ചഭക്ഷണവും കുടിവെള്ളവും ഒക്കെ എടുത്ത് നെടുങ്കയത്തുനിന്നും അതിരാവിലെതന്നെ ഞങ്ങൾ യാത്രയായി.

കാടിന്റെ തുടക്കത്തിൽ തേക്ക് തോട്ടങ്ങളാണ്. നിലമ്പൂരിലെ തേക്കുതോട്ടങ്ങൾ ലോകപ്രശസ്തമാണല്ലോ. ലോകത്തിൽതന്നെ ആദ്യമായി തേക്കുതോട്ടങ്ങൾ നട്ടുപിടിപ്പിച്ചത് നിലമ്പൂരാണ്. ചാലിയാർപുഴയുടെ തീരങ്ങളിൽ നട്ടുപിടിപ്പിച്ച തേക്കുമരങ്ങൾ ഇപ്പോഴും ലോകത്ത് ഗുണമേന്മയിൽ ഒന്നാംസ്ഥാനത്തു തന്നെയാണ്.

ട്രെയിനിമാരിൽ ഭൂരിഭാഗംപേരും ആദ്യമായാണ് ഇത്തരമൊരു ട്രക്കിംഗിൽ പങ്കെടുക്കുന്നത്. മിക്കവാറും എല്ലാവരും തുടക്കക്കാർ ആയിരുന്നു. പതിവുപോലെ തേക്കിനെക്കുറിച്ചും തേക്കുതോട്ടത്തിന്റെ സിൽവി കൾച്ചർ രീതികളെപ്പറ്റിയും വിശദീകരിച്ച് ഞങ്ങൾ നടന്നു. ഓരോ ഔഷധസസ്യങ്ങളെക്കുറിച്ചും വിശദീകരിച്ച്, ഉപയോഗത്തെപ്പറ്റി പറഞ്ഞ് സാവധാനമാണ് ഞങ്ങൾ നടന്നത്.

തേക്കുതോട്ടങ്ങൾ അവസാനിച്ചു. സ്വാഭാവിക വനത്തിലേക്ക് പ്രവേശിച്ചു. ഉരുളൻകല്ലുകളും ഉണങ്ങിയ കാട്ടിലകളും ചിതറി

ക്കിടക്കുന്ന പഴയ കൂപ്പു റോഡിലൂടെയാണ് ഞങ്ങൾ നടന്നിരുന്നത്. റോഡിനിരുവശവും കൊങ്ങിണി (അരിപ്പൂ) ചെടിയുടെ ഇടതൂർന്ന അടിക്കാടുകൾ ആയിരുന്നു. കൊങ്ങിണി ഒരു അധിനിവേശ സസ്യമാണ് (Invasive species). നമ്മുടെ കാടുകൾ അഭിമുഖീകരിക്കുന്ന സുപ്രധാനമായ ഒരു പ്രശ്നമാണ് അധിനിവേശ സസ്യങ്ങളുടെ കടന്നുകയറ്റം. കാലാവസ്ഥ വ്യതിയാനം ഇവയുടെ കടന്നുവരവിന് ആക്കം കൂട്ടിയിട്ടുണ്ട്. ഇത്തരം സസ്യങ്ങൾ വന്യജീവികൾക്ക് ഭക്ഷ്യയോഗ്യമല്ല. ഇവയുടെ അധിനിവേശം കാരണം ഭക്ഷ്യയോഗ്യമായ പുല്ലിന്റെയും ഇതരസസ്യവർഗ്ഗങ്ങളുടെയും പുനർജീവനം (Regeneration) തീരെ കുറവാകും. ഇത് സസ്യഭുക്കുകളായ വന്യജീവികളുടെ ഭക്ഷ്യലഭ്യതയെ പ്രതികൂലമായി ബാധിക്കും. സസ്യഭുക്കുകൾ സ്ഥലം വിട്ടുപോകുമ്പോൾ മാംസഭുക്കുകളും പട്ടിണിയിൽ ആകുന്നു.

കാട്ടിൽ കൊങ്ങിണിപോലെയുള്ള അധിനിവേശ സസ്യങ്ങൾ എങ്ങനെയാണ് സ്വാഭാവിക വാസസ്ഥലത്തെ (Habitat) ദോഷകരമായി ബാധിക്കുന്നത് എന്ന് വിശദീകരിക്കുകയായിരുന്നു. അപ്പോഴാണ് അപ്രതീക്ഷിതമായി തൊട്ടടുത്തുനിന്നും ഒരു ആന ഞങ്ങളുടെ നേർക്ക് കുതിച്ചെത്തിയത്. കൊങ്ങിണി പടർപ്പുകൾക്കപ്പുറത്ത് ഇത്രയും വലിയൊരു ജീവി ഞങ്ങളുടെ കണ്ണിൽപെടാതെ എങ്ങനെ മറഞ്ഞുനിന്നു എന്ന് ഞങ്ങൾ അത്ഭുതപ്പെട്ടു. ആനകൾ അങ്ങനെയാണ്. മനുഷ്യരുടെ ചെത്തമോ ചൂരോ അനുഭവിച്ചാൽ അവർ നിന്നനിൽപ്പിൽ അനങ്ങാതെ കരിമ്പാറപോലെ നിൽക്കും. ചെവിവട്ടം പിടിച്ച് നാസാരന്ധ്രങ്ങൾ വിടർത്തി നമ്മുടെ സാന്നിധ്യം നമ്മളറിയാതെതന്നെ മനസ്സിലാകും.

ആന ഞങ്ങൾക്കു നേരെ പാഞ്ഞടുക്കുകയാണ്. വെറും പത്തു മീറ്റർ അടുത്തുനിന്ന്. 'ഓടിക്കോ' എന്ന് ഞാൻ അലറി പറയുന്നതിന് മുൻപുതന്നെ എല്ലാവരും ഓടിത്തുടങ്ങിയിരുന്നു. പത്തുനാല്പതുപേർ ഉരുളൻകല്ലുകൾ ചിതറിക്കിടക്കുന്ന കാട്ടുവഴിയിലൂടെ ഒന്നിച്ച് ഓടുന്നത് വളരെ അപകടം പിടിച്ച ഏർപ്പാടാണ്. വലിയ ഒച്ചപ്പാടും ബഹളവും ആയി യുദ്ധമുന്നണിയിൽ നിന്നും തോറ്റോടുന്ന കാലാൾപ്പടപോലെ ഞങ്ങൾ തിരിച്ചോടി.

''ആരും വീഴരുത്, ആരും വീഴരുത്'' എന്ന് ഞാൻ ഉറക്കെ വിളിച്ചു പറഞ്ഞുകൊണ്ടേയിരുന്നു. നടക്കുമ്പോൾ ഏറ്റവും മുന്നിൽ ആയിരുന്നതിനാൽ തിരിഞ്ഞോടുമ്പോൾ ഏറ്റവും പുറകിൽ ആയിരുന്നു ഞാൻ. അതിനാൽ മുന്നിൽ ഓടിപ്പോകുന്ന മുഴുവൻ പേരെയും എനിക്ക് കാണാമായിരുന്നു.

സാധാരണയായി ആനകൾ ചാർജ് ചെയ്യുന്നത് ഒരു വിരട്ടൽ ചാർജിങ് (Mock Charging) ആണ്. തങ്ങൾക്ക് അലോസരം സൃഷ്ടിക്കുന്ന ആളുകളെ കുറച്ചുദൂരം പേടിപ്പിച്ച് ഓടിച്ചു വിടും. ഒരു മുപ്പതോ നാല്പതോ മീറ്റർ ഓടിച്ചാൽ പിന്നെ ആനകൾ പിന്തിരിഞ്ഞു പോകും. ആനകളുടെ ഈ സ്വഭാവരീതി കൃത്യമായി അറിയാവുന്ന ഞാൻ ഏകദേശം ഒരു 50 മീറ്റർ പിന്നിട്ടപ്പോൾ നിന്നു. തിരിഞ്ഞു നോക്കി. എന്നെ സ്തബ്ധനാക്കിക്കൊണ്ട് തൊട്ടുപുറകിൽ അതാ ആന. സുഷുമ്നയിലൂടെ ഒരു ഇടിമിന്നൽ കടന്നുപോയി. പിൻതിരിഞ്ഞ് ഓടാൻ തുനിയവേ ആന തുമ്പിക്കൈ വീശിയടിച്ചു. എന്റെ പിന്നാമ്പുറത്ത് തൊട്ടുതൊട്ടില്ലെന്ന മട്ടിൽ ഒരു കൊടുങ്കാറ്റുപോലെ തുമ്പിക്കൈ ഒഴിഞ്ഞുപോയി. (വർഷങ്ങൾക്കിപ്പുറം ഇന്നീ വരികൾ കുറിക്കുമ്പോഴും ഒരു ഉൾക്കിടിലംപോലെ ആ തുമ്പിക്കൈ കാറ്റ് എന്റെ പുറത്ത് വന്നലയ്ക്കുന്നുണ്ട്!). പിന്നെ എങ്ങനെ ഓടി, എത്ര ദൂരം ഓടി എന്ന് ഞങ്ങൾക്കറിയില്ല. കുറച്ചുദൂരം കഴിഞ്ഞ് എല്ലാവരും അണച്ച് നിന്നു. ആന എപ്പോഴേ ഓട്ടം നിർത്തി പോയിരുന്നു.

മിക്കവാറും ട്രെയിനികൾ വല്ലാതെ ഭയന്നുപോയിരുന്നു. അവരുടെ എല്ലാം ആദ്യാനുഭവം ആയിരുന്നു അത്. കിതപ്പും അങ്കലാപ്പും മാറാൻ ഞങ്ങൾ കുറച്ച് സമയം എടുത്തു. ഓട്ടത്തിൽ ആരും ഉരുണ്ടു വീണില്ല എന്നതാണ് ഏറ്റവും വലിയ ഭാഗ്യം ആയത്.

ആ ആനയുടെ പെരുമാറ്റത്തിൽ എനിക്ക് വല്ലാത്ത സംശയം തോന്നി. അത് സാധാരണ മോക്ക് ചാർജിങ് അല്ലായിരുന്നു. ഈ ആനയ്ക്ക് എന്തോ കുഴപ്പമുണ്ട്. വാച്ചർ കുഞ്ഞുട്ടി ആണ് അത് പറഞ്ഞത്.

അത് കുഴപ്പക്കാരൻ ആയ ഒരു മോഴയാണെന്നും കൂട്ടത്തിൽ നിന്നും പുറംതള്ളപ്പെട്ട് ഒറ്റയ്ക്ക് നടക്കുകയാണെന്നും ഒരുപാട് പേർക്ക് ഭയങ്കര ശല്യമായിട്ടുണ്ടെന്നും. ഓട്ടത്തിനിടയിൽ കൊമ്പനോ പിടിയോ മോഴയോ എന്നൊന്നും തിട്ടപ്പെടുത്താൻ കഴിഞ്ഞിരുന്നില്ല. ട്രെയിനികൾ എല്ലാവരും വല്ലാതെ പേടിച്ചുപോയിരുന്നു. ട്രക്കിംഗ് ക്യാൻസൽ ചെയ്തു തിരിച്ചു പോകാം എന്ന അഭിപ്രായം അവരിൽ രൂപപ്പെട്ടു. പ്രതീക്ഷകളോടെ അവരെല്ലാം എന്റെ തീരുമാനത്തിനായി കാത്തു.

അവരെല്ലാം വനംവകുപ്പിലെ തുടക്കക്കാർ മാത്രമായിരുന്നു. ദീർഘമായ ഒരു സർവീസ് കാലം അവർക്കായി കാത്തിരിക്കുന്നുണ്ട്. തുടക്കത്തിൽതന്നെ ആനയെ ഭയന്ന് പിന്മാറിയാൽ അത് അവരുടെ സർവീസ് കാലം മുഴുവൻ നിഴലിക്കും. അതുകൊണ്ട് എന്ത് ത്യാഗം സഹിച്ചായാലും ട്രക്കിംഗ് പൂർത്തിയാക്കാൻ തന്നെ തീരുമാനിച്ചു.

പലരിലും വലിയ ആശങ്കയും തന്മൂലം മുറുമുറുപ്പും ഉണ്ടായി. (ചില തീരുമാനങ്ങൾ അങ്ങനെയേ പറ്റൂ. ജനാധിപത്യം എപ്പോഴും ശരി യാകണമെന്നില്ല)

ആനയെ നോക്കിയിട്ട് കാണുന്നുണ്ടായിരുന്നില്ല. നേർക്കുനേർ നിൽക്കുന്ന ശത്രുവിനെക്കാൾ കാണാമറയത്തെ ശത്രുവാണ് കൂടുതൽ ഭയാനകം എന്ന് അനുഭവിച്ചറിയുകയായിരുന്നു. ഇളംകാറ്റിന്റെ മർ മ്മരവും കാട്ടുകോഴിയുടെ പെരുപെരുപ്പും മലയണ്ണാന്റെ പരിഹാസ ചിലമ്പലും അവരിൽ ഭീതി വിതച്ചു. ആനയുടെ അപ്പോഴത്തെ പൊസിഷൻ അറിയാൻ മോഹൻദാസിനെയും സുരേന്ദ്രനെയും വാച്ചർ കുഞ്ഞുട്ടിയേയും നിയോഗിച്ചു. 303 Rifle കയ്യിലേന്തി ഫോറ സ്റ്റർ സുരേന്ദ്രനും ഡെപ്യൂട്ടി റേഞ്ചർ മോഹൻദാസും വാച്ചർ കുഞ്ഞു ട്ടിയും ഏറെ കരുതലോടെ, ഇരയെ ലക്ഷ്യമിട്ടു പതുങ്ങി നീങ്ങുന്ന കടുവയെപോലെ റോഡിലൂടെ മുന്നോട്ടു നീങ്ങി. 20 മിനുട്ട് കഴിഞ്ഞു കാണും അവർ തിരിച്ചെത്തി.

''ആന കുറെ മാറി തോട്ടിൽ നിൽക്കുകയാണ്. നമുക്ക് അധികം ഒച്ചവയ്ക്കാതെ കടന്നുപോകാം. അത് ഇനി വരും എന്ന് തോന്നു ന്നില്ല.'' മോഹൻദാസ് പറഞ്ഞു.

ഞങ്ങൾക്ക് കടന്നുപോകേണ്ട റോഡിന്റെ വലതുഭാഗത്ത് കൊങ്ങിണി പടർപ്പുകൾക്ക് അപ്പുറത്ത് ദൂരെ മാറിയാണ് ആന നിൽ ക്കുന്നത്.

''ആരും ഒന്നും സംസാരിക്കരുത്. കഴിയുന്നിടത്തോളം കരിയില കളിൽ ചവിട്ടി ശബ്ദമുണ്ടാക്കാതെ നടക്കണം. ശരത് ബാബുവും വാച്ചർ മാധവനും ഏറ്റവും പിന്നിൽ നിൽക്കുക. ഞാനും മോഹൻ ദാസും സുരേന്ദ്രനും കുഞ്ഞുട്ടിയും ഏറ്റവും മുന്നിൽ നടക്കും. ആരും പേടിക്കേണ്ട ഇനി ആ ആന വരില്ല.''

ഞാൻ ആവശ്യമായ നിർദ്ദേശം നൽകി. ഞങ്ങൾ പതുക്കെ നടക്കാൻ തുടങ്ങി. ട്രെയിനിമാർ എല്ലാവരുടെ മുഖത്തും കൊടിയ ഭയം തളംകെട്ടി നിന്നിരുന്നു. ഇതിനോടകം സുരേന്ദ്രൻ റൈഫിൾ ശരത് ബാബുവിന് കൈമാറിയിരുന്നു. ഭാരമേറിയ റൈഫിളും ചുമ ന്നുള്ള വനയാത്ര അത്ര സുഖകരമല്ല. പതുക്കെ പതുക്കെ അരി ച്ചരിച്ച് ഞങ്ങൾ മുന്നോട്ടു നീങ്ങി. എല്ലാവരുടെ കണ്ണുകളും വലതു ഭാഗം കൊങ്ങിണി പൊന്തക്കാടുകൾക്കപ്പുറത്തേക്ക് ആയിരുന്നു. ആനയെ ഞങ്ങൾക്ക് ആർക്കും കാണാൻ കഴിഞ്ഞില്ല. ആന ഞങ്ങളെ ചാർജ് ചെയ്ത ഭാഗത്തോട് അടുത്തു. വലതുഭാഗം ദൂരേക്ക് കൈ ചൂണ്ടി മോഹൻദാസ് നിശ്ശബ്ദമായി പറഞ്ഞു.

"ആന..."

ചുണ്ടത്ത് വിരൽ ചേർത്ത് കൂടുതൽ ജാഗ്രത പാലിക്കാൻ ഞാൻ നിർദ്ദേശം കൊടുത്തു. കൊടിയ ഭീതിയിൽ നിമിഷങ്ങൾ ഇഴഞ്ഞു നീങ്ങി. ഒച്ചപ്പാടുകളില്ലാതെ ആനയെ ഒട്ടും അലോസരപ്പെടുത്താതെ ഒരു ഇളംകാറ്റുപോലെ മെല്ലെ കടന്നുപോകുക. അതായിരുന്നു ഞങ്ങളുടെ പ്ലാൻ. പക്ഷേ ആനയുടെ പ്ലാൻ മറ്റൊന്നായിരുന്നു എന്ന് അടുത്ത നിമിഷം ഞങ്ങൾ അറിയാൻ ഇരിക്കുന്നതേ ഉണ്ടായിരുന്നുള്ളൂ.

ആ കൊടുങ്കാട്ടിലെ കൂപ്പു റോഡിലൂടെ അതീവ ജാഗ്രതയോടെ ഞങ്ങൾ ഇഴഞ്ഞുനീങ്ങി. എത്രയൊക്കെ ശ്രദ്ധിച്ചാലും പത്തുനാൽപ്പത് പേർ കാട്ടുവഴിയിലൂടെ ഒരുമിച്ചു നടക്കുമ്പോൾ ഉണ്ടാക്കുന്ന അപസ്വരം അത്ര ചെറുതൊന്നുമാകില്ല. ഉരുളൻപാറക്കല്ലുകൾ ഇളകിമാറിയും കരിയിലകൾ ഞെരിഞ്ഞമർന്നും ഉതിർന്ന ശബ്ദം ഞങ്ങളുടെ മൂകതയെ ഭയാനകമാക്കി. മോഹൻദാസ് ചൂണ്ടിക്കാണിച്ച ദിക്കിലേക്കായിരുന്നു എല്ലാവരുടെയും നോട്ടമെങ്കിലും ഭൂരിഭാഗം പേരും ആനയെ കണ്ടിരുന്നില്ല. പൊന്തക്കാടുകൾക്കിടയിലൂടെ വന്യമൃഗങ്ങളെ കാണുക എന്നത് നിരന്തരമായ നിരീക്ഷണപാടവം കൊണ്ടേ സാദ്ധ്യമാകൂ. മൃഗങ്ങൾക്കാകട്ടെ നമ്മളെ വ്യക്തമായി കാണാനുമാകും.

ആന ഞങ്ങളെ ചാർജ് ചെയ്ത സ്പോട്ടിൽ എത്തി. മാർജ്ജാര നടനംപോലെ ഞങ്ങൾ പമ്മി മുന്നേറി. പകുതിയോളം പേർ ആ സ്പോട്ട് കടന്നുകാണും. ഞങ്ങളുടെ എല്ലാ പ്രതീക്ഷകളെയും കണക്കുക്കൂട്ടലുകളെയും അപ്പാടെ തിരുത്തിക്കുറിച്ച് ആ മോഴ വർദ്ധിത വീര്യനായി ഞങ്ങൾക്ക് നേരെ വീണ്ടും പാഞ്ഞുവന്നു. ഞങ്ങൾ ചിതറിയോടി. ഇത്തവണ ഞങ്ങൾ കൂടുതൽ ജാഗ്രത്തായതിനാൽ നേരത്തെതന്നെ ഓടിത്തുടങ്ങിയിരുന്നു. പക്ഷേ സംഘം രണ്ടായി പിരിഞ്ഞു. കുറച്ചുപേർ മുന്നിലേക്കും കൂടുതൽ പേർ പിന്നിലേക്കുമായാണ് ഓടിയത്.

ഞാനും മോഹൻദാസും സുരേന്ദ്രനും കുഞ്ഞുട്ടിയും പിന്നെ കുറച്ചു ട്രെയ്നിമാരും മുന്നിലേക്ക്. ശരത്ബാബുവും മാധവനും ഭൂരിഭാഗം ട്രെയിനിമാരും പിന്നിലേക്ക്. വലിയൊരു അലർച്ചയോടെ ആന ഞങ്ങൾക്കു പിറകെ ഓടി വന്നു. കൊടുങ്കാട്ടിൽ 'ശത്രു'വിനു നേർക്കു പാഞ്ഞടുക്കുന്ന ക്രുദ്ധനായ ഒരാനയുടെ ചിന്നംവിളി വാക്കുകളാൽ വരച്ചിടുക അത്ര എളുപ്പമല്ല. കേൾക്കുന്ന മാത്രയിൽ നിമിഷാർദ്ധംകൊണ്ട് ഒരുപക്ഷേ നമ്മുടെ സിരകളിലെ ചുടുരക്തം ഹിമം പോലെ ഉറച്ചുപോയേക്കാം.

പലരും കരുതുന്നതുപോലെ ചിന്നംവിളി ആനയുടെ കണ്ഠനാളത്തിൽനിന്നും ഉത്ഭവിക്കുന്ന ഒന്നല്ല. അതിശക്തമായി വായു തുമ്പികൈയിലൂടെ കടത്തിവിട്ടാണ് ആന ശബ്ദം ഉണ്ടാക്കുന്നത്. ഓരോരോ സന്ദർഭങ്ങൾക്കും അനുയോജ്യമായ ശബ്ദങ്ങൾ പുറപ്പെടുവിക്കാൻ ആനകൾക്കാകും. 40000ത്തിൽപരം പേശികൾ ഒന്നര ലക്ഷത്തിനുമേൽ വ്യത്യസ്ത ഖണ്ഡങ്ങളായി വിന്യസിക്കപ്പെട്ട, ഒരൊറ്റ അസ്ഥിത്തുണ്ടുപോലുമില്ലാത്ത തുമ്പിക്കൈ ഒരു അത്ഭുത സൃഷ്ടിയാണ്. ഈ പേശീതുണ്ടങ്ങളെ വിറപ്പിച്ച് (Rumble) ഉണ്ടാക്കുന്ന വിവിധങ്ങളായ ശബ്ദവീചികളാലാണ് ഒരാന മറ്റൊരു ആനയുമായി 'സംസാരിക്കുന്നത്'. മനുഷ്യന്റെ കേൾവി സീമകൾക്കപ്പുറത്തെ ആവൃത്തിയിൽ (Frequency) 'സംസാരിക്കാൻ' ആനകൾക്ക് ആകുമെന്നതിനാൽ നമ്മൾക്കതു കേൾക്കാനാവില്ല. (ആനകളുടെ ഈ കോഡ് ഭാഷ കണ്ടെത്തി എന്ന് ശാസ്ത്രലോകം അവകാശപ്പെടുന്നുണ്ട്.)

ഞങ്ങൾക്കു പുറകെ കുറച്ചുദൂരം ഓടിയ ആന പെട്ടെന്ന് നിന്നു. ഉറഞ്ഞുതുള്ളുന്ന തെയ്യക്കോലം വെട്ടിത്തിരിയുംപോലെ തിരിഞ്ഞ് പിന്നിലേക്ക് മറ്റേ ഗ്രൂപ്പിന് പുറകെ ഓടി. അവിടെയും പെട്ടെന്ന് നിന്നു. അരിശം തീർക്കാൻ തുമ്പിക്കൈ ഉയർത്തി അട്ടഹസിച്ച് റോഡിനു നടുവിൽത്തന്നെ നിന്നു. രണ്ടിടത്തായി ഞങ്ങൾ. ഞങ്ങൾക്കിടയിൽ ആർത്തനാദം മുഴക്കി ദുർനടപ്പുക്കാരൻ മോഴ!

വല്ലാത്തൊരു പ്രതിസന്ധിയിലായി ഞങ്ങൾ. പരിചയസമ്പന്നരും സീനിയറുമായ ഉദ്യോഗസ്ഥന്മാർ ഞങ്ങളുടെ ഗ്രൂപ്പിൽ. അപ്പുറത്ത് കേവലം തുടക്കക്കാർ മാത്രം. നേരത്തെതന്നെ ഭയന്ന് വിറച്ചു ട്രക്കിങ് നിർത്തിപോകാൻ തിടുക്കം കാണിച്ചവർ. എന്തായിരിക്കും അവരുടെ അവസ്ഥ. ഞങ്ങൾക്ക് പരസ്പരം കാണാൻ കഴിയുമായിരുന്നില്ല.

ഒന്ന് സമാധാനിപ്പിക്കാനായി എന്റെ കൂടെ ഉള്ളവരോടായി ഞാൻ പറഞ്ഞു. ''സാരമില്ല. അവരുടെ കൈവശം തോക്ക് ഉണ്ടല്ലോ. തോക്ക് ശരത്ബാബുവിന്റെ പക്കൽ ആയിരുന്നു. സുരേന്ദ്രൻ മെല്ലെ എന്റെ അടുത്തേക്ക് നീങ്ങിവന്നു. ചെവിയിൽ പതുക്കെ മന്ത്രിച്ചു.

''സാർ, തിര എന്റെ കൈയിലാ.'' തോക്ക് കൈമാറിയപ്പോൾ തിര കൈമാറിയിരുന്നില്ല. (ഇത് മറ്റൊരു പാഠമാണ്. തോക്ക് ചുമക്കാനുള്ള വിഷമം കാരണം ഇത്തരം ട്രക്കിംഗുകളിൽ പലപ്പോഴും തോക്കുകൾ കൈമാറി കൈമാറി പിടിക്കാറുണ്ട്. പക്ഷേ പലപ്പോഴും തിരകൾ കൈമാറാറില്ല. വളരെ അപൂർവം സന്ദർഭങ്ങളിൽ മാത്രമേ

തോക്ക് ഉപയോഗിക്കേണ്ടി വരാറുള്ളു. പക്ഷേ കൈയിൽ തോക്കുണ്ട് എന്ന അറിവ് പകരുന്ന ആത്മവിശ്വാസം അപാരമാണ്).

കുറച്ചുനേരത്തെ രോഷപ്രകടനത്തിനുശേഷം ആന പതുക്കെ നടന്നു നീങ്ങി. തിരിച്ചുപോകാൻ വന്നവരല്ല ഇവർ എന്ന് ഒരുപക്ഷേ ആനയും മനസ്സിലാക്കിക്കാണും. നേരത്തെ നിന്നിരുന്ന തോട്ടിൽ നിന്നും കുറേക്കൂടി ദൂരേക്ക് മാറി അത് നിന്നു. ഇനിയെന്ത് എന്ന അനിശ്ചിതത്വം വല്ലാതെ വേട്ടയാടി. ട്രക്കിംഗ് തുടരാൻ ഇനി അവർ സമ്മതിക്കുമോ?

ആന ദൂരേക്ക് മാറി എന്ന് ഉറപ്പുവരുത്തിയതിനുശേഷം ഞാനും മോഹൻദാസും ഏറെ കരുതലോടെ പിന്നിലെ ഗ്രൂപ്പിനടുത്തേക്ക് നടന്നു. ഞങ്ങൾ എത്തുന്നതിനു മുൻപുതന്നെ, ഇനി ഒരു കാരണ വശാലും ട്രക്കിംഗ് തുടരേണ്ടതില്ല എന്ന തീരുമാനത്തിൽ അവർ എത്തിക്കഴിഞ്ഞിരുന്നു. ട്രക്കിംഗ് തുടരുകതന്നെ ചെയ്യും എന്ന് നിർ ദ്ദയം അവരെ അറിയിച്ചു. വല്ലാത്തൊരു പ്രതികരണമായിരുന്നു അവരുടേത്. അവർ മുഖത്തോട് മുഖം നോക്കി. ഭീതി അവരുടെ കണ്ണുകളിൽനിന്നും വായിച്ചെടുക്കാമായിരുന്നു. കൂട്ടത്തിൽനിന്നും പാലക്കാട്ടുകാരൻ ട്രെയിനി റസാഖ് എന്റെ നേർക്കു വന്നു. അറ്റെൻഷൻ ആയി. സ്മാർട്ട് ആയി സല്യൂട്ട് ചെയ്തു. ആ കൊടു ങ്കാട്ടിൽ അത്തരമൊരവസ്ഥയിൽ റസാഖിന്റെ പ്രവർത്തി വല്ലാത്ത കൗതുകമുണർത്തി. അയാൾ പൊതുവെ പാവമാണ്. സീരിയസ് ആയി പറയുന്ന പല കാര്യങ്ങളും മറ്റുള്ളവരിൽ ചിരിയുണർത്താ റുണ്ട്.

റസാഖ് ദയനീയമായി പറഞ്ഞു. ‘‘സാർ, എനിക്ക് രണ്ടു ചെറിയ കുട്ടികളാണ്. എനിക്ക് തിരിച്ചുപോകണം.’’

ഞാൻ റസാഖിനെ ആശ്വസിപ്പിച്ചു. ‘‘ഏയ്, ഒരു കുഴപ്പവുമില്ല, ആന ദൂരേക്ക് പോയി. നമുക്ക് പോകാം.’’

കരച്ചിലോളമെത്തിയ ദീനസ്വരത്തിൽ റസാഖ് പറഞ്ഞു. ‘‘സാർ, എന്നാൽ ഞാൻ ജോലി രാജിവെക്കുന്നു.’’

ഞാൻ പൊട്ടിച്ചിരിച്ചു. സാധാരണയായി എന്നോടൊപ്പം മറ്റുള്ള വരും ചിരിക്കേണ്ടതാണ്. പക്ഷേ ആരും ചിരിച്ചില്ല. സന്ദർഭത്തിന്റെ ഗൗരവം എനിക്ക് കൃത്യമായി മനസ്സിലായി. എന്ത് ചെയ്യണം? തോറ്റു പിന്മാറിയാൽ 36 പേരുടെ കരിയറിനെതന്നെ പ്രതികൂലമായി ബാധി ച്ചേക്കാം. അവർ എന്നും ആനയെ ഭയന്ന് ഓടുന്നവരാകും. ട്രക്കിംഗ് തുടർന്നാൽ, എന്തെങ്കിലും അനിഷ്ട സംഭവങ്ങൾ ഉണ്ടായാൽ ഞാൻ മാത്രമായിരിക്കും ഉത്തരവാദി. ഒരാളും തുണയ്ക്കായി വരികയില്ല.

അല്പനേരത്തെ ആലോചനയ്ക്കുശേഷം കാക്കിയുടെ അച്ചടക്ക വാളോങ്ങി ഞാൻ സ്വരം കടുപ്പിച്ചു പറഞ്ഞു.

''നമ്മൾ ഈ ട്രക്കിംഗ് പൂർത്തിയാക്കും.''

പ്രതിഷേധങ്ങളും ഭിന്നസ്വരങ്ങളുമായി മുറുമുറുക്കലുകൾ ഉയരവേ റസാഖിന്റെ കൈ പിടിച്ചു ഞാൻ നടന്നു. അസ്വാരസ്യങ്ങളുടെ കടലിരമ്പം മനപ്പൂർവം അവഗണിച്ച്.

ആന വന്ന സ്പോട്ടിൽ ആനയെ നിരീക്ഷിച്ച് ഞാനും മോഹൻ ദാസും നിലയുറപ്പിച്ചു. അത് ഞങ്ങളെ തീരെ മൈൻഡ് ചെയ്യാതെ മുള ഒടിച്ചുതിന്നുകയായിരുന്നു. ട്രെയിനിമാരെ ഓരോരുത്തരായി ആ കടമ്പ കടത്തി. വളരെ വേഗം ഞങ്ങൾ അവിടം കടന്നുപോന്നു.

* * *

മാസങ്ങൾക്ക് ശേഷം നടന്ന ആ ബാച്ചിന്റെ കോൺവൊക്കേഷനിൽ മിക്കവാറും എല്ലാവരും അവിസ്മരണീയമായ ആ അനുഭവം ഓർത്തോർത്തു പറഞ്ഞു. അത് അവർക്ക് നൽകിയ ആത്മവിശ്വാസം ജീവിതത്തിൽ തീർച്ചയായും പ്രതിഫലിക്കും എന്നവർ ഉറപ്പിച്ചു പറഞ്ഞു.

ആ മുപ്പത്തിയാറുപേരിൽ മറ്റു ജോലികളിലേക്ക് മാറിപ്പോയ കുറച്ചു പേരൊഴികെ എല്ലാവരും മിടുക്കന്മാരായി കേരളത്തിന്റെ വിവിധ ഭാഗങ്ങളിൽ ഇപ്പോഴും ജോലി ചെയ്യുന്നുണ്ട്. വല്ലപ്പോഴും വിളിക്കുമ്പോൾ ഒരു അതിജീവനക്കഥപോലെ അന്നത്തെ അനുഭവം ഇപ്പോഴും അവർ പങ്കുവെക്കാറുമുണ്ട്.

■

കാസിരംഗ

വാളയാർ ഫോറസ്റ്റ് സ്കൂളിൽ ഇൻസ്ട്രക്ടർ ആയിരിക്കെയാണ് 2013ൽ അസിസ്റ്റന്റ് ഫോറസ്റ്റ് കൺസർവേറ്റർ (ACF) ആയി എനിക്ക് പ്രമോഷൻ ലഭിക്കുന്നത്. ആദ്യനിയമനം സ്പെഷൽ ഇൻവെസ്റ്റിഗേഷൻ ആൻഡ് പ്രൊട്ടക്ഷൻ എ.സി.എഫ് ആയി കണ്ണൂരിൽ. ഒരു വർഷത്തിനുശേഷം ഒലവക്കോട് വെസ്റ്റഡ് ഫോറസ്റ്റ് എ.സി.എഫ് ആയി മാറ്റി നിയമിച്ചു.

വെസ്റ്റഡ് ഫോറസ്റ്റ് ACF ആയി ജോലി നോക്കി വരവേയാണ് അസമിലെ ബർണിഹാട്ട് ഫോറസ്റ്റ് അക്കാദമിയിൽ രണ്ടാഴ്ചത്തെ പരിശീലനത്തിനായി ഞാൻ തെരഞ്ഞെടുക്കപ്പെടുന്നത്. റേഞ്ച് ഓഫീസർ ട്രെയിനിങ് കാലത്ത് ഇന്ത്യയുടെ വടക്കു കിഴക്കൻ മേഖലയിലെ 'സപ്ത സഹോദരി'മാരെ (Seven Sisters- 7 North Eastern states) സന്ദർശിക്കുവാൻ ഞങ്ങൾക്ക് അനുവാദം ലഭിച്ചിരുന്നില്ല. വിഘടനവാദവും തീവ്രവാദവും കൊടുമ്പിരികൊണ്ട അക്കാലത്ത് സുരക്ഷാകാരണങ്ങളാലാണ് ഞങ്ങൾക്ക് അനുമതി നിഷേധിച്ചത്. അതൊരു തീരാനഷ്ടമായി മനസ്സിനെ വേട്ടയാടിക്കൊണ്ടിരുന്നു. പക്ഷേ വർഷങ്ങൾക്കിപ്പുറം 2015ൽ ഇപ്രകാരം ഒരു പരിശീലനത്തിന് നിയോഗിച്ചതിലൂടെ ആ നഷ്ടം നികത്താൻ എനിക്കായി.

അസമിലെ 'ബർണിഹാട്ട്' ഫോറസ്റ്റ് അക്കാദമിയിൽ രണ്ടാഴ്ചക്കാലം നീണ്ടുനിന്ന പരിശീലനപരിപാടിയുടെ ഭാഗമായി കാസിരംഗ, സുന്ദർബാൻസ്, മാനാസ്, ചിറാപുഞ്ചി, ഖാസി ഹിൽസ്, സിക്കിം, ഇന്തോ–ചൈന അതിർത്തിയായ നാഥുലാ പാസ്സ്, ഭൂട്ടാൻ എന്നിവിടങ്ങളിൽ ഒരു ഓട്ടപ്രദക്ഷിണം നടത്തി. ഗോത്രസംസ്കൃതിയുടെ ഓജസ്സും ഊറ്റവും ഇപ്പോഴും സിരകളിൽ തിരതല്ലുന്ന 'ഖാസി'കളുടെ വീറും പോരാട്ട വീര്യവും അറിഞ്ഞുള്ള യാത്ര അവിസ്മരണമീയമായിരുന്നു.

അസമിലെ ലോകപ്രശസ്തമായ നാഷണൽ പാർക്കാണ് 'കാസിരംഗ'. ഒറ്റക്കൊമ്പൻ കാണ്ടാമൃഗങ്ങൾക്ക് (Greater One Horned

Rhinoceros) കേൾവികേട്ട ഇടം. കാസിരംഗ സന്ദർശനത്തിനായി രണ്ട് രീതികളാണ് ഉള്ളത്. ആന സഫാരിയും ജീപ്പ് സഫാരിയും. ആന സഫാരിക്കായി ഞങ്ങൾ കാസിരംഗയിൽ എത്തുമ്പോൾ നേരം പുലരുന്നതേ ഉണ്ടായിരുന്നുള്ളൂ. മഞ്ഞിൻമറ നീക്കി പുറത്തുവരാൻ മടിച്ച് സൂര്യൻ അപ്പോഴും പുതച്ചുമൂടി ചിണുങ്ങിക്കിടന്നു. നിരവധി ആനകൾ തയ്യാറായി നിന്നിരുന്നു. നിരവധി സന്ദർശകരും. അനായാസം ആനപ്പുറത്ത് കയറി അംബാരിയിൽ ഇരിക്കാൻ ആവശ്യമായ സൗകര്യങ്ങൾ ഉണ്ടായിരുന്നു. അങ്ങനെ പുലർമഞ്ഞിൻ കുളിരിലൂടെ ഞങ്ങൾ ആന സഫാരി ആരംഭിച്ചു.

'കാസിരംഗ' എന്ന പൗരാണികതയും സംഗീതവും തുളുമ്പുന്ന മനോഹരവാക്കിന്റെ ഉറവിടത്തെക്കുറിച്ച് ഒട്ടേറെ രസകരങ്ങളായ കഥകൾ പ്രചാരത്തിലുണ്ട്. 'രംഗ' എന്ന ഒരു ഗ്രാമീണ സുന്ദരി, കർബി ആംഗ് ലോങ് നഗരവാസിയായ 'കാസി' എന്ന യുവാവുമായി തീവ്രപ്രണയത്തിലായി. രണ്ട് വീട്ടുകാരും ഈ ബന്ധം നഖശിഖാന്തം എതിർത്തു. ഒരുനാൾ പ്രണയിനികൾ കാടു കയറി. പിന്നിട് അവരെ ആരും കണ്ടിട്ടില്ല. അവരുടെ അനശ്വരപ്രണയത്തിന്റെ നിത്യസ്മാരകമായി ഈ കാട് 'കാസിരംഗ' എന്ന പേരിൽ അറിയപ്പെട്ടു. ഇങ്ങനെ ഒട്ടേറെ കഥകൾ.

ഒറ്റക്കൊമ്പൻ കാണ്ടാമൃഗങ്ങൾ കാസിരംഗയിൽ അവശേഷിച്ചതിന് നന്ദി പറയേണ്ടത് വൈസ്രോയി ആയിരുന്ന കഴ്സൺ പ്രഭുവിന്റെ സഹധർമ്മിണി മേരി കഴ്സണോടാണ്. 1904ൽ കാസിരംഗ സന്ദർശിച്ച മേരി കഴ്സൺ പ്രഭിക്ക് ഒരൊറ്റ കാണ്ടാമൃഗത്തെയും കാണാനായില്ല. അടിയന്തരമായി കാസിരംഗയെ സംരക്ഷിക്കണമെന്ന് ഭരണാധികാരിയായ പ്രഭുവിനോട് അവർ സമ്മർദ്ദം ചെലുത്തി. ഏതൊരു ആണവായുധത്തേക്കാളും മൂർച്ചയേറിയ ഒന്നാണല്ലോ തലയിണമന്ത്രം.

1905ൽ കാസിരംഗ റിസർവ്വ് വനം ആക്കാൻ നടപടി തുടങ്ങി. 1908ൽ റിസർവ് വനമായി നോട്ടിഫൈ ചെയ്തു. 1950ൽ വന്യജീവി സങ്കേതമായും 1974ൽ ദേശീയോദ്യാനമായും വിജ്ഞാപനം ചെയ്തു. 1985ൽ യുനെസ്കോ കാസിരംഗയെ ലോകപൈതൃക പട്ടികയിൽ ഉൾപ്പെടുത്തി. 1900ൽ വെറും നൂറിൽ താഴെ മാത്രം കാണ്ടാമൃഗങ്ങൾ അവശേഷിച്ചിരുന്നിടത്തുനിന്ന് 2021ൽ അത് 2400ൽ എത്തിനിൽക്കുന്നു. വംശനാശത്തിന്റെ അതിർവരമ്പിൽനിന്നും ഒട്ടൊക്കെ സ്ഥിരതയാർന്ന തലത്തിലേക്ക് ഒറ്റക്കൊമ്പൻ കാണ്ടാമൃഗത്തെ വഴി നടത്തിയത് സമാനതകളില്ലാത്ത തീവ്രസംരക്ഷണപ്രവർത്തനങ്ങളാണ്.

858.98 ചതുരശ്ര കിലോമീറ്ററിൽ ആയി വ്യാപിച്ചുകിടക്കുന്ന കാസിരംഗയുടെ 52 ശതമാനം ഏരിയായും പുൽപ്രദേശമാണ്. ആർദ്ര ഇലപൊഴിയും കാടുകളും അർദ്ധനിത്യഹരിതവനങ്ങളും ചതുപ്പു നിലങ്ങളും പുഴകളും ബാക്കി ഭാഗം പങ്കുവെക്കുന്നു. വളരെ ഉയരം കൂടിയ ആനപുല്ലാണ് (Elephant grass) മുഖ്യമായി കാണപ്പെടുന്ന പുല്ലിനം. കാണ്ടാമൃഗങ്ങളുടെ പ്രധാന ഭക്ഷണവും ഈ പുല്ല് തന്നെ യാണ്. കിഴക്കും വടക്കും പടിഞ്ഞാറും അതിരുകളിലൂടെ ഒഴുകി പ്പരക്കുന്ന ബ്രഹ്മപുത്രയാണ് ഒരേസമയം കാസിരംഗയുടെ അനു ഗ്രഹവും ശാപവും. ദേശീയോദ്യാനത്തിലെ ജലലഭ്യത ഉറപ്പു വരുത്തി പച്ചപ്പ് നിലനിർത്തുന്നതിൽ മുഖ്യപങ്ക് വഹിക്കുന്നത് ബ്രഹ്മപുത്ര ആണ്. പക്ഷേ എല്ലാം വർഷക്കാലങ്ങളിലും മുറതെറ്റാതെ വരുന്ന വെള്ളപ്പൊക്കത്തിൽ പാർക്കിന്റെ നല്ലൊരു ഭാഗം മുങ്ങി പ്പോകും. താഴ്ന്ന പ്രദേശമായ പടിഞ്ഞാറൻമേഖലയുടെ മൂന്നിൽ രണ്ടുഭാഗവും വെള്ളത്തിനടിയിലാകും. കാണ്ടാമൃഗം ഉൾപ്പെടെ നൂറുകണക്കിന് വന്യജീവികൾ എല്ലാ വർഷവും വെള്ളപ്പൊക്കത്തിൽ പെട്ട് മരണമടയാറുണ്ട്.

കാസിരംഗ, കാണ്ടാമൃഗങ്ങളുടെ മാത്രം പ്രദേശമല്ല. ഒറ്റക്കൊമ്പൻ കാണ്ടാമൃഗം, കടുവ, കാട്ടെരുമ, ആന, ബാരസിംഗ എന്നിവ 'ബിഗ് ഫൈവ് ഓഫ് കാസിരംഗ' (Big Five of Kaziranga) എന്ന പേരിൽ അറിയപ്പെടുന്നു. കടുവകളുടെ വളരെ നല്ല സാന്ദ്രതയുള്ള പ്രദേശം കൂടിയാണ് കാസിരംഗ. ആയതിനാൽ 2006ൽ കാസിരംഗയെ കടുവാ സങ്കേതം (Tiger Reserve) ആയും പ്രഖ്യാപിച്ചിട്ടുണ്ട്. വംശനാശ ഭീഷണി നേരിടുന്ന കാട്ടെരുമ (Wild Buffalo) ആണ് നമ്മുടെ നാട്ടിലെ എരുമയുടെ യഥാർത്ഥ പൂർവികൻ. (ബാരസിംഗയെക്കുറിച്ച് നേരത്തെ വിശദമാക്കിയിട്ടുള്ളതാണ്). ആനകളുടെ സാന്നിധ്യംകൊണ്ടും കാസിരംഗ ശ്രദ്ധേയമായ ഇടമാണ്.

ഒരേസമയം പാപ്പാന്മാരും ഗൈഡുകളും ആയ പാർക്ക് സ്റ്റാഫ് ആനകളെ മുന്നോട്ടു നയിച്ചു. രണ്ടു മൂന്നു മീറ്റർ ഉയരമുള്ള പുല്ലു കളെ വകഞ്ഞുമാറ്റി ആനകൾ വരിവരിയായി മുന്നോട്ടുനീങ്ങി. പാർക്ക് മാനേജ്മെന്റിനെപ്പറ്റി ഗൈഡ് വിശദീകരിക്കുന്നുണ്ടായി രുന്നു. പെട്ടന്നാണ് വലതുവശത്തേക്ക് കൈചൂണ്ടി ഗൈഡ് ഞങ്ങ ളുടെ ശ്രദ്ധ ക്ഷണിച്ചത്. അവിടെ പുൽക്കൂട്ടങ്ങൾക്കിടയിലായി അതാ ഒരു കൂറ്റൻ കാണ്ടാമൃഗം. പോയ്പോയ ഗതകാലസമൃദ്ധിയെക്കുറി ച്ചോർത്ത് വിഷാദംപൂണ്ട ഭാവത്തിൽ കട്ടിക്കരിമ്പടം പുതച്ച് നിസ്സംഗ നായി ഇരിക്കുന്ന വൃദ്ധനെപ്പോലെ, യാതൊരുവിധ ഭാവഭേദങ്ങളു മില്ലാതെ നിശ്ചലനായി ശാന്തനായി ഞങ്ങളെ നോക്കി നിൽക്കുന്നു.

ഇന്ത്യൻ കാണ്ടാമൃഗം ഒരുകാലത്ത് പാക്കിസ്ഥാൻ മുതൽ മ്യാൻമർ വരെ വിസ്തൃതമായി കിടക്കുന്ന സിന്ധു, ഗംഗ, ബ്രഹ്മപുത്ര നദീതടങ്ങളിൽ വ്യാപകമായി കാണപ്പെട്ടിരുന്നു. അനിയന്ത്രിതമായ വേട്ടയാടലും ആവാസവ്യവസ്ഥകളുടെ അത്യധികമായ ശോഷണവും ഇപ്പോൾ അവയെ ദക്ഷിണ നേപ്പാളിലും അസമിലും ഉത്തർപ്രദേശിലെയും പശ്ചിമ ബംഗാളിലെയും ഏതാനും വടക്കൻ പോക്കറ്റുകളിലു മാത്രമായി പരിമിതപ്പെടുത്തി. ആകെ എണ്ണത്തിന്റെ 80 ശതമാനം ഇന്ത്യയിലാണ് കണ്ടുവരുന്നത്. മുതിർന്ന ആൺകാണ്ടാമൃഗങ്ങൾ (Bull) ഒറ്റയാനാണ്. പെൺകാണ്ടാമൃഗങ്ങൾ (Cow) കുഞ്ഞുങ്ങളോ പ്രായപൂർത്തിയെത്താത്ത അംഗങ്ങളോ ഒത്ത് അഞ്ചോ ആറോ പേരടങ്ങുന്ന കൂട്ടമായാണ് കാണപ്പെടുക. ആനയെപ്പോലെത്തന്നെ ഇവയുടെ കാഴ്ചശേഷിയും തീരെ കുറവാണ്. പക്ഷേ ശ്രവണശേഷിയും ഗന്ധം അറിയാനുള്ള കഴിവും അപാരമാണ്. ഗന്ധങ്ങളിലൂടെയും ശബ്ദങ്ങളിലൂടെയുമാണ് ഇവ പരസ്പരം ആശയവിനിമയം നടത്തുന്നത്.

കാണ്ടാമൃഗങ്ങളുടെ അനിതരസാധാരണമായ ഒരു സ്വഭാവവിശേഷമാണ് 'കമ്മ്യൂണിറ്റി ടോയ്ലെറ്റ്' (Communtiy toilet) എന്നത്. ഒരു പ്രദേശത്തെ കാണ്ടാമൃഗങ്ങൾ വിസർജിക്കുന്നതിന് സ്ഥിരമായി പ്രത്യേകമായ ഇടങ്ങൾ മാത്രം തെരഞ്ഞെടുക്കുന്നു. അവരവരുടെ വിസർജ്യത്തിൽ ഓരോരുത്തരും ശക്തിയായി ചവിട്ടും. കുളമ്പുകൾക്കിടയിൽ പറ്റിപ്പിടിക്കുന്ന ഈ കാണ്ടാമൃഗ ചാണകത്തിന്റെ അംശവും പേറിയാണ് ഇവ നടക്കുക. എവിടെയെല്ലാം പോകുന്നുവോ അവിടെയെല്ലാം തന്റെ ഇപ്രകാരമുള്ള 'കൈയൊപ്പ്' ചാർത്തിയാണ് ഇവ കടന്നുപോകുക. മറ്റു കാണ്ടാമൃഗങ്ങൾ ഇത് മണം പിടിക്കുമ്പോൾ ഒരുപാട് കാര്യങ്ങൾ ഗ്രഹിച്ചെടുക്കാൻ കഴിയുന്നു.

പ്രായം, ആരോഗ്യം, ഭക്ഷണലഭ്യത ഇണചേരാനുള്ള സന്നദ്ധത മുതലായ ഒരുപാട് കാര്യങ്ങൾ അങ്ങനെ ഗ്രഹിച്ചെടുക്കും. ഇപ്രകാരം വിസർജ്യത്തിൽ കൂടെയാണ് ഇവയുടെ ആശയവിനിമയം സാധ്യമാകുന്നത്. ഇണയ്ക്കു വേണ്ടിയുള്ള മുതിർന്ന ആൺകാണ്ടാമൃഗങ്ങളുടെ പോരാട്ടങ്ങൾ അതിഭീകരമാണ്. പലപ്പോഴും അത് ഒരാളുടെ മരണത്തിലാണ് അവസാനിക്കുക .

കാണ്ടാമൃഗത്തിന്റെ 'കൊമ്പു'കൾക്ക് വേണ്ടിയാണ് അവ നിഷ്കരുണം വേട്ടയാടപ്പെടുന്നത്. കാണ്ടാമൃഗത്തിന്റെ കൊമ്പുകൾ യഥാർത്ഥത്തിൽ ദന്ത (Ivory) നിർമ്മിതം അല്ല. നമ്മുടെ മുടിയും നഖങ്ങളുമെല്ലാം നിർമ്മിച്ചിരിക്കുന്ന 'കെരാറ്റിൻ' (Keratin) എന്ന

പ്രോട്ടീനാണ് കാണ്ടാമൃഗകൊമ്പിൽ അടങ്ങിയിട്ടുള്ളത്. ചൈന, വിയറ്റ്നാം തുടങ്ങിയ ഏഷ്യൻ രാജ്യങ്ങളിലെ പാരമ്പര്യചികിത്സ യുടെ ഭാഗമായി ലൈംഗിക ഉത്തേജകമരുന്നിനും ക്യാൻസറിനുള്ള പ്രതിവിധിയായും ഒക്കെയാണ് ഇവ അനധികൃതമായി ഉപയോ ഗിച്ചുവരുന്നത്.

അന്താരാഷ്ട്ര അധോലോക മാർക്കറ്റിൽ ഒരു കിലോ കാണ്ടാ മൃഗക്കൊമ്പിന് നാല് ലക്ഷം അമേരിക്കൻ ഡോളർ (3.05 കോടി രൂപ) വിലയാണ് ലഭിക്കുന്നത്. മുതിർന്ന ഒരു ഇന്ത്യൻ കാണ്ടാമൃഗ ത്തിന്റെ കൊമ്പിന് മൂന്ന് കിലോയിലധികം തൂക്കം വരാവുന്നതാണ്. ജീവൻ പണയംവെച്ചും എന്തുകൊണ്ടാണ് കാണ്ടാമൃഗങ്ങളെ വേട്ട യാടുന്നത് എന്ന് ഈ സാമ്പത്തികശാസ്ത്രം വ്യക്തമാക്കുന്നു.

കണ്ണും മനസ്സും നിറയെ കാഴ്ചയൊരുക്കിത്തന്ന കാണ്ടാമൃഗ ത്തിനോട് യാത്ര പറഞ്ഞ് ഞങ്ങൾ മുന്നോട്ടു സഞ്ചരിച്ചു. വിസ്തൃത മായ ചതുപ്പുപ്രദേശങ്ങളിലൂടെ ചിരപരിചിതരായ ആനകൾ നിര നിരയായി നീങ്ങി. വഴിമധ്യേ പിന്നെയും കാണ്ടാമൃഗങ്ങളെ കാണാ നായി. പ്രഭാതഭക്ഷണത്തിനുശേഷം നാഷണൽ പാർക്കിലെ മുതിർന്ന ഉദ്യോഗസ്ഥരോടൊപ്പം ജീപ്പ് സഫാരിക്കായി പുറപ്പെട്ടു. സന്ദർശ കർക്കായി അനുവദിക്കപ്പെട്ട റോഡുകളിലൂടെ നിരവധി വാഹന ങ്ങൾ സഞ്ചരിക്കുന്നുണ്ടായിരുന്നു. തുറന്ന മാരുതി ജിപ്സിയിലൂടെ യുള്ള യാത്ര ഏറെ രസകരവും അതിമനോഹര കാഴ്ചകളാൽ സമൃദ്ധവും ആയിരുന്നു. വാട്ടർ ബഫെല്ലോ, ബാരസിംഗ, ആനകൾ എന്നിവ കൂടാതെ കാണ്ടാമൃഗത്തെയും യാത്രയിൽ കാണാൻ കഴിഞ്ഞു.

കാസിരംഗ ആവാസവ്യവസ്ഥ നേരിടുന്ന മറ്റൊരു പ്രധാന വെല്ലുവിളി അധിനിവേശസസ്യങ്ങളുടെ കടന്നുകയറ്റമാണ്. ആന ത്തൊട്ടാവാടി, കാട്ടുറോസ്, ഇലവ് എന്നിവയാണ് ഇതിൽ മുഖ്യം. പുൽമേടുകളിൽ അതീവകരുത്തോടെ മുളച്ചുപൊന്തുന്ന ഇലവ് തൈകൾ പിഴുതുകളയുക എന്നത് പാർക്ക് മാനേജ്മെന്റിന്റെ സുപ്ര ധാനമായ ജോലികളിൽ ഒന്നാണ്. പുൽമേടുകൾ (Grass lands) സവിശേഷമായ ഒരു ആവാസവ്യവസ്ഥയാണ്. കാണ്ടാമൃഗങ്ങളുടെ നിലനിൽപ്പിന് ഈ പുൽമേടുകൾ നിലനിർത്തിയേ പറ്റൂ. അതിനാൽ അവിടെ മുളച്ചുവരുന്ന വൃക്ഷത്തൈകൾ എല്ലാം പിഴുതുമാറ്റും.

ഞങ്ങളുടെ വാഹനത്തിൽ സ്റ്റെൻ ഗണ്ണും കൈയിലേന്തി വെളുത്ത് ഉയരം കൂടിയ സുമുഖനും ചെറുപ്പക്കാരനും യൂണിഫോം ധാരി യുമായ ഒരു ഉദ്യോഗസ്ഥൻ ഉണ്ടായിരുന്നു. സാധാരണ വനം വകുപ്പ് ജീവനക്കാരെക്കൊണ്ട് മാത്രം കാണ്ടാമൃഗത്തെ സംരക്ഷി ക്കാൻ ആകില്ല എന്ന തിരിച്ചറിവിൽനിന്ന് 1986ൽ രൂപീകരിച്ച അസാം

ഫോറസ്റ്റ് പ്രൊട്ടക്ഷൻ ഫോഴ്സ് (AFPF) അംഗമായിരുന്നു അദ്ദേഹം. ഞങ്ങൾ പരിചയപ്പെട്ടു. പേര് അനിരുദ്ധ്. വയസ്സ് 24. സർവ്വസന്നാഹങ്ങളുമായി സംഘടിതരായി എത്തുന്ന ആയുധധാരികളായ കാണ്ടാമൃഗം വേട്ടക്കാർ, കണ്ണിൽ ചോരയില്ലാത്ത ക്രിമിനലുകളാണ്. അവരെ നേരിടാൻ പ്രത്യേക പരിശീലനം സിദ്ധിച്ച സായുധസേന തന്നെ ആവശ്യമാണ്. കഠിനമായ പരിശീലനം നൽകിയാണ് AFPF സ്റ്റാഫിനെ കാണ്ടാമൃഗസംരക്ഷണത്തിനായി നിയോഗിച്ചിട്ടുള്ളത്. ഷൂട്ട് അറ്റ് സൈറ്റ് ഉത്തരവ് കാസിരംഗയിൽ നിലവിലുണ്ടായിരുന്നു. AFPFന് ആധുനികങ്ങളായ ആയുധങ്ങളും വാഹനങ്ങളും നൽകിയിരുന്നു. ഒരു കൗതുകനിവൃത്തിക്കായി അനിരുദ്ധിനോട് ചോദിച്ചു.

''താങ്കൾ ഇതുവരെ ആരെയെങ്കിലും വെടിവെച്ച് കൊന്നിട്ടുണ്ടോ?''

മിതഭാഷിയായ അനിരുദ്ധ് ഒരു ചെറുചിരിയോടെ പറഞ്ഞു. ''Yes, 32 Nos.'' സ്തംഭിച്ചു പോയ ഞങ്ങളുടെ മുഖത്തുനോക്കി തികഞ്ഞ നിസ്സംഗതയോടെ ആ 24കാരൻ കൂട്ടിച്ചേർത്തു. 'So far.' തെല്ലിട നിർത്തി അനിരുദ്ധ് മെല്ലെ പറഞ്ഞു. 'Who fire first will survive' അനിരുദ്ധിന്റെ വാക്കുകൾ ഒരു മന്ത്രോച്ചാരണംപോലെ കാതിൽ മുഴങ്ങി. ഇന്ത്യൻ കാണ്ടാമൃഗത്തിന്റെ എണ്ണം വെറും നൂറിൽ നിന്നും 2400ൽ എത്തിനിൽക്കുന്നത് എങ്ങനെയെന്ന് അനിരുദ്ധിന്റെ വാക്കുകൾ വ്യക്തമാക്കുന്നു.

അവിസ്മരണീയമായ കാസിരംഗ സന്ദർശനം അവസാനിപ്പിച്ച് രാത്രി ഏറെ വൈകിയാണ് ഞങ്ങൾ അക്കാദമിയിൽ തിരിച്ചെത്തിയത്.

■

പെട്രിഖോർ

ഒലവക്കോട് വെസ്റ്റഡ് ഫോറസ്റ്റ് എ.സി.എഫ് തസ്തികയിൽ നിന്നും 2016ൽ പീച്ചി വൈൽഡ് ലൈഫ് വാർഡൻ ആയാണ് എനിക്ക് നിയമനം ലഭിക്കുന്നത്. ഏറെ ഇഷ്ടപ്പെട്ട വൈൽഡ് ലൈഫ് വിഭാഗത്തിലേക്കുള്ള സ്ഥലംമാറ്റം. വർഷങ്ങൾക്ക് മുൻപ് റെയിഞ്ച് ഓഫീസർ ആയി ജോലി ചെയ്തിരുന്ന പീച്ചിയിലേക്ക് വൈൽഡ് വാർഡൻ ആയുള്ള പിൻമടക്കം, അതുകൊണ്ടുതന്നെ ഏറെ ആഹ്ലാദകരമായിരുന്നു. പ്രത്യേകിച്ച് സർവീസിന്റെ അവസാനനാളുകളിൽ.

വന്യജീവി സങ്കേതങ്ങളുടെ ദൈനംദിന പ്രവർത്തനങ്ങളിൽ ശ്രദ്ധേയമായ ഒന്നാണ് പ്രകൃതി പഠനക്യാമ്പുകൾ. മൂന്നുനാൾ നീണ്ടുനിൽക്കുന്ന ഇത്തരം ക്യാമ്പുകളിൽ കാടും കാലാവസ്ഥയും വന്യജീവികളും എല്ലാം വിശദമായിതന്നെ ചർച്ച ചെയ്യുന്നു. പരിചയസമ്പന്നർ കൈകാര്യം ചെയ്യുന്ന വിവിധ വിഷയങ്ങളിലുള്ള ക്ലാസുകൾക്ക് പുറമേ വനയാത്രയും പക്ഷിനിരീക്ഷണവും ശലഭയാത്രയും എല്ലാം ഇത്തരം ക്യാമ്പുകളുടെ ഭാഗമാണ്. പീച്ചി വന്യജീവി ഡിവിഷനിൽ ഇത്തരം പഠനക്യാമ്പുകൾ നല്ല രീതിയിൽ തന്നെ നടന്നിരുന്നു. തൃശ്ശൂർ ജില്ലയ്ക്ക് പുറമേ കേരളത്തിലെ മിക്കവാറും ജില്ലകളിൽനിന്നുള്ള വിദ്യാർത്ഥികളാണ് സാധാരണയായി ഇത്തരം ക്യാമ്പുകളിൽ പങ്കെടുക്കാറുള്ളത്.

2017 ഏപ്രിൽ മാസത്തിലെ നല്ല ചൂടുള്ള ഒരു ദിവസം. ചിമ്മിണി വന്യജീവി സങ്കേതത്തിൽ കോളേജ് വിദ്യാർത്ഥികൾക്ക് ക്ലാസ്സെടുക്കുകയായിരുന്നു. തൃശ്ശൂർ ജില്ലയിലെ പ്രമുഖമായ ഒരു കോളേജിലെ വിദ്യാർത്ഥികൾ. പരിസ്ഥിതി സംരക്ഷണം, വനസംരക്ഷണം, മുതലായ കാര്യങ്ങളിൽ അതിയായ ആവേശം ഉള്ളവർ. കുറച്ചു സമയത്തെ സഹവർത്തിത്വത്തിൽനിന്നും ആവേശം മാത്രമേ കൈമുതലായുള്ളൂ എന്നും പരിസ്ഥിതി സംരക്ഷണത്തിന്റെ ബാലപാഠം പോലും അറിയില്ലെന്നും മനസ്സിലായി. ഒരർത്ഥത്തിൽ അങ്ങനെയുള്ളവരാണ് നല്ലത്.

മുൻധാരണകളോ ഹിഡൻ അജണ്ടകളോ ഇല്ലാത്തതിനാൽ അവരിൽ യഥാർത്ഥ പാരിസ്ഥിതികാവബോധം വളർത്തിക്കൊണ്ടുവരാൻ എളുപ്പമായിരിക്കും. ക്ലാസ്മുറി ചുവരുകൾക്കുള്ളിലെ കുടുസ്സുകളിൽ അല്ല മറിച്ച്, വിസ്തൃതമായ കാടിന്റെ കുളിർപച്ചകൾക്കുള്ളിലാണ് ഇത്തരം ക്ലാസുകൾ കൂടുതൽ അർത്ഥപൂർണ്ണമാകുക എന്നതിനാൽ കുട്ടികളുമൊത്ത് കാട്ടിലേക്ക് നടന്നു. അന്തരീക്ഷം നല്ല ചൂടേറിയതായിരുന്നുവെങ്കിലും ചിമ്മിണി റിസർവ്വോയറിന്റെ ഓരംപറ്റി, തണൽ വിരിച്ച റോഡിലൂടെയുള്ള നടത്തം ആയാസരഹിതമായിരുന്നു.

ഓരോ വനയാത്രയും ഓരോ വായനകൾ ആണ്. കാടെന്ന വായിച്ചാലും വായിച്ചാലും തീരാത്ത മഹാഗ്രന്ഥത്തിന്റെ അനുസ്യൂതമായ വായന. കൺമുന്നിൽ അനാവൃതമാകുന്നതെന്തും ഓരോരോ അധ്യായമാണ്. അതൊരു തൂവലാകാം, കാൽപ്പാടാകാം, കാഷ്ഠമാകാം, പൊഴിഞ്ഞുവീണ രോമമാകാം, കൊഴിഞ്ഞുവീണ മുള്ളൻപന്നി മുള്ളാകാം, പൂവാകാം, ഫലമാകാം, വിത്താകാം, ഉറുമ്പിൻകൂട്ടം പൊതിഞ്ഞ ഒരു നിശാശലഭജഡമാകാം, ഒരു പക്ഷിക്കരച്ചിലാകാം, ഒഴുകുന്ന കൈത്തോടാകാം, വറ്റിപ്പോയ ഒരു പുഴയാകാം. അങ്ങനെ അങ്ങനെ നമുക്ക് കാടിനെ അനന്തമായി വായിച്ചെടുക്കാം. തുറന്നുവെച്ച കണ്ണും മനസ്സും ചെവിയും ഉണ്ടെങ്കിൽ നിങ്ങൾക്കൊരിക്കലും കാടെന്ന ബൃഹത്ഗ്രന്ഥം വായിച്ചു തീർക്കാനാവില്ല. പുതുപുത്തൻ ഏടുകളുമായി കാട് എന്നും എഴുതപ്പെട്ടുകൊണ്ടേയിരിക്കും. നിശ്ചിത വാർപ്പ് രീതികൾ ഒന്നുമില്ലാതെ കൺമുന്നിൽ കാണുന്നത് എന്തും നമുക്ക് വിശദീകരിക്കാം.

അങ്ങനെ കുട്ടികളിലെ ജിജ്ഞാസ ഉണർത്തിയും ഓരോ പുതുകാഴ്ച വിസ്തരിച്ചും പതുക്കെ പതുക്കെ ഞങ്ങൾ മുന്നോട്ടു നീങ്ങി. പുതുതളിരിലകളുമായി അണിഞ്ഞൊരുങ്ങിയ നർത്തകിയെപ്പോലെ കണ്ട വലിയ 'പൂവം' ചൂണ്ടി ഞാൻ കുട്ടികളോട് പറഞ്ഞു, "ഇത് പൂവം. ഒരു അർദ്ധനിത്യഹരിതവനത്തിൽ കാണുന്ന മരമാണ്. തളിരിലകൾക്ക് നല്ല ചുവപ്പ് നിറമായിരിക്കും."

ഉപയോഗങ്ങൾ വിശദീകരിക്കുന്നതിനിടയിൽ ഞാൻ പറഞ്ഞു. "ഇത് പണ്ടുകാലത്ത് 'ഉലക്ക' ഉണ്ടാക്കാൻ ഉപയോഗിച്ചിരുന്നു."

പെട്ടെന്നാണ് കൂട്ടത്തിൽനിന്നും വെടിക്കെട്ട് പോലെ ഒരു ചോദ്യമുയർന്നത്.

"What is Ulakka sir?"

ചോദ്യകർത്താവിനെ കൗതുകത്തോടെ നോക്കി. കാഴ്ചയിൽ തന്നെ വളരെ സ്മാർട്ടായ ഒരു പെൺകുട്ടി. മലയാളിയാണെങ്കിലും

ജനിച്ചതും വളർന്നതും ഡൽഹിയിൽ. ഡിഗ്രിക്ക് പഠിക്കാനായി നാട്ടിലേക്ക് തിരിച്ചെത്തിയിട്ട് ഏറെനാളായില്ല. What is Ulakka? എന്ന ചോദ്യത്തിന് എന്ത് ഉത്തരമാണ് നൽകുക. ഒരു ഉലക്ക ഉണ്ടായിരുന്നെങ്കിൽ കാണിച്ചുകൊടുത്തു വിശദീകരിക്കാമായിരുന്നു. ജീവിതത്തിൽ ഒരിക്കലും 'ഉലക്ക' എന്ന വാക്കുപോലും കേട്ടിട്ടില്ലാത്ത ഒരാളോട് അതിനെ എങ്ങനെ വിശദീകരിക്കാൻ?

വാക്കും വരയും നാട്യശാസ്ത്രമുദ്രകളും ഒക്കെയായി ഒരുവിധം ഞാൻ ഉലക്ക എന്താണെന്ന് വ്യക്തമാക്കിക്കൊടുത്തു. ഉപയോഗം നിലയ്ക്കുമ്പോൾ ഭാഷയിൽനിന്നും അന്യമാകുന്ന എത്രയെത്ര വാക്കുകൾ ഉരല്, ഉലക്ക, അമ്മി, കോര്യാപലക, മുട്ടി പലക, ചുമ്മാട്, തിരട, പിടിയരി... അങ്ങനെ അങ്ങനെ എത്രയെത്ര വാക്കുകൾ. ഒരു മൂന്ന് മണിക്കൂർ നേരത്തെ വനയാത്രയിൽ എന്താണ് കാട്, എന്തിനാണ് കാട്, കാട് നേരിടുന്ന പ്രശ്നങ്ങൾ എന്ത്, അത് സംരക്ഷിക്കുവാൻ എന്ത് ചെയ്യാനാകും, എന്നീ വിഷയങ്ങൾ എല്ലാം സവിസ്തരം ഞങ്ങൾ ചർച്ച ചെയ്തു. വെയിൽ ചായാൻ തുടങ്ങിയിരുന്നു ഞങ്ങൾ മെല്ലെ തിരിച്ചുനടക്കാൻ തുടങ്ങി.

കാടിന്റെ കാഴ്ചകളിൽ മുഴുകി ഒരുപാട് അധ്യായങ്ങൾ വായിച്ചെടുത്ത് ഡോർമിറ്ററിയിൽ ഞങ്ങൾ തിരിച്ചെത്താറായ സമയത്താണ് അപ്രതീക്ഷിതമായി മഴ പെയ്തത്. ഒരു വേനൽമഴ. അൽപസമയം മാത്രം നീണ്ടുനിന്ന ഒരു ചാറൽ. ആ ചാറ്റൽമഴയെ എല്ലാവരും അതിയായ ആഹ്ലാദാരവങ്ങളോടെ എതിരേറ്റുകൊണ്ട് ആസ്വദിച്ചു. പെട്ടെന്നാണ് വല്ലാത്തൊരു ഭ്രമിപ്പിക്കുന്ന ഗന്ധം അവിടെ ആകെ പരന്നത്. പുതുമഴയിൽ ഉതിരുന്ന ഏറെ ആസ്വാദ്യകരമായ പുതുമണ്ണിൻ മണം. ഗൃഹാതുരത്വമുണർത്തുന്ന കുട്ടിക്കാല ഓർമ്മകളിലേക്ക് നമ്മളറിയാതെ വഴിനടത്തുന്ന മാസ്മരികഗന്ധം. ദീർഘമായ ഒരു ശ്വാസമെടുപ്പിലൂടെ ആ മഴമണം ആവുന്നത്ര വലിച്ചുകയറ്റുന്നതിനിടയിലാണ് ഒരു വിദ്യാർത്ഥി തികച്ചും യാദൃച്ഛികമായി ചോദിച്ചത്.

''സർ പുതുമഴയുടെ മണം എങ്ങനെയാണ് ഉണ്ടാകുന്നത്?''

ആ ചോദ്യം കേട്ടപ്പോൾ വലിയ സന്തോഷം തോന്നി. ഇങ്ങനെ ചോദ്യങ്ങൾ ചോദിക്കാൻ കുട്ടികളെ പ്രാപ്തരാക്കുക എന്നതാണല്ലോ യഥാർത്ഥ വിദ്യാഭ്യാസം. പരിഷത്ത് കലാജാഥയിൽ പണ്ട് പാടി നടന്ന വരികളാണ് ഓർമ്മയിൽ ഓടിയെത്തിയത്.

''ഓരോ ചെറു ചെറു വസ്തുവിലും
വിരൽ തൊട്ട് തൊട്ടങ്ങ് ചോദിപ്പിൻ
എങ്ങനെയിതു കിട്ടീ നിങ്ങൾക്ക്?''

'എന്തുകൊണ്ട്, എന്തുകൊണ്ട്?' എന്ന പുസ്തകം തീർച്ചയായും ആ തലമുറയിലെ കുട്ടികളെക്കൊണ്ട് ചോദ്യങ്ങൾ ചോദിക്കാൻ രാസത്വരകമായി പ്രവർത്തിച്ചിട്ടുണ്ട് എന്നതിൽ തർക്കമില്ല.

"പുതുമഴയ്ക്ക് ഉയരുന്ന മണ്ണിന്റെ രഹസ്യം തേടി ശാസ്ത്ര ലോകം ഒരുപാട് അലഞ്ഞിട്ടുണ്ട്. 1964ലാണ് ഈ വിഷയത്തിൽ തൃപ്തികരവും ശാസ്ത്രീയവുമായ ഒരു വിശദീകരണം നൽകാൻ ശാസ്ത്രലോകത്തിന് കഴിഞ്ഞത്. ഇസബെൽ ബിയർ, ഡിക്ക് തോമസ് എന്നീ രണ്ട് ഓസ്ട്രേലിയൻ ശാസ്ത്രജ്ഞരാണ് ഇക്കാര്യം ആദ്യ മായി വിശദീകരിച്ചത്.

ചൂടുകാലത്ത് ചില സസ്യങ്ങൾ അവയുടെ ശരീരകോശങ്ങളിൽ നിന്നും ചില പ്രത്യേക തരം എണ്ണകൾ (Oil) പുറപ്പെടുവിക്കാറുണ്ട്. ഇവ ക്രമേണ മണ്ണിലും പാറകളിലും അടിഞ്ഞുകൂടുന്നു. അതി സൂക്ഷ്മസസ്യങ്ങൾ ആയ സ്ട്രെപ്റ്റോമൈസിറ്റസ് (streptomycetes) വിഭാഗത്തിൽപെട്ട ചില ബാക്ടീരിയകൾ അവയുടെ ഉപാപചയ (Metabolic) പ്രവർത്തനത്തിന്റെ ഭാഗമായി ജിയോസ്മിൻ (Geosmin) എന്നൊരു രാസവസ്തു ഉൽപാദിപ്പിക്കുന്നു. മഴ പെയ്യുമ്പോൾ സസ്യ ങ്ങൾ പുറപ്പെടുവിച്ച എണ്ണയും ജിയോസ്മിനും കൂടി കലർന്ന് മണ്ണിൽനിന്നും അന്തരീക്ഷത്തിലേക്ക് സ്വതന്ത്രമാക്കപ്പെടുന്നു. ഇതാണ് 'പെട്രിഖോർ' (Pterichor) എന്ന് ശാസ്ത്രലോകം വിളിക്കുന്ന പ്രതി ഭാസം. ഈ പെട്രിഖോർ ആണ് പുതുമഴമണം. പെട്രിഖോറിന്റെ വളരെ ചെറിയ ഒരംശംപോലും മനുഷ്യനാസാരന്ധ്രങ്ങൾക്ക് ഗ്രഹി ച്ചെടുക്കാനാകും.

പെട്രിഖോർ എന്ന കൗതുകമുണർത്തുന്ന വാക്കിന്റെ ഉറവിടം പുരാതനമായ ഗ്രീക്ക് പദത്തിൽ നിന്നാണ്. Ptero = Rock, ikhor = Blood of Gods. അങ്ങനെ പെട്രിഖോർ 'പാറയിൽനിന്നു വരുന്ന ദൈവരക്തം' എന്ന അർത്ഥമാകുന്നു. ചെറുചാറ്റൽ മഴകളിൽ ആണ് പെട്രിഖോർ അനുഭവിക്കാനാകുക. വലിയ മഴകളിൽ സസ്യഎണ്ണയും ജിയോസ്മിനും യഥാവിധി കൂടിക്കലരാൻ ഇടയാകാതെ ഒഴുകി പ്പോകും."

ഒരുപാട് ചോദ്യങ്ങളും നിരീക്ഷണങ്ങളുമായി കുട്ടികൾ ശരിക്കും മനംകവർന്നു. ഒരുപക്ഷേ, മുൻവിധികളാൽ സങ്കുചിതമാക്കപ്പെട്ട പരിസ്ഥിതി വീക്ഷണത്തിന്റെ 'കനം' ഇല്ലാതിരുന്നതുകൊണ്ടാകാം ഒട്ടും സങ്കോചമില്ലാതെ അവർക്ക് ഇങ്ങനെ ഇടപഴകാനായത്. ■

വേരുകൾ

പീച്ചി-വാഴാനി വന്യജീവിസങ്കേതത്തെ രണ്ടായി പകുത്തുകൊണ്ടാണ് എൻഎച്ച് 47 കടന്നുപോകുന്നത്. പ്രശസ്തമായ കുതിരാൻ ഭാഗത്ത് വെച്ച് വന്യജീവിസങ്കേതത്തെ വടക്കും തെക്കുമായി മുറിച്ച് ദേശീയ പാത തൃശ്ശൂരിൽനിന്നും പാലക്കാട്ടേക്ക് തുടർന്നുപോകുന്നു. ദേശീയ പാതയുടെ വടക്കുഭാഗത്തെ ഏരിയ ഏകദേശം 50 ചതുരശ്ര കിലോ മീറ്റർ മാത്രം വിസ്തൃതിയുള്ള തുടർച്ച ഇല്ലാത്ത ഒരു വനതുണ്ടം മാത്രമാണ്. കുതിരാനിൽനിന്നും ആരംഭിക്കുന്ന ഈ വനഭാഗം വെള്ളാനി മലകൾ താണ്ടി വാഴാനിഡാമിനെ ചുറ്റി അസുരൻകുണ്ട് ഡാമിലേക്ക് വ്യാപിച്ച് എളനാട് ഭാഗത്തെ തിരുമണിയിൽ ചെന്ന് അവസാനിക്കുന്നു. തൃശ്ശൂർ പട്ടണത്തിനോട് ഏറ്റവും അടുത്തുകിട ക്കുന്ന നിത്യഹരിതവനമായ 'വെള്ളാനിപ്പച്ച' ഈ ഭാഗത്ത് വരുന്ന വെള്ളാനി മലയിൽ ആണ്. ചുറ്റിനും തീരെ ശുഷ്കമായ ആർദ്ര ഇലപൊഴിയും കാടുകൾക്കുള്ളിൽ നിത്യഹരിതമായ ഇങ്ങനെ ഒരു പച്ചത്തുണ്ട് നിലനിൽക്കുന്നത് ശരിക്കും അത്ഭുതമുളവാക്കും. പൂവൻ ചിറ കവലയിൽനിന്നും കയറി അയ്യപ്പൻനട എന്ന നിരപ്പിൽ എത്തി യാൽ പിന്നെ വെള്ളാനിപ്പച്ചയിലേക്ക് നിരപ്പാർന്ന വഴിയാണ്. ഐതിഹ്യങ്ങൾ ഉറങ്ങി കിടക്കുന്ന 'ബാണാസുരൻകോട്ട'യുടെ അവശിഷ്ടങ്ങൾ ഇപ്പോഴും ഇവിടെ കാണാം.

ഏതു് കൊടിയ വേനൽവേവിലും വറ്റാത്ത രണ്ട് കുളങ്ങൾ വെള്ളാനി പച്ചയുടെ സുകൃതമാണ്. ചുറ്റിനുമുള്ള കാടുകളിൽനിന്നും തികച്ചും വിഭിന്നമായ സസ്യസമൃദ്ധി വെള്ളാനിപ്പച്ചയെ വേറിട്ടതാക്കുന്നു. പൊരിവെയിലത്തുനിന്നും എയർകണ്ടീഷൻ റൂമിൽ പ്രവേശിച്ചപോലെ കുളിരേകുന്ന വെള്ളാനിപ്പച്ച പക്ഷേ, വിനാശത്തിന്റെ അപായസൂചനകൾ കാണിച്ചു തുടങ്ങിയിട്ടുണ്ട്. എല്ലാ വേനലിലും മുറതെറ്റാതെ വരുന്ന കാട്ടുതീ മുൻകാലങ്ങളിൽ പച്ചയെ തൊടാതെ താഴ്‌വാരത്തിൽ വെച്ചുതന്നെ കെടുത്താറുണ്ട്. പക്ഷേ ഓരോ

ആണ്ടിലും തീ നാവുകൾ പച്ചയെ ഊറ്റിക്കുടിക്കാൻ എന്നവണ്ണം അടുത്തടുത്തു വന്നുകൊണ്ടേയിരിക്കുന്നു. കൊടുങ്കാറ്റിൽ അകപ്പെട്ട പക്ഷിക്കൂട് പോലെ ഈ പച്ചത്തുരുത്ത് ഇനിയുമെത്ര കാലം.

പീച്ചി-വാഴാനി വന്യജീവിസങ്കേതത്തിൽ രണ്ടു ഡാമുകൾ ഉണ്ട്. പീച്ചി ഡാമും വാഴാനി ഡാമും. വാഴാനി റിസർവോയറിനരികുപറ്റി കാട്ടിലൂടെ ഒരു അഞ്ചോ ആറോ മണിക്കൂർ നടന്നാൽ കുതിരാനി നടുത്തുള്ള ഇരുമ്പുപാലം എന്ന സ്ഥലത്ത് എത്താം. വാഴാനി, വെള്ളാനി മലകൾ താണ്ടിയുള്ള ഈ നടത്തം ഏകദിന ട്രക്കിങ്ങിന് തികച്ചും അനുയോജ്യമായ ഒന്നാണ്. പീച്ചി റേഞ്ച് ഓഫീസർ അജയ് ഘോഷ്, സെക്ഷൻ ഫോറസ്റ്റ് ഓഫീസർമാരായ അനിൽകുമാർ, ജയദേവൻ, സുനിൽകുമാർ മറ്റു സ്റ്റാഫുകൾ എന്നിവരുമൊത്ത് 2018 ഒക്ടോബറിൽ ഇങ്ങനെ ഒരു ട്രക്കിങ് നടത്തുകയുണ്ടായി.

രാവിലെ നേരത്തെതന്നെ 'വാഴാനി'യിൽനിന്നും ഞങ്ങൾ നടക്കാൻ ആരംഭിച്ചു. റിസർവോയർ കരയിലുള്ള മുളങ്കാടുകൾ കടന്ന് സാമാന്യം മെച്ചപ്പെട്ട ആർദ്ര ഇലപൊഴിയും കാട്ടിലേക്ക് പ്രവേശിച്ചു. വാഴാനി റിസർവോയറിലേക്ക് ഒഴുകിയെത്തുന്ന ഒന്നുരണ്ടു കൈത്തോടുകളും കടന്ന് ഒരു കൊച്ചുചതുപ്പുനിലം കഴിഞ്ഞു മുന്നോട്ടു നടക്കവെയാണ് അതിമനോഹരമായ ഒരു പുല്ലാനി വള്ളിപ്പടർപ്പ് കണ്ടത്. ഒരു എൻജിനീയറുടെ കരവിരുതിനാൽ പണികഴിപ്പിച്ചതു പോലെ പൂർണമായ വട്ടത്തിൽ ഒരു വള്ളി. വട്ടമേശസമ്മേളനം പോലെ കൂടി ഇരിക്കാൻ പാകത്തിൽ പ്രകൃതിയുടെ ഒരു സുന്ദര കരവിരുത്. ആ പ്രശാന്തിയിൽ കുറച്ചുനേരം ഇരുന്ന് ഞങ്ങൾ വീണ്ടും നടത്തം തുടർന്നു.

താഴ്‌വാരം വിട്ട് മലകയറാൻ തുടങ്ങി. 'വാഴാനിത്തണ്ട്' എന്ന പേരിലറിയപ്പെടുന്ന ഈ മലകയറ്റം പൊതുവേ ആയാസരഹിതമായിരുന്നു. വനഉദ്യോഗസ്ഥന്മാരുടെ ട്രക്കിംഗ് വെറും പാർസൽ പോലെയുള്ള ഉല്ലാസയാത്രകൾ അല്ല. ചുറ്റുപാടും നിരീക്ഷിച്ച് കാടിനെ കണ്ടറിഞ്ഞ് പരിപാലനത്തിന്റെ പോരായ്മകൾ വിലയിരുത്തിക്കൊണ്ടുള്ള ഒരു സമഗ്ര അപഗ്രഥന യാത്രയാണത്. അനധികൃതമായ മരംമുറി ഉണ്ടോ? വേട്ടയാടൽ ഉണ്ടോ? വനംകയ്യേറ്റം ഉണ്ടോ? തീകയറുന്ന സ്ഥലമാണോ? എങ്കിൽ അത് എങ്ങനെ തടയാം, ഒരു കൈത്തോട് കണ്ടാൽ അതിൽ വെള്ളം ഉണ്ടോ? ഇല്ലെങ്കിൽ ഏതു മാസം വരെ വെള്ളം ലഭ്യമാകും? വർഷം മുഴുവൻ ജലസമൃദ്ധമാക്കാൻ ഒരു തടയണ കെട്ടാനുള്ള സാധ്യതയുണ്ടോ? ഓരോ രണ്ടു കിലോമീറ്റർ ചുറ്റളവിലും വന്യമൃഗങ്ങൾക്ക് ലഭ്യമായ ജലസ്രോതസ്സുകൾ ഉണ്ടോ? ഇല്ലെങ്കിൽ അവ എവിടെയൊക്കെ ഉണ്ടാക്കാനാകും?

സവിശേഷമായ സസ്യവൈവിധ്യം ഉണ്ടോ? ഔഷധസസ്യങ്ങളുടെ സാന്നിധ്യം ഉണ്ടോ? വനവിഭവ ശേഖരണം നടക്കുന്ന ഇടമാണോ? അവ ശരിയായ രീതിയിൽ അർഹതപ്പെട്ടവർ തന്നെയാണോ ശേഖരിക്കുന്നത്? ഇങ്ങനെ ഇങ്ങനെ ഒരുപാട് കാര്യങ്ങൾ നിരീക്ഷിച്ചുകൊണ്ടാണ് വന ഉദ്യോഗസ്ഥൻ കാട്ടിലൂടെ നടക്കുക. അതുകൊണ്ടു തന്നെ എത്ര വേഗത്തിൽ ലക്ഷ്യത്തിൽ നടന്നെത്തി എന്നത് ഇത്തരം യാത്രകളിൽ അടിസ്ഥാനപരമായ ലക്ഷ്യങ്ങൾ അല്ല. (പല വനം ഉദ്യോഗസ്ഥന്മാരും ഞങ്ങൾ ഇത്ര സമയംകൊണ്ട് നടന്ന് 'അവിടെ' എത്തി എന്ന് ഊറ്റംകൊണ്ട് സംസാരിക്കുന്നത് കേട്ടിട്ടുണ്ട്. ഒരു 'റെക്കോർഡ് തകർക്കൽ' പരിപാടി എന്നതിനപ്പുറം അത്തരം ട്രക്കിങ്ങുകൾക്ക് വലിയ പ്രസക്തിയുണ്ടെന്ന് തോന്നിയിട്ടില്ല).

വാഴാനിത്തണ്ട് കയറി നിരപ്പിലൂടെ നടക്കുമ്പോൾ വിശാലമായ ഒരു പാറപ്പുറം ആണ് നമ്മളെ വരവേൽക്കുക. ഇരുപുറവും തെഴുത്തു നിൽക്കുന്ന കാടിന് നടുവിലൂടെ ദേശീയപാതപോലെ നീണ്ടു കിടക്കുന്ന പാറയുടെ തുറസ്സ് ഒരു മനോഹര കാഴ്ചയാണ്. ഈ പാറപ്പുറത്തു കൂടെയാണ് മുന്നോട്ട് നടക്കേണ്ടത്. വിശാലമായ പാറപ്പുറം അവസാനിക്കുന്ന ഇടമാണ് 'മുനിപ്പാറ' എന്നറിയപ്പെടുന്ന സ്ഥലം. മുനിപ്പാറ രണ്ടു ഭാഗങ്ങളായി വിഭജിക്കപ്പെട്ടിരിക്കുന്നു. ചെറിയ മുനിപ്പാറയും അവിടെനിന്ന് കുറെ മാറി വലിയ മുനിപ്പാറയും. ഇരു ഭാഗങ്ങളിലുമായി മൂന്നു വീതം ആകെ ആറ് 'മുനിയറകൾ' ഇവിടെ ഉണ്ട്. ചെറിയ മുനിപ്പാറയിലാണ് ഞങ്ങൾ ആദ്യം എത്തിച്ചേർന്നത്.

B C 1000-ാം ആണ്ട് മുതൽ AD 500-ാം ആണ്ട് വരെ നിലനിന്നിരുന്ന മഹാശിലായുഗത്തിന്റെ (Megalithic) അവശേഷിപ്പുകളാണ് മുനിയറകൾ എന്ന് ചരിത്രകാരന്മാർ അടയാളപ്പെടുത്തുന്നു. മുനിയറകൾക്കു പുറമേ കുടക്കല്ല്, തൊപ്പിക്കല്ല്, വീരക്കല്ല്, കൽഗുഹകൾ എന്നിവയെല്ലാം മഹാശിലായുഗത്തിന്റെ ബാക്കിപത്രങ്ങൾ ആയി കേരളത്തിന്റെ ഇതരഭാഗങ്ങളിൽ കണ്ടെത്തിയിട്ടുണ്ട്. മറയൂർ ഇത്തരം തിരുശേഷിപ്പുകളാൽ സമ്പന്നമായ ഒരു ഇടമാണ്. കുത്തനെ നിർത്തിയ നാല് കൽപാളികളും ഒരു മേച്ചിൽകല്ലുമാണ് മുനിയറകളുടെ സാമാന്യരൂപം. ആദിമമനുഷ്യരുടെ ജഡം സംസ്കരിക്കുന്നതിനായാണ് ഇത്തരം മുനിയറകൾ സാധാരണയായി ഉപയോഗിച്ചിരുന്നത് എന്ന് ചരിത്രകാരന്മാർ അഭിപ്രായപ്പെടുന്നു. അതല്ല, മുനിമാർ തപസ്സ് അനുഷ്ഠിക്കാനും ധ്യാനത്തിനും ആയി ഉപയോഗിച്ചിരുന്നതാണ് ഇത്തരം മുനിയറകൾ എന്നും മറ്റൊരു അഭിപ്രായമുണ്ട്. ജൈന, ബുദ്ധസന്ന്യാസിമാർ ഇത്തരം മുനിയറകൾ ഉപയോഗിച്ചിരുന്നു എന്ന് ചില ചരിത്രകാരന്മാർ സമർത്ഥിക്കാൻ ശ്രമിച്ചിട്ടുണ്ട്. ചരിത്രവാദങ്ങൾ

എന്തുതന്നെയായാലും ഒരു കാര്യം ഉറപ്പ്, അത് മനുഷ്യരുടെ ആയിരുന്നു, മനുഷ്യനിർമ്മിതം ആയിരുന്നു.

ചെറിയ മുനിപ്പാറയിലെ മുനിയറയ്ക്കു മുൻപിൽ കുറച്ചു നേരം നിശ്ശബ്ദനായി നിന്നു. അവാച്യവും അനിർവചനീയവുമായ ഒരു തരം ധ്യാനാവസ്ഥയിലൂടെ, ഇളംകാറ്റിൽ തത്തിക്കളിക്കുന്ന മൃദു തൂവൽപോലെ മനസ്സ് മെല്ലെ ഒഴുകി നടന്നു. നൂറ്റാണ്ടുകൾക്കു മുൻപ് ഇവിടെ മനുഷ്യർ ഉണ്ടായിരുന്നു. അതിൽ ആരോ ഇവിടെ അന്ത്യവിശ്രമം കൊള്ളുന്നു. നമ്മുടെ വേരുകൾ തേടി ആഴത്തിലേക്കാണ്ടിറങ്ങിയാൽ...

നമുക്ക് നമ്മുടെ അച്ഛനെ അറിയാം. അച്ഛന്റെ അച്ഛനെ അറിയാം. അച്ചാച്ചന്റെ അച്ഛനെയോ? അദ്ദേഹത്തിന്റെ അച്ഛനെയോ? മൂന്ന് തലമുറയ്ക്ക് അപ്പുറം നമ്മുടെ പൂർവികൻ ആര് എന്ന ചോദ്യത്തിന് നമുക്ക് കൃത്യമായ ഉത്തരമില്ല. വേരുകൾ തേടി ഒരു പിന്മടക്കം നടത്തിയാൽ ചിലപ്പോൾ പ്രിയപ്പെട്ട അജയ്ഘോഷ്, അനിൽകുമാർ, അഷ്റഫ്, ജയദേവൻ, ജോസഫ്, ചാക്കോ, സജീവ്, ബഷീർ, പ്രവീൺ.... നമ്മളെല്ലാം വിവിധ വഴികളിലൂടെ സഞ്ചരിച്ച് ഒരുപക്ഷേ ഈ മുനിയറയ്ക്കു മുൻപിൽ തന്നെ എത്തിച്ചേർന്നേക്കാം. എന്നിട്ടും നമ്മൾ മുഹമ്മദും കൃഷ്ണനും ജോസഫുമൊക്കെയായി വേറിട്ടു നില്ക്കുകയും അതിൽ ഊറ്റം കൊള്ളുകയും ചെയ്യുന്നു. വംശ മഹിമ എന്ന മിഥ്യാബോധത്തിന്റെ നിരർത്ഥകത ഓർത്ത് ഉള്ളാലെ ചിരിച്ചു. മുനിയറയ്ക്കുള്ളിൽ നിന്നും ഒരു മറുചിരി ഉയരുന്നതായി തോന്നി.

‘‘പ്രിയപ്പെട്ട പൂർവ്വ പിതാവേ, ജന്മജന്മാന്തരങ്ങളിലൂടെ കൈമാറിക്കിട്ടിയ ജനിതക മൂലലോമങ്ങളെ പിൻപറ്റി പിൻപറ്റി അവസാനം ഇതാ അങ്ങെന്ന തായ്വേരിൽ ഞങ്ങൾ എത്തിച്ചേർന്നിരിക്കുന്നു. ഈ മലകളും കാടും മണ്ണും പുഴകളും ഞങ്ങൾക്കായി കരുതിവെച്ചതിന് നന്ദി. പരസ്പരം മത്സരിച്ച് ഇവയെല്ലാം മുച്ചൂടും നശിപ്പിക്കുന്ന ഞങ്ങളുടെ തലമുറയെ ശപിക്കരുതേ.’’

‘‘നമുക്ക് പോകണ്ടേ സർ?’’

അനിൽകുമാറിന്റെ ചോദ്യമാണ് ധ്യാനത്തിൽനിന്നും എന്നെ ഉണർത്തിയത്. മുനിയറയോട് നിശ്ശബ്ദമായി വിടചൊല്ലി ഞങ്ങൾ നടത്തം തുടർന്നു.

മുനിപ്പാറയിൽനിന്നും പിന്നെ നടന്നെത്തുന്നത് ചെങ്കുത്തായ പടർന്നുകിടക്കുന്ന മറ്റൊരു കൂറ്റൻ പാറശേഖരത്തിലേക്കാണ് ‘വെളിപ്പാറ’. വെളിപ്പാറയ്ക്കു മുകളിൽ അടുക്കിപ്പെറുക്കി വെച്ച കല്ലുകളുടെ ഒരു കൂട്ടം കണ്ടു. സ്വാഭാവികമായി ഉണ്ടായതല്ല എന്നും മനുഷ്യ

നിർമ്മിതമാണ് അതെന്നും ഒറ്റനോട്ടത്തിൽതന്നെ മനസ്സിലാക്കാമായിരുന്നു. കൂടെയുള്ള വാച്ചർ ചാക്കോയാണ് പറഞ്ഞത്. കാട്ടിൽ വനവിഭവങ്ങൾ ശേഖരിക്കുന്നതിനോ, ഇതരജോലികൾക്കോ ആയി പോകുന്ന ആളുകൾ അവിടെ ഒരു കല്ല് പെറുക്കി വയ്ക്കും. അങ്ങനെ ചെയ്താൽ അവർക്ക് ഒരു ആപത്തും വരികയില്ല എന്നാണ് വിശ്വാസം. ഏറെ പഴക്കം ചെന്ന അത്തരം ധാരാളം 'വിശ്വാസക്കല്ലുകൾ' അവിടെ ഉണ്ടായിരുന്നു.

വിശ്വാസക്കല്ലുകളോട് യാത്ര പറഞ്ഞ് ഞങ്ങൾ സാവധാനം ചെങ്കുത്തായ വെളിപ്പാറ ഇറങ്ങാൻ തുടങ്ങി. സർവീസ് കാലം അവസാനിക്കാൻ വെറും മാസങ്ങൾ മാത്രം അവശേഷിക്കെ ഇനി ഇങ്ങനെയൊരു യാത്ര സാധ്യമാകുമോ എന്ന് വേദനയോടെ ഓർത്തു. ഒന്നുകൂടി പിന്തിരിഞ്ഞ് തല ഉയർത്തി നിൽക്കുന്ന വെളിപ്പാറയെ നോക്കി, മൂകമായി ഇരുമ്പുപാലം ലക്ഷ്യമാക്കി മെല്ലെ നടന്നു.

■

ഫലശ്രുതി

2019 മെയ് മാസം 31-ാം തീയതി. 29 വർഷം നീണ്ട വനപാലക വേഷപ്പകർച്ചയുടെ അവസാനദിനം. പതിവുപോലെ നേരത്തെതന്നെ പീച്ചി ഓഫീസിൽ എത്തി. സഹപ്രവർത്തകർ വന്നുതുടങ്ങുന്നതേ ഉണ്ടായിരുന്നുള്ളൂ. രണ്ടു ദിവസം മുൻപ് അതിഗംഭീരമായ ഒരു യാത്രയയപ്പ് അവർ എനിക്ക് നൽകിയിരുന്നു. തപാലുകൾ എല്ലാം നോക്കി. അത്യാവശ്യ ഫയലുകളിൽ ഒപ്പുവച്ചു. എല്ലാം പതിവു പോലെ. ഉച്ചതിരിഞ്ഞ് കാട്ടിലേക്ക് പോയി. ഒറ്റയ്ക്ക്. പോകാതിരിക്കാനായില്ല. ഓഫീസിൽനിന്നും രണ്ട് കിലോമീറ്റർ അപ്പുറമുള്ള വള്ളിക്കയത്തേക്ക്. വള്ളിക്കയം ഔട്ട്പോസ്റ്റിൽ വെച്ച് വാച്ചർ ഷണ്മുഖൻ ചോദിച്ചു. ''സാറേ, ഞങ്ങൾ കൂടെ വരട്ടെ? അവിടെ ആനയുണ്ട്.''

''വേണ്ട ഷണ്മുഖാ, ഞാൻ ശ്രദ്ധിച്ചോളാം. എനിക്ക് ഒറ്റയ്ക്ക് കാട്ടിലൂടെ കുറച്ചു നടക്കണം.''

കുറച്ചുകൂടെ ഉള്ളിലേക്ക് വണ്ടിയോടിച്ചു പോയി. രണ്ട് മാസങ്ങൾക്കു മുൻപ് ഇൻസ്പെക്ഷൻ ബംഗ്ലാവിന്റെ പണിക്കായി മണൽ കയറ്റി വന്ന ടെമ്പോ വാൻ തടഞ്ഞുനിർത്തി ആന ആക്രമിച്ച വഴിയായിരുന്നു അത്. ഷണ്മുഖന്റെ വേവലാതിക്ക് അതായിരുന്നു ഹേതു. പീച്ചി റിസർവോയറിന്റെ അരികെ വണ്ടി നിർത്തി. കാട്ടിലൂടെ നടന്നു. ഒരുപാട് ഒരുപാട് നടന്ന വഴികൾ. ഇലയെല്ലാം പൊഴിച്ചു നിന്ന പടുകൂറ്റൻ മലവേപ്പ് നിറയെ കായ്കൾ ചാർത്തി ചിരിച്ചു നിന്നു.

വേനൽമഴയിൽ കുരുത്ത പച്ചപ്പൊടിപ്പുമായി പുതുവസ്ത്രമണിഞ്ഞ കുഞ്ഞുങ്ങളെപോലെ 'മൂടലിൽ' മലയിലെ മരങ്ങൾ കാറ്റിൽ തുള്ളിച്ചാടി. ഒറ്റയടിപ്പാതയിലൂടെ റിസർവോയർ തീരത്തേക്കിറങ്ങി. വിശാലമായ പാറയിൽ കുറച്ചുനേരം ഇരുന്നു. നീണ്ട വനയാത്ര കഴിഞ്ഞ് ക്ഷീണിച്ചു തളർന്ന് മടങ്ങിയെത്തുമ്പോൾ എക്കാലവും അഭയമേകിയ പാറക്കൂട്ടം. പതിവുപോലെ കൈകാലുകളും മുഖവും

കഴുകി. നിർന്നിമേഷനായി കുറച്ചുനേരം നോക്കിയിരുന്നു. വീണ്ടും കാട്ടിലേക്ക് കയറി. നേരെ നടന്നു ചെല്ലുന്നത് ഔഷധത്തോട്ടത്തിലേക്കാണ്. 20 വർഷങ്ങൾക്കു മുൻപ് പീച്ചി റേഞ്ച് ഓഫീസർ ആയിരുന്ന കാലത്ത് കോളേജ് വിദ്യാർത്ഥികളെ സംഘടിപ്പിച്ച് നട്ടുപിടിപ്പിച്ച ഔഷധമരത്തൈകൾ. ഇന്ന് പലതും വളർന്ന് വലിയ മരങ്ങൾ ആയിരിക്കുന്നു.

റിസർവോയർ ഓരംപറ്റി കുറെ നടന്നു. നേരെ പീച്ചി ഡാമിലെ നക്ഷത്രബംഗ്ലാവിലേക്ക്. ഒരുപാട് പടികൾ ചവിട്ടി കയറി നക്ഷത്രബംഗ്ലാവിന്റെ ഉച്ചിയിലേക്ക്. അവിടെ നിന്നുമുള്ള പീച്ചി കാടുകളുടെ കാഴ്ച അനിർവചനീയമായൊരനുഭൂതിയാണ്. കാൽച്ചുവട്ടിൽ ഒരു വലിയ തടാകംപോലെ പരന്നുകിടക്കുന്ന പീച്ചി റിസർവോയർ. അപ്പുറം അനന്തമായ കാടിന്റെ പച്ചപ്പടർപ്പുകൾ. റിസർവോയറിൽ നിന്നും ചെന്നു കയറുന്ന 'കുതിരക്കോട്ടു കയം', സഞ്ചാരികളെ ഹഠാദാകർഷിക്കുന്ന, മഴക്കാലത്ത് ഏറെ രൗദ്രമാകുന്ന മാമ്പാറ വെള്ളച്ചാട്ടം, ഒരുപാട് തവണ രാത്രികളിൽ ക്യാമ്പ് ചെയ്ത ഉൾക്കാട്ടിലെ വിശാല പാറക്കൂട്ടം, വലിയ മേട്, പാണ്ടൻവരയ്ക്കും നരയൻ മലകൾക്കും അപ്പുറം ചക്രവാളസീമയിൽ മെയ് മാസ സൂര്യപ്രഭയിൽ തിളങ്ങിനിൽക്കുന്ന പൊന്മുടി മലതലപ്പ്.

രണ്ട് ടേമുകളിലായി ആറു വർഷത്തോളം ജോലി ചെയ്ത ഏറെ പ്രിയപ്പെട്ട പീച്ചി കാടുകൾ. ഓരോ മലകളും താഴ്വാരങ്ങളും കാട്ടുപുഴകളും വന്മരങ്ങളും മുളങ്കൂട്ടങ്ങളും എല്ലാം എല്ലാം ഉള്ളം കൈയിൽ എന്നപോലെ പരിചിതമായ കാടുകൾ.

''പ്രിയപ്പെട്ടവരേ, ഇനി എന്നെങ്കിലും നിങ്ങളുടെ പച്ചയിലേക്കും തണുപ്പിലേക്കും നിശ്വാസങ്ങളിലേക്കും ഒരു മടങ്ങിവരവ് ഉണ്ടാകുമോ?''

കുറച്ചുനേരം ധ്യാനനിരതനായി കാടിന്റെ അനന്തതയിലേക്ക് മിഴികൾ നട്ടുനിന്നു. പിന്നെ നിശ്ശബ്ദമായി വിട ചൊല്ലി തിരിച്ചു പടികൾ ഇറങ്ങി. കനം തൂങ്ങിയ മനസ്സുമായി വാഹനത്തിന് അരികിലേക്ക് നടക്കുമ്പോഴാണ് നിശ്ശബ്ദതയെ കീറിമുറിച്ച് ഒരു ചിലുചിലപ്പൻ സ്വരം ഉയർന്നത്. വഴിവക്കിൽ കൂറ്റൻ ചീനിമരത്തിന്റെ താഴ്ന്ന കൊമ്പിലിരുന്ന് ഒരു മലയണ്ണാൻ ചിലയ്ക്കുന്നു. അത്ഭുതകരമായ യാദൃച്ഛികത. 29 വർഷം മുൻപ് സർവീസിലെ എന്റെ ആദ്യദിനത്തിൽ പൂയംകുട്ടി പുഴയോരത്ത് എന്നെ എതിരേറ്റത് ഇങ്ങനെ ഒരു മലയണ്ണാൻ ആയിരുന്നു. ഇന്നിതാ, അവസാന ദിനത്തിൽ വീണ്ടും. ഞാൻ ആകെ പൂത്തുലഞ്ഞു. അറിയാതെ മിഴികൾ ഈറനണിഞ്ഞു.

മാസ്മരികമായ ഒരു അനുഭൂതിക്കടിപ്പെട്ട് യാന്ത്രികമായി കൈവീശി മലയണ്ണാനോട് യാത്ര പറഞ്ഞു.

ഓഫീസിൽ തിരിച്ചെത്തുമ്പോൾ സഹപ്രവർത്തകർ എന്നെ കാത്തുനിൽക്കുകയായിരുന്നു. വീട്ടിൽ കൊണ്ടുചെന്നാക്കുക എന്ന അവസാന ചടങ്ങിനായി. ചാർജ് കൈമാറാനുള്ള ഫോമുകളിൽ ഒപ്പുവെച്ച് ഓഫീസിന്റെ പടികൾ ഇറങ്ങി വാഹനത്തിൽ കയറാൻ ഒരുങ്ങവേ ഒരിക്കൽകൂടി ഞാനൊന്ന് തിരിഞ്ഞു നോക്കി. പിന്നെ നിശ്ശബ്ദനായി വാഹനത്തിൽ കയറി സഹപ്രവർത്തകരോടൊപ്പം വീട്ടിലേക്ക്, ഒരു പുതുജീവിതത്തിലേക്ക് യാത്ര തുടങ്ങി.

■

www.ingramcontent.com/pod-product-compliance
Lightning Source LLC
LaVergne TN
LVHW100236051026
849517LV00006B/1889
* 9 7 8 9 3 9 5 8 7 8 4 0 1 *